ஒரு கதாபா
உயிர் பெறுகிறது!

காண்ஸ்தந்தீன் ஸ்தனிஸ்லாவ்ஸ்கி

தமிழில்:

மு.சிவலிங்கம்

கண்ணதாசன் பதிப்பகம்

23, கண்ணதாசன் சாலை,
தியாகராய நகர்,
சென்னை-600 017.
தொலைபேசி: 2433 2682
மதுரை ❖ கோவை ❖ பாண்டி ❖ வேலூர்

முதற் பதிப்பு : மார்ச், 2016
Copyright© 2016 - Kannadhasan Pathippagam. All Rights Reserved.

E-mail: sales@kannadasan.co.in
Our Web Site: www.kannadasan.co.in

பதிப்பாசிரியர்: காந்தி கண்ணதாசன்
எச்சரிக்கை

காப்பிரைட் சட்டத்தின் கீழ் பதிவு பெற்றுள்ள இந்நூலில் இருந்து எப்பகுதியையும் முன் அனுமதியின்றிப் பிரசுரிக்கக்கூடாது. தவறினால் சிவில், கிரிமினல் சட்டங்களின்படி நடவடிக்கை எடுக்கப்படும்.

-காந்தி கண்ணதாசன் பி.ஏ., பி.எல்.,

No Part of this book may be reproduced or transmitted in any form or by any means electronic or mechanical including photocopying or recording or by any information storage and retrieval system without permission in writting from Gandhi Kannadhasan, B.A., B.L., Chennai.

Price Rs: 250/-

"ORU KATHAPATHIRAM UYIR PERUGIRATHU"- *Tamil*
Translated form the English Original " **Creating A Role**"

- ❖ Written By : **CONSTANTIN STANISLAVSKI**
- ❖ Translated By : **MU.SHIVALINGAM**
- ❖ First Edition : March, 2016
- ❖ Publishing Editor : **Gandhi Kannadhasan**
- ❖ Published By : **Kannadhasan Pathippagam**
  23, Kannadhasan Salai,
  Thiyagaraya Nagar, Chennai - 600 017.
  Ph: 044-24332682 / 8712

ISBN: 978-81-8402-783-9

▶ Our Branches :
- No: 1212, Range Gowder Street, **Coimbatore** - 641001 ☎: 0422 - 2479774
- 1, Annai Complex, III Street, Vasantha Nagar, **Madurai**-625 003. ☎: 0452 - 2373793
- 37, Bharathy Street, **Puducherry** - 605 001. ☎: 0413 - 2221241
- No: 26, Old Bus Stand, Municipal New Shopping Complex, 1st Floor, **Vellore** - 632004. ☎: 0416 - 2223312

▶ Our Bankers : State Bank of India, T.Nagar, Chennai-17.

Laser : **Sivaagraphics Dtp** : 89394 75707
Printed by : Ganapathi Enterprises -600 005

ஒரு கதாபாத்திரம் உயிர்பெறுகிறது

- ஜான் கில்லட்

நடிப்பு குறித்த கோட்பாட்டை வகுத்தவர்கள் அல்லது நடிப்பைத் தொழிலாகக் கொண்டவர்களில் ஸ்தனிஸ்லாவ்ஸ்கியின் படைப்புகளைப் போல வேறு எந்த ஒன்றும் பரவலாக வாசிக்கப்படவில்லை. இவரைப் போன்று வேறு எவருமே இந்தளவுக்குப் பரவலாக பரிசீலிக்கப்படவில்லை- விவாதிக்கப்படவில்லை; ஏற்றுக்கொள்ளப்படவில்லை, நிராகரிக்கப்படவில்லை, பயன்படுத்தப்படவில்லை, தவறாகப் பயன்படுத்தப்படவில்லை. அவர் கூறிய விஷயங்கள், அவர் கூற்று புரிந்துகொள்ளப்பட்ட விதம், அவர் கருத்து எப்படி எடுத்துக்கொள்ளப்பட வேண்டும் ஆகியன குறித்த சர்ச்சை அவரை என்றுமே முக்கியத்துவம் வாய்ந்தவராக உருவாக்கியுள்ளது. அர்த்தம் நிறைந்த விமர்சனங்கள் தவிர வேறு எதுவுமே எடுபடவில்லை.

நடிப்பை சாதாரண ஒரு திறனாக அல்லாமல் ஒரு கலையாக ஸ்தனிஸ்லாவ்ஸ்கி வழங்கினார். நிஜ உலகத்தைப் போலவே ஒரு கற்பனை உலகை நடிப்பு படைக்க வேண்டும் என அவர் வலியுறுத்திய கருத்து, நடிப்பின் பரிமாணங்களிலும் நாடகத் தயாரிப்பிலும் புரட்சியை ஏற்படுத்தியது. நடிகர்கள், உணர்வு பூர்வமான சக மனிதர்களின் அனுபவத்தை வெளிப்படுத்தி, கதாசிரியர்களின் மையக் கருத்தையும் கண்ணோட்டத்தையும் ரசிகர்களிடம் கொண்டு சேர்த்து, அவர்களைத் தங்கள் வாழ்க்கையுடன் தொடர்புபடுத்திப் பார்க்கும்படி செய்ய வேண்டும் என அவர் விரும்பினார். நடிகர்களின் உணர்வுகள்,

சிந்தனை, புலன்கள், ஆசைகள், கற்பனை, நடிப்பதற்கான விருப்பம் ஆகியவற்றை இந்தக் கலை நுட்பம், தூண்டி விடுகிறது.

நடிகர்கள், தங்களது நடிப்பாற்றலின் துல்லியத்தை எப்படி எட்டுவது? ரசிகர்களை நெகிழவைக்கும் ஆற்றலை, கைவந்த கலையாக்குவது எப்படி என்ற அனுபவம் இல்லாவிட்டால் அசல் கலையைக் காண முடியாது என்ற ஸ்தனிஸ்லாவ்ஸ்கியின் அடிநாதமான கருத்தைப் பொறுத்தது.

இந்தக் கருத்தை *ஒரு நடிகர் உருவாகிறார் (An Actor Prepares) என்ற தனது முதல் நூலில் ஸ்தனிஸ்லாவ்ஸ்கி குறிப்பிட்டுள்ளார். ஒரு நடிகர் அன்றாட வாழ்க்கையில் ஏற்படும் அனுபவங்களுடன் தனது இயல்பான திறமைகளை சங்கமிக்க வைத்து, கற்பனை வளத்தைக் கைக்கொண்டு, நிஜமான நடிப்புத் திறனை உயிரோட்டத்துடன் உருவாக்கிக்கொள்ள வேண்டும் என இந்த நூலில் வலியுறுத்துகிறார். மனம்-உடல் சார்ந்த அணுகுமுறை என அவர் குறிப்பிடும் இலக்கணத்திற்கான அனைத்துக் கூறுகளையும் வகுத்துத் தந்துள்ளார். *ஒரு கதாபாத்திரத்தை வடிவமைத்தல், (Building a Character) அவரது இரண்டாவது நூல், குரல், பேச்சு, உடலசைவு, நடை, பாவனை மூலம் ஒரு கதாபாத்திரத்திற்கு நிஜ வடிவம் கொடுப்பது குறித்து விவரிக்கிறது. இந்த அனைத்து கலை நுட்பங்களையும் ஒரு நடிகர் பயன்படுத்திக்கொண்டு, ஒத்திகைப் பயிற்சியின்போது, பல்வேறு பரிணாமங்களில் தன்னைப் பண்படுத்தி, தனது கதாபாத்திரத்தை செதுக்கி, செதுக்கி மிளிர வைக்கும் கலையை அவரது மூன்றாவது நூலான *ஒரு கதாபாத்திரம் உயிர்பெறுகிறது (Creating A Role) என்ற இந்தப் படைப்பு அலசி ஆராய்கிறது.

நடிப்பாற்றலில் 'ரியாலிட்டி' என்ற நிஜத்தன்மை குறித்த அவரது ஞானம், வெறும் கருத்தியல் கோட்பாட்டிலிருந்து வந்ததல்ல. மிகைல் ஷெப்கின், எலனோரா டியுஸ் போன்ற தலைசிறந்த நடிகர்களைக் கூர்ந்து கவனித்ததன் மூலமும் தன்னைப் போன்ற நடிகர்கள் சிலசமயங்களில் இயந்திரத்தனமாகவும், வேறு சில சமயங்களில் உத்வேகமூட்டும் வகையிலும் சாதிக்க முடிந்ததன்

★ இம்மூன்று நூல்களும் கண்ணதாசன் பதிப்பகத்தின் வெளியீடுகள்.

வாயிலாகவும் இந்த ஞானம் கிடைத்தது என்பது அவரது மூன்று நூல்களிலும் மையக் கருவாக இடம் பெற்றுள்ளது. நடைமுறை அனுபவம், தவறுகளிலிருந்து பாடம் கற்றுக்கொள்ளுதல் என்பதையே அவர் தாரக மந்திரமாக அமைத்துக்கொண்டார். கற்றுக்கொள்ள விரும்பும் நடிகர்கள், தங்களை மேம்படுத்திக் கொள்ள விரும்புவோர், சிக்கலான சூழ்நிலைகளை சமாளித்து தங்களை நடிப்புத் தொழிலில் நிலைநிறுத்திக்கொள்ள விரும்புவோர், நடிப்பு என்பதுதான் தங்களின் முழுமையான வாழ்க்கை முறை என முடிவு செய்துள்ள நடிகர்கள் ஆகியோருக்கு அவரது அணுகுமுறை, துணை நிற்கும்.

எல்லைகளைக் கடந்து, உலகம் முழுவதும் உள்ள நடிகர்கள், நாடக ஆசான்கள், இயக்குனர்கள், நிஜமான ஈடுபாட்டுடன் நடிப்பில் பிரகாசிக்க வேண்டும் என்ற ஆர்வம் கொண்ட நாளைய நடிகர்கள் என ஒட்டுமொத்த நாடகத் துறையினரிடம் ஸ்தனிஸ்லாவ்ஸ்கி ஆழமான தாக்கத்தை ஏற்படுத்தியுள்ளார். ஒரு நடிகர், இயக்குனர் என்ற இரண்டு களங்களிலும் இவரது பங்களிப்பு குறித்து ஒரு கதாபாத்திரம் உயிர்பெறுகிறது தெள்ளத் தெளிவாகப் படம்பிடித்துக் காட்டுகிறது. கற்பனையையும் யதார்த்தத்தையும் இரண்டறக் கலந்து ஒரு நாடகத்துக்கு உயிர் கொடுக்கும் கலையின் முக்கியத்துவத்தை இந்த நூல் விவரிக்கிறது. வெவ்வேறு காலகட்டங்களில் ஸ்தனிஸ்லாவ்ஸ்கி தொடர்ந்த வெற்றிப் பயணம் குறித்த தகவல்களும் இதில் இடம்பெற்றுள்ளன. கிரிபாயதவ் (Griboyedov) படைத்த Woe from Wit நாடகத்தில் ஒரு நடிகராக, தனது கதாபாத்திரத்தை கற்பனை வளத்தின் உதவியுடனும் சுய ஆய்வு மூலமும் ஸ்தனிஸ்லாவ்ஸ்கி செதுக்கிக்கொண்ட நுட்பம், இவரின் லட்சிய தாகத்தை ஊற்றெடுக்க வைத்த உள்ளுணர்வைக் கண்டறிந்ததும், அதனைத் தொடர்ந்து கதாபாத்திரத்தின் நிஜ உயிரோட்டத்தை ஆராய்ந்து அறிந்த நுணுக்கம் ஆகியன இந்த நூலின் முதல் பகுதியில் விவரிக்கப்பட்டுள்ளது.

1930களில் ஒதெல்லோ, தி இன்ஸ்பெக்டர் ஜெனரல் ஆகிய நாடகங்களில் ஓர் இயக்குனராக அவர் பின்பற்றிய புதிய மற்றும்

எதிர்பாராத அணுகுமுறை, தற்போது தீவிர பகுப்பாய்வு என்றும் உடலசைவு கலை நுட்பம் என்றும் குறிப்பிடப்படுகின்றன. தான் சொல்வதே வேதம் என்ற ரீதியில் நாடகங்களை இயக்கிய பாணியையும், நடிகர்களைத் தலையைப் பிய்த்துக்கொள்ள வைக்கும் அளவுக்கு நீண்ட, நெடிய விவாதங்களை நடத்தியதையும் அவர் பின்னர் மாற்றிக்கொண்டார். இந்தப் புதிய அணுகுமுறையின் விளைவாக ஒத்திகையைத் தொடங்கியதிலிருந்தே நடிகர்கள், தாங்களாகவே நாடகக் காட்சிகளை விவாதித்து தங்களது நடிப்புத் திறனை மேம்படுத்திக்கொண்டனர். ஒதெல்லோ நாடகத்தின் பரிமாணங்கள் குறித்து வேறு எதிலும் இதுவரை விளக்கப் பட்டுள்ளதைவிட, இந்த நூலில் தெளிவாகவும், முழுமையாகவும் விவரிக்கப்பட்டுள்ளது.

முந்தைய நூல்களில் கூறப்பட்டுள்ள நுட்பங்கள் ஒரு கதாபாத்திரம் உயிர்பெறுகிறது நூலில் மேலும் அதிக மெருகுடனும் நடைமுறைபூர்வமான ஆழ்ந்த கண்ணோட்டத்துடனும் அலசி ஆராயப்பட்டுள்ளன. தற்போது அனைவரின் கவனத்தை ஈர்த்துள்ள, ஸ்தனிஸ்லாவ்ஸ்கியின் இறுதிகட்ட ஒத்திகை நடை முறைகள், தெள்ளத்தெளிவாக படம்பிடித்துக் காட்டப்பட்டுள்ள விதம் நடிகருக்கும், இயக்குனருக்கும் பயனுள்ள அறிவுரையாக அமைந்துள்ளது. அவரது ஆக்கத் திறன் பொங்கும் குறிக்கோள்களை வெகு சிறப்பாக எப்படி எட்டுவது என்பதையும் கற்றுத் தருகிறது. ஸ்தனிஸ்லாவ்ஸ்கியின் மற்ற அனைத்து நூல்களில் இடம் பெற்றுள்ள அத்தனை கூறுகளும் ஒரே மாலையாகத் தொடுக்கப் பட்டு தற்போது உங்கள் கரங்களில்... வாசிக்க வாசிக்க பரவசத்தில் மூழ்கடிக்கப்படுவீர்கள்...!

உள்ளுணர்வில் முகிழும் நடிப்பு - ஸ்தனிஸ்லாவ்ஸ்கி அணுகுமுறையை மீட்டெடுத்தல்.
 (Actiong on Impulse & Reclaiming the Stanislavski approach) - நூலாசிரியர்.

பொருளடக்கம்

பகுதி ஒன்று

அத்தியாயம் 1
ஆய்வு காலகட்டம் 9

அத்தியாயம் 2
உணர்ச்சிபூர்வ அனுபவத்தின் காலகட்டம் 71

அத்தியாயம் 3
உடல் சார்ந்த வெளிப்பாட்டின் காலகட்டம் 136

பகுதி இரண்டு

அத்தியாயம் 4
முதல் அறிமுகம் 172

அத்தியாயம் 5
ஒரு கதாபாத்திரத்தின் நிஜ வாழ்க்கையை உருவாக்குதல் 208

அத்தியாயம் 6
பகுப்பாய்வு 242

அத்தியாயம் 7
முடிக்கப்பட்டுள்ள வேலைகளை சரிபார்த்தல்; 316

பகுதி மூன்று

அத்தியாயம் 8
ஜீவனுள்ள வடிவமாக மாறும் உடல் சார்ந்த நடவடிக்கைகள் 345

பகுதி ஒன்று

கிரிபாயதவ் படைத்த
Woe from Wit (சோகமாக மாறிய நகைச்சுவை)

ஒரு கதாபாத்திரம் உருவாக்கப்படுவது குறித்த பின்வரும் ஆய்வு, 1916-ஆம் ஆண்டுக்கும் 1920-ஆம் ஆண்டுக்கும் இடையே கிரிபாயதவ் படைத்த *Woe from Wit* நகைச்சுவை காவியத்தை மையமாக வைத்து எழுதப்பட்டுள்ளது. இந்த காலகட்டத்திற்குப் பிறகு, வாழ்நாள் முழுவதும் ஸ்தனிஸ்லாவ்ஸ்கியின் வாழ்வில் வியாபித்திருந்த ஒரு மையக் கருவை புதையல் போன்று அவர் தோண்டி எடுத்த நுட்பங்களை இந்த ஆய்வு விவரிக்கிறது. 'செமி ஃபிக்ஷன்' வடிவத்தில் அவர் படைத்த **ஒரு நடிகர் உருவாகிறார்** நூலுடன் அவர் ஓய்ந்துவிடவில்லை. அவரது பிந்தைய படைப்புகளைப் படித்தவர்கள், ஏற்கெனவே அவருக்குள் கிளைவிரித்திருந்த பல சிந்தனைகளின் அசல் வடிவத்தை இந்த நூலில் கண்டு ரசிக்கலாம். சில சந்தர்ப்பங்களில் அந்தச் சிந்தனைகள், பிந்தைய காலகட்டத்தில் உறுதியாக நிலைத்து நின்றன. வேறு சில சந்தர்ப்பங்களில் அவை வெகு நுணுக்கமாக மறுவடிவம் பெற்றன. எப்படி யானாலும், நடிகரின் பிரச்சினைக்கான தீர்வுகளை, தனது சாஸ்வதமான, ஆக்கத் திறன் வாய்ந்த கற்பனை வளத்தில் அவர் மலர வைத்தார்.

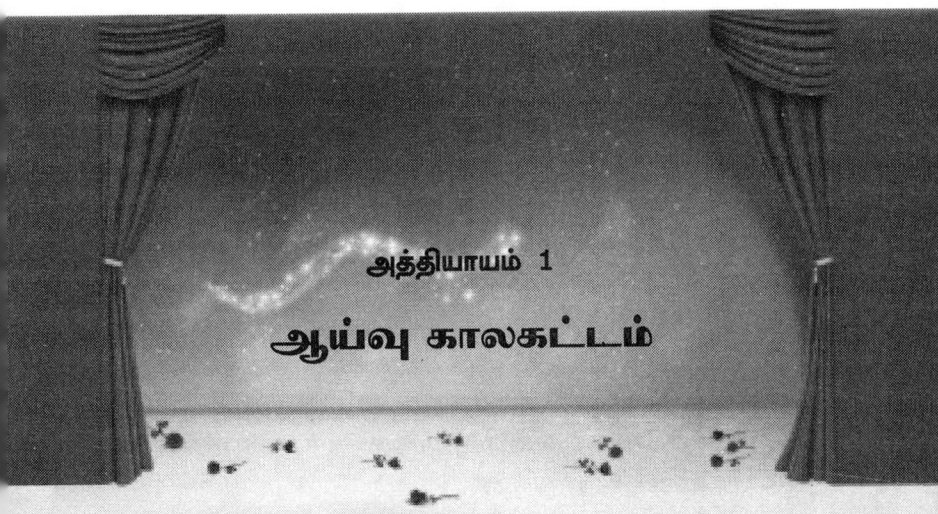

அத்தியாயம் 1
ஆய்வு காலகட்டம்

ஒரு கதாபாத்திரத்திற்கான ஆயத்தப் பணியை மூன்று கட்டங்களாகப் பிரிக்கலாம். அவை: கதாபாத்திரத்தை வாசித்தல்; அதன் உயிரோட்டத்தை நிலைநிறுத்துதல்; அதற்கு நிஜ வடிவம் கொடுத்தல்.

கதாபாத்திரத்துடன் முதல் அறிமுகம்

தயார்ப் படுத்திக்கொள்ளும் சமயத்திலேயே ஒரு கதாபாத்திரம் பரிச்சயமாகிவிடுகிறது. நாடகத்தை முதல் முறையாக வாசிக்கும் தருணத்தில் மனதில் ஏற்படும், முதல் பதிவுகளின்போதே இந்த அறிமுகம் ஆரம்பமாகிறது. இந்த மிக முக்கியமான தருணம் ஒரு ஆணுக்கும் பெண்ணுக்கும் ஏற்படும் முதல் சந்திப்பு போன்றது. ஒருடலும் ஈருயிருமாக இணையும் இனிய உள்ளங்கள், காதலர்கள் அல்லது ஜோடிகள் ஆகியோருக்கு இடையேயான முதல் பரிச்சயம் போன்றது.

மனதில் முதல் முறையாக ஏற்படும் பதிவுகள் என்றென்றும் புத்தம் புது பொலிவு கொண்டதாக மிளிரும். படைப்புக் கலையின் பரிணாமங்களில் மிக முக்கியத்துவம் பெற்றுள்ள கலை ஆர்வம்,

உற்சாகப் பெருக்கு, மனோபாவம் ஆகியவற்றை வெகு சிறப்பாக இந்த முதல் பதிவுகள் தூண்டிவிடுகின்றன.

இவை முற்றிலும் எதிர்பாராதவை; நேரடியானவை. ஒரு நடிகரின் பணியில், இந்த முதல் பதிவுகள் நிரந்தரமான ஒரு முத்திரையைப் பதிக்கின்றன. இவை முன்கூட்டியே சிந்திக்கப் படாதவை; எந்த சார்பும் அற்றவை. எந்த விமர்சனத்தாலும் தடைபடாமல், ஒரு நடிகரின் ஆன்மாவுக்குள், அதன் அடி ஆழத்திற்குள்ளும் அவரது சுபாவத்திற்குள்ளும் தங்கு தடையில்லாமல் பாய்ந்து சென்று, அழிக்க முடியாத தடம் பதித்து, ஒரு கதாபாத்திரத்தின் அடித்தளமாக இந்த முதல் பதிவுகள் நிலைபெறுகின்றன. உருவம் பெறும் ஒரு கதாபாத்திரத்தின் மூலக் கரு இப்படித்தான் உருவாகிறது.

முதல் பதிவுகள் என்பவை விதைகள். ஒரு நடிகர் தனது பணியைத் தொடரும்போது தேவைக்கேற்ப மாற்றங்களை, திருத்தங்களை செய்துகொள்ளலாம். ஆனால், பெரும்பாலும் தனக்குள் வேரோடியுள்ள முதல் பதிவுகளின் வலுவான தாக்கத்தால் வெகுவாக அவர் ஈர்க்கப்படுகிறார். தனது கதாபாத்திரம் மெருகேற்றப்படும்போது, இவற்றை அவரால் பயன்படுத்திக்கொள்ள முடியவில்லை என்றாலும் தனக்குள்ளே இந்த முதல் பதிவுகளை தக்க வைத்துக்கொள்வதில் நாட்டமும் ஏக்கமும் கொள்கிறார். இந்தப் பதிவுகள் ஆற்றல் வாய்ந்தவை யாகவும் ஆழமானவையாகவும் நிரந்தரமானவையாகவும் இருப்பதால், ஒரு நாடகத்தின் முதல் அறிமுகம் குறித்து, குறிப்பிட்ட நடிகர் மிகுந்த கவனத்துடன் இருக்க வேண்டும்.

இந்த முதல் பதிவுகள் தங்களுக்குள் விழுதுவிட வேண்டும் என்றால், ஏற்றுக்கொள்ளும் உள்ளார்ந்த ஒரு மனநிலையை நடிகர்கள் உருவாக்கிக்கொள்ள வேண்டும். அவர்கள், உணர்ச்சி பூர்வமான ஒருமுகப்படுத்திக்கொள்ளும் நிலையில் இருக்க வேண்டும். இந்த நிலை இல்லாமல், ஆக்க ரீதியிலான எந்த ஒரு நடவடிக்கையிலும் ஈடுபட முடியாது. கலை சார்ந்த உணர்வுகள் தனக்குள் கிளை பரப்பும் வகையிலும், தனது ஆன்மாவின்

கதவுகள் திறக்கப்படும் விதத்திலும் மனநிலையை எப்படித் தயார்ப்படுத்திக் கொள்ள வேண்டும் என்பதையும் ஒரு நடிகர் அறிந்திருக்க வேண்டும்.

ஒரு நாடகத்தை முதல் முறையாக வாசிக்கத் தொடங்கும்போது, அதற்கான புற சூழ்நிலைகளை முறையாக அமைத்துக்கொள்ள வேண்டும். நேரம், இடம் ஆகியவற்றை எப்படித் தேர்ந்தெடுக்க வேண்டும் என்பதையும் ஒரு நடிகர் தெரிந்து வைத்திருக்க வேண்டும். தனது ஆன்மாவின் பரிபூரணத் தன்மையை வெளிப் படுத்தும் வகையில், ஒரு நடிகர் நம்பிக்கை மனோபாவத்தை வலுப்படுத்திக்கொள்ள வேண்டும்.

தூய்மையான, புத்தம்புதிய பதிவுகளை கிரகித்துக்கொள்வதற்கு முன் முடிவுகள் என்பதுதான் மிகவும் ஆபத்தான ஒரு தடையாக உள்ளது. ஒரு பாட்டிலின் கழுத்துப் பகுதியை அடைத்துக் கொண்டிருக்கும் ஒரு 'கார்க்' போன்று முன் முடிவுகள் ஆன்மாவில் தடையை ஏற்படுத்துகின்றன. நம் மீது திணிக்கப்படும் மற்றவர்களின் கருத்துகள்தான் முன் முடிவை எடுக்க வைக்கிறது. ஆரம்ப கட்டத்தில், நாடகத்துடன் தன்னை ஒருங்கிணைத்துக் கொள்ளும் நடிகருக்கு அவரது கதாபாத்திரம் விவரிக்கப்பட்டு, அதற்கான உணர்ச்சிகள் அல்லது சிந்தனைகளுக்கு அவர் ஆட்படும் வரையிலும், பிறர் கருத்துகளால் பாதிக்கப்படும் - குறிப்பாக, அவை போலியாக இருக்கும்பட்சத்தில் பாதிக்கப்படும் அபாயம் உள்ளது. ஒரு புதிய கதாபாத்திரத்துடன் ஒரு நடிகர் உணர்வுபூர்வ மாகவும் இயல்பாகவும் வலுப்படுத்திக்கொண்ட தொடர்பை, பிறர் கருத்து துண்டித்துவிடுகிறது. எனவே, ஒரு நடிகர் தனது முதல் பதிவுகள், உறுதி, மனம், கற்பனைத் திறன் ஆகியவற்றை அழித் தொழிக்கும் முன் முடிவுக்குக் காரணமான புறத் தாக்கங் களுக்கு இரையாகாமல், தன்னைப் பாதுகாத்துக்கொள்வதில், ஒரு நாடகத்தின் முதல் பரிச்சயத்தின்போது, மிக கவனமாக இருக்க வேண்டும்.

அக மற்றும் புறச் சூழ்நிலைகள், நாடக கதாபாத்திரங்களின் நிலவரங்கள் ஆகியவை குறித்து விளக்கம் கோர வேண்டிய நிலை ஏற்பட்டால், ஒரு நடிகர் தனது கேள்விகளுக்கு, தானே பதில்

தேடும் முயற்சியிலிருந்து இந்த நடிவடிக்கையைத் தொடங்க வேண்டும். அப்போதுதான், தனது கதாபாத்திரத்துடன் தனக்குள்ள தனிப்பட்ட உறவை எந்தவிதத்திலும் சிதைக்காமல், மற்றவர்களிடம் எழுப்ப வேண்டிய கேள்விகள் எவை என்பது புலப்படும். தனது கதாபாத்திரத்தின் வடிவம் குறித்த உணர்வுகள், வலுவடைந்து தெளிவாகும் வரையில், தனது உணர்ச்சிகளையும் மனப் பிரதிபலிப்புகளையும் அவர் தனக்குள்ளேயே கட்டுப்படுத்திக் கொள்ள வேண்டும். தனது கதாபாத்திரம் குறித்த ஒரு நடிகரின் சுய கண்ணோட்டம் பக்குவப்படும் அந்தப் பொருத்தமான தருணத்தில்தான், மற்றவர்களின் அறிவுரையையும் கருத்துகளையும் அவர் பயன்படுத்திக்கொள்ளலாம்.

அதே சமயத்தில் தனது சுய கலை ஆர்வ சுதந்தரத்திற்கு ஊறு விளைவிக்காத அளவுக்கு அவர் இதில் ஈடுபட வேண்டும். மற்றவர் சிந்தனைகள் எவ்வளவு பிரமாதமாக இருந்தாலும் தனது உணர்ச்சிகளுக்குப் பொருந்தாவிட்டால் அவற்றை எல்லாம்விட தனது சொந்தக் கருத்து மிகவும் சிறந்தது என்பதை ஒரு நடிகர் மறந்துவிடக்கூடாது. ஒரு நடிகரின் மொழியில் அறிந்துகொள்வது உணர்வோடு ஒருமித்த விஷயம் என்பதால், முதல் தடவையாக ஒரு நாடகத்தை அவர் வாசிக்கும்போது, தனது ஆக்கத் திறன் சார்ந்த உணர்ச்சிகளுக்கு எந்தத் தடையையும் ஏற்படுத்திக் கொள்ளாமல், அவை தங்குதடையின்றி சிறகடிக்குமாறு பார்த்துக் கொள்ள வேண்டும்.

இணக்கமான, உயிரோட்டமான உணர்ச்சியை எந்தளவுக்கு சிறப்பான முறையில் இந்த முதல் வாசிப்பின்போது அவர் வெளிப் படுத்துகிறாரோ, அந்தளவுக்குத் தெள்ளத்தெளிவாக, நாடகத்தின் வறட்டுத்தனமான வார்த்தைகள் அவரது மனதுக்குப் புலப்படும்; உயிர்பெற்று உலா வரும். பார்க்கும்; கேட்கும்; உணரும் புலன்கள் மூலம், படைப்பாற்றல் சார்ந்த கற்பனைத் திறன் விசாலமடையும்.

நாடக ஆசிரியர் தனது படைப்பை எந்தக் கண்ணோட்டத்துடன் உருவாக்கியிருக்கிறாரோ அதனை அறிந்துகொள்வது நடிகர்களின் முக்கியக் கடமையாகும். இதில் வெற்றி அடையும்போது, வாசிப்பு

அவர்களை முழுமையாக ஆட்கொண்டுவிடும். இந்த வாசிப்பு அனுபவத்தின்போது, தங்களுக்குள் இயல்பாக மலரும் உணர்வு வெளிப்பாடுகளை அவர்களால் கட்டுப்படுத்த இயலாது. முக பாவ மாற்றங்களையும், தங்கள் உடல் அசைவுகளையும் கட்டுக்குள் வைத்திருக்க முடியாது. ஆடாமல், அசையாமல் அமர்ந்திருக்கவும் முடியாது. அந்த நாடகத்தை வாசிப்பவரை மேன்மேலும் நெருங்கி வருவார்கள். நாடகத்தை முதல் தடவையாக வாசித்துக் காட்டுபவர், ஒரு சில நடைமுறை வழிமுறைகளில் கவனம் செலுத்த வேண்டும்.

முதல் வாசிப்பு எளிமையாகவும் தெளிவாகவும் இருக்க வேண்டும். நாடகத்தின் அடிப்படைகள், மூலக்கரு, இலக்கியச் சிறப்பு ஆகியவை குறித்த புரிதலுடன் இந்த வாசிப்பு அமைய வேண்டும். நாடகத்தின் அடிப்படை நோக்கம் குறித்த நாடக ஆசிரியரின் கண்ணோட்டத்தை, வாசிப்பவர் எடுத்துரைக்க வேண்டும். நாடகத்தின் உயிரோட்டத்துக்கு நடிகர்கள் பயணப்படும் வகையில் முதல் வாசிப்பை அவர் அமைத்துக்கொள்ள வேண்டும்.

நாடகக் கருவை, உணர்ச்சிகளின் அடிநாதத்தை எடுத்த எடுப்பிலேயே எப்படித் தெரிந்துகொள்வது என்பதை, அனுபவம் வாய்ந்த இலக்கிய அறிஞர்களிடமிருந்து வாசிப்பவர் கற்றுக் கொள்ள வேண்டும். இலக்கியப் படைப்புகளின் அடிப்படைக் கூறுகளை கற்றுத் தேர்ந்து, அதில் பயிற்சி பெற்றுள்ள ஒருவரால் ஒரு நாடகத்தின் கட்டமைப்பையும், கற்பனைக்கு எழுத்து வடிவம் கொடுக்க வைத்த கதாசிரியரின் சிந்தனைகளையும், உணர்வு களையும் உடனடியாகப் புரிந்துகொள்ள முடியும். நாடகத்தின் ஆன்மாவுடன் தன்னை இணைத்துக்கொள்வதில் எந்தவிதத்திலும் தடை ஏற்படாத வரையில், இந்தத் திறன் ஒரு நடிகருக்கு மிகவும் உதவிகரமாக இருக்கும்.

நாடகத்தில் தனது முழு இருப்பு, மனம் மற்றும் உணர்வுகள் வழியாக நாடத்தை எடுத்த எடுப்பிலேயே ஒரு நடிகர் கிரகித்துக்கொள்வது ஆகியவை அற்புதமான ஒரு விஷயம்.

இப்படிப்பட்ட ஆனந்தம் பொங்கும் சமயத்தில் ஆனால் அரிதான சந்தர்ப்பத்தில், அனைத்து விதிகளையும் வழிமுறைகளையும் மறந்துவிட்டு படைப்பாற்றல் சுபாவத்திடம் ஒரு நடிகர் தன்னை ஒப்படைத்துக்கொள்ள வேண்டும். இவை மிகவும் அரிதான சந்தர்ப்பங்கள் என்பதால் இவற்றை நம்பி இருக்க முடியாது. நாடகத்தின் அடிப்படைக் கூறுகளையும் நாடக இயக்கத்தின் முக்கியத்துவத்தையும் உடனடியாக ஒரு நடிகர் கிரகித்துக் கொள்ளும்போது மட்டுமே, இந்த அரிய சந்தர்ப்பங்கள் ஏற்படுகின்றன.

நாடகத்தின் சில பகுதிகள் உயிர்ப்புடன், நமது உணர்வுகளுடன் சங்கமிக்கும் நிலையில், வேறு சில பகுதிகள் ஏன் நமது அறிவுக்கூர்மை சார்ந்த நினைவோடு மட்டுமே நின்றுவிடுகின்றன? முந்தையதை நினைத்துப் பார்க்கும்போது பரவச உணர்வும், கொண்டாட்டமும் துடிதுடிப்பும் நம்மை ஆட்கொள்ளும் நிலையில், பிந்தையதை நினைவுகூரும்போது ஏன் இப்படிப்பட்ட எந்த உணர்வுமே ஏற்படுவதில்லை?

உடனடி வாழ்க்கையுடன் நெருங்கிய தொடர்புடைய குறிப்பிட்ட சில பகுதிகள், நமது சுபாவத்துடன் ஒன்றிணைந்திருப் பதாலும் நமது உணர்ச்சிகளுக்கு பரிச்சயமாக இருப்பதாலும் இது நிகழ்கிறது. ஆனால், நினைவை மட்டுமே எட்டும் விஷயங்கள் நமது இயல்புக்கு அப்பாற்பட்டவையாக இருக்கின்றன.

முதலில் சிறிது சிறிதாக மட்டுமே நாம் (நடிகர்கள்) ஏற்றுக் கொண்டவை, பின்னர் அந்த நாடகத்தோடு நமது பரிச்சயம் வலுவடைந்ததும் அதனுடன் நம்மை மிக நெருக்கமாக இணைத்துக் கொள்கிறோம், அதன் ஈர்ப்புக்கு நாம் ஆளாகிறோம். சிறு ஒளிக் கீற்றாகத் தென்பட்டது மேன்மேலும் பிரகாசமடைந்து, பரவி, ஒட்டுமொத்த கதாபாத்திரத்திற்குள் வியாபிக்கிறது. மலை இடுக்குகளின் வழியாக உதயமாகும் கதிரவனின் ஒளிக் கிரணங்கள் பின்னர் எங்கும் நீக்கமற நிறைந்து ஒளி வெள்ளத்தைப் பரப்புவது போன்று இது நிகழ்கிறது.

ஒருமுறை வாசிப்பதன் மூலமே ஒரு நாடகத்தை நம்மால் (நடிகர்களால்) அறிந்துகொள்ள முடியாது. வெவ்வேறு கோணங்களில் இந்த நாடகத்தை அணுக வேண்டும். சில நாடகங்களில் ஆன்மீக ஆதாரக் கருத்துகள் மிகவும் ஆழமாக இடம் பெற்றிருக்கும். இவற்றை தீவிர முயற்சியின் மூலம்தான் தோண்டி எடுக்க முடியும். இப்படிப்பட்ட நாடகங்களில் அடிநாதமான கருத்துகள் மிகவும் சிக்கலானவையாக இருந்தால், அவற்றை படிப்படியாக அலசி, ஆராய்ந்தால்தான் புரிந்துகொள்ள முடியும். ஒரு புதிரை விடுவிப்பது போன்று இதற்கான முயற்சிகளை மேற்கொள்ள வேண்டும். இப்படிப்பட்ட நாடகத்தைத் திரும்பத் திரும்ப வாசிக்க வேண்டும். கூடுதலாக வாசிக்கும் ஒவ்வொரு தடவையும் நம்மை நாமே வழிநடத்திச் செல்ல வேண்டும்.

துரதிர்ஷ்டவசமாக, பல நடிகர்கள் முதற் பதிவுகளின் முக்கியத்துவத்தை உணராமல் இருக்கிறார்கள். தங்கள் பங்களிப்பு, படைப்பாற்றல் செயல்முறைகளின் ஓர் அங்கம் என்பதை உணராத இவர்கள் அலட்சியமாக நடந்துகொள்கிறார்கள். ஒரு நாடகத்தை முதல் தடவையாக வாசிப்பதற்கு அதற்கான ஏற்பாடுகளில் எத்தனை நடிகர்கள் தீவிர கவனம் செலுத்துகிறார்கள்? நாம் (நடிகர்கள்) எங்கு, என்ன நிலையில் இருந்தாலும் அவசர அவசரமாக நாடகத்தை வாசித்துப் பார்க்கிறோம். ரயில் பயணத்தின் போது, காரில் செல்லும்போது, ஓய்வு கிடைக்கும் போது இந்த வேலையை வைத்துக்கொள்கிறோம். இப்படிப்பட்ட சூழ்நிலைகளில், மிக முக்கியமான ஒரு கட்டத்தை, படைப் பாற்றலின் முக்கிய தருணத்தை நாம் பறிகொடுத்துவிடுகிறோம். படைப் பாற்றலின் ஊற்றுக் கண்ணைத் திறக்கும் முதல் வாசிப்பின்போது வசப்படும் மிகவும் அற்புதமான ஒரு அனுபவத்தை பிந்தைய வாசிப்புகளின்போது பெற முடியாது. முதல் வாசிப்பின்போது அலட்சியம் காரணமாக ஏற்படுத்திக் கொண்ட பாதிப்பை எப்போதுமே போக்க முடியாது.

பகுப்பாய்வு

மிக முக்கியமான, தயார்ப்படுத்திக்கொள்ளும் கால கட்டத்தின் இரண்டாவது படி, பகுப்பாய்வுத் தொடர் கட்டங்கள். பகுப்பாய்வு மூலம் தனது கதாபாத்திரத்துடன் நடிகர் மேலும் நெருங்கி வருகிறார். ஒட்டுமொத்த நாடகத்தையும் முழுமையாகப் புரிந்துகொண்டு, அதனுடன் ஒரு நடிகர் தன்னை இணைத்துக் கொள்ளும் வழிமுறையாகவும் பகுப்பாய்வு அமைகிறது.

பொதுவாக, 'பகுப்பாய்வு' என்ற வார்த்தை அறிவுக்கூர்மை சார்ந்த ஒரு செயல்முறையாகும். இலக்கியம், தத்துவம், வரலாறு உள்ளிட்ட ஆராய்ச்சிக் களங்களில் இந்த நுட்பம் பயன்படுத்தப் படுகிறது. ஆனால், கலை சார்ந்த களங்களில் அறிவுஜீவித்தனமான எந்த ஆய்வும், ஊறு விளைவிக்கக்கூடிய ஒன்று. ஏனென்றால், கணிப்பு மற்றும் புள்ளிவிவர அடிப்படையிலான வறட்டுத் தனமான அதன் சாராம்சங்கள் கலையம்சத்தின் உந்து சக்தியையும் ஆக்கத் திறன் ஆர்வத்தையும் முடக்கிவிடும்.

கலையைப் பொறுத்தவரை படைக்கும் சக்தியாக உள்ளது உணர்வுதான்; மனம் அல்ல. உணர்வு சார்ந்த ஒன்றுதான் கலையின் ஊற்றுக்கண்ணாகவும் பிரதான சக்தியாகவும் உள்ளது. இங்கு, துணை நிற்கும் ஒன்றாக மட்டுமே மனம் செயல்படுகிறது. ஒரு நடிகர் மேற்கொள்ளும் பகுப்பாய்வு, ஓர் அறிஞரோ அல்லது விமர்சகரோ மேற்கொள்ளும் பகுப்பாய்விலிருந்து முற்றிலும் மாறுபட்டது. அறிவார்ந்த ஆய்வின் விளைவு சிந்தனையாக உருவெடுக்கிறது என்றால், கலை சார்ந்த ஆய்வின் விளைவு உணர்வாக வெளிப்படுகிறது. ஒரு நடிகர் மேற்கொள்ளும் பகுப்பாய்வு, உணர்வை ஆய்வு செய்யும் பணியாகும். உணர்வின் உதவியுடன்தான் இந்தப் பகுப்பாய்வு நடைபெறுகிறது.

உணர்வு அல்லது பகுப்பாய்வின் மூலம் நடைபெறும் அறிவின் செயல்பாடு, ஆக்கத் திறன் சார்ந்த நடவடிக்கைகளில் மிக முக்கியப் பங்கு வகிக்கிறது. இதன் உதவியுடன்தான் ஆழ்மனதின் எல்லைக்குள் ஊடுருவிச் செல்ல முடியும். ஒரு மனிதனின்

வாழ்க்கையில் அல்லது குணாம்சத்தில் இந்த ஆழ்மனம் பத்தில் ஒன்பது பங்கு வகிக்கிறது. நடிகர் தனது, படைப்புத் திறன் உள்ளுணர்வு, கலையம்ச உந்துதல் மற்றும் புலன் உணர்வுகளுக்கு அப்பாற்பட்ட திறன் மூலம் பத்தில் ஒன்பது பங்கு வகிக்கும் ஆழ்மனதின் உதவியைப் பெறுகிறார். ஆனால், இதற்கு மாறாக பத்தில் ஒரு பங்கு பங்களிப்பை மட்டுமே மனதின் மூலம் பெற முடிகிறது.

பகுப்பாய்வின் ஆக்கத் திறன் சார்ந்த குறிக்கோள்கள் வருமாறு:

1. நாடக ஆசிரியரின் படைப்பை வாசித்தல்.

2. நாடகத்தில் அல்லது ஒரு நடிகரின் கதாபாத்திரம் தொடர்பான படைப்பாற்றல் பணியில் பயன்படுத்திக்கொள்வதற்காக ஆன்மிகம் சார்ந்த அல்லது வேறு பொருளைத் தேடுதல்.

3. இதே விஷயத்தை நடிகர் தனக்குள்ளேயே தேடுதல். அதாவது, ஐந்து புலன்களோடு தொடர்புடைய தனிப்பட்ட நினைவு களைத் தேடுதல். இந்த நினைவுகள், நடிகரின் ஞாபக உணர்ச்சியில் பதிந்திருக்கலாம் அல்லது படித்தறிந்து தனது அறிவுத் திறன் சார்ந்த நினைவில் பாதுகாத்து வைத்திருக்கலாம்.

4. ஆக்கத் திறன் உணர்ச்சிகளை உருவாக்கிக்கொள்வதற்காக நடிகரின் ஆன்மாவைத் தயார்ப்படுத்துதல். இந்த ஆக்கத் திறன் உணர்ச்சிகள், நினைவு மனம் சார்ந்த மற்றும் ஆழ்மனம் சார்ந்த உணர்வுகளாகவும் இருக்கலாம்.

5. ஒரு நாடகத்தை முதல் முறையாகப் படிக்கும்போது, குறிப்பிட்ட கதாபாத்திரம் உடனடியாக உயிர்பெறாத சூழலில், அதற்கான உந்துதலை பளிச்சிட வைக்கும் ஆக்கத் திறன் சார்ந்த தூண்டு சக்தியைத் தேடுதல்.

நாடகத்தை விரிவாகவும் தெளிவாகவும் படித்துத் தெரிந்து கொள்வதும், நாடகத்திற்கு அல்லது கதாபாத்திரத்திற்கு பொருத்தமான சூழ்நிலையை உருவாக்கிக்கொள்வதும் பகுப்பாய்வின்

நோக்கமாக இருக்க வேண்டும். அப்போதுதான், நடிகரின் உணர்ச்சிகள் எந்தத் தடையும் இன்றி வெகு இயல்பாக வெளிப்படும். அவரது உணர்வுகள் நிஜ வாழ்க்கையோடு ஒன்றிணைந்ததாக அமையும்.

பகுப்பாய்வின் தொடக்கப் புள்ளி எது?

வாழ்க்கையாக இருந்தாலும் சரி, நாடகமாக இருந்தாலும் சரி, மனதோடு தொடர்புடைய நமது ஆற்றலின் பத்தில் ஒரு பங்கை நாம் பயன்படுத்த வேண்டும். மனதின் உதவியுடன்தான் நமது உணர்வுகளை செயல்பட வைக்க முடியும். உணர்வுகள் வெளிப்படும் நிலையை எட்டும்போது, அவை செல்லும் திசையை நாம் புரிந்துகொள்ள முயன்று, பின்னர் உண்மையான படைப் பாற்றல் பாதையில் அவை தடையின்றி பயணிக்கும்படி வழிநடத்த வேண்டும். அதாவது, நினைவு மனம் மற்றும் ஆயத்தப் பணியின் உதவியுடன் நமது ஆழ்மனதையும் உள்ளுணர்வின் படைப் பாற்றலையும் செயல்படவைக்க வேண்டும். நினைவு மனம் மூலம் ஆழ்மனதை எட்டுவதுதான் நமது கலையின் நோக்கம்.

படைப்பாற்றல் தொடர் நடவடிக்கைகளில் மனதை எப்படிப் பயன்படுத்துவது? உணர்ச்சியை ஊற்றெடுக்க வைக்கும் முதல் தோழனாகவும் தலைசிறந்த தூண்டு சக்தியாகவும் திகழ்வது, கலை சார்ந்த ஆர்வப் பெருக்கும் துடிதுடிப்பும்தான். பகுப்பாய்வுக்கான முதல் வழிமுறையாக இதை அமைத்துக்கொள்ளலாம். ஆர்வப் பெருக்கு என்பது, பார்வை, ஒலி, நினைவு மனம் அல்லது செம்மையாக சீரமைக்கப்பட்டுள்ள கலை, விழிப்புணர்வு ஆகியவற்றுக்கெல்லாம் அப்பாற்பட்ட எல்லைக்குள்ளும் ஊடுருவிச் செல்லக் கூடியது. ஆர்வப் பெருக்கின் உதவியுடன் மேற்கொள்ளப்படும் பகுப்பாய்வு, ஒரு நாடகத்தின் ஆக்கத் திறன் தூண்டு சக்தியைத் தேடிக் கண்டுபிடிப்பதற்கான தலைசிறந்த வழிமுறையாகும். இதன் மூலம் ஒரு நடிகரின் ஆக்கத் திறன் வெளிப்படுகிறது. தனது கதாபாத்திரத்தைப் புரிந்துகொள்கிற ஆர்வம் அவரை ஆட்கொள்ளும்போது, அதனை அவர்

தெளிவாகப் புரிந்துகொள்கிறார். இதனால், மேலும் அதிக ஆர்வம், அவருக்குள் பெருக்கெடுக்கிறது. ஒன்று வெளிப்பட்டு மற்றொன்றை வலுப்படுத்துகிறது.

முதல் தடவையாக ஒரு நாடகத்துடன் பரிச்சயம் ஏற்படும் தருணத்தில் கலை சார்ந்த ஆர்வத் துடிப்பு பன்மடங்கு பெருகும். எனவேதான் முதல் வாசிப்பின்போது, தனது கதாபாத்திரத்தில் ஆர்வத்தைக் கிளறிவிடும் இடங்களையும் தனது உணர்ச்சிகளைப் பிரதிபலிக்க வைக்கும் இடங்களையும் ஒரு நடிகர் திரும்பத் திரும்ப அனுபவித்து மகிழ வேண்டும். கலை அழகு, உணர்ச்சி, ஆர்வம், மேம்பாடு, மகிழ்ச்சிக் கொண்டாட்டம் ஆகியவை இடம் பெற்றுள்ள ஒவ்வொன்றுக்கும் ஒரு நடிகரின் இயல்பில் பதில் விளைவை ஏற்படுத்தும். நாடகத்தின் வெளிப் பாட்டிலோ அல்லது அதன் ஆழங்களிலோ ஆங்காங்கே பொதிந்திருக்கும் கதாசிரியரின் படைப்புத் திறன் உடனடியாக நடிகரை ஆட்கொண்டுவிடும். இந்த இடங்கள் அனைத்துமே கலை சார்ந்த ஆர்வத் துடிப்பை பீறிட்டுக் கிளம்ப வைக்கும் ஆற்றல் வாய்ந்தவை.

அந்த நாடகத்தில் உடனடி உந்துதல் என்ற அதிசயம் நிகழாத இடங்கள் குறித்து நடிகர் என்ன செய்ய வேண்டும்? ஆர்வத் துடிப்பைத் தூண்டிவிடுவதற்கான விஷயங்கள் என்னென்ன உள்ளன என்பதைக் கண்டறிவதற்காக, இப்படிப்பட்ட அனைத்து பகுதிகளையும் நடிகர் ஆய்வு செய்து பார்க்க வேண்டும். நமது (நடிகர்) உணர்ச்சிகள் மௌனமானவை என்பதால் நமக்கு மிக அருகே உள்ள உதவியாளரும் உணர்ச்சிகளின் ஆலோசகருமான மனதின் துணையை நாடுவதைத் தவிர வேறு வழியில்லை. அனைத்து திசைகளிலும் நாடகத்தை அலசி, ஆராய்ந்து பார்க்கும் ஒரு வழிகாட்டியாக மனதை அமைத்துக்கொள்ள வேண்டும். முதன்மையான ஆக்கத் திறன் சக்திகள், உந்துதல்கள் மற்றும் உணர்வுகள் ஆகியவற்றுக்கான புதிய பாதைகளில் நம்மை அழைத்துச் செல்லும் ஒரு முன்னோடியாக மனதை செயல்பட வைக்க வேண்டும்.

இதன் விளைவாக, ஆர்வத் துடிப்பை தூண்டிவிடும் புதிய நுட்பங்களைத் தேடிக் கண்டறிந்து, புதிய புதிய வழிமுறைகளை அதிகளவில் உருவாக்கிக்கொள்ளும் உந்துதல் ஏற்படும். நினைவு மனதிற்கு எட்டாத விஷயங்களைத் தன்னகத்தே கொண்டுள்ள, கதாபாத்திரத்தின் ஆன்மிக அடிப்படையிலான பகுதிகளை உணர்ந்துகொள்ளும் உந்துதலும் பிறக்கும்.

எவ்வளவு விரிவாகவும் ஆழமாகவும் மனதின் உதவியுடன் இந்த பகுப்பாய்வு நடத்தப்படுகிறதோ, அந்தளவுக்கு தனது ஆர்வத்தையும் ஆழ்மன படைப்பாற்றலுக்கான ஆன்மிக விஷயங்களையும் கிளறிவிடும் வழிமுறைகளைக் கண்டறிவதற்கான அதிக வாய்ப்புகளை நடிகரால் வசப்படுத்திக்கொள்ள முடியும்.

நீங்கள் தொலைத்துவிட்ட ஏதோ ஒன்றைத் தேடும்போது, எதிர்பாராத இடத்தில்தான் பெரும்பாலும் அதைக் கண்டெடுப்பீர்கள். படைப்புத் திறன் சார்ந்த விஷயங்களிலும் இதுதான் உண்மை. வழிகாட்டும் உங்கள் மனதை அனைத்து திசைகளிலும் செலுத்த வேண்டும். தூண்டு சக்தியை உருவாக்கிக் கொள்வதற்காக எல்லா இடங்களிலும் தேடிப் பார்க்க வேண்டும். பொருத்தமான இடம் எது என்பதை தேர்ந்தெடுக்கும் முடிவை உங்கள் உணர்வுகளிடமும் அவற்றின் உந்துதல் சக்தியிடமும் விட்டுவிடுங்கள்.

பகுப்பாய்வு குறித்த தொடர் நடவடிக்கைகளில் ஒரு நாடகமும் அதன் கதாபாத்திரங்களும் ஆழமாக, விரிவாக, தனித்தனிப் பகுதிகளாக, அலசி ஆராயப்படுகின்றன. வெளிப்படையான நிலைகளிலிருந்து தொடங்கி, மிகவும் உள்ளார்ந்த ஆன்மிக நிலை வரையிலும் இந்த நடவடிக்கை நீடிக்க வேண்டும். இதற்காக, நாடகம் மற்றும் அதன் கதாபாத்திரங்களை அங்குலம் அங்குலமாக பகுத்துப் பார்க்க வேண்டும். அடி ஆழம் வரை சென்று அதன் ஆதார மையத்தைக் கண்டறிந்து, இதற்கு முன்பு கவனமாக ஆராயப்படாத ஒவ்வொரு பகுதியையும் தனித் தனியாக ஆராய வேண்டும். இதன் மூலம் ஆக்கத் திறன் வாய்ந்த ஆர்வத் துடிப்பை

தூண்டிவிடும் சக்தியை, அதாவது ஒரு நடிகரின் இதயத்தில் விதைக்கப்பட்டுள்ள விதையைக் கண்டறிய வேண்டும்.

★ ★ ★

ஒரு நாடகத்திலும் அதன் கதாபாத்திரங்களிலும் பல நிலைகள் அடங்கியுள்ளன. உண்மைகள், நிகழ்வுகள், கதை, வடிவம் ஆகியவை இடம் பெற்றுள்ள புறநிலை முதலாவதாக உள்ளது. இதனை அடுத்த நிலை, பிரிவு, தேசியம், வரலாற்று அமைப்பு முறை என பகுக்கப்பட்டுள்ள சமூக நிலவரம்; சிந்தனைகள், பாணி, வேறு அம்சங்கள் அடங்கிய இலக்கிய நிலை. கோட்பாடு, கலையம்சம், காட்சி எழில், தயாரிப்பு என்ற பல்வேறு பகுதிகள் இடம் பெற்றுள்ள அழகியல் நிலை; அக செயல்பாடு, உணர்வுகள் மனவெளியில் கதாபாத்திர சித்தரிப்பு ஆகியவற்றைக் கொண்ட உளவியல் நிலை; உடல் இயல்பின் அடிப்படை விதிமுறைகள் உடல் சார்ந்த குறிக்கோள்கள், செயல்பாடுகள், வெளிப்படையான கதாபாத்திர சித்தரிப்பு, ஆகியவை இடம் பெற்றுள்ள ஸ்தூல நிலை எனப் பல்வேறு நிலைகள் உள்ளன. இறுதியாக, தனிப்பட்ட முறையில் ஒரு நடிகருக்கு உரித்தான சுய ஆக்கத்திறன் உணர்வுகள் நிலை என்பதும் இந்தப் பட்டியலில் இடம் பெற்றுள்ளது.

இந்த அனைத்து நிலைகளும் சமமான முக்கியத்துவம் பெற்றவையல்ல. ஒரு கதாபாத்திரத்தின் வாழ்க்கையையும் ஆன்மாவையும் உருவாக்குவதற்கு சில நிலைகள் அடிப்படையாக உள்ளன. மற்ற நிலைகளோ இதற்குத் துணை நிற்கின்றன. கதாபாத்திரத்தை உருவாக்குவதற்கான கூடுதல் விஷயங்களை உடல் மற்றும் உணர்வு அடிப்படையில் இவை வழங்குகின்றன.

இந்த நிலைகள் அனைத்தையும் உடனடியாகக் கண்டறிய முடியாது. பல நிலைகளை ஒவ்வொன்றாகத் தேடிக் கண்டுபிடிக்க வேண்டும். அதே சமயத்தில் அனைத்து நிலைகளும், நமது (நடிகர்கள்) ஆக்கத் திறன் உணர்வுகளுடனும், நடிப்பை வெளிப்படுத்தும் திறனுடனும் இரண்டறக் கலந்துள்ளன. கதாபாத்திரம்

மற்றும் நாடகத்தின் புற வடிவத்தை மட்டும் அல்லாமல், ஓர் ஆன்மிக அக வடிவமைப்பையும் இவை வழங்குகின்றன. நினைவு மனதிற்கு உட்பட்ட மற்றும் அப்பாற்பட்ட அம்சங்களை வசப்படுத்திக்கொள்ளவும் இவை துணை நிற்கின்றன.

ஒரு நாடகம் அல்லது கதாபாத்திரத்தின் உணர்வு நிலைகள் என்பவை மணல், களிமண், பாறைகள் உள்ளிட்ட பூமியின் படிநிலைகள் போன்றவை. இந்த நிலைகள், ஒருவரின் ஆன்மாவுக்குள் மேன்மேலும் ஆழமாகச் செல்லச் செல்ல, நினைவு மனம் மூலம் எட்ட முடியாத அடி ஆழத்தை எட்ட முடிகிறது. பூமியின் அடி ஆழத்தில் எரிமலைக் குழம்பும் நெருப்பும் தகித்துக் கொண்டிருப்பது போல ஆன்மாவின் அடி ஆழத்தில் மனித உள்ளுணர்வுகளும் ஆர்வப் பெருக்கும் கொப்பளித்துக் கொண்டிருக்கின்றன. அந்தப் பகுதிதான் உயிர் கொடுக்கும் ஆதார மையம். நடிகரின் 'நான்' என்ற புனிதம் அங்குதான் குடிகொண்டுள்ளது. அதுதான் ஊக்க சக்தியின் ரகசிய ஊற்றுக்கண்! இவற்றை யாராலும் அறிய முடிவதில்லை. ஆனால், ஒருவரின் ஒட்டுமொத்த இருப்பு மூலம் உணர முடியும்.

புறச் சூழல்களை ஆய்வு செய்தல்

நாடக ஆசிரியர் எழுத்தில் தீட்டிய படைப்பின் வெளி வடிவத்திலிருந்து தொடங்கி, நமது உணர்வு நிலைக்கு அப்பாற்பட்ட, நாடகத்தின் உள்முகமான ஆன்மீக ஆதார மையம் வரையில் தொடரும் ஆய்வுக் கட்டங்கள் குறித்து அறிந்து கொண்டோம். இந்த ஆன்மிக ஆதார மையம் என்பது பார்வைக்குப் புலப்படாத ஒன்று. நாடக ஆசிரியர் தனது படைப்புக்குள் புதையல் போன்று பொதிந்து வைத்துள்ள இதனை ஆழ்மனம் மூலமாக மட்டுமே அறிந்துகொள்ள முடியும். எனவே புற எல்லைகளிலிருந்து மையப் பகுதியை நோக்கி, அதாவது நாடகத்தின் எழுத்து வடிவம் என்ற வெளிப் பகுதியிலிருந்து அதன் ஆன்மீக ஆதார மையத்தை நோக்கி நாம் செல்ல வேண்டியுள்ளது. இதன் மூலம் நாடக ஆசிரியர் முன்வைத்துள்ள சூழ்நிலைகளை நாம் அறிந்துகொள்கிறோம் அதனையடுத்து, நமது நிஜ

உணர்ச்சிகளை அல்லது குறைந்தபட்சம் உண்மை என்று தோன்றக்கூடிய உணர்வுகளை உணர்கிறோம்.

நாடகத்தின் வெளி வடிவத்திலிருந்து எனது ஆய்வைத் தொடங்குகிறேன். முதற் கட்டமாக, நாடக ஆசிரியர் குறிப் பிட்டுள்ள புறச் சூழ்நிலைகளிலிருந்து அதாவது நாடகத்தின் எழுத்து வடிவத்திலிருந்து இந்த ஆய்வை ஆரம்பிக்கின்றேன். என் ஆய்வைத் தொடங்கும்போது, கண்ணுக்குப் புலப்படாத, எளிதில் விளக்கமளிக்க முடியாத உணர்வுகளில் நான் ஆர்வம் காட்ட வில்லை. நாடக ஆசிரியர் குறிப்பிட்டுள்ள சூழ்நிலைகளிலிருந்து இந்த ஆய்வைத் தொடங்குகிறேன். இந்த சூழ்நிலைகள்தான் உணர்வுகளைத் தூண்டிவிடக்கூடியவை.

ஒரு நாடகத்தின் உயிரோட்டமாக அமைந்துள்ள வெளி சூழல்களை எடுத்துக்கொண்டால், தகவல்கள் நிலவரத்தை ஆய்வு செய்வது சுலபமான வழிமுறை. நாடக ஆசிரியர் அவரது படைப்பை உருவாக்கும்போது, மிகவும் சாதாரணமான ஒவ்வொரு சூழ்நிலையும் ஒவ்வொரு தகவலும் முக்கியமானது. நாடகத்தின் உயிரோட்டத்தில், உடைக்க முடியாத சங்கிலித் தொடரில் இந்த ஒவ்வொன்றும் முக்கிய இணைப்பாக இருக்கிறது. ஆயினும் உடனடியாக அனைத்துத் தகவல்களையும் நம்மால் கிரகித்துக்கொள்ள முடிவதில்லை. தகவல்களின் சாரத்தை நாம் புரிந்துகொண்ட உடனேயே அவை வெகு இயல்பாக நமது நினைவில் பதிந்துவிடுகின்றன. உடனடியாக நம்மால் புரிந்து கொள்ள முடியாத, நமது உணர்வுகளால் கண்டறிய முடியாத தகவல்கள் நம் நினைவில் தங்காமல், மறந்துவிடுகின்றன. அல்லது இந்த ஒவ்வொன்றும் தனித்தனியாக காற்றில் ஊசலாடிக்கொண்டு, நாடகத்துக்கு ஒரு சுமையாகிவிடுகின்றன. இதனால் நாம் குழப்பத்தில் சிக்கிக்கொள்கிறோம். இதன் காரணமாக, நாடகத்தின் முதல் பதிவுகளை நாம் கிரகித்துக்கொள்வதில் தடை ஏற்படுகிறது.

இப்படிப்பட்ட சந்தர்ப்பங்களில் என்ன செய்வது? நாடகத்தின் புற அம்சங்களை ஒருவர் எப்படிக் கண்டறிவது? நமிரோவிச் - டான் சென்கோ மிகவும் எளிதான, புத்திசாலித்தனமான

வழிமுறையை முன்வைத்துள்ளார். நாடகத்தின் உள்ளடக்கத்தை மீண்டும் சொல்ல வைத்து, தெரிந்துகொள்ளும் முறை இது. நாடகம் குறித்த தகவல்கள், அடுத்தடுத்த காட்சி அமைப்புகள், ஒவ்வொன்றுக்கும் இடையேயான நேரடித் தொடர்பு ஆகியவற்றை நடிகர் எழுதி வைத்துக்கொண்டு மனப்பாடமாகத் தெரிந்துகொள்ள வேண்டும். நாடகத்துடன் முதன் முறையாகப் பரிச்சயம் ஏற்படும் ஆரம்ப கட்டத்தில், ஒருவரால் அதன் உள்ளடக்கத்தை நாடக விளம்பரங்களிலோ, அல்லது கதைச் சுருக்கம் இடம் பெற்றுள்ள வெளியீட்டிலோ சொல்லப்பட்டதைவிட மிகச் சிறப்பாக சொல்ல முடியாது. ஆனால், நாடக அனுபவம் அதிகமாகும்போது இந்த வழிமுறை கைகொடுக்கும். நாடகத்தோடு தன்னை இணைத்துக் கொள்வதற்கு மட்டுமல்லாமல், அதன் உள்ளார்ந்த ஆதார மையத்தை எட்டுவதற்கும் நாடகம் குறித்த தகவல்களை ஒன்றுடன் ஒன்று தொடர்புபடுத்திக்கொள்வதற்கும் இந்த வழிமுறை ஒரு நடிகருக்குத் துணை நிற்கும்.

ஓர் எடுத்துக்காட்டாக, ரஷ்யாவில் மிகவும் பிரபலமான கிரிபாயதவின் சோகமாக மாறிய நகைச்சுவை Woe from Wit நாடகத்தின் மூலம் விவரிக்க முயல்கிறேன்.

குறிப்பு: இந்த நாடகத்தின் பிரதான கதாபாத்திரங்கள் பின்வருமாறு:

வாமசு - பண வசதி படைத்த பண்ணையார்; அடிமைகளின் எஜமானர். மாஸ்கோவில் உள்ள மிகப் பெரிய மாளிகையில் வசித்து வருகிறார். 1820களில் இந்தக் கதை நிகழ்வதாக நாடகத்தில் சித்தரிக்கப்பட்டுள்ளது. அவரது மகள் பெயர், சோஃபியா. இந்த இளம் பெண், ஐரோப்பிய இலக்கியத்தில் குறிப்பாக, சென்டிமென்டல், மற்றும், ரொமாண்டிக், நாவல்களில் ஈடுபாடு கொண்டவர். ஆண்களுடன் காதல் உறவு வைத்துக்கொள்வதில் ஆசைகொண்டிருந்தாள். அவளது குழந்தைப் பருவத் தோழன் சாட்ஸ்கியுடன் தொடர்பு வைத்திருந்ததில் மகிழ்ச்சிகொண்டிருந்தாள். அவன் வெளிநாடு சென்றதும் அவளது தந்தையின் செயலாளர்

மாச்சாலின் மீது ஈர்ப்புக்கொண்டாள். தனித்துவம் மிக்க சாட்ஸ்கி போன்று அல்லாமல் ஓர் அடிமை போன்று நடந்துகொண்ட மாச்சாலின், தன்னை நெருங்கி வருவதை இவள் ஊக்கப்படுத்தி னாள். இவர்கள் இருவரும் இரவுப் பொழுதை ஒன்றாகக் கழித்தனர். கவிதையை வாசித்தவாறு இவர்கள் இருவரும் இரவுப் பொழுதை ஒன்றாக அனுபவிக்கும் தருணத்திலிருந்து இந்த நாடகம் தொடங்குகிறது. சோஃபியாவின் நம்பிக்கைக்குப் பாத்திரமான வேலைக்காரி, லிஸா. விவசாயக் கூலித் தொழிலாளி குடும்பத்தைச் சேர்ந்த இவள், வீட்டோடு இருக்கும் ஓர் அடிமை. லிசாவை தன் ஆசைக்கு இணங்கச் சொல்லி வாமசு கட்டாயப்பத்துகிறான். ஆனால் அவள் காவற் பணியாளன் பெட்ரஸ்கா மீது காதல்கொண்டிருந்தாள். சோஃபியாவை காதலிக்கும் மாச்சாலின் முகஸ்துதி செய்தே தனது சமூக அந்தஸ்தை உயர்த்திக்கொள்வதில் குறியாக இருக்கிறான். முதலாளி வாமசுவின் மனதில் தனி இடம் பிடிக்கும் முயற்சிகளில் ஈடுபடுகிறான். ஆனால், சோஃபியாவை அவமதித்ததால், முதலாளி அவனை டிஸ்மிஸ் செய்கிறார். கம்பீரமான, புத்திசாலியான, படித்த மனிதனான சாட்ஸ்கிக்கு நேர் மாறாக மாச்சாலின் மந்த புத்தி உடையவன். வசீகரத் தோற்றம் கொண்ட புத்திசாலியான சாட்ஸ்கி. வெளிநாடு செல்வதற்கு முன்பு சோஃபியாவிடம் சகோதரன் போன்று நடந்துகொண்டான். நாடு திரும்பியதும் அவளைச் சந்திக்கச் சென்றவன் அவள் இளம் மங்கையாக வளர்ந்திருப்பதைக் காண்கிறான். அவள் மீது காதல் கொள்கிறான். ஆனால், அவளுக்கு கொஞ்சமும் பொருந்தாத மாச்சாலினை அவள் காதலிப்பதைக் கண்டு கொதிக்கிறான். மாஸ்கோவின் கலாச்சாரமும் அவனிடம் வெறுப்பை ஏற்படுத்து கிறது. மாஸ்கோவின் சூழ்நிலைகள் சோஃபியாவை சீரழித்து விட்டதாக நினைக்கிறான். இதனால், மாஸ்கோவின் உயர்தட்டு மக்களை அவன் கடுமையாக விமர்சித்ததைக் கண்ட சோஃபியா அவனுக்கு பைத்தியம் பிடித்துவிட்டது என்ற வதந்தியைப் பரப்புகிறாள். நாடகத்தின் முடிவில் அவன் ரஷ்யாவைவிட்டு மீண்டும் வெளியேறுகிறான். வாமசு குடும்பத்தின் மூத்த உறுப்பினரான

இளவரசி மரியா அலெக்ஸேவ்னா, மாஸ்கோ பழமைவாத சமுதாயத்தின் சம்பிரதாயங்களையும் பாரம்பரிய நடைமுறைகளையும் விட்டுக் கொடுக்காதவள். மரியா அலெக்ஸேவ்னா என்ன சொல்லப் போகிறாள் என்ற கேள்வியுடன் இந்த நாடகம் முடிவடையும். இந்த வாக்கியம் ரஷ்யாவில் அனைத்து குடும்பங்களிலும் மிகவும் பிரபலமானது. ஸ்கலாக்ஸுப் என்ற ராணுவ வீரனை தனது மருமகனாக ஆக்கிக்கொள்ள வாமசு விரும்புகிறார். மிகவும் வசதி படைத்த, நல்ல குடும்பத்தைச் சேர்ந்த இவன் ராணுவத்தில் மிக உயர்ந்த பதவியைப் பெறும் வாய்ப்புள்ளவன். ராணுவ மிடுக்குடன் காணப்படும் இவன், பிரமாதமான அறிவாளி அல்ல. சோஃபியா இவனை நிராகரித்துவிட்டாள்.

நாடகத்தின் முதற் பகுதியில் இடம் பெற்றுள்ள சம்பவங்கள்:

1. சோஃபியாவுக்கும் மாச்சாலினுக்கும் இடையேயான தொடர்பு இரவு முழுவதும் தொடர்கிறது.
2. பொழுது புலர்கிறது. அடுத்த அறையில் இவர்கள் இருவரும் புல்லாங்குழலையும் பியானோவையும் இசைக்கின்றனர்.
3. யாராவது வருகிறார்களா என்று கண்காணிக்க வேண்டிய வேலைக்காரி லிஸா உறங்குகிறாள்.
4. லிஸா விழித்துக்கொள்கிறாள். பொழுது விடிந்ததைக் காண்கிறாள். உடனடியாகப் பிரிந்துசெல்லும்படி காதலர்களைக் கெஞ்சுகிறாள்.
5. நேரத்தை அதிகமாகக் காட்டும்படி கடிகார முட்களைத் திருப்பி வைக்கிறாள். இதனால் காதலர்களைப் பயமுறுத்தி எச்சரிக்க முனைகிறாள்.
6. கடிகார மணி அடிக்கிறது. சோஃபியாவின் தந்தை வாமசு நுழைகிறார்.
7. அவர் லிஸாவைப் பார்க்கிறார். அவளைத் தன் ஆசைக்கு இணங்க வைப்பதில் ஈடுபடுகிறார்.

8. லிஸா கெட்டிக்காரத்தனமாக அவர் கவனத்தை திசை திருப்பி, அங்கிருந்து போகவைத்துவிடுகிறாள்.

9. சத்தம் கேட்டு சோஃபியா நுழைகிறாள். பொழுது விடிந்ததைக் காண்கிறாள். இரவுப் பொழுது இவ்வளவு சீக்கிரத்தில் முடிந்துவிட்டதே என ஏங்குகிறாள்.

10. காதலர்கள் பிரிவதற்கு முன்பு, வாமசு அவர்களைக் காண்கிறார்.

11. அதிர்ச்சி, கேள்விகள், கோபம், கொந்தளிப்பு.

12. சோஃபியா புத்திசாலித்தனமாக, தர்மசங்கடத்திலிருந்தும் ஆபத்திலிருந்தும் தப்பித்துக்கொள்கிறாள்.

13. சில ஆவணங்களில் கையெழுத்திடுவதற்காக மாச்சாலினுடன் வெளியே செல்ல அவள் தந்தை அவளை அனுமதிக்கிறார்.

14. லிஸா, சோஃபியாவைக் குறை கூறுகிறாள். கவிதையாக முடிந்துபோன இரவு நேர சந்திப்புக்குப் பின்னர் பகல் பொழுது ஸோஃபியாவை வேதனைப்படுத்துகிறது.

15. சோஃபியா மீது காதல் கொண்டுள்ள அவளது குழந்தைப் பருவத் தோழன் சாட்ஸ்கி குறித்து லிஸா அவளிடம் ஞாபகப்படுத்துகிறாள்.

16. இதனால் ஆத்திரமடைந்த சோஃபியாவை மாச்சாலின் குறித்த நினைவுகள் பாடாய்ப்படுத்துகின்றன.

17. எதிர்பாராதவிதமாக சாட்ஸ்கியின் வருகை, அவனது ஆர்வம், அவர்களிடையேயான சந்திப்பு, சோஃபியாவின் தர்ம சங்கடம், ஒரு முத்தம், சாட்ஸ்கியின் திகைப்பு...! அலட்சியப் படுத்தும் அவளை, அவன் குற்றம் சாட்டுகிறான். பழைய நாட்கள் பற்றி பேசிக்கொள்கின்றனர். தோழமையாகப் பேசி ஜோக்கடிக்கிறான். சோஃபியாவிடம் தன் காதலைத் தெரிவிக்கிறான். அவள் வெறுப்படைகிறாள்.

18. வாமசு வருகிறார்; வியப்படைகிறார்; சாட்ஸ்கியை சந்தித்துப் பேசுகிறார்.

19. சோஃபியா வெளியேறுகிறாள். தந்தையின் பார்வையில் படாமல் இருப்பது குறித்துப் பூடகமாகக் கூறுகிறாள்.

20. வாமசு, சாட்ஸ்கியை குறுக்கு விசாரணை செய்கிறார். சோஃபியா மீதான சாட்ஸ்கியின் எண்ணம் குறித்து சந்தேகப் படுகிறார்.

21. சோஃபியாவுக்கு சாட்ஸ்கி புகழாரம் சூட்டுகிறான். முகத்தைத் திருப்பிக்கொண்டு வெளியேறுகிறான்.

22. தந்தை அதிர்ச்சியடைகிறார்; சந்தேகப்படுகிறார்.

இதே பட்டியல் போன்று அடுத்தடுத்த காட்சிகளுக்கான தகவல்களையும் பட்டியலிட்டால், அந்த குறிப்பிட்ட நாளில் வாமசு வீட்டில் காணப்படும் வாழ்க்கை நிகழ்வுகளை விரிவாகத் தெரிந்துகொள்ள முடியும்.

இந்த அனைத்துத் தகவல்களும் ஒன்றிணைந்து நாடகத்தின் நிகழ்காலத்தை நம் முன் நிறுத்துகிறது.

ஆனாலும், கடந்த காலம் இல்லாமல் நிகழ்காலம் இல்லை. கடந்த காலத்திலிருந்துதான் நிகழ்காலம் மலர்கிறது. கடந்த காலம்தான் நிகழ்காலத்தின் ஆணிவேர். கடந்த காலம் இல்லாத நிகழ்காலம் வேரறுக்கப்பட்ட ஒரு செடி போன்றது. தனது கதாபாத்திரத்திற்கு கடந்த காலம் உள்ளது என்பதை ஒரு நடிகர் எப்போதுமே உணர வேண்டும்.

இனி வரவுள்ள எதிர்காலம் இல்லாமலும் நிகழ்காலம் இல்லை. அந்த எதிர்காலம் குறித்து கனவு காண வேண்டும், கற்பனை செய்ய வேண்டும். கடந்த காலத்தையும் எதிர்காலத்தையும் இழந்த நிகழ்காலம் என்பது, ஆரம்பமும் முடிவும் இல்லாமல் ஒரு நூலிலிருந்து எதிர்பாராமல் கிழிக்கப்பட்ட ஓர் அத்தியாயம் போன்றது. கடந்த காலமும் எதிர்காலமும் குறித்த கனவுகள்தான் நிகழ்காலத்தை உருவாக்குகின்றன. தனது ஆர்வத் துடிதுடிப்பை

கிளறிவிடும் எதிர்காலம் குறித்த சிந்தனைகளை ஒரு நடிகர் எப்போதுமே வளர்த்துக்கொள்ள வேண்டும். இந்தச் சிந்தனைகள் அவர் ஏற்றிருக்கும் கதாபாத்திரத்தின் கனவுகளுக்குப் பொருத்தமாகவும் இருக்க வேண்டும். எதிர்காலம் குறித்த இந்தக் கனவுகள், கலங்கரை விளக்கமாக அமைந்து, மேடையில் அவர் நடிக்கும் காட்சிகள் அனைத்திலும், அவரை வழிநடத்திச் செல்ல வேண்டும்.

ஒரு கதாபாத்திரத்தின் நிகழ்காலத்தை அதன் கடந்த காலம் மற்றும் எதிர்காலத்துடன் நேரடியாக தொடர்புபடுத்திப் பார்க்கும் போது, அந்தக் கதாபாத்திரத்தின் உள்ளார்ந்த உயிரோட்டம் வலுவடையும். தனது கதாபாத்திரத்தின் கடந்த காலம் மற்றும் எதிர்காலத்தின் உதவியுடன் தன்னை வலுப்படுத்திக்கொள்ளும் ஒரு நடிகரால், அதிக ஆற்றல் வாய்ந்த நிகழ்காலத்தை புரிந்துகொள்ள முடியும்.

பெரும்பாலும் வாழ்க்கை முறையிலிருந்தும் ஒரு சமூக சூழலிலிருந்தும்தான் ஒரு நாடகத்திற்கான விஷயங்கள் எடுத்துக் கொள்ளப்படுவதால், அவற்றை ஒரு நடிகரின் ஆழ்மனதிற்குள் கொண்டு சேர்ப்பது சிரமமான காரியம் இல்லை. அதே சமயத்தில் குறிப்பிட்ட வாழ்க்கை முறையை உருவாக்கும் அந்த சூழ்நிலைகளை நாடகத்தின் கதை மற்றும் காட்சி வரிகளிலிருந்து மட்டுமே தெரிந்துகொள்ளக்கூடாது. அதே காலகட்டத்துடன் தொடர்புடைய இலக்கியத் தகவல்கள், வரலாற்றுக் கட்டுரைகள், பல்வேறு விமர்சனங்கள் உள்ளிட்டவற்றிலிருந்தும் அறிந்து கொள்ள வேண்டும்.

Woe from Wit நாடகத்தின் சமூக நிலையை எடுத்துக்கொண்டால், பின்வரும் தகவல்களை ஆழமாகத் தெரிந்துகொள்ள வேண்டும்.

1. சோஃபியாவுக்கும் மாச்சாலினுக்கும் இடையேயான சந்திப்பு. எதைக் காட்டுகிறது? ஃபிரான்ஸில் கற்ற கல்வி, படித்த புத்தகங்கள் ஆகியவற்றின் தாக்கம் இந்த சந்திப்புக்கு களம் அமைத்துக் கொடுத்ததா? ஓர் இளம் பெண்ணின் சென்டி மென்ட், ஏக்கம், மென்மை, களங்கமற்ற தன்மை அதே

சமயத்தில் ஒழுக்க நெறிகள் குறித்த அவளின் அலட்சிய மனோபாவம்...

2. சோஃபியாவை லிஸா கண்காணித்து வருகிறாள். லிஸாவுக்கு அச்சுறுத்தலாக உள்ள ஆபத்தையும் புரிந்து கொள்ள வேண்டும். அவள் சைபீரியாவுக்கு அனுப்பப் படலாம் அல்லது பண்ணை வேலைக்கு அனுப்பப்படலாம், லிஸாவின் விசுவாசத்தையும் புரிந்துகொள்ள வேண்டும்.

3. வாமசு, லிஸாவுடன் சரசமாடுகிறார். அதே சமயத்தில் ஒரு சந்நியாசி போன்று தன்னைக் காட்டிக்கொள்கிறார்.

4. பொருத்தமற்ற உறவாகப் போய்விடுமோ என வாமசு பயப்படுகிறார். இளவரசி மரியா அலெக்ஸேவ்னாவையும் கருத்தில்கொள்ள வேண்டும். மரியாவின் நிலை என்ன? அவள் குடும்பம், அவள் குற்றம் குறை சொல்வது குறித்து அச்சப் படுகிறது. நல்ல பெயர், கௌரவம் ஏன் அந்தஸ்தைக்கூட இழக்க நேரிடலாம்.

5. லிஸா, சாட்ஸ்கிக்கு ஆதரவாக இருக்கிறாள். மாச்சாலினை சோபியா திருமணம் செய்துகொண்டால் லிஸா ஏமாற்றத்திற்கும் ஏளனத்திற்கும் ஆளாவாள்.

6. சாட்ஸ்கி வெளிநாட்டிலிருந்து வருகிறான். குதிரை வண்டியில் பயணம் செய்ய வேண்டிய அந்த நாட்களில், நாடு திரும்பியதன் அர்த்தம் என்ன?

ஒரு நாடகத்தை ஆழமாக அலசி, ஆராயும்போது அதன் இலக்கிய நிலையை அறிய முடியும். இதனை உடனடியாக தெரிந்து கொள்ள முடியாது. விரிவாக ஆய்வு செய்வதன் மூலம்தான் மேலும் அறிந்துகொள்ள முடியும். இதன் ஆரம்பகட்டமாக நாடக வடிவம், அந்த நாடகம் எழுதப்பட்ட பாணி, வார்த்தை களின் கட்டமைப்பு, வசனங்கள் ஆகியவற்றைப் புரிந்துகொள்ள முடியும். உதாரணமாக கிரிபாயதவின் மொழி அழகு, அவரது எளிமையான வசனம், சரளமான நடை, கச்சிமான வார்த்தைகள் ஆகியவற்றைப் புரிந்துகொள்ள முடியும்.

ஒரு நாடகத்தின் கட்டமைப்பைப் புரிந்துகொள்வதற்காகவும், அதன் பல்வேறு பகுதிகள் ஒன்றுடன் ஒன்று இணைந்திருக்கும் தன்மை, அதன் வசீகரம், வெளிப்பாட்டின் புதுமை, கதாபாத்திரங்களின் கடந்த காலம், எதிர்காலத்தை அடையாளம் காட்டும் அம்சங்கள் ஆகியவற்றின் மீது ஒரு லயிப்பு ஏற்படுவதற்காகவும் நாடகத்தின் அத்தனை கூறுகளையும், அலசி ஆராய்ந்து பார்க்க முடியும்.

ஒவ்வொரு கதாபாத்திரத்தின் நோக்கங்களை திட்டமிட்டு உருவாக்கியுள்ள கதாசிரியரின் சுய சிந்தனையையும், நாடகத்திற்கு உயிர் கொடுக்கும் அதன் உள்ளார்ந்த ஆதாரம் மலர்வதற்கு உறுதுணையாக இருக்கும் காரணங்களையும் புரிந்துகொள்ள முடியும்.

மேலும் ஆழமாக ஆய்வு செய்தால், நாடகத்தின் அழகியல் நிலையைக் காண முடியும். காட்சி, 'செட்டிங்', அறைகள் நிலவரம், 'லைட்டிங்', உடல் அசைவுகள், பாவனைகள் ஆகியவை குறித்து நாடக ஆசிரியர் கூறியுள்ள விஷயங்களைக் கண்டறிந்து அவற்றை கவனத்தில் கொள்ளவும் முடியும். நாடகத் தயாரிப்புக்காக சேகரிக்கப்பட்டுள்ள பொருட்களைக் காணவும், நாடக இயக்குனரும் காட்சி அமைப்பாளரும் அருங்காட்சியகங்கள் ஆவணக் காப்பகங்கள், அந்தக் குறிப்பிட்ட காலகட்டத்தில் கட்டப்பட்டப் பழமையான வீடுகள் ஆகிய இடங்களுக்கு சென்று நாடகத்துக்குத் தேவையான பொருள்களை சேகரிக்கும் பணியில் பங்கேற்கவும் முடியும். நடிகரால் இறுதியாக, அந்தக் காலகட்டத்தின் 'டைரி' குறிப்புகளையும் பல்வேறு பதிவுகளையும் காண முடியும். அதாவது, ஒரு நடிகரால் அந்த நாடகம் தொடர்பான அத்தனை அம்சங்களையும் சுயமாக ஆராய்ந்து பார்க்க முடியும்.

புறச் சூழ்நிலைகள் குறித்து ஆய்வு செய்யப்பட்ட விஷயங்கள் முழுவதும், இனி வரவுள்ள படைப்புத் திறன் சார்ந்த பணியில் ஒரு நடிகருக்குப் பேருதவியாக இருக்கும்.

புறச் சூழ்நிலைகளுக்கு...

இதுவரையில் சில குறிப்பிட்ட தகவல்கள்/விஷயங்கள் உள்ளன என்பதை உறுதிபடுத்தியுள்ளோம். அவ்வளவுதான். தற்போது அவை எந்தளவுக்கு முக்கியத்துவம் வாய்ந்தவை அவற்றை மேம்படுத்துவது எது? அவற்றின் பின்னணியில் மறைக்கப்பட்டுள்ளது எது என்பதைக் கண்டறிவது இன்றியமை யாதது. அறிவார்ந்த ஆய்வில் அதிக ஆர்வம் காட்டுவதைவிட ஒரு நாடகத்தின் புறச் சூழலை ஏற்படுத்தும் பொருட்களை நாம் சேகரித்து வைத்துள்ளோம். இதுவரை கடந்த காலம், நிகழ்காலம் எதிர்காலம் ஆகியவை தொடர்பான தகவல்களை, நாடகத்தின் கதைச் சுருக்கத்தை, வர்ணனைகளைப் பட்டியலிடு வதைத் தாண்டி சற்று அதிகமாக செயல்பட்டதைவிட வேறு எதையும் சாதித்துவிடவில்லை. எப்படிப்பட்ட அறிவார்ந்த ஆய்வும், ஒரு நாடகத்தின் சம்பவங்கள், அவற்றின் உயிரோட்டம் அசல் அர்த்தம் ஆகியவற்றைப் பிரதிபலிப்பதில்லை. நாடக மேடை தொடர்பான செயல்பாடுகள் என்ற அளவில் ஜீவனற்ற விஷயங்களாகவே உள்ளன. ஒரு நாடகத்தில் இடம் பெற்றுள்ள சூழ்நிலைகளை, புறக் காட்சிகளாக மட்டுமே அணுகும்போது நிஜ உணர்ச்சிகள் அல்லது நிஜ வாழ்க்கையில் ஏற்படுவது போன்ற உணர்வுகளுக்கு வாய்ப்பே இருக்காது.

படைப்பாக்க முயற்சிகளுக்காக இந்த சாரமற்ற விஷயங்களை செம்மைப்படுத்த வேண்டும் என்றால், அவற்றுக்கு ஆன்மீக ஜீவன் கொடுக்க வேண்டும். நாடகம் தொடர்பான தகவல்களையும் சூழ்நிலைகளையும் உயிரற்ற அம்சங்கள் என்ற நிலையிலிருந்து உயிரோட்டமானவையாக, உயிர் அளிப்பவையாக மறு வடிவம் கொடுக்க வேண்டும். அவை தொடர்பான நமது கண்ணோட்டமும் நிழலிலிருந்து நிஜமானதாக மாற்றப்பட வேண்டும். தகவல்கள், சம்பவங்களின் சாரமற்ற பட்டியல் உயிரோட்டம் நிறைந்ததாக மாற வேண்டும். அப்போதுதான் உயிரோட்டமான அது, உயிரூட்டும் சிருஷ்டி சக்தியாக வடிவெடுக்கும். இந்த

அடிப்படையில், நாடக ஆசிரியர் கற்பனையில் தோன்றிய சூழ்நிலைகளுக்கு நம்மால் (நடிகர்கள்) உயிர் கொடுக்க முடியும்.

நாடகக் கலையின் முதன்மை சிருஷ்டி சக்தியாகத் திகழும், இந்த கலை சார்ந்த கற்பனை வளத்தின் உதவியுடன், மறு வடிவத்தை மலரச் செய்ய முடிகிறது. இந்தக் கட்டத்தில், நமது பணி, அறிவு சார்ந்த நிலை என்பதிலிருந்து கலை சார்ந்த கனவு வெளி என்ற நிலைக்கு உயர்த்தப்படுகிறது.

ஒவ்வொரு மனித ஜீவனின் அன்றாட வாழ்க்கை யதார்த்த மானது. ஆனால் ஒருவரால், அவரது கற்பனையில் தோன்றும் வாழ்க்கையையும் வாழ முடியும். ஒரு நடிகரின் இயல்பும் இப்படிப்பட்டதுதான். அவரைப் பொறுத்தவரை இந்தக் கற்பனை வாழ்க்கை மிகவும் பொருத்தமாகவும் சுவாரஸ்ய மானதாகவும் அமைகிறது. ஒரு நடிகரின் கற்பனை வளம், மற்றொருவரின் வாழ்க்கையை கிரகித்து, தனதாக்கிக்கொள்கிறது. பரஸ்பரம் பொதுவான, பரவசமான பண்புகளையும் அம்சங்களையும் கண்டறிகிறது. அவரது கற்பனை வளம், இந்தப் பண்புகளை, அவரது குணாம்சங்களாக நம்ப வைக்கிறது.

இதனால், சிலிர்க்க வைக்கும் ஒரு வாழ்க்கை, அழகு மயமான வாழ்க்கை, குறிப்பாக அந்த நடிகரைப் பொறுத்தவரை உள்ளார்ந்த அர்த்தங்கள் நிறைந்த அருமையான ஒரு வாழ்க்கை, தனது சுபாவத்திற்கு மிகவும் பொருத்தமான ஒரு வாழ்க்கை அவரின் இதயத்தோடு இரண்டறக் கலந்ததாக அமைந்துவிடுகிறது.

நடிகரின் சொந்த ஆசையின் மூலம், அவரிடம் பொதிந்துள்ள அல்லது அவர் திரட்டி வைத்துள்ள ஆன்மீக அடிப்படையிலான படைப்புத் திறனின் வீச்சுக்கு ஏற்ப, விரும்பியபடி கற்பனை வாழ்க்கை உருவாக்கப்படுகிறது. எனவேதான், இந்த வாழ்க்கை அவருக்கு மிக நெருக்கமாகவும் மறக்க முடியாத ஒன்றாகவும் உள்ளது. ஏதோ வெளியிலிருந்து வெகு சாதாரணமாக எடுத்துக்கொள்ளப்பட்டதல்ல இந்த வாழ்க்கை. அவரது உள்முக ஆசைகளுக்கு இது எப்போதுமே முரண்பட்டதல்ல – நிஜ

வாழ்க்கையில், பெரும்பாலும் நிகழும் விதியின் விளையாட்டால் ஏற்பட்ட எந்தவிதமான துயரத்தின் வெளிப்பாடும் அல்ல இது. எனவே, அன்றாட, யதார்த்த வாழ்க்கையைவிட கற்பனை வாழ்க்கையால் நடிகர் வெகுவாக ஈர்க்கப்படுகிறார். நடிகரின் கனவு படைப்பு சார்ந்த சுபாவத்தில், ஆர்வம் பொங்கும் தாக்கத்தை ஏற்படுத்துவதில் எந்த வியப்பும் இல்லை.

ஒரு நடிகர், கனவுகளைக் காதலிக்க வேண்டும், அவற்றை எப்படிப் பயன்படுத்துவது என்பதையும் தெரிந்து வைத்திருக்க வேண்டும். படைப்பாற்றலில் இந்த நுட்பம் மிக முக்கியப் பங்கு வகிக்கிறது. கற்பனை இல்லாமல் எந்த ஒரு படைப்புத் திறனும் கிளை விரிக்காது. கலை சார்ந்த கற்பனை வெளியைக் கடந்து வராத எந்த ஒரு கதாபாத்திரமும், வசீகர சக்தியை முற்றிலுமாக இழந்துவிடும். நாடகம் தொடர்பான அனைத்துக் கட்டங்களிலும் தனது கற்பனையை பயன்படுத்தும் கலையில் ஒரு நடிகர் தேர்ச்சி பெற்றிருக்க வேண்டும். தான் எதிர்கொள்ளும் அனைத்து விஷயங்களுக்கும் தனது கற்பனையில் உயிர் கொடுக்கவும் தெரிந்திருக்க வேண்டும்.

ஒரு குழந்தையைப் போல எந்த பொம்மையுடன் வேண்டுமானாலும் விளையாடி, அந்த விளையாட்டில் மகிழ்ச்சி அடைவதையும் ஒரு நடிகர் கற்றுக்கொள்ள வேண்டும். நாடக ஆசிரியரின் அடிப்படை சிந்தனையையும் மையக் கருவையும் விட்டு வெகு தூரம் விலகிச் சென்று விடாத அளவுக்கு, தனது கனவை உருவாக்கிக்கொள்வதில் நடிகருக்கு முழுமையான சுதந்திரம் உள்ளது.

இவையெல்லாம் கற்பனையில் படைத்த வாழ்க்கை மற்றும் அதன் கலை சார்ந்த செயல்பாடுகளின் பல்வேறு கூறுகளாகும். காணும் காட்சிகள், உயிருள்ள ஜீவன்கள், மனித முகங்கள், பாவனைகள் மற்றும் பல்வேறு பொருட்கள், அரங்க அமைப்பு உள்ளிட்ட அனைத்தையும் நடிகர்களால் அகக் கண் மூலம் பார்க்க முடியும். அனைத்து விதமான ராகங்கள், குரல்கள், தாள, லயங்கள் உள்ளிட்ட அனைத்தையும் அகச் செவிகளால் கேட்க முடியும்.

மனக் கிளர்ச்சியும் உணர்ச்சி சார்ந்த நினைவும் தூண்டப்படுவதை கற்பனை மூலம் உணர முடியும்.

அகக் கண்களால் பார்த்த நடிகர்களும் அகச் செவிகளால் கேட்ட நடிகர்களும் உள்ளனர். முதல் பிரிவு நடிகர்கள், அற்புதமான அகப் பார்வை என்ற வரம் பெற்றவர்கள். இரண்டாவது பிரிவினர், உள்முகமாக வெகு நுணுக்கமாக கேட்கும் திறன் பெற்ற அதிர்ஷ்டசாலிகள். நான் முதல் பிரிவைச் சேர்ந்தவன். ஒரு கற்பனை வாழ்க்கையை உருவாக்கிக்கொள்வதற்கு, காட்சித் தோற்றங்களின் உதவியை நாடுவதுதான் சுலபமான வழியாகும். இரண்டாவது பிரிவில், ஒலி வடிவம் துணை நிற்கிறது.

காட்சி வடிவங்கள், ஒலி வடிவங்கள் அல்லது வேறு வகையான தோற்றங்களை நம் நினைவில் நிறுத்தி, நேரடி செயலுக்கான எந்த உந்துதலையும் உணராமல், இவற்றை நம்மால் அனுபவித்து மகிழ முடியும். இது, மிதமான கற்பனை எனக் குறிப்பிடலாம். நமது சொந்தக் கனவுகளின் ரசிகர்களாக நம்மால் இருக்க முடியும். அல்லது, தீவிரமான கற்பனை மூலம் இந்தக் கனவுகளில் நம்மால் முக்கியப் பங்கு வகிக்க முடியும்.

மிதமான கற்பனையிலிருந்து தொடங்கப் போகிறேன். எனது அகக் கண்ணால், Woe from Wit நாடகத்தில் வாமசு முதல் முறையாகத் தோன்றுவதை என் மனத் திரையில் காட்சிப்படுத்திப் பார்க்கப்போகிறேன். 1820களில் காணப்பட்ட மேஜை, நாற்காலிகள், கட்டடக் கலை ஆகியவை குறித்த தகவல்களை நான் ஆய்வு செய்து அறிந்திருந்தது, தற்போது கைகொடுக்கிறது.

கிரகித்தல், நினைவில் பதிய வைத்துக்கொள்வது ஆகிய திறன்களைப் பெற்றுள்ளவரும் கவனித்துப் பார்த்தல், ஆய்வு செய்தல், வாசித்தல், விரிவான சுற்றுப் பயணம் மேற்கொள்ளுதல் ஆகியவற்றில் ஆர்வத்துடன் ஈடுபடும் எந்த ஒரு நடிகராலும், தான் உள்வாங்கிக் கொண்ட அனைத்து விஷயங்களையும் தனது சொந்தக் கற்பனை மூலம் ஒன்றிணைத்துக்கொள்ள முடியும். உதாரணமாக, வாமசு வசித்த இல்லத்தை தன் கற்பனை மூலம்

கண்ணெதிரே காண முடியும். ரஷ்ய மக்கள், குறிப்பாக, மாஸ்கோவைச் சேர்ந்தவர்கள் இப்படிப்பட்ட வீடுகளை அறிந்திருப்பார்கள். முழுமையான கட்டடத்தை அறிந்திருக்க முடியாவிட்டாலும், குறைந்தபட்சம் அதன் சில பகுதிகளையாவது - மூதாதையர்கள் காலத்தைச் சேர்ந்த கட்டடங்களின் மிச்ச சொச்சங்களான இவற்றை – அறிந்திருப்பார்கள்.

மாஸ்கோவில் உள்ள மிகப் பழமையான ஒரு வீட்டில் முன் பக்கமாக மாடிப்படி அமைக்கப்பட்டுள்ள நுழைவுக் கூடத்தை நாம் காண்பதாக வைத்துக்கொள்வோம். அடுத்ததாக, தூண் களைப் பார்த்தது நினைவுக்கு வரலாம். அதைத் தொடர்ந்து 1820களின் உள் அலங்காரக் கலை வடிவமும் வாமசு அமர்ந்திருக்கக்கூடிய ஒரு நாற்காலியும் நம் மனதில் பதிந்திருக்கலாம். நம்மில் பலர், ஏதாவது பழைய கைவினைப் பொருளை, பட்டுத் துணியில் பாசி மணிகளைக் கொண்டு எம்பிராய்டரி செய்யப்பட்ட ஒன்றை இன்னமும்கூட வைத்திருக் கலாம். இதை நாம் ஆர்வத்துடன் காணும்போது, சோஃபியா, நம் நினைவுக்கு வருகிறாள். ஒருவேளை அவள் வேறு வழியின்றி, வீட்டில் இருந்தவாறு இப்படிப்பட்ட எம்பிராய்டரி செய்தவாறு வாட்டத்துடன் இருந்திருப்பாளா?

நாடகத்தை ஆய்வு செய்யும்போது, பல்வேறு காலகட்டங் களில், இடங்களில் நாம் சேகரித்த நினைவுகள், நிஜமான அல்லது கற்பனையான வாழ்க்கை நினைவுகள்... இவை அனைத்தும் நமக்குத் தேவைப்படும்போது, நம் நினைவில் மீண்டும் பளிச்சிட்டு, 1820களில் இருந்த அந்தப் பழைய வீட்டை இப்போது நம் எதிரே காண வைக்கின்றன.

இந்த மாதிரியான வேலைகளை பல தடவை மேற்கொண்ட பிறகு, மனதில் முழுமையான ஒரு வீட்டை நம்மால் நிர்மாணிக்க முடியும். கட்டி முடித்ததும் அதன் கட்டுமான சிறப்புகளை ரசிக்கவும், அறைகளின் அமைப்பு முறையை ஆய்வு செய்யவும் முடியும். இதில் ஈடுபடும்போது, கற்பனையில் வெவ்வேறு

பொருட்கள் தோன்றி, அதற்கான இடங்களை அலங்கரித்து, அந்த ஒட்டுமொத்த இடத்தின் சூழ்நிலையும் நமக்கு மிகவும் பழக்கமாகிவிடும். நம்மை அறியாமல், அனைத்தும் ஒன்று சேர்ந்து அந்த வீட்டின் உள்ளார்ந்த வாழ்க்கையை உருவாக்கும்.

இந்தக் கற்பனை வாழ்க்கையில் ஏதாவது சரியில்லை என்றாலோ, அலுப்புத் தட்டினாலோ உடனடியாக ஒரு புதிய வீட்டை மீண்டும் கட்ட முடியும், அல்லது அந்தப் பழைய வீட்டை மாற்றியமைக்க முடியும், அல்லது பழுது பார்க்க முடியும். இந்தக் கற்பனை வாழ்க்கையில் எந்தத் தடைகளுக்கும், எந்தத் தாமதத்திற்கும் வாய்ப்பே இல்லை என்பது முக்கியமான அனுகூலமாகும். கற்பனை வாழ்க்கையில், முடியவே முடியாது என்பதற்கு இடமேயில்லை. மகிழ்ச்சியடைய வைக்கும் எதுவும் நமக்குக் கிடைத்துவிடும், ஆசைப்படும் எதையும் உடனடியாக ஏற்படுத்திக் கொள்ள முடியும்.

ஒரு நாளில் பல தடவை இந்த வீட்டை அமைதியாக ரசித்து, அனுபவிப்பதன் மூலம் அங்குலம் அங்குலமாக வீட்டின் அனைத்துப் பகுதிகளும் பொருள்களும் நடிகருக்கு பரிச்சயமாகி விடுகிறது. நமது இரண்டாவது இயல்பான பழக்கம் என்பது எஞ்சியவற்றைப் பார்த்துக்கொள்ளும்.

எப்படி இருந்தாலும், ஒரு வெறுமையான வீடு, சலிப்பை ஏற்படுத்தும். எனவே, மனிதர்களை அதில் குடியேற்ற வேண்டும். அவர்களை அங்கு இடம்பெறச் செய்வதற்கு கற்பனை கைகொடுக்கும். அந்த வீட்டின் அமைப்பு முறை தானாகவே அதன் மனிதர்களை உருவாக்கிக்கொள்ளும். பெரும்பாலும், பொருட்கள் அல்லது விஷயங்களின் உலகம், இந்த உலகை உருவாக்கிய வர்களின் அதாவது அந்த வீட்டில் வசிப்பவர்களின் ஆன்மாவைப் பிரதிபலிக்கிறது.

மனிதர்களையோ அல்லது அவர்களின் உருவத் தோற்றத்தையோகூட நமது கற்பனை உடனடியாக உருவாக்கு வதில்லை. முதலில் அவர்களின் உடை அலங்காரத்தை மட்டுமே

காட்டுகிறது. சில சமயங்களில் சிகை அலங்கார முறையையும் காட்டுகிறது. நமது அகப் பார்வை மூலம், அந்த உடை அலங்காரத்தில் அவர்கள் எப்படி அங்கு நடமாடிக்கொண்டிருக்கிறார்கள் என்பதைக் காண்கிறோம். ஆனாலும்கூட, எந்த முகமும் நமக்குத் தெரிவதில்லை. சில சமயங்களில் தோராயமாக அவர்களின் உருவங்களை மனதில் தீட்டிக்கொள்கிறோம்.

ஆனாலும்கூட, அந்த வீட்டிலிருந்து காவற் பணியாளன் ஒருவன் வெளியே வருவதை தெள்ளத் தெளிவாக என்னால் பார்க்க முடிகிறது. எனது அகக் கண் மூலம் அவனது முகம், கண்கள் மற்றும் பாவனைகளை நான் துல்லியமாகக் காண்கிறேன். அவன் பெட்ரஸ்கா என்ற காவற் பணியாளனாக இருக்குமா? சே! சே! அப்படி இருக்க முடியாது! நவராசிஸ்க் துறைமுகத்திலிருந்து புறப்பட்ட அந்த உல்லாசமான மாலுமி அவன். அப்போது அவனை நான் பார்த்திருக்கிறேன். அவன் எப்படி வாமசு வீட்டுக்கு வந்தான்? நம்ப முடியவில்லை! ஒரு நடிகரின் கற்பனையில் இப்படிப்பட்ட வியப்பூட்டும் வேறு சம்பவங்கள் இடம் பெற்றிருக்குமா?

மற்ற கதாபாத்திரங்களின் ஆளுமைத் தன்மை, தனிப்பட்ட அம்சங்கள், பண்புகள் ஆகியவை எல்லாம் இன்னமும் தெளிவாகப் புலப்படவில்லை. சமூக அந்தஸ்து, வீட்டில் அவர்களின் பொதுவான நிலை அதாவது அப்பா, அம்மா, வீட்டின் மூத்த பெண்மணி, வீட்டை நிர்வகிக்கும் பெண் பணியாளர், காவற் பணியாளன் உள்ளிட்ட விவரங்கள் எல்லாம் ஓரளவுக்கு மட்டுமே புலப்படுகிறது. ஆனாலும், இவர்களின் முழுமையடையாத தோற்றங்கள் அந்த வீட்டுக்கு ஒரு முழுமையான வடிவம் கொடுக்கிறது. அங்கு நிலவும் ஒரு பொதுவான மனநிலையை, சூழ்நிலையை உணர்த்துகிறது. இவை எல்லாம் தற்காலிகமான வெறும் துணை அம்சங்கள் என்றாலும் அந்த வீட்டுக்கு கற்பனையில் உயிர் கொடுப்பதில் உதவி செய்கின்றன.

அந்த வீட்டின் வாழ்க்கை முறையை மிகவும் உன்னிப்பாகப் பார்ப்பதற்காக ஏதாவது ஓர் அறையை நான் லேசாகத் திறக்க

வேண்டும். அந்த வீட்டின் உணவுக் கூடத்திற்கும் அதை ஒட்டியுள்ள இடங்களுக்கும் நான் செல்ல வேண்டும். தாழ்வாரம் வழியாக சமையல் அறைக்குள் சென்று, படிக்கட்டில் ஏறிச் செல்ல வேண்டும். உணவு நேரத்தின்போது, பணியாளர்களை நான் பார்க்கிறேன். எஜமானர் வீட்டுத் தரை அழுக்காகிவிடக்கூடாது என்பதற்காக தங்கள் ஷூக்களை அகற்றிவிட்டு, அனைத்து திசைகளிலும், தட்டுகளையும் உணவு வகைகளையும் ஏந்தியவாறு ஓடிக்கொண்டிருக்கிறார்கள். சீருடை அணிந்த 'பட்லரை' நான் பார்க்கிறேன். அவருக்கு முகம் இல்லாவிட்டாலும் உதவியாளனிட மிருந்து உணவு வகைகளை பெற்றுக்கொள்வதையும் எஜமானருக்குப் பரிமாறுவதற்கு முன்னர் அவற்றை மிகவும் கவனமாக சுவைத்துப் பார்ப்பதையும் காண்கிறேன். மாடிப்படியை ஒட்டியுள்ள தாழ்வாரத்தில் அங்கும் இங்கும் ஓடிக் கொண்டிருக்கும் பணியாளர்கள் மற்றும் பாத்திரம் தேய்க்கும் சிறுவர்களின் உடைகளைக் காண முடிகிறது. அவர்களில் ஒருவன் அந்த வழியாகச் சென்று கொண்டிருக்கும் ஒரு வேலைக்காரியை வேடிக்கையாகக் கட்டிப்பிடிக்கிறான்.

பின்னர், அங்கு வருகை தந்திருக்கும் விருந்தினர்கள், ஏழை உறவினர்கள் அவர்களின் குழந்தைகள் ஆகியோரின் உடை அலங்காரத்தைக் காண்கிறேன். அவர்களின் புரவலரான வாமசுவைப் பணிந்து, அவரின் கையில் முத்தமிடுவதற்காக அவரது அறைக்கு அவர்கள் அனைவரும் அழைத்துச் செல்லப்படுகின்றனர். இந்தச் சந்தர்ப்பத்தில் பாடுவதற்காக, கற்றிருந்த பாடலை குழந்தைகள் இசைக்கின்றனர். அவர்களின் புரவலர் இனிப்புகளையும் பரிசுகளையும் வழங்குகிறார். பிறகு நடிகர்கள் அனைவரும் தேநீர் அருந்துவதற்காக ஒப்பனை அறையில் கூடுகின்றனர். இறுதியாக, அந்த வீட்டிலிருந்து அனைவரும் புறப்பட்டுச் சென்றதும், மீண்டும் அது அமைதியாகிவிடுகிறது.

ஒரு பெரிய தட்டில் வைக்கப்பட்டுள்ள விளக்குகள் அனைத்து அறைகளுக்கும் எடுத்துச் செல்லப்படுவதைக் காண்கிறேன். அந்த விளக்குகளை ஏற்றும்போது ஏற்படும் மெல்லிய ஓசையைக்

கேட்கிறேன். ஷாண்ட்லியர் சரத்தில் விளக்குகளை ஏற்றுவதற்காகப் பணியாளர்கள் ஏணிகளை கொண்டு வரும் சத்தத்தைக் கேட்கிறேன். இப்போது இரவு நேரம். முழு அமைதி நிலவுகிறது. யாரோ கால் வழுக்கி விழும் சத்தத்தைக் கேட்கிறேன். எங்கும் இருளாகவும் அரவமற்றும் உள்ளது. தூரத்தில் அவ்வப்போது, இரவுக் காவலரின் குரலைக் கேட்கிறேன். தாமதமாக வீடு செல்வோரின் வண்டிச் சத்தம் ஒலிக்கிறது!.

இதுவரை வாமசு வீட்டின் புறச் சூழலை மட்டுமே காண முடிந்தது. அகச் சூழலுக்கு உணர்வும், உயிரும் கொடுக்க வேண்டும் என்றால் அங்கு மனித ஜீவன்கள் இருக்க வேண்டும். அந்த வீட்டில் தற்போது என்னையும் பெட்ரஸ்காவையும் தவிர வேறு எந்த மனிதர்களும் இல்லை. அங்கு முகமில்லாமல் உடைகளுடன் நடமாடிக்கொண்டிருக்கும் உருவங்களுக்கு உயிர் கொடுக்கும் விதத்தில் அவற்றுக்குள் கற்பனை மூலம் என்னை இடம் பெறச் செய்வதற்கு தீவிர முயற்சிகளில் ஈடுபட்டேன். இந்த வழிமுறையில் வெற்றி அடைந்தேன். பல்வேறு சந்தர்ப்பங்களில் அந்த வீட்டின் முகப்புக் கூடம், விருந்துக் கூடம், வாசிக்கும் அறை உள்ளிட்ட அனைத்து இடங்களிலும் சிகை அலங்காரம் மற்றும் உடையலங் காரத்துடன் நடமாடிக்கொண்டிருந்த உருவங்களில் என்னை நான் கண்டேன். உணவு மேஜையில், ஜொலிக்கும் அலங்காரத்துடன் அமர்ந்திருந்த அந்த வீட்டின் மூத்த பெண்மணிக்கு அருகில் நான் உட்கார்ந்திருந்ததைப் பார்த்ததும், இவ்வளவு பெரிய அந்தஸ்து கிடைத்ததை நினைத்துப் பார்த்து பூரிப்படைகிறேன். அல்லது மாச்சாலினுக்குப் பக்கத்தில் நான் உட்கார்ந்திருந்ததைப் பார்த்து இந்தளவுக்கு என் நிலை தாழ்ந்துவிட்டதே என மனமொடிந்து போகிறேன்.

இந்த விதத்தில் எனது கற்பனை மனிதர்கள் குறித்து அனுதாப உணர்வை ஏற்படுத்திக்கொள்கிறேன். அது ஒரு நல்ல அறிகுறி. சொல்லப்போனால், அனுதாபம் என்பது உணர்வல்ல. ஆயினும் அந்த நிலைக்கு நெருக்கமான ஒன்றுதான் அது.

எனது இந்த பரிசோதனை முயற்சியால் ஊக்கமடைந்த நான், வாமசு உள்ளிட்ட மற்றவர்களின் தோள்களின் மீதும், உடைகளின் மீதும் எனது தலை இருப்பதாக கற்பனை செய்ய முயல்கிறேன். என்னை ஓர் இளைஞனாகக் கற்பனை செய்துகொண்டு, இளமை ததும்பும் என் தலையை சாட்ஸ்கி மற்றும் மாச்சாலின் ஆகியோரின் தோள்கள் மீது வைத்துக்கொள்ள முயல்கிறேன். குறிப்பிட்ட அளவுக்கு இந்த முயற்சியில் எனக்கு வெற்றி கிடைக்கிறது. மனதளவில் 'மேக்கப்' செய்துகொண்டு நாடகத்தின் பல்வேறு கதாபாத்திரங்களுக்கும் இதே வழிமுறையைப் பின்பற்றுகிறேன். நாடக ஆசிரியர் எனக்கு அறிமுகம் செய்துள்ளபடி அந்த வீட்டில் வசிப்பவர்களை, மனத் திரையில் காட்சிப்படுத்திப் பார்க்க முயல்கிறேன். ஆனால், ஓரளவுக்கு இதில் எனக்கு வெற்றி கிடைத்தாலும் குறிப்பிட்டு சொல்லும் அளவுக்கு எனக்குப் பலன் கிடைக்கவில்லை. பின்னர் எனக்கு அந்த வீட்டில் அறிமுகமான அனைத்து மனிதர்களின் முகங்களை நினைவுபடுத்திப் பார்க்கிறேன். அங்கிருந்த அலங்காரப் படங்கள், புகைப்படங்கள் உள்ளிட்ட அனைத்தையும் கவனித்துப் பார்க்கிறேன். இதே பரிசோதனை முயற்சியை உயிர் வாழும் மற்றும் மரணம் அடைந்த அனைவரிடமும் மேற்கொள்கிறேன். ஆனால், இந்த அனைத்து முயற்சிகளும் தோல்வியடைகின்றன.

இது வீண் முயற்சி என்பதை இந்தத் தோல்வி மூலம் தெரிந்து கொண்டேன். ஒரு சாதாரணப் பார்வையாளன் என்ற கண்ணோட்டத்தில், வாமசு வீட்டில் வசிப்பவர்களின் வெளித் தோற்றமான உடையலங்காரம், ஒப்பனை ஆகியவற்றை என்னால் காட்சிப்படுத்த முடியவில்லை என்பதை உணர்ந்துகொண்டேன். ஆனால், அவர்கள் உண்மையாகவே அங்கு இருக்கிறார்கள்... என் பக்கத்திலேயே இருக்கிறார்கள் என்பதை நான் உணர வேண்டும் என்பது எனக்குப் புலப்பட்டது. பார்வையோ ஒலியோ அல்லாமல் ஒரு பொருளின் அருகாமை உணர்வுதான் நிஜமாகவே அது இருக்கிறது என்பதை உணர்த்துகிறது. எனது இருக்கையில் உட்கார்ந்துகொண்டு நாடகக் கதையை ஆழமாக ஆய்வு

செய்வதன் மூலம், இந்த அருகாமை உணர்வு எனக்கு வரவில்லை என்பதையும் நான் புரிந்துகொள்கிறேன். வாமசு குடும்பத்தில் உள்ளவர்களுடன் அவருக்குள்ள தனிப்பட்ட உறவுக்கு என் மனதில் கற்பனை வடிவம் கொடுத்துக்கொள்வது மிகவும் முக்கியமான விஷயம்.

இந்த மாற்றத்தை நான் எப்படிக் கொண்டு வருவது? கற்பனையின் உதவியுடன் இதையும்கூட சாதிக்க முடியும். ஆனால், இப்போது கற்பனை ஒரு மிதமான பங்கு வகிக்காமல் தீவிரமான பங்கு வகிக்கிறது.

உங்கள் கனவின் பார்வையாளராக நீங்கள் இருக்க வேண்டும். அதே சமயத்தில் அதில் நீங்கள் தீவிரமாகப் பங்கேற்கவும் வேண்டும். அதாவது, நீங்கள் கற்பனை செய்துள்ள சூழ்நிலைகள், வாழ்க்கை முறை, அந்த வீட்டின் அலங்காரம், அங்குள்ள பொருட்கள் உள்ளிட்ட அனைத்திலும் நீங்கள் நடுநாயகமாக இருப்பதைக் காண வேண்டும். வெளியிலிருந்து வரும் ஒரு பார்வையாளராக ஒருபோதும் உங்களை நினைத்துக்கொள்ளக் கூடாது. ஆனால், உங்களை மையப்படுத்தும் இந்த 'இருப்பு' உணர்வு வலுப்படும்போது, உங்கள் கனவின் சுற்றுப்புற சூழ்நிலைகளில் நீங்கள்தான் பிரதான மனிதராக மாறுவீர்கள். தீவிர ஆளுமைத்தன்மை கொண்டவராக உருவெடுப்பீர்கள். நடிப்பதற்கு, ஆசைப்படுவதற்கு, முயற்சியில் ஈடுபடுவதற்கு, ஒரு இலக்கை எட்டுவதற்கு இப்போது மனதளவில் நீங்கள் தயாராகிவிடுவீர்கள்.

இதுதான் கற்பனையின் தீவிர அம்சம்.

அகச் சூழ்நிலைகளை உருவாக்குதல்

நாடகம் தொடர்பான பொதுவான ஆய்வைத் தொடர்வதுடன் ஏற்கெனவே சேகரித்துள்ள பொருட்களுக்கு உயிர் கொடுப்பதன் மூலம், அந்த நாடகத்தின் அகச் சூழ்நிலைகளை உருவாக்க முடியும். தற்போது இந்தத் தொடர் நடவடிக்கை, புற நிலவரம்,

அறிவு சார்ந்த தளம் ஆகியவற்றைக் கடந்து, உள்ளார்ந்த ஆன்மீகத் தளத்தை அடைந்து அதன் ஆழத்தை எட்டுகிறது. ஒரு நடிகனின் சிருஷ்டி உணர்ச்சிகளின் உதவியுடன் இது நிகழ்கிறது.

நாடகக் கதை, தனது கதாபாத்திரம் பேசும் வார்த்தைகள் ஆகியவற்றின் மூலமோ, அறிவார்ந்த ஆய்வு அல்லது நினைவு மனம் திரட்டிய அறிவின் மூலமோ அல்லாமல், தனது சுய புலன் உணர்வுகள், நிஜ உணர்ச்சிகள், தனது தனிப்பட்ட வாழ்க்கை அனுபவம் ஆகியவற்றின் மூலம் ஒரு நடிகர் தனது கதாபாத்திரத்தை உள்வாங்கிக்கொள்வது என்பதுதான், உணர்ச்சி சார்ந்த கண்ணோட்ட அணுகுமுறையில் ஏற்படும் சிக்கலாகும்.

இந்த அணுகுமுறை கைவந்த கலையாக வேண்டும் என்றால், அந்த வீட்டின் ஆதார மையமாகத் தன்னை சம்பந்தப்பட்ட நடிகர் நிலைநிறுத்திக்கொள்ள வேண்டும். நான் ஆரம்பத்தில் செயல் பட்டது போன்று தன்னை ஒரு பார்வையாளராக அவர் பார்க்கக் கூடாது. அவரது கற்பனை முன்பு போல மிதமான ஒன்றாக இல்லாமல் தீவிரமாக இருக்க வேண்டும். முன் தயாரிப்புக்கான காலகட்டம் முழுவதும் இது, ஒரு சிக்கலான, முக்கியமான, உளவியல் சார்ந்த தருணமாகும். இதற்கு அசாதாரண கவனம் தேவை. இந்தத் தருணம்தான் நடிகரைப் பொறுத்த வரை 'நான்' என்ற நிலையை உருவாக்குகிறது. இந்தக் கட்டத்தில்தான் நாடகம் தொடர்பான பல்வேறு விஷயங்களில் என்னையே உணரத் தொடங்கினேன். நாடக ஆசிரியர் குறிப்பிட்டுள்ள அனைத்து சூழ்நிலைகளோடும் என்னையே இரண்டற, நெருக்கமாக இணைத்துக்கொள்ளத் தொடங்கினேன். அனைத்திலும் நானும் ஓர் அங்கம் என்ற உரிமையை எட்டத் தொடங்கினேன். இந்த உரிமை உடனடியாக எட்டக் கூடியதல்ல. படிப்படியாகத்தான் இதைப் பெற முடியும்.

இந்தக் கட்டத்தில், *Woe from Wit* நாடகத்திற்கான முன் தயாரிப்புப் பணியில் எனக்கு ஏற்பட்ட அனுபவத்தை உதாரணமாகக் கூறுகிறேன். பார்வையாளர் என்ற நிலையிலிருந்து,

தீவிரமான ஒரு பங்கேற்பாளராக, வாமசு குடும்பத்தின் ஒரு உறுப்பினராக என்னை மாற்றிக்கொள்ள விரும்பியதைக் குறிப்பிட விரும்புகிறேன். இந்த மாற்றம் உடனடியாக எனக்குக் கைகூடிவிட்டதாக காட்டிக்கொள்ள முடியாது. என் மீதான எனது கவனத்தை என்னைச் சூழ்ந்துள்ள விஷயங்களின் மீது திசை திருப்பியதை மட்டுமே என்னால் செய்ய முடிந்தது.

மீண்டும் அந்த வீட்டிற்குள் உலவத் தொடங்கினேன். இப்போது, வாசல் வழியாக உள்ளே நுழைகிறேன். மாடிப்படி வழியாக மேலே செல்கிறேன். வரிசையாக உள்ள அறைகளுக்கு செல்வதற்காகக் கதவைத் திறக்கிறேன். தற்போது வரவேற்பு அறையில் இருக்கிறேன். பிரதான அறைக்குச் செல்லும் வழியில் உள்ள ஒரு கதவைத் திறக்கிறேன். யாரோ ஒரு பெரிய நாற்காலியை அங்கு வைத்து, கதவை மூடியிருப்பதால் நான் அதைத் தள்ளிக்கொண்டு உள்ளே நுழைகிறேன்.

போதும், போதும்... என்னை நானே எதற்காக முட்டாளாக்கிக் கொள்ள வேண்டும்? தீவிர கற்பனையின் விளைவாகவோ அல்லது அந்தச் சூழ்நிலையில் நான் இருக்கிறேன் என்ற நிஜமான உணர்வுடனோ நான் இப்படிச் செயல்படவில்லை. என்னை நானே ஏமாற்றிக் கொண்டதைவிட நான் எதையும் செய்துவிடவில்லை. ஏதோ சில உணர்ச்சிகளோடு நான் வாழ்ந்துகொண்டிருக்கும் உணர்வை, வலுக்கட்டாயமாக என் மீது திணித்துக்கொள்கிறேன். பெரும்பாலான நடிகர்கள் இதே தவறை செய்கின்றனர். ஒரு சூழ்நிலையில் வாழ்ந்துகொண்டிருப்பதாக கற்பனையில் மட்டுமே நினைத்துக்கொள்கிறார்கள். உண்மையிலேயே அப்படி உணர்வதில்லை.

மேடையில் 'நான்' என்ற உணர்வைத் தக்கவைத்துக் கொள்வதில் ஒரு நடிகர் அசாதாரண உறுதியுடனும் கண்டிப்புடனும் இருக்க வேண்டும். ஒரு கதாபாத்திர வாழ்க்கையின் நிஜ உணர்வுக்கும் திடீரென்று கற்பனையில் உருவாக்கிக்கொண்ட உணர்ச்சி களுக்கும் மிகப் பெரிய வேறுபாடு உள்ளது. இப்படிப்

பட்ட தவறான மாயைகளில் சிக்கிக்கொள்வது ஆபத்தானது. இவை வலுக்கட்டாயமான, செயற்கையான நடிப்புக்கு வழிவகுத்து விடும்.

ஆனாலும், வாமசுவின் வீட்டுக்குள் நான் வீணே சுற்றி வந்த போது, ஒரு சந்தர்பத்தில் நான் அங்கு இருந்தததை என் சுய உணர்வுகள் மூலம் நம்ப முடிந்தது. பிரதான அறைக்குச் செல்வதற்காக கதவைத் திறக்க முயன்றபோது, அந்தப் பெரிய நாற்காலியைத் தள்ளிய சமயத்தில் அந்தச் செயலை உடல் ரீதியாக என்னால் நிஜமாகவே உணர முடிந்தது. அந்த உணர்வு பல நொடிகள் நீடித்தன. எனது இருப்பை அங்கு நான் நிஜத்தில் உணர்ந்தேன். அந்த நாற்காலியைவிட்டு நான் விலகிச் சென்றவுடன் அந்த உணர்வு நீங்கிவிட்டது. மீண்டும் நான் விவரிக்க முடியாத பொருட்களுக்கிடையே ஒரு வெளியில் நடந்து சென்றேன்.

இந்த அனுபவம், 'நான்' என்ற நிலைக்குள் நான் பிரவேசிப்பதில், ஒரு பொருள் எந்தளவுக்கு அசாதாரண முக்கியத்துவம் பெற்றுள்ளது என்பதை எனக்குக் கற்றுக் கொடுத்தது.

உயிரற்ற வேறு பொருட்களுடனும் எனது பரிசோதனை நிகழ்ச்சிகளை நான் மீண்டும் நடத்துகிறேன். பல்வேறு அறைகளில் உள்ள மேஜை, நாற்காலிகளை மனதளவில் மாற்றி அமைக்கிறேன். அவற்றைத் தூசி தட்டி தூய்மைப்படுத்துகிறேன். ஆராய்ந்து பார்க்கிறேன். இதனால் ஊக்கமடைந்த நான், இந்தப் பரிசோ தனையில் மேலும் ஓர் அடி முன்னேறிச் செல்கிறேன். யாருடன் பரிசோதனை? பெட்ரஸ்காவுடன்தான். உடையலங்காரத்துடன் இந்த வீட்டில் நடமாடிக்கொண்டிருக்கும் உருவங்கள் மற்றும் நிழல் தோற்றங்களுக்கு மத்தியில் அங்குள்ள ஒரே மனித ஜீவன் பெட்ரஸ்கா மட்டும்தானே? எனவே, மங்கலான வெளிச்சம் தெரியும் தாழ்வாரத்தை ஒட்டியுள்ள இடத்தில், பெண்கள் தங்கியுள்ள அறைகளுக்குச் செல்லும் மாடிப்படி அருகே நாங்கள் சந்திக்கிறோம்.

''ஒருவேளை லிஸாவுக்காக அவன் காத்துக்கொண்டிருக்கிறானா?'' என்ற எண்ணத்துடன் அவனை நோக்கி வேடிக்கையாக என் விரலை ஆட்டி ஜாடை காட்டுகிறேன்.

அவன் சந்தோஷமாகப், புன்னகைக்கிறான். வசீகரப் புன்னகை அது. இந்தத் தருணத்தில் கற்பனையில் உருவாக்கிக்கொண்ட சூழ்நிலைகளுக்கிடையே அவன் நிஜமாக அங்கு இருப்பதை நான் உணர்ந்ததோடு மட்டுமல்லாமல் அங்கிருந்த பொருட்கள் அனைத்தும் உண்மையாகவே அங்கு இருப்பது போன்றும் ஆழமாக உணர்கிறேன். சுவர்கள், வீசும் காற்று, அங்கிருந்த பொருட்கள் அனைத்தும் உயிர்ப்புடன் தோன்றின. ஏதோ உண்மையான ஒன்று உருவாக்கப்பட்டுள்ளது. அதை நான் நம்புகிறேன். இதன் விளைவாக 'நான்' என்ற எனது உணர்வு மேலும் வலுப்படுகிறது. அதே நேரத்தில் ஒருவிதமான சிருஷ்டி கொண்டாட்டம் என்னுள் பரவுகிறது. இருப்பு உணர்வை உருவாக்குவதில் உயிருள்ள ஒன்று, ஒரு சக்தியாகச் செயல்படுகிறது. இந்தச் சூழ்நிலை நேரடியாக உருவாக்கப்படுவதில்லை என்பதும் ஒரு பொருள் தொடர்பான, குறிப்பாக உயிருள்ள ஒன்று குறித்த எனது உணர்வு மூலம்தான் உருவாக்கப்படுகிறது என்பதும் எனக்குத் தெள்ளத் தெளிவாக புலப்படுகிறது.

கற்பனையில் மனிதர்களை உருவாக்கிக்கொண்டு, அவர்களை சந்தித்தல், அவர்களின் அருகாமையையும், அவர்களின் நிஜத்தையும் உணர்தல் ஆகிய நடவடிக்கை மூலம் நான் மேன்மேலும் பரிசோதனையில் ஈடுபடும்போது, ஒரு விஷயம் எனக்கு மிகவும் தெளிவானது. 'நான்' என்ற நிலையை அடைவதற்கு புறக் காட்சிகள், உடல் உருவம் (ஒரு நபரின் தலை, உடல், சுபாவங்கள் தொடர்பான காட்சிகள்) ஆகியவை, அகத் தோற்றம், உள்ளார்ந்த இருப்பின் தன்மை போன்று அவ்வளவு முக்கியம் அல்ல என்பதை நான் ஆழமாகத் தெரிந்துகொண்டேன். வேறு யாராவது ஒருவராக நான் என்னை மாற்றிக்கொள்ளும்போது அவர்களின் மனநிலையை அறிந்துகொள்வது மட்டும் முக்கியம் அல்ல, என்னை நான் அறிந்துகொள்வதும் முக்கியம் என்பதையும்கூட உணர்கிறேன்.

எனவேதான், பெட்ரஸ்காவை சந்திப்பதில் வெற்றியடைந்தேன். உள்ளுக்குள் அவன் எப்படிப்பட்டவன் என்பதை என்னால் உணர முடிந்தது. அவன் அகத் தோற்றத்தை என்னால் காணமுடிந்தது. எந்தவிதமான புறத்தோற்றத்தை மட்டும் அடிப்படையாகக் கொண்டு பெட்ரஸ்கா உருவத்தில் அந்த மாலுமியை நான் அடையாளம் காணவில்லை. எனது கற்பனையில் நான் தெரிந்து கொண்ட அவனது அக இயல்பைக் கொண்டுதான் என்னால் அடையாளம் காண முடிந்தது. பெட்ரஸ்கா குறித்து லிஸா, ‘‘யாராவது அவனைக் காதலிக்காமல் இருக்க முடியுமா?’’ என கூறியதை வைத்து அந்த மாலுமி குறித்து நான் சொல்ல விரும்புகிறேன்.

வாமசு வீட்டில் உள்ள மற்ற அனைவரின் வாழ்க்கை எப்படி இருக்கும் என்பதை - குறிப்பாக, அவர்களுடன் தன் சொந்த உணர்வை எப்படி வலுப்படுத்திக்கொள்வது என்பதை உணர்வதற்கு, ஒருவரின் சொந்த வாழ்க்கை அனுபவத்தை எப்படிப் பயன்படுத்துவது? இது அடுத்த கேள்வி. இது ஒரு சிக்கலான காரியம் போன்று தோன்றும். இதில் வெற்றிபெறுவது என்பது முழுமையான ஒரு நாடகத்தைப் படைப்பது போன்றது. அந்தளவுக்குச் செல்ல வேண்டும் என்பது என் நோக்கமல்ல. வாமசு வீட்டில் உலவும் நிழல் உருவங்களுக்கிடையே உயிருள்ள ஜீவன்களை கண்டுபிடிப்பதே போதுமானது. நாடக ஆசிரியர் கிரிபாயதவின் சிந்தனையில் தோன்றிய அதே ஜீவன்களைப் போன்று துல்லியமாக இருக்க வேண்டும் என்ற அவசியம் இல்லை. ஆனாலும், எனது சுய உணர்வுகள், எனது கற்பனை, எனது ஒட்டுமொத்த கலைசார்ந்த இயல்பு ஆகிய அனைத்தும் ஏற்கெனவே முடிக்கப்பட்டுள்ள பணியின் தாக்கத்திற்கு உள்ளாகும் என நான் நம்புகிறேன். இந்த உயிருள்ள ஜீவன்கள், ஒரு குறிப்பிட்ட அளவுக்காவது கிரிபாயதவ் படைத்த கதாபாத்திரங்களின் சில குணாம்சங்களைக் கொண்டிருக்கும் என நம்புகிறேன்.

இந்த உயிருள்ள ஜீவன்களை சந்திப்பதில் எனக்கு நானே பயிற்சி அளித்துக்கொள்வதற்காக, வாமசு குடும்பத்தினர் மற்றும்

நண்பர்களை சந்திப்பதற்காக அவர் வீட்டுக்குச் செல்லும் ஒரு கற்பனைப் பயணத்தை மேற்கொள்கிறேன். வீட்டுக்குள் நுழைய அனுமதி கேட்டு அந்த வீட்டின் ஒரு கதவைத் தட்டுவதற்கு இப்போது நான் தயாராகிறேன்.

இப்போதுதான் இந்த நாடகத்தை வாசித்து, மனதில் பசுமையாகப் பதிந்துள்ள நினைவுகள் காரணமாக, அந்த வீட்டில் வசிப்பவர்களில் முதல் முறையாக நான் சந்திக்க விரும்புவது, எனக்கு மிகவும் பரிச்சயமான ஒருவரைத்தான். குறிப்பாக, அந்த வீட்டின் எஜமானரை நான் காண விரும்பியது இயல்பான விஷயம்தான். முதன் முதலில் பாவெல் வாமசு, அதையடுத்து அந்த வீட்டின் இளம் பெண் சோஃபியா, பின்னர் லிஸா, மாச்சாலின் என அங்குள்ளவர்களை சந்திக்க விரும்பினேன். நான் நன்கு அறிந்திருந்த தாழ்வாரப் பகுதிக்குச் சென்றேன். வெளிச்சம் மங்கலாக இருந்ததால் எதன் மீதாவது இடறி விழுந்துவிடக்கூடாது என்பதில் கவனமாக இருந்தேன். கதவுகளை ஒவ்வொன்றாக எண்ணிக்கொண்டு வந்து, வலது பக்கம் இருந்த மூன்றாவது கதவை நெருங்கி, தட்டினேன். எச்சரிக்கையோடு கதவைத் திறந்தேன்

நான் ஏற்படுத்திக்கொண்ட பழக்கம் காரணமாக, உண்மையில் நான் அங்கு இருந்துகொண்டு என்ன செய்கிறேன் என்பதை என்னால் உடனடியாக நம்ப முடிந்தது. வாமசு அறைக்குள் நுழைகிறேன். அங்கே எதைக் காண்கிறேன்? அந்த அறையின் நடுவில் இரவு உடையில் வீட்டு எஜமானர் நின்றுகொண்டு, ஒரு சிறந்த பையனாக மாறுவதற்கான பிரார்த்தனை குறித்த ஒரு பாடலைப் பாடிக்கொண்டிருக்கிறார். இசைக் குழு இயக்குனர் போன்று அவரது பாவனைகள் உள்ளன. அவர் எதிரே அந்தப் பாடலைப் புரிந்துகொள்ள முடியாத முகபாவத்துடன் ஒரு சிறுவன் நின்றுகொண்டிருக்கிறான். கீச்சுக் குரலில் சத்தம் போட்டுப் பாடி இந்தப் பிரார்த்தனை வரிகளை மனதில் நிறுத்திக் கொள்ள அந்தச் சிறுவன் முயல்கிறான். அவனது கண்கள் கலங்கி யுள்ளன. அந்த அறையின் மறு பகுதியில் உள்ள இருக்கையில் நான் அமர்கிறேன். அரை நிர்வாண நிலையில் இருந்த அந்த முதியவர்

அது குறித்து கொஞ்சம்கூட அலட்டிக்கொள்ளாமல் தொடர்ந்து பாடுகிறார். எனது அகச் செவி மூலம், அவர் பாடுவதைக் கேட்கிறேன். அவர் அருகே நான் இருப்பதை உணர முடிவதைப் போலத் தோன்றுகிறது. இது போதாது. அவரது ஆன்மாவைக் உணர்வதற்கு நான் முயல வேண்டும்.

உடலளவில் இதை சாதிக்க முடியாது. நான், வேறு மாதிரியான அணுகுமுறையைப் பயன்படுத்த வேண்டும். வார்த்தைகள் மற்றும் பாவனைகள் மூலமாக மட்டுமே மக்கள் தொடர்பு கொள்வ தில்லை. இரு ஆன்மாக்களுக்கு இடையே பரஸ்பரம் பரவிக் கொண்டிருக்கும், கண்ணுக்குத் தெரியாத அகக் கதிர் வீச்சுகள், அதிர்வுகள் மூலம் தொடர்புகொள்ள முடியும். ஓர் ஆன்மா மற்றோர் ஆன்மாவை காண்பது போல உணர்வுகளும் பரஸ்பரம் காண்கின்றன. உயிருள்ள ஒன்றின் ஆன்மாவைக் காண்பதற்கு அதன் குணாம்சங்களையும் அதனுடன் எனக்குள்ள உறவையும் நான் கண்டறிய வேண்டும்.

எனது சுயத்தின் ஒரு பகுதியை, எனது உணர்வுகளின் கதிர் வீச்சை வாமசுவுக்குள் செலுத்தவும், அவரது ஆன்மாவின் ஒரு பகுதியை நான் எடுத்துக்கொள்ளவும் முயல்கிறேன். அதாவது, அகக் கதிர்களை அளிப்பது, பெறுவது என்ற பயிற்சியில் நான் ஈடுபட்டுள்ளேன். ஆனாலும் வாமசு உண்மையில் அங்கு இல்லாமல் இருக்கும்போது, இன்னமும் ஆன்மா இல்லாத உருவமாக இருக்கும்போது அவரிடமிருந்து எதை என்னால் எடுக்க முடியும்? அவருக்கு எதைக் கொடுக்க முடியும்? அவர் அங்கு நிஜத்தில் இல்லை என்பது உண்மைதான். ஒரு தனிப்பட்ட மனிதராக அவரை எனக்குத் தெரியாவிட்டாலும், அந்த வீட்டின் எஜமானர் என்பதும் அவரது சமூக அந்தஸ்தும் எனக்குத் தெரியும்.

இப்போதுதான் எனது தனிப்பட்ட அனுபவம் உதவுகிறது. அவரது வெளித் தோற்றம், சுபாவங்கள், பழக்க வழக்கங்கள், அவரது ஆழமான நம்பிக்கை, புனிதமான இசையை அவர் போற்றும் பாங்கு ஆகியவற்றை அடிப்படையாகக் கொண்டு அவரை மதிப்பிடும்போது, நல்ல பண்பாளராகவும்,

வேடிக்கையான நபராகவும், முரண்பட்டவராகவும் மட்டு மல்லாமல் அடிமைகளின் எஜமானர் என்ற கொடூர புத்தி கொண்டவராகவும்தான் அவர் இருப்பார் என்று தோன்றுகிறது.

ஆனாலும்கூட ஒரு நபரின் ஆன்மாவுக்குள் ஊடுருவி அதைப் புரிந்துகொள்வதில் இந்த நடவடிக்கை எனக்குப் பலனளிக்காமல் போகலாம். இருப்பினும், எனக்குள்ளே வாமசு குறித்த எனது கண்ணோட்டத்தை திருத்திக்கொள்வதில் இது துணை நிற்கிறது. இப்போது, அவரது பதிலடிகளையும் செயல்களையும் எப்படி எடுத்துக்கொள்வது என்பது எனக்குப் புரிகிறது. சற்று நேரம் இந்த கணிப்புகள் எனக்குள் பதிந்தாலும் பின்னர், அவை கலையத் தொடங்குகின்றன. எனது கவனம் அலைபாய்கிறது. நான் மீண்டும் மனதை ஒருமுகப்படுத்துகிறேன். ஆனாலும், விரைவிலேயே என் கற்பனை கலைகிறது. வாமசு குறித்த சிந்தனைகளும் அறுபடு கின்றன. அவருடன் இனிமேல் வேலையில்லை. ஆயினும்கூட, ஓரளவுக்கு இந்தப் பரிசோதனையில் வெற்றிபெற்றேன் என்றே சொல்லலாம். இந்த ஊக்கம், என்னை சோஃபியாவிடம் செல்ல வைக்கிறது.

அவளது பிரதான அறைக்கு ஓடுகிறேன். அலங்காரம் செய்து கொண்டிருக்கிறாள். அவசர அவசரமாக மேலங்கியை அணிந்து கொண்டு, வெளியே புறப்படத் தயாராக இருக்கிறாள். லிஸா பரபரப்பாக சுழன்றுகொண்டிருக்கிறாள். அவளது பொத்தான் களைப் போட உதவுகிறாள். அந்த இளம் பெண் கையோடு எடுத்துச் செல்லக்கூடிய சிறு சிறு பொருட்களை கொண்டு வந்து கொடுக்கிறாள். சோஃபியா, கண்ணாடி முன் நின்று தன்னை அலங்கரித்துக்கொள்கிறாள். அவள் தந்தை தேவாலய அலுவலகம் சென்றுள்ளார். எனவே, மகள், தனக்குத் தேவையான பொருட்களை வாங்குவதற்காக அழகு சாதனப் பொருட்கள், புத்தகங்கள் விற்பனை நிலையங்களுக்கும் கேக் ஷாப்களுக்கும் சென்று வர அவசரம் காட்டுவதை என்னால் புரிந்துகொள்ள முடிகிறது.

இந்த சமயத்திலும் அதே பலன்தான் கிடைக்கிறது. சோஃபியா மீது கவனம் செலுத்தி, அந்த 'இருப்பை' நான் உண்மையிலேயே உணர்ந்தாலும் அதை நீண்ட நேரம் என்னால் தக்கவைத்துக் கொள்ள முடியவில்லை. எனது சிந்தனைகள் விரைவில் திசை மாறிச் சென்றுவிட்டன. மீண்டும் மனதை ஒருமுகப்படுத்திப் பார்க்கிறேன். ஆனாலும், பலன் கிடைக்கவில்லை. இப்போது சோஃபியாவை விட்டுவிட்டு, மாச்சாலினிடம் செல்கிறேன்.

எனது வேண்டுகோளை ஏற்று, நான் சந்திக்கத் திட்டமிட்டுள்ள வாமசுவின் உறவினர்கள் மற்றும் நண்பர்களின் பட்டியலை மாச்சாலின் எழுதிக்கொண்டிருக்கும் வரை நான் சகஜமாக உணர்ந்தேன். அவன் எழுத்து வடிவத்தின் நேர்த்தியை வெகுவாக ரசித்தேன். ஆனால், அவன் அந்த வேலையை முடித்ததும் எனக்கு அலுப்புத் தட்டியது. மற்றவர்களை சந்திக்க அங்கிருந்து புறப்பட்டேன்...

வீட்டிலிருந்து புறப்பட்டுவிட்டதாக கற்பனை செய்து கொண்டாலே போதும்... வேறு எதுவும் செய்யத் தேவையில்லை. கலை சார்ந்த இயல்பின் ஆர்வம் கரை கடந்து பெருக்கெடுக்கும். கற்பனையில் நான் சென்ற இடங்களில் எல்லாம் உயிருள்ள ஜீவன்கள் இருப்பதை உணரவும், ஏதாவது ஓர் அடிப்படையான நோக்கம் இருக்கும்பட்சத்தில் அவற்றுடன் தொடர்புகொள்ளவும் முடிகிறது. ஒவ்வொரு சந்தர்ப்பத்திலும் இதனால், எனது இருப்பு உணர்வு வலுவடைகிறது. ஆனால், துரதிர்ஷ்டவசமாக புதிய அறிமுகம் நிகழும் ஒவ்வொரு சந்தர்ப்பத்திலும் இந்த அனுபவம், சற்று நேரம் மட்டுமே நீடிக்கிறது. இந்த சந்திப்புகள் எல்லாம் ஒரு குறிக்கோள் இல்லாமல் நடைபெறுவதால், இந்த நிலை ஏற்படுகிறது. ஒரு பயிற்சிக்காக, தேர்ந்தெடுக்கப்பட்டப் பொருட்கள் உண்மையிலேயே அங்கு இருப்பதை உணர வேண்டும் என்பதற்காக மட்டுமே இந்த முயற்சியில் ஈடுபட்டதால், இந்த அனுபவம் தற்காலிகமாக உள்ளது. ஒரு குறிக்கோளுக்காக, இந்த சந்திப்புகள் நடைபெற்றிருந்தால், அது முற்றிலும் மாறுபட்டதாக அமைந்திருக்கும்.

இப்போது, ஒரு திட்டவட்டமான குறிக்கோளை உருவாக்கிக் கொண்ட பிறகு, எனது பரிசோதனைகளில் மீண்டும் ஈடுபடுகிறேன். நடனக் கூடத்திற்குள் சென்று, பின்வருமாறு எனக்கு நானே சொல்லிக் கொள்கிறேன்: சோஃபியா - ஸ்கலாஸுப் திருமணம் விரைவில் நடைபெற உள்ளது. நூறு விருந்தினர்களுக்கு மிக சிறப்பான காலை சிற்றுண்டி ஏற்பாடு செய்யும் பொறுப்பு என்னிடம் ஒப்படைக்கப்பட்டுள்ளது. சில்வர் பாத்திரங்கள், மேஜை ஏற்பாடுகள் உள்ளிட்ட அனைத்தையும் சீரோடும் சிறப்போடும் எப்படிச் செய்வது?

இந்த ஏற்பாடுகள் தொடர்பான அனைத்து நடவடிக்கைகளும் என் மனதில் தோன்றின. ஸ்கலாஸுப் இடம்பெற்றுள்ள படைப் பிரிவின் கர்னலோ, ஒருவேளை ஒட்டுமொத்த அலுவலர்களுமோ திருமணத்தில் கலந்துகொள்ளக்கூடும். அவர்களின் பதவி அந்தஸ்துக்கு ஏற்ப அமரச் செய்ய வேண்டும். மணமகன், மணமகள் ஆகியோரின் அருகில் இருக்கும்போதுகூட, மரியாதைக் குறைவாக நடத்தப்பட்டதாக யாரும் நினைத்துக்கொள்ளாத அளவுக்கு உரிய இடங்களை ஏற்பாடு செய்ய வேண்டும். உறவினர்கள் நிலவரத்திலும் இதே பிரச்சினை எழக்கூடும். அவர்கள் அனைவருமே சட்டென்று கோபப்படக்கூடியவர்கள், அதிக எண்ணிக்கையில் மதிப்பு வாய்ந்த விருந்தினர்கள் வருவதால், போதுமான இட வசதி இல்லாமல் நான் திணறுகிறேன். அனைத்து திசைகளிலிருந்தும் காணும்படி நடு நாயகமாக மணமக்களை எப்படி அமர வைப்பது?

இட வசதி அதிகமாக இருந்தால், அந்தஸ்துபடி அமர வைப்பது சுலபமாக இருக்கும். இந்தப் பிரச்சினை குறித்து, நீண்ட நேரமாக சிந்தித்துக்கொண்டிருக்கிறேன். இதன் முக்கியத்துவம் குறையத் தொடங்கும்போது, வேறு ஒரு பிரச்சினை தயாராக வந்து விடுகிறது. இது, உணவு தயாரிப்பு ஏற்பாடு குறித்த பிரச்சினை. இந்த முறை சோஃபியாவின் திருமணம் ஸ்கலாஸுப்புடன் அல்ல. மாச்சலினுடன் நடைபெற உள்ளது.

இதனால், அனைத்துமே மாறுகின்றன. சோஃபியா தனது தந்தையின் செயலாளரைக் கணவராக ஏற்பது, ஒரு பொருந்தாத திருமணம். இந்தத் திருமணம் மிகவும் சாதாரண முறையில் நடைபெறும். நெருங்கிய குடும்ப உறவினர்கள் மட்டுமே கலந்து கொள்வார்கள். அனைத்து உறவினர்களும் கலந்துகொள்ள விரும்ப மாட்டார்கள். மாச்சாலினுடைய எஜமானர் வாமசுதான் என்பதால் எந்த ராணுவ உயரதிகாரியும் வரப்போவதில்லை.

புதிய விஷயங்கள் எனக்குள் கிளை விரிக்கின்றன. எனது இலக்குகளுடன் நான் நெருக்கமாக இருப்பது குறித்தும் தொடர்பில் இருப்பது குறித்தும் இனியும் சிந்தித்துக் கொண்டிருக்கப் போவதில்லை, செயலில் இறங்கிவிட்டேன். மூளை, எனது உணர்வுகள், எனது மனம், கற்பனை ஆகிய அனைத்தும், நிஜ வாழ்க்கையில் இவை எல்லாம் நிகழ்வது போன்று மும்மரமாகச் செயல்படுகின்றன. எனது பரிசோதனையில் கிடைத்த ஊக்கம் காரணமாக, மேலும் ஒரு பரிசோதனை முயற்சியில் இறங்க முடிவெடுக்கிறேன். இப்போது, உயிரற்ற பொருட்களோடு அல்லாமல், உயிருள்ள ஜீவன்களோடு இந்தப் பரிசோதனையில் இறங்குகிறேன்.

இதற்காக மீண்டும் ஒரு தடவை வாமசுவின் அறைக்குச் செல்கிறேன். இன்னமும்கூட, அவர் அந்தச் சிறுவனுக்குப் பிரார்த்தனை கீதம் இசைக்கக் கற்றுக் கொடுத்துக் கொண்டிருக்கிறார். இரவு உடையுடன் இந்த இசைப் பயிற்சியைத் தொடர்ந்து கொண்டிருக்கிறார்.

முரண்பட்ட அந்த வயதான மனிதரைக் கோபப்படுத்திப் பார்க்க வேண்டும் என்று முடிவெடுக்கிறேன். உள்ளே நுழைந்து அந்த அறையின் மறுகோடியில் உட்காருகிறேன். அவரது கவனத்தை திசை திருப்பி சீண்டிப் பார்க்கும் தொனியில் பேச்சுக் கொடுத்தேன்.

"என்ன பாடிக்கொண்டிருக்கிறீர்கள்?" என்று கேட்டேன். ஆனால், வாமசு பதில் சொல்லத் தயாராக இல்லை. பிரார்த்

தனையை இன்னும் முடிக்காததால் அவர் அப்படி இருந்திருக்கலாம். ஒரு வழியாக, பிரார்த்தனையை முடித்துக்கொண்டார்.

"மிகவும் அருமையான பாட்டு" என அமைதியாகச் சொன்னேன்.

"அது பாட்டு இல்லை, புனிதமான ஒரு பிரார்த்தனை" என அழுத்தமாகப் பதிலளித்தார்.

"ஓ, என்னை மன்னித்துவிடுங்கள். எனக்கு மறந்துவிட்டது... எப்போது இதைப் பாட வேண்டும்?"

"நீங்கள் தேவாலயம் சென்றிருந்தால் உங்களுக்குத் தெரிந்திருக்கும்." வயதான அந்த மனிதர் ஏற்கெனவே கோபத்துடன் இருந்தார். அவரை மேலும் சீண்டிப் பார்ப்பதில் இறங்கினேன்.

"நீண்ட நேரம் அங்கு இருக்க முடியாததால் நான் போவதில்லை. வெயில் அதிகமாக இருப்பதால் என்னால் தாங்க முடிவதில்லை" என்று அமைதியாகச் சொன்னேன்.

"அதிக வெயிலா? ஜியன்னாவில் எப்படி இருக்கும்? அங்கே அதிக வெயில் இல்லையா?"

"அது வேற விஷயம்" என்று நான் சொன்னதும்.

"அது எப்படி?" என்று கேட்டவாறு என்னை நோக்கி ஒரு அடி எடுத்து வைத்தார்.

"ஏனென்றால், ஆடையில்லாமல் கடவுள் உங்களைப் படைத்ததைப்போன்று அங்கு நிர்வாணமாகச் சுற்றித் திரியலாம், எங்கு வேண்டுமானாலும் படுக்கலாம், ரஷ்யாவைப் போன்று நீராவிக் குளியலை அனுபவிக்கலாம், ஆனால் தேவாலயத்தில் நிற்க வைத்து வியர்வையில் குளிக்க வைத்துவிடுகிறார்களே?" என அப்பாவி போன்று முகத்தை வைத்துக்கொண்டு சொன்னேன்.

"நீ ஒரு பயங்கரமான பாவி..." எனக் கோபத்துடன் கூறிவிட்டு, அங்கிருந்து வெளியேறினார்.

இந்தப் புதிய வேலை எனக்கு மிகவும் முக்கியமாகத் தெரிந்தது. இதை உறுதிப்படுத்திக்கொள்ள முடிவு செய்தேன். மீண்டும் பலரைச் சந்திக்கப் புறப்படுகிறேன். இப்போது, ஒரு திட்ட வட்டமான குறிக்கோள் என் மனதில் உள்ளது. நடைபெறவுள்ள சோஃபியா – ஸ்கலாஸுப் திருமணச் செய்தியை வாமசுவின் உறவினர்களுக்கும் நண்பர்களுக்கும் தெரிவிக்க வேண்டும். இந்தப் பரிசோதனையில் வெற்றி கிடைத்தது. ஒவ்வொரு புதிய சோதனையின்போதும், எனது சுய இருப்பு உணர்வு வலுவடைந்தது. எனது இந்த வேலையில் முன்னேற்றம் ஏற்பட ஏற்பட, சூழ்நிலைகளில் சிக்கலும் குழப்பங்களும் வலுவடைந்தன. உதாரணமாக, எனது கற்பனையில் சோஃபியா வீட்டிலிருந்து வெளியேற்றப்பட்டு வெகு தூரத்திற்கு அனுப்பப்பட்டுவிட்டாள். அவளது ரகசியக் காதலன் மாச்சலின் என்ன செய்வான்?

இந்தப் பிரச்சினைக்குத் தீர்வு காண்பதற்காக, அவளைக் கடத்திச் செல்வதற்கு திட்டமிடும் அளவுக்குப் போய்விடுகிறேன். வேறு ஒரு சந்தர்பத்தில், மாச்சாலினுடன் அவள் கண்டுபிடிக்கப் பட்டதை அடுத்துக் குடும்பத்தில் நடைபெற்ற கூட்டத்தில் அவளுக்கு ஆதரவாக செயல்பட உறுதி எடுத்தேன். இந்தக் கூட்டத்தில் குடும்ப நீதிபதியாக இருப்பவர், மரபுகளைக் கட்டிக் காக்கும் இளவரசி மரியா அலெக்ஸேவ்னா. குடும்ப பாரம்பரியத்தின் பிரதிநிதியான, எதற்கும் அசைந்து கொடுக்காத இவருடன் வாதிடுவது சுலபமல்ல. மூன்றாவது சந்தர்ப்பத்தில், திடீரென்று அறிவிக்கப்படும் சோஃபியா – ஸ்கலாஸுப் நிச்சயதார்த்த நிகழ்ச்சியில் நான் பங்கேற்கிறேன். இப்படிப்பட்ட ஒரு பேராபத்தை எப்படித் தவிர்ப்பது என எனது மூளையைக் கசக்கிப் பிழிகிறேன். நிலைமை மோசமடைந்து, ஸ்கலாஸுப்புடன் மோதலில் இறங்குமளவுக்குப் போய்விட்டது. அவனைத் துப்பாக்கியால் சுடுகிறேன்.

‘நான்’ என்ற நிலையை எட்டுவதற்காக நான் மேற்கொண்ட பரிசோதனைகளின்போது, சாதாரண செயல் போதாது... சம்பவங்கள் இடம் பெற வேண்டும் என்பதைத் தெரிந்து

கொண்டேன். இதன் மூலம் கற்பனையில் வாழத் தொடங்குவது மட்டுமல்லாமல், மற்றவர்களின் உணர்வுகளை மிகவும் தெளிவாக அறிந்துகொள்ளவும் முடிகிறது. அவர்களுடன் நடிகருக்குள்ள உறவையும் அவருடன் மற்றவர் கொண்டுள்ள உறவையும் தெரிந்துகொள்ள முடிகிறது. எப்போது மற்றவர்கள் மகிழ்ச்சியாக அல்லது மகிழ்ச்சியற்று உள்ளனர் என்பதை அறிய முடிகிறது. அன்றாட வாழ்க்கையில் பலரை சந்திப்பது மற்றவர் களுடன் இணைந்து வாழ்க்கை சம்பவங்களை எதிர்கொள்வது, முனைப்புடன் பாடுபடுவது, போராடுவது, இலக்கை எட்டுவது அல்லது கைவிடுவது ஆகியவற்றின் மூலம், நீங்கள் உங்களது சொந்த இருத்தலை அறிந்துகொள்வதோடு மட்டுமல்லாமல், மற்றவர்களுடனான உங்கள் உறவையும் வாழ்க்கையின் அடிப்படை உண்மைகளையும் அறிந்துகொள்கிறீர்கள்.

கற்பனையான செயல்பாட்டிலும், அடுத்தடுத்த நிகழ்வுகளுடனான எனது போராட்டங்களிலும் நான் முழுமையாக ஈடுபட்டதைத் தெரிந்துகொண்டபோது, அதிசயமான சில ரசவாதங்கள் எனக்குள் நிகழ்ந்ததை நான் உணர்ந்தேன்.

இந்த நிலையில், அகச் சூழ்நிலைகளை, அவற்றின் முழு மதிப்புடன் ஒருவர் புரிந்துகொள்கிறார். இந்த அக சூழ்நிலைகள் புற மற்றும் அக வாழககைத தொடர்பான நிகழ்வுகள் குறித்த தனிப்பட்ட கண்ணோட்டங்களும் மற்றவர்களுடனான பரஸ்பர உறவுகளும் ஒன்றிணைந்ததால் உருவானவை, ஒரு நடிகர், 'நான்' என்ற படைப்புத் திறன் சார்ந்த அக நிலையை வசப்படுத்திக் கொண்டிருந்தால், உயிருள்ள ஒன்று குறித்த உண்மையான உணர்வு கொண்டிருந்தால், அவரது கற்பனையில் உருவாக்கிக் கொண்ட நிழல் தோற்றங்களுடன் உறவாடி, உரையாட முடிந்தால் புற மற்றும் அகச் சூழ்நிலைகளுக்கு அவரால் உயிரூட்ட முடியும். ஒரு கதாபாத்திரத்திற்கு ஜீவன் கொடுக்க முடியும். அதாவது, ஒரு புதிய நாடகத்தை ஆய்வு செய்யும் முதல் கட்டப் பணியில் அவரால் வெற்றிபெற முடியும். தகவல்களும் மனிதர்களும் மாறக்கூடும். ஒரு நடிகர், தனது கற்பனை மூலம் ஒரு

கதாபாத்திரத்திற்கு உயிர் கொடுத்திருந்தாலும், வேறு புதிய கதாபாத்திரங்களும் அவருக்கு வழங்கப்படலாம். அவற்றுக்கும் உயிர் கொடுக்கும் அவரது ஆற்றல், அவருடைய தொடர் பணியில் முக்கிய அங்கம் வகிக்கும்.

அதிசய ரசவாதத்தை நிகழ்த்தும் இந்தத் தருணத்துடன் நமது முதல் கட்டப் பணி தற்காலிகமாக முடிவடைகிறது. நடிகரின் ஆன்மாவை பண்படுத்துவதற்காக மீண்டும் மீண்டும் மேற்கொள்ளப்பட்ட முனைப்பு, சிருஷ்டி உணர்ச்சி மற்றும் அனுபவங்களின் ஊற்றுக்கண்ணைத் திறந்துள்ளது. நாடக ஆசிரியர் திட்டமிட்டிருந்த சூழ்நிலைகளுக்கு, நடிகரின் ஆய்வு உயிர்கொடுத்துள்ளது. இதனால், உணர்ச்சிகளின் நிஜத்தன்மை இயல்பான முறையில் வலுப்படும். நடிகரின் இப்படிப்பட்ட முனைப்பு, தொடர வேண்டும்; மேம்பட வேண்டும்; தனது கதாபாத்திரத்தில் அவர் முற்றிலுமாக மூழ்கிக் கரையும் வரை இந்தப் பணி விரிவடைய வேண்டும்.

சம்பவங்களை மதிப்பிடுதல்

ஒரு நாடகத்தின் தகவல்களை மதிப்பீடு செய்வது என்பது உண்மையில் ஒரு தொடர் நடவடிக்கை. சொல்லப்போனால், சற்று முன் முடிக்கப்பட்ட, ஓர் அக ரசவாதத்தை நிகழ்த்திய ஆய்வு நடவடிக்கையை மீண்டும் தொடங்குவதுதான். நாடகம் தொடர்பான செயல்களில் விருப்பப்படி மாற்றம் கொண்டு வருவது குறித்து இது வரை ஆராயப்பட்டது, தற்போதோ நாடக ஆசிரியர் உருவாக்கிய அதே வடிவத்தில் நாடகத்தை அணுகுவது குறித்து இந்தப் பகுதி விவரிக்கிறது.

ஒரு நாடகத்தின் அக மற்றும் புறச் சூழ்நிலைகளுக்கிடையே நேரடித் தொடர்பு உள்ளது. கதாபாத்திரங்களின் உள்ளார்ந்த ஜீவன், அவற்றின் புற வாழ்க்கைச் சூழ்நிலைகளில் மறைந்துள்ளது. இந்த அடிப்படையில் பார்த்தால், அது நாடகத்தின் தகவல்களில் அடங்கியுள்ளது. அவற்றைத் தனித்தனியாகப் பிரித்துப் பார்ப்பது சுலபமல்ல. ஒரு நாடகத்தின் புறத் தகவல்கள் மற்றும் கதை

மூலமாக அவற்றின் அக ஆதாரத்திற்கு, வெளியிலிருந்து மையப் பகுதிக்கு, வடிவத்திலிருந்து கருப் பகுதிக்கு நடிகர் ஊடுருவிச் சென்றால், நாடகத்தின் அக வாழ்க்கைக்குள் சர்வ நிச்சயமாக நுழைய முடியும்.

எனவே, *Woe from Wit* நாடகத்தின் புறத் தகவல்களை மீண்டும் நாம் அலசிப் பார்க்க வேண்டும். அவற்றுக்குள் மறைக்கப் பட்டுள்ளது எது என்பதை அறிவதற்காக இதில் ஈடுபட வேண்டும். ஒரு புதிய கண்ணோட்டத்துடன் இந்த அணுகுமுறையை மேற்கொள்ள வேண்டும். நமது புதிய 'நான்' என்ற சுய சிருஷ்டி நிலையிலிருந்து, வாமசு வீட்டின் புதிய நிலவரத்தை நாம் பார்க்க வேண்டும். நாம் ஆரம்பத்தில் மேற் கொண்டதைவிட அதிக முன் தயாரிப்புடனும் நடைமுறை அனுபவத்துடனும் நாடகத் தகவல்களை மீண்டும் அலசிப் பார்க்க வேண்டும்.

சாட்ஸ்கியின் கதாபாத்திரத்தில் நான் நடிக்கப்போகிறேன் என்றாலும், எனக்கான பகுதி தொடர்பான தகவல்களை மதிப்பீடு செய்வதற்கு, எனது கதாபாத்திரத்துடன் நேரடியாகத் தொடர் புள்ளவை மட்டுமல்லாமல், வாமசு வீட்டின் ஒட்டுமொத்த வாழ்க்கை தொடர்பான அனைத்தையும் நான் தெரிந்துகொள்ள (உணர) வேண்டும்.

முதலில், காதலர்கள் சோஃபியா-மாச்சாலின் சந்திப்பை எடுத்துக்கொள்வோம். எனது சொந்த உணர்ச்சிகள், வாழ்க்கையில் எனது சொந்த அனுபவம் ஆகியவற்றை அளவுகோலாகக் கொண்டு இந்த நிகழ்வை எடைபோடுவதற்கு, சோஃபியா பாத்திரத்தில் நடிக்கும் நடிகையின் இடத்தில் என்னை இடம் பெறச் செய்வதை கற்பனை செய்யவும் அவள் பெயரில் அந்தக் கதாபாத்திரமாக நான் இருப்பதற்கும் முயற்சி செய்கிறேன். 'நான்' என்ற எனது நிலையில் இருந்துகொண்டு என்னை நானே கேட்டுக் கொள்கிறேன். நான் ஒரு பெண்ணாக இருந்தால், சோஃபியாவைப் போல மாச்சாலினுடன் நான் உறவு வைத்துள்ள நிலையில் இருந்தால் எனது அக வாழ்க்கையின் சூழ்நிலைகள் யாவை? எனது

தனிப்பட்ட, உயிரோட்டமான சிந்தனைகள், ஆசைகள், ஆற்றல்கள் யாவை?

எனக்குள் எதிர்ப்புப் புயல் வீசியது. அவன் வெறும் போலியான காதலன்; சந்தர்ப்பவாதி; அடிபணியும் வேலைக்காரன். எனக்குள் கொந்தளிப்பு ஏற்பட்டது. நான் ஒரு பெண்ணாக இருந்தால், மாச்சாலின் குறித்த சோஃபியாவின் கண்ணோட்டத்தை எந்த ஒரு சூழ்நிலையும் எனக்குள் திணிக்க முடியாது. நான் ஒரு பெண்ணாக இருந்தால் சோஃபியாவின் கதாபாத்திரத்திற்கு உயிர் கொடுக்கக் கூடிய உணர்ச்சிகளையோ, நினைவுகளையோ வேறு எந்த 'சென்டிமென்டான' விஷயத்தையோ என்னால் வரவழைத்துக் கொள்ள முடியாது. இந்த நாடகத்தில் அந்தக் கதாபாத்திரத்தை நான் ஏற்றுக்கொள்ள மாட்டேன்.

எனது பகுத்தறிவு செயல்பட்டுக்கொண்டிருக்கும்போது, எனது கற்பனை ஓய்ந்துவிடவில்லை. வாமசு வீட்டின் பரிச்சயமான வாழ்க்கைச் சூழலை, என்னைச் சுற்றிலும் அது படரவிடுகிறது. சோஃபியாவின் வாழ்க்கைச் சூழ்நிலையில் என்னை வாழ வைக்கிறது. அங்குள்ள நிகழ்வுகளுக்குள் என்னைத் தள்ளிச் செல்கிறது. எனவே, அந்தச் சூழலின் மையமாக இருப்பதால், எனது சொந்த மனதின் உந்துதல்கள், எனது உணர்வுகள், எனது பகுத்தறிவு மற்றும் அனுபவங்கள், இந்த அம்சங்களின் முக்கியத்துவத்தை மதிப்பிடும்படி நிர்ப்பந்திக்கின்றன. இந்தப் புதிய கண்ணோட்டத்தில், ஒரு புதிய நியாயத்தை, உள்ளார்ந்த விளக்கத்தை, நாடக ஆசிரியர் வடித்துள்ள நிகழ்வுகளை உணரும் அணுகுமுறையை எனது கற்பனை நாடுகிறது.

அடிபணிந்து வேலை செய்யும் மாச்சாலின் என்ற பணியாளனைக் காதலனாக ஏற்றுக்கொள்ளும் அளவுக்கு, வளர்ப்பு முறையும் ஃபிரான்ஸ் நாட்டின் நாவல்களும் சோஃபியாவை மதிமயங்கச் செய்திருந்தால்.... என எனது கற்பனை கேள்வி எழுப்பியது.

"எவ்வளவு மோசமான விஷயம்? எப்படிப்பட்ட பிதற்றல் இது? இப்படிப்பட்ட உணர்ச்சிகள் எல்லாம் எப்படி உனக்குத் தோன்றுகின்றன?" என எனது உணர்வுகள் கேட்டன.

“இவற்றுக்கு அடித்தளமாக இருந்த அதே இடத்திலிருந்துதான்” என எனது மனம் கூறியது.

“அப்படியானால் சாட்ஸ்கியின் கதி?” கர்வம் பிடித்த இப்படிப்பட்ட சோஃபியாவை அவனால் காதலித்திருக்க முடியுமா? இதை நான் நம்பத் தயாராக இல்லை. சாட்ஸ்கியின் இமேஜையும் ஒட்டுமொத்த நாடகத்தையும் இது சீர்குலைத்து விடும் என்று என் உணர்வுகள் எதிர்ப்புத் தெரிவித்தன.

இந்தக் கண்ணோட்டத்தில், எனது உணர்வுகளின் எந்த அணுகுமுறைக்கும் என்னால் வழி காண முடியாததால், எனது கற்பனை வெவ்வேறு விதமான எதிர்வினைகளை உருவாக்கும் புதிய நோக்கங்களையும் வேறு சூழ்நிலைகளையும் நாடுகிறது.

“சோஃபியா குறிப்பிடுவது போன்று, உண்மையாகவே கவி உள்ளம் கொண்ட, கண்ணியமான, பாசம் நிறைந்த, பரிவான, எல்லாவற்றுக்கும் மேலாக, எளிமையான, அசாதாரணமான மனிதனாக மாச்சாலின் இருந்தால்....” என எனது கற்பனை கேள்வி எழுப்பியது.

“அப்படி என்றால், அவன் மாச்சாலினாக இருக்க முடியாது. வேறு யாரோ ஒருவனாகத்தான் இருக்க முடியும்.” எனது உணர்வு பதிலடி கொடுத்தது.

“மிகவும் நல்லது. இப்படிப்பட்ட ஒருவனிடம் காதல் கொள்வது சாத்தியம்தானா?” என, கற்பனை கேள்வி கேட்டது. எனது உணர்ச்சிகள் ஒடுங்கிவிட்டன.

அவற்றை மீண்டும் தலைதூக்க விடாமல், எனது கற்பனை தன் விளக்கத்தைத் தொடர்ந்தது. ஒவ்வொரு மனிதனும், குறிப்பாக, தறிகெட்டுப்போன ஒரு பெண், சுய புகழ்ச்சியில் மதிமயங்கி இருப்பாள் என்பதை மறந்து விடக் கூடாது. தனது உண்மையான இயல்பை புறக்கணித்துவிட்டு, தன்னைப் பற்றி தானே அதீததமாகக் கற்பனை செய்துகொள்வதைத் தனது சுபாவமாக மாற்றிக் கொள்ளும் ஒரு பெண், தனியாக இந்த ஆட்டத்தில் ஈடுபடுவதற்குப் பதிலாக, தனது செயல்பாடுகளை முழுமையாக

ஏற்றுக்கொள்ளும் மாச்சாலின் போன்ற வேறு ஒருவருடன் இதை நடத்துவது சுவாரஸ்யமாக இருக்கும்.

ஒரு விஷயத்தை எப்படி நம்ப வேண்டும் என ஒருவர் எதிர்பார்க்கிறார்களோ இம்மி பிசகாமல் அப்படியே நம்பக் கூடியவன் மாச்சாலின். அனைவராலும் நோகடிக்கப்படும் இவன் முன்பு கனிவான, உயர்ந்த உள்ளம் படைத்த, கவி உள்ளம் கொண்ட ஒரு பெண்ணாகத் தன்னைக் காட்டிக்கொள்வதில் சோஃபியாவுக்கு எவ்வளவு சந்தோஷமாக இருக்கும்? தன்னை நன்கு அறிந்த இப்படிப்பட்ட ஒரு ரசிகன் தனக்கு அமைந்து விட்டதால், அவளுடைய உள்ளுணர்வு மேலும் சில தந்திர உபாயங்களைத் தூண்டிவிடுகிறது. தன்னை மேலும் உயர்ந்த வளாக, சிறந்தவளாகக் காட்டிக்கொள்வதற்காக இன்னொரு அழகான வடிவத்தைத் தனக்காக உருவாக்கிக்கொள்கிறாள். அவள் மேற்கொள்ளும் இந்த அனைத்து நடவடிக்கைகளையும் எப்போதுமே போற்றிப் புகழும் மாச்சாலின் அவளுக்கு ஊக்க சக்தியாக உள்ளான்.

''ஆனால், சோஃபியாவின் உணர்வுகள் குறித்த இந்த விளக்கம் பொத்தாம் பொதுவானது, நாடக ஆசிரியர் கிரிபாயதவின் கருத்துக்கு எதிரானது.''

''வெட்கம்கெட்ட விதமாக, மாச்சாலினுடன் அவள் காதல் உறவு கொண்டுள்ளாள் என்பதைத்தான் கிரிபாயதவ் சொல்ல விரும்புகிறார்'' என எனது மனம் தீர்ப்பளித்தது.

''இலக்கிய ஆசிரியர்களை நம்பக்கூடாது, உங்கள் உணர்வு களைத்தான் நம்ப வேண்டும்'' என எனது கற்பனை திட்ட வட்டமாக வலியுறுத்துகிறது.

இப்போது, சோஃபியா-மாச்சாலின் காதல், இந்த நிகழ்வுக்கு நியாயமான அடிப்படை உள்ளது என எனது உணர்வுகளை நம்ப வைத்துள்ள நிலையில், நானும் இதை ஒப்புக்கொள்கிறேன். எனது உணர்ச்சிபூர்வமான ஆய்வு, அதன் முதல் கட்டப் பணியில் வெற்றியடைந்துள்ளது. நாடகத்திற்காகவும் நான் ஏற்றுள்ள

சாட்ஸ்கி கதாபாத்திரத்திற்குமான முக்கியமான அகச் சூழ்நிலைகளை இந்த ஆய்வு உருவாக்கித் தந்துள்ளது. மேலும், சோஃபியா-மாச்சாலின் இடையே ஏற்பட்டுள்ள உண்மையான நேசம், மேலும் பல காட்சிகளின் முக்கியத்துவத்தைப் புரிய வைத்துள்ளது. சோஃபியா-மாச்சாலின் காதலை முழுமையாகவும் அவர்களின் காதலில் குறுக்கிடும் சூழ்நிலைகளையும் விளக்கமாக எடுத்து உரைக்கிறது. அது மட்டும் அல்லாமல் மின் கம்பி மூலம் பாயும் மின்சாரம் போன்று, இந்த நாடகத்தில் இடம் பெற்றுள்ள அனைத்து கதாபாத்திரங்களுக்கும் இந்த ஆய்வு சக்தி அளிக்கிறது.

இப்போது திடீரென உள்ளே நுழையும் வாமசு, ஒன்றாக இருக்கும் காதலர்களைக் காண்கிறார். சோஃபியாவின் நிலை மிகவும் சிக்கலாகிவிடுகிறது. அவள் இடத்தில் நான் இருப்பதாக நினைக்கும்போது எனக்குள் எழும் பதற்றத்தை என்னால் கட்டுப்படுத்த முடியவில்லை.

திடீரென்று வாமசு போன்ற அதிகார மமதை கொண்ட ஒரு கதாபாத்திரத்தை நேருக்கு நேர் சமாளித்தாக வேண்டிய ஒரு சூழ்நிலையில், சந்திக்கும்போது, மோசமான, பாதகமான செயலை தடுத்து நிறுத்தக்கூடிய துணிச்சலான, எதிர்பார்க்க முடியாத ஒரு நடவடிக்கையில் இறங்க வேண்டும். இப்படிப்பட்ட ஒரு தருணத்தில், சமாளிக்கப்பட வேண்டிய அந்த நபரின் தனிப்பட்ட குணாம்சங்களை தெரிந்துவைத்திருக்க வேண்டும். ஆனால், இந்த நாடகத்தை முதல் தடவையாகப் படித்தபோது, அவரைப் பற்றி நான் தெரிந்துகொண்ட சில குறிப்புகள் மட்டுமே என் நினைவுக்கு வருகின்றன. நாடக இயக்குனராலோ அல்லது வாமசு கதாபாத்திரத்தில் நடிக்கும் நடிகராலோ எனக்கு எந்த விதத்திலும் உதவி செய்ய முடியவில்லை. என்னைப் போலவே அவர்களும் அவரைப் பற்றி முழுமையாக அறியாதவர்களாக இருந்தார்கள். அந்தக் கதாபாத்திரத்தை நானாகவே வரையறைத்துக்கொண்டு வாமசுவின் தனிப்பட்ட குணாம்சங்களையும் வயதான, அந்த மோசமான ஜீவனின் அக வடிவத்தையும் எனக்குள் தீட்டிக் கொண்டேன். யார் அவர்?

''அதிகாரம் படைத்த ஒருவர்; அடிமைகளின் எஜமானர்'' என நாடகப் பட்டறையில் நான் தெரிந்துகொண்ட தகவலை என் மனம் உடனடியாக நினைவுபடுத்தி சொன்னது.

''அற்புதம்...! அப்படி என்றால் சோஃபியாதான் ஹீரோயின்.'' என்று என் கற்பனை உற்சாகமாகக் கூவியது.

''ஏன் அப்படி?'' குழப்பமான என் மனம் கேள்வி எழுப்புகிறது.

''ஏனென்றால், ஒரு ஹீரோயினால் மட்டுமே கொடூர புத்தி கொண்ட ஒரு மனிதனை தன் சுண்டு விரலால் சர்வ சாதாரணமாக ஆட்டிப்படைக்க முடியும்'' மரபுகளுக்கும் என் கற்பனை பதிலளிக்கிறது. இதோ பழைய சம்பிரதாயங்களுக்கும் புதிய வழக்குகளுக்கும் இடையே ஒரு மோதல்!

காதல் சுதந்திரம்! இதுதான் நவீன முழக்கம்.

''குடும்பத்தின் சம்பிரதாயங்கள், தனது மேல்தட்டுப் பாரம்பரியங்கள் ஆகியவற்றைக் கட்டிக் காப்பாற்றுவதற்காகவும் இளவரசி மரியா அலெக்ஸேவ்னா எதிர்பார்ப்புக்கு ஏற்ப நடந்துகொள்ள வேண்டும் என்பதற்காகவும் வெளித் தோற்றத்தில் மட்டுமே வாமசு கடுமையானவராக காட்டிக்கொண்டால்?'' இது ஒரு புதிய கற்பனை.

நல்ல மனம் படைத்தவராக, பெருந்தன்மை உடையவராக, திடீரெனக் கோபப்படும், அதே சமயத்தில் உடனடியாக சாந்தம் அடைபவராக வாமசு இருந்தால்? தனது மகளின் பேச்சுக்கு மறு வார்த்தை சொல்லாத ஒரு தந்தையாக அவர் இருந்தால்?''

''அப்படி இருந்தால், ஒட்டுமொத்தமாக எல்லாமே மாறிவிடும். இப்படிப்பட்ட ஒரு தந்தையை, அதுவும் மறைந்த தனது அம்மா போன்று மிகவும் புத்திசாலியான சோஃபியாவால் சமாளிப்பது ஒன்றும் கஷ்டம் இல்லை'' என்று என் மனம் சொல்கிறது.

வாமசுவை சமாளிப்பது எப்படி என்பதை உணர்ந்துகொண்டதும், அவருடன் தொடர்புடைய மற்ற காட்சிகளையும் அவரோடு

உரையாடுவதற்கான வழிமுறையையும் உள்முகமாக அணுகுவது எப்படி என்பதைக் கண்டறிய முடிகிறது.

சாட்ஸ்கி நாடு திரும்பியது குறித்தும் இதே மாதிரியான மதிப்பீட்டை மேற்கொள்ள வேண்டும். இவன் ஆரம்பத்தில் கிட்டத்தட்ட சோஃபியாவின் சகோதரன் போன்று, அடுத்து வருங்காலக் கணவனாக, எப்போதுமே துணிச்சல் கொண்டவனாக, ஒடுக்க முடியாதவனாக இருக்கும் இவன், பல ஆண்டுகளுக்குப் பிறகு வெளிநாட்டிலிருந்து திரும்பி வந்தது, அசாதாரணமான விஷயம். அந்தக் காலகட்டத்தில் ரயில் வசதி கிடையாது, குதிரை வண்டியில்தான் பயணம் செய்ய வேண்டும். பல மாதங்கள் வரை இந்தப் பயணம் நீடிக்கும். இப்படிப்பட்ட சூழ்நிலையில், தவறான சமயத்தில், எதிர்பாராத முறையில், அவன் வந்து சேர்ந்தது அவனது துரதிர்ஷ்டம்தான். இதனால், சோஃபியாவுக்கு ஏற்பட்ட இக்கட்டான நிலையையும், இதனைக் காட்டிக்கொள்ளாமல் இருக்க முயன்ற அவளது உணர்வையும், மனசாட்சி அவளை உறுத்துவதையும் புரிந்துகொள்ள முடிகிறது. இறுதியில், சாட்ஸ்கியை வசைபாடுவதற்கான காரணத்தையும் இந்த சூழ்நிலை விளக்குகிறது.

குழந்தைப் பருவத் தோழனாக இருந்த சாட்ஸ்கியின் நிலையிலிருந்து பார்க்கும்போது, அந்த முன்னாள் தோழனை தற்போது வெறுத்து ஒதுக்கும் சோஃபியாவால் எந்தளவுக்கு சாட்ஸ்கி அதிர்ச்சி அடைந்திருப்பான் என்பதையும் புரிந்துகொள்ள முடிகிறது. இன்னொரு பக்கம், சோஃபியாவின் கண்ணோட்டத் திலிருந்து பார்த்தால், அவளை யாருக்கும் மன்னிக்கத் தோன்றும். தன் மீது சாட்ஸ்கி சுமத்திய குற்றச்சாட்டுகள் மற்றும் அவனது கிண்டல் பேச்சுகள் சோஃபியாவிடம் ஏற்படுத்திய துரதிர்ஷ்ட வசமான தாக்கம், அந்த இரவு நேரக் காதலர்களை திடீரென்று அவள் தந்தை காண நேர்ந்தது, சாட்ஸ்கியின் சுபாவத்திற்கு நேர் மாறாக, எந்த எதிர்ப்பும் காட்டாத பணிவான சுபாவம் கொண்ட மாச்சாலின் காட்டிய நேசம் என்பதை எல்லாம் கவனத்தில்

கொண்டு பார்த்தால், சோஃபியா மனநிலையின் நியாயத்தைப் புரிந்துகொள்ள முடிகிறது.

சோஃபியாவின் உறவினர்களான மற்ற கதாபாத்திரங்களாக தன்னைக் கற்பனை செய்துகொண்ட ஒருவரால்தான் அவர்களையும் புரிந்துகொள்ள முடியும். மேற்கத்திய கலாச்சாரத்தில் ஊறிப்போன சாட்ஸ்கியின் எல்லை மீறிய பேச்சுகளை அவர்களால் சகித்துக் கொள்ள முடியுமா? அடிமைகளை வேலைக்கு வைத்துக் கொள்ளும் நிலை இன்னும் நீடிக்கும் ஒரு தேசத்தில் வாழும் அவர்கள், தங்களுடைய சமுதாயத்தின் அடித்தளத்தையே ஆட்டம் காணவைக்கும் சாட்ஸ்கியின் பேச்சைக் கேட்டு அதிர்ச்சி அடைந்திருக்க மாட்டார்களா? புத்தி பேதலித்த ஒருவனால்தான் சாட்ஸ்கியைப் போன்று பேசவும் நடந்துகொள்ளவும் முடியும்.

இந்தப் பின்னணியில் தனது முன்னால் நண்பனும் வருங்காலக் கணவனுமான அவன், புத்தி பேதலித்தவன் என்பதை மற்றவர்களை நம்ப வைத்து அவனை வஞ்சம் தீர்ப்பதில் சோஃபியா தந்திரமாகவும் ஈவிரக்கமில்லாமலும் நடந்துகொண்டாள். மாச்சாலினை மிகக் கேவலமாக நடத்திய விதம், கர்வம் கொண்ட சோஃபியாவுக்கு பேரிடியாக இருந்தது என்பதை அவள் நிலையில் இருந்து பார்த்தால் புரிந்துகொள்ள முடியும். அடிமை எஜமானர் களிடையே வாழ்ந்திருப்பதை கற்பனை செய்ய முடிந்த ஒருவரால்தான் அவர்களின் சுபாவங்கள், பழக்கங்கள், வாழ்க்கை முறைகளை புரிந்துகொள்ள முடியும், உணர முடியும். விலைக்கு வாங்கிய காவற் பணியாளனைப் போல மாச்சாலினை வீட்டை விட்டுத் துரத்தியதால், அடங்காத கோபம் கொண்ட வாமசு மகள் சோஃபியாவின் ஆவேசத்தையும் வேதனையையும் உணர முடியும்.

இதைப் போலவே வாமசு நிலையில் ஒருவர் இருந்து பார்த்தால்தான், அவரது கோபம், ஆவேசம், பழி தீர்க்கும் உணர்வு ஆகியவற்றை உணர முடியும். இந்த உணர்ச்சிக் கலவையின் எதிரொலியாகத்தான், ‘‘கடவுளே, இளவரசி மரியா அலெக்ஸேவ்னா என்ன சொல்லப் போகிறாளோ’’ என பதைபதைப்புடன் இறுதியாகக் கூறினார்.

இந்த அணுகுமுறைகளின் பலனாக, அனைத்து தனித்தனி நிகழ்வுகளையும், அனைத்து புற மற்றும் அகச் சூழ்நிலைகளையும் உங்களுடைய (நடிகர்) சொந்த அனுபவத்தின் மூலம் புரிந்து கொள்ள முடியும். நாடக ஆசிரியர் சித்தரித்துள்ள வாமசு வீட்டின் ஒரு நாள் வாழ்க்கையில்தான் எப்படிப்பட்ட திருப்பங்கள், எத்தனை எத்தனை எதிர்பாராத நிகழ்வுகள்? அடுக்கடுக்கான சம்பவங்கள் நிகழும் இந்த ஒரு நாள் வாழ்க்கைதான் ஒட்டுமொத்த நாடகத்தின் உயிர்நாடியாக அமைந்துள்ளது. இதனை அடிப் படையாக வைத்துத்தான் இந்த நாடகத்தின் நான்கு கட்டங்களில் இடம்பெறும் காட்சிகள் சித்தரிக்கப்பட்டுள்ளன. பல மணி நேரம் தொடரும் இந்தக் காட்சிகள், அதி வேகமாகத் தொடர வேண்டும் என்பதால் நடிகர், மேடையில் நிகழும் அனைத்து விஷயங்களிலும் விழிப்புடனும் கவனத்துடனும் இருக்க வேண்டும்.

ஒரு நடிகர், எந்தளவுக்குத் தீவிரமாக அனைத்தையும் கிரகித்து, தெரிந்து வைத்திருக்கிறாரோ, அந்தளவுக்கு அவரது அனுபவமும் அவர் திரட்டி வைத்துள்ள பதிவுகளும் நினைவுகளும் வலுவடையும். எவ்வளவு அதிக நுணுக்கமாகவும் விரிவாகவும் அவரது சிந்தனையும் உணர்வும் மேன்மையடைகின்றனவோ, அந்தளவுக்கு அவரது கற்பனையின் உயிரோட்டம், வலுவடையும். இதனால், சம்பவங்களையும் நிகழ்வுகளையும் ஆழமாகப் புரிந்து கொண்டு, தனது நாடக கதாபாத்திரத்தின் வாழ்க்கை தொடர்பான அக மற்றும் புறச் சூழ்நிலைகளை அந்த நடிகரால் தெள்ளத் தெளிவாக உள்வாங்கிக்கொள்ள முடியும். ஒரே விஷயத்திற்கு கற்பனையில் உயிர் கொடுப்பதை நாள்தோறும் பயிற்சி செய்வதன் மூலம், நாடகத்தில் இடம்பெற உள்ள சூழ்நிலைகள் அவரது கற்பனை வாழ்க்கையின் பழக்கமாகிவிடும். இந்தப் பழக்கம் அவரது இரண்டாவது சுபாவமாக மாறிவிடும்.

இந்த நாடகம் எனக்கு வாசித்துக் காட்டப்பட்டு, முதல் முறையாக பரிச்சயம் ஆனபோது, சம்பவங்களின் சாரமற்ற ஒரு தொகுப்பாகத் தோன்றியதற்கும் அதே சம்பவங்களை தற்போது அலசி, ஆராய்ந்து மதிப்பீடு செய்யும்போது எழும் சிந்தனைக்கும்

எவ்வளவு வேறுபாடு உள்ளது! ஆரம்பத்தில் அனைத்துமே நாடக வடிவமைப்பில், அதன் கதையில் இடம் பெற்றுள்ள வெறும் காட்சிகள். புற வடிவத்தின் சாதாரண வெளிப்பாடு என்றுதான் தோன்றியது. தற்போதோ அவை அனைத்தும் முடிவடையாத, பரபரப்பான ஒரு நாளின் உயிரோட்டமான நினைவுகளாக, வாழ்க்கையுடன், அதுவும், எனது சொந்த வாழ்க்கையுடன் இரண்டறக் கலந்துள்ள சம்பவங்களாக வடிவம் பெற்றுள்ளன.

ஆரம்பத்தில் "வாமசு நுழைகிறார்" என்று உயிர்ப்பில்லாமல் வாசிக்கப்பட்ட அதே வார்த்தைகளில், தற்போது, கையும் களவு மாகப் பிடிபட்ட காதலர்களை எதிர்கொண்டுள்ள பேரபாயம் - நாட்டிலிருந்து வெகு தொலைவுக்கு அப்பால் சோஃபியா வெளியேற்றப்படும் ஆபத்து; வேலையிலிருந்து மாச்சாலின் டிஸ்மிஸ் செய்யப்படும் அபாயம் - குமுறிக்கொண்டுள்ளது.

ஆரம்பத்தில் சாதாரண ஒரு காட்சி விவரமாக குறிப்பிடப் பட்டிருந்த, 'சாட்ஸ்கி நுழைகிறான்' என்ற வெறும் வார்த்தைகள், தற்போது மனம் திருந்திய மைந்தனாக தனது குடும்பத்தினருடன் மீண்டும் இணையும் நிகழ்வாக, தனது உள்ளம் கவர்ந்தவளுடன் மீண்டும் இணையும் நிகழ்வாக - இதற்காகத்தானே அவன் இத்தனை ஆண்டு காலமாக காத்துக்கொண்டிருந்தான் - மாறியுள்ளது. இதில் எவ்வளவு ஆழமான கற்பனை? எத்தனை எத்தனை அக மற்றும் புறச் சூழ்நிலைகள்? உள்ளார்ந்த வாழ்க்கையின் எத்தனை எத்தனை துண்டு துண்டான விஷயங்கள், ஏக்கங்கள்? இவை அனைத்தும் தற்போது அந்த உப்புச் சப்பில்லாத காட்சி விளக்கக் குறிப்பில் இரண்டறக் கலந்துவிட்டன. நாடக ஆசிரியர் எழுதிய ஒவ்வொரு வார்த்தையிலும், இவை அனைத்தும் பொதிந்துவிட்டன.

இப்போது இந்த நாடகத்தின் சம்பவங்களை எனது சொந்த பரிசோதனை மூலம் அலசும்போது, எனது கதாபாத்திரத்தின் அக மற்றும் புறச் சூழ்நிலைகள், ஆரம்பத்தில் தெரிந்தது போன்று அந்நியமாகத் தோன்றவில்லை. ஆனால், நிஜமானவையாகவும்,

யதார்த்தமானவையாகவும் தோன்றுகின்றன. வாமசு வீட்டின் வாழ்க்கைச் சூழ்நிலைகள் அனைத்தும் முக்கியத்துவம் பெற்றுள்ளன. அர்த்தம் நிறைந்தவையாக மாறியுள்ளன. நான் அவற்றைத் துண்டு துண்டான விஷயங்களாக நினைக்காமல், நாடகத்தில் இடம் பெற்றுள்ள திருப்பங்களும் முடிச்சுகளும் நிறைந்துள்ள, ஒட்டு மொத்த சூழ்நிலைகளின் பிரிக்கப்பட முடியாத ஓர் அங்கமாக தற்போது ஏற்றுக்கொள்கிறேன்.

நாடகத்தின் கதையை, சம்பவங்களை வெளிப்படுத்தும் நடிகர், தன்னை அறியாமலேயே அந்த நாடகத்தின் அடிநாதமாக அமைந்துள்ள அதன் உள்ளார்ந்த தன்மையையும் வெளிப்படுத்து கிறார். பூமிக்கு அடியில் பாய்ந்தோடும் நதியைப் போன்று, புறச் சூழ்நிலைகளுக்கு அடியில் புலப்படாமல் உள்ள அந்த உயிர்த் துடிப்பை அவர் உணர வைக்கிறார். தனது நடிப்புக்கு உயிரூட்டி, உந்துசக்தியாக உள்ள சம்பவங்கள் அல்லது உள்ளார்ந்த உணர்வுகளில் விளைந்த உயிரோட்டமான பாவங்களை மட்டுமே நாடக மேடையில் நடிகர் பிரதிபலிக்க வேண்டும். ஒரு பொழுதுபோக்கு அம்சம் என்ற அளவிலேயே நின்றுவிடக்கூடிய வெறும் சம்பவத்திற்கு எந்த மதிப்பும் இல்லை. சொல்லப்போனால் உண்மையான, உள்ளார்ந்த வாழ்க்கைக்கு அது ஊறு விளைவிக்கக் கூடும்.

ஒருவரோடு ஒருவர் மனதளவில் தொடர்புகொண்டு, செயல்பட வைப்பது, போராடுவது, சமாளிப்பது அல்லது விதி வசமோ, மற்றவரிடமோ ஒப்படைத்துவிடுவது ஆகிய நடவடிக் கைகள் வலுப்படுத்தப்படுவதில்தான், சம்பவங்களை அலசி ஆராய்வதன் முக்கியத்துவம் அடங்கியுள்ளது. கதாபாத்திரங்களின் குறிக்கோள்கள், தனிப்பட்ட வாழ்க்கை, ஒரு கதாபாத்திரத்தின் உயிர்நாடியாகத் திகழும் நடிகர் மற்றும் மற்ற கதாபாத்திரங்களுக்கு இடையேயான பரஸ்பர கண்ணோட்டங்கள் ஆகியவற்றை இந்த மதிப்பீடு வெளிப்படுத்துகிறது.

சம்பவங்கள் மற்றும் நிகழ்வுகளை மதிப்பீடு செய்வதில் வேறு என்ன முக்கியத்துவம் அடங்கியுள்ளது? புற நிகழ்வுகளின் அடி

ஆழத்தில் புதைந்துள்ள மிகவும் முக்கியமான உள்ளார்ந்த நிகழ்வை நாம் தோண்டி எடுக்க வேண்டியுள்ளது. புறச் சம்பவங்களுக்கு இந்த உள்ளார்ந்த அம்சம்தான் சக்தி அளிப்பதாக அமைந்திருக்கலாம். அதாவது, உள்ளார்ந்த நிகழ்வின் பரிமாணக் கட்டங்கள் எப்படி உருவாகின்றன? அதன் தன்மையும் தாக்கமும் எந்தளவுக்கு உள்ளது? மற்ற ஒவ்வொரு கதாபாத்திரத்திலும் அவை எப்படிப் பட்டத் தாக்கத்தை ஏற்படுத்துகின்றன? பிற கதாபாத்தரங்களின் அகத் தோற்றங்களை எப்படிப் பகுத்துப் பார்ப்பது என்பதை யெல்லாம் நாம் கவனத்தில் கொள்ள வேண்டும்.

சுருக்கமாகச் சொல்வதென்றால், சம்பவங்களை அலசி ஆராய்ந்து மதிப்பீடு செய்வது, ஒரு மனித ஜீவனின் அக வாழ்க்கை முறையை ஆழமாகப் புரிந்துகொள்வதற்காகத்தான். நாடக ஆசிரியர் உருவாக்கியுள்ள அந்நியமான ஒரு வாழ்க்கையிலிருந்து நடிகர், தனது சொந்த வாழ்க்கையை அமைத்துக்கொள்வதற் காகவும், நாடகக் கதைக்குள் புதைந்துள்ள ஒரு கதாபாத்திரத்தின் அக வாழ்க்கை குறித்த புதிரை விடுவிக்கும் சூட்சுமத்தை கண்டறிவதற்காகவும் இந்த மதிப்பீடு தேவைப்படுகிறது.

சம்பவங்களையும் நிகழ்வுகளையும் மதிப்பீடு செய்வதை ஒரு தடவையோடு கைவிட்டுவிடுவது தவறு. பணியில் முன்னேற்றம் ஏற்பட ஏற்பட, மீண்டும் பின்னோக்கிப் பார்த்து புதிதாக மறு மதிப்பீடு செய்வது அவசியம், இது அக உயிரோட்டத்தை மேலும் வலுப்படுத்தும். ஒரு கதாபாத்திரத்தின் வடிவத்தை நீங்கள் (நடிகர்) மீண்டும் மீண்டும் சிருஷ்டிக்கும் போதெல்லாம் இந்தச் சம்பவங்களை மீண்டும் புதிதாக மதிப்பீடு செய்ய வேண்டும். மனிதன் ஓர் இயந்திரம் அல்ல. நடிக்கும் ஒவ்வொரு தடவையும் ஒரு பாத்திரத்தை ஒரே மாதிரியாக நடிகரால் உணர முடியாது. அதே சிருஷ்டி உந்துதல் மூலம் ஒவ்வொரு தடவையும் ஊக்கம் பெற முடியாது. நேற்றைய மதிப்பீடு போல இன்றைய மதிப்பீடு இருப்பதில்லை. மிகவும் நுணுக்கமான, வெளிப்படையாகப் புலப்படாத, அந்த அணுகுமுறை மாற்றங்கள்தான் இன்றைய படைப்புத் திறனை மெருகேற்றக்கூடிய, முக்கிய தூண்டு சக்தியாக

அமையும். இப்படிப்பட்ட தூண்டுதல் தன்மையின் ஆற்றல் அதன் புதுமையிலும் எதிர்பாராமல் நிகழும் அதன் தன்மையிலும்தான் அடங்கியுள்ளன.

வானிலை, தட்பவெப்ப நிலை, ஒளி, உணவு, அக, புறச் சூழ்நிலைகளின் கலவை ஆகியவற்றின் மூலம் ஏற்படும் விபத்தின் எண்ணற்ற சிக்கல்கள், ஏதாவது ஓர் அளவில் ஒரு நடிகரின் அக நிலையைப் பாதிக்கும். இதன் எதிரொலியாக, ஒரு நடிகரின் அக நிலவரம், நாடக சம்பவங்களோடு அவர் கொண்டுள்ள உறவை சீர்குலைக்கும். மாற்றமடையும் இந்த சிக்கல்களை சாதகமாக பயன்படுத்திக்கொள்ளும் திறன், புதிய அணுகுமுறைகள் மூலம் தனது தூண்டு சக்தியை புதுப்பித்துக்கொள்ளும் ஆற்றல் என்பவை எல்லாம் ஒரு நடிகரின் உள்ளார்ந்த வழிமுறையின் ஒரு முக்கிய அம்சம். இந்தத் திறன் இல்லாத நடிகர், ஒரு சில தடவை நடித்த பிறகு தனது கதாபாத்திரத்தில் ஆர்வம் இழந்துவிடுவார். சம்பவங்கள் மற்றும் உயிரோட்டமான நிகழ்வுகளுடன் தனக்குள்ள தொடர்பையும் அவற்றின் முக்கியத்துவத்தை உணர்ந்துகொள்ளும் நுண்ணறிவையும் அவர் பறிகொடுத்து விடுவார்.

அத்தியாயம் 2
உணர்ச்சிபூர்வ அனுபவத்தின் காலகட்டம்

ஒரு கதாபாத்திரத்திற்கான முன் தயாரிப்பு, முதற்கட்டப் பணியாக இருக்கும் நிலையில், அதன் சிருஷ்டி, இரண்டாவது கட்டப்பணியாக உள்ளது. முதல் காலகட்டத்தை இரண்டு காதலர்களுக்கு இடையேயான ஆரம்ப உறவு என ஒப்பிட்டால், இரண்டாவது காலகட்டத்தை, அவர்கள் காதலின் இறுதி வெற்றியாக, அவர்கள் சங்கமத்தின் பலனாகக் கனிந்ததாக எடுத்துக் கொள்ளலாம்.

இந்த சிருஷ்டித் தருணத்தை ஓர் ஒப்பீடு மூலம் நெமிரோவிச்-டான்சென்கோ விளக்குகிறார்: ஒரு செடி வளர வேண்டும் என்றால், முதலில் அதன் விதை நிலத்தில் விதைக்கப்பட வேண்டும்; அந்த விதை மண்ணில் மக்கி அதிலிருந்து வேர் தோன்றி, பின்னர் செடி முளைவிடும். அதே போன்றுதான் நாடக ஆசிரியரின் சிருஷ்டி விதை நடிகரின் ஆன்மாவில் விதைக்கப்பட வேண்டும். அவருக்குள் அது இரண்டறக் கலக்கும் கட்டத்தைக் கடந்து வேர்விட்டு, அதிலிருந்து புதிய சிருஷ்டி மலரும். அது நடிகருக்கு சொந்தமாகும் என்றாலும் அடிப்படையில், அது நாடக ஆசிரியரின் படைப்பு.

ஆயத்தப் பணிக்கான காலகட்டம் எதிர்பார்க்கப்பட்ட சூழ்நிலைகளை உருவாக்கி இருந்தால், உண்மையான உணர்ச்சிகளை, ஒரு கதாபாத்திரத்தின் உயிர் நாடியை, அதன் அக வடிவத்தை, அதன் ஆன்மீக வாழ்க்கையை இந்த இரண்டாவது காலகட்டம் உருவாக்கும். ஒரு கதாபாத்திரத்தின் உணர்ச்சி பூர்வமான அனுபவம்தான், சிருஷ்டித் தன்மையின் அடிப்படை யாகவும் மிக முக்கிய கட்டமாகவும் உள்ளது.

மனித இயல்பை வழிநடத்தும் உடல் ரீதியிலான, ஆன்மீக ரீதியிலான விதிகள், உணர்ச்சிகளின் உண்மைத்தன்மை, இயற்கை அழகு ஆகியவற்றைத்தான், ஒரு கதாபாத்திரமாக வாழ்ந்து, அனுபவிக்கும் இயற்கையான படைப்பாற்றல் தொடர் கட்டங்கள் அடித்தளமாகக் கொண்டுள்ளன. இந்த இயற்கையான தொடர் கட்டங்கள் எப்படி முளைவிட்டு வளர்ச்சியடைகின்றன? ஒரு நடிகரின் படைப்புப் பணி என்பது இதில் எங்கு அடங்கியுள்ளது?

அக உந்துதல்கள்; அக நடவடிக்கை

Woe from Wit நாடகத்திற்கான எனது ஆரம்பகட்ட முன் தயாரிப்புப் பணிகளின்போது, வாமசு வீட்டின் புறச் சூழ்நிலைகளுக்கு இடையே "எப்படி இருப்பது", "எப்படி வாழ்வது" என்பதை எனது கற்பனை வளத்தின் உதவியுடன் கற்றுக்கொண்டேன். அங்கு வாழ்வதற்கான அடிப்படையை காணவும், சில குறிப்பிட்ட சம்பவங்கள் மற்றும் நிகழ்வுகளை நேருக்கு நேர் எதிர்கொள்ளவும், அந்த வீட்டில் வசிப்பவர்களை சந்தித்து அவர்களை அறிந்துகொள்ளவும், அவர்களின் உணர்ச்சி களை உணர்ந்துகொள்ளவும், அவர்களுடன் நேரடியான தொடர்பை வலுப்படுத்திக்கொள்வதற்கும் எனது கற்பனை வளம்தான் துணை நின்றது. வெகு இயல்பாக, தானாக உருவெடுத்த ஒரு குறிப்பிட்ட இலக்கு நோக்கிய உந்துதல் களையும், சில ஆசைகளையும் என்னை அறியாமலேயே எனக்குள் நான் உருவாக்கிக்கொள்ளத் தொடங்கினேன். இதுவும் எனது கற்பனையின் உதவியுடன்தான் நிகழ்ந்தது.

உதாரணமாக, வாமசுவை நான் சந்தித்த அந்தக் காலைப் பொழுதை நினைவுகூர்கிறேன். அவர் பாடிக்கொண்டிருந்தபோது அவருடைய அறையில் அவருடன் இருந்ததை உணர்ந்ததோடு மட்டுமல்லாமல், உயிருள்ள ஒரு ஜீவன் அங்கு இருந்ததையும் அவருடைய உணர்ச்சிகளையும் உணர்ந்ததோடு மட்டுமல்லாமல், அருகாமையில் அங்கிருந்த ஏதோ சிலவற்றைக் குறித்த குறிப்பிட்ட ஆசைகளையும், உந்துதல்களையும்கூட நான், அறிந்துகொள்ள ஆரம்பித்தேன். தற்காலிகமாக இருக்கக்கூடிய அந்த ஆசைகள் வெகு சாதாரணமானவை. வாமசுவின் கவனத்தை சற்றுக் கவர வேண்டும் என விரும்பினேன். இந்த ஆசையை வெளிப்படுத்தப் பொருத்தமான வார்த்தைகளையும் செயல்களையும் நான் தேடினேன். உதாரணமாக, அந்த வயதான மனிதரை சீண்டிப் பார்க்க வேண்டும் என்று உந்தப்பட்டேன். ஏனென்றால் அவரது கோபம் அதிகமாகும்போது, அவர் வேடிக்கையாக நடந்து கொள்வார் என நம்பினேன்.

இப்படிப்பட்ட படைப்பாற்றல் சார்ந்த உந்துதல்களை அடுத்து, நடிப்புக்கான உந்துதல்கள் இயல்பாகவே பிறக்கின்றன. ஆனால், உந்துதல் இன்னமும் நடிப்பாக மலரவில்லை. இந்த உந்துதல் என்பது உள்ளார்ந்த ஒரு வேட்கை; இன்னமும் நிறைவேற்றப் படாத ஓர் ஆசை. ஆனால், நடிப்பு என்பது புற மற்றும் அக வெளிப்பாடு மூலம் நிறைவேற்றப்படும் ஆசையாகும். ஓர் உந்துதல், அக நடவடிக்கையை உருவாக்குகிறது. அந்த அக நடவடிக்கை, புற நடவடிக்கையை வெளிப்பட வைக்கிறது. ஆனால், இது ஆரம்பகட்ட நிலையாக இருப்பதால், அது குறித்து தற்போது விரிவாக விளக்க முடியாது.

வாமசு வீட்டு வாழ்க்கையில் இடம்பெற்றுள்ள சில காட்சிகள் குறித்த, கற்பனை அடிப்படையிலான உணர்ச்சிபூர்வ அனுப வத்தை, எனது உள்ளுணர்வு மூலம் தற்போது அறிந்துள்ள நிலையில், சில விஷயங்களை மையமாக வைத்து, அவற்றுக்கான காரண, காரியங்களை ஆராயத் தொடங்குகிறேன். சோஃபியா-மாச்சாலின் காதல் காட்சியின்போது, வாமசு குறுக்கிட்டதை

நினைவுகூர்கிறேன். அப்போது, அந்தச் சூழ்நிலையிலிருந்து தப்பித்துக்கொள்வதற்காக, சோஃபியாவாக என்னைக் கற்பனை செய்துகொள்கிறேன். முதலில், தர்மசங்கடமான மனநிலையை மறைத்துக்கொண்டு நான் அமைதியாக இருப்பதாகக் காட்டிக் கொள்ள வேண்டும். கட்டுப்பாட்டை எனக்கு நானே வரவழைத்துக்கொள்ள வேண்டும். ஒரு செயல் திட்டத்தை வகுத்தாக வேண்டும். வாமசுவை அவரது தற்போதைய மனநிலையில் அணுகுவதற்கு ஏற்றவாறு எப்படியாவது என்னைத் தயார்ப்படுத்திக்கொள்ள வேண்டும். அவரை எனது இலக்காக முடிவு செய்துகொண்டேன்.

அவர் எவ்வளவு அதிகமாக ஆவேசப்படுகிறாரோ, அவ்வளவு அதிக அமைதியுடன் நான் நடந்துகொள்வதில் கவனமாக இருக்க வேண்டும். அவரது கோபம் தணிந்த உடனேயே, எனது அப்பாவித்தனமான, பணிவான தோற்றத்தின் மூலம் அவரை ஆட்டம் காணச் செய்கிறேன். இதனிடையே, வெகு நுட்பமான அனைத்துவித சீரமைப்பு நடவடிக்கைகள் எனக்குள் உள்முகமாக விழுதுவிட்டன. தந்திர உபாயங்கள், ஒன்றுடன் ஒன்று மோதிக் கொள்ளும் உணர்ச்சிகள், எதிர்பார்த்திராத அக உந்துதல்கள் என்பவை எல்லாம் எனக்குள் ஊற்றெடுத்தன.

இந்தச் சூழ்நிலைகளுடன் நான் இரண்டறக் கலந்துவிட்டதை உணர்ந்ததுமே என்னால் செயல்பட முடியும். உடல் ரீதியாக அல்ல; உள்முகமாக. எனது கற்பனையில் என்னால் இயங்க முடியும்.

''சோஃபியா நிலையில் நீ இருந்தால் என்ன செய்வாய்?'' என எனது உணர்வுகளிடம் என் கற்பனைக் கேள்வி எழுப்பியது.

எந்தத் தயக்கமும் இல்லாமல் எனது உணர்வுகள் பதிலளித்தன:

''தேவதை போன்ற பாவத்தை முகத்தில் வரவழைத்துக் கொள்ளுமாறு நான் சொல்வேன்.''

''அப்புறம்?'' எனது கற்பனை, கேள்வியைத் தொடர்கிறது.

“எந்தச் சலனத்தையும் காட்டாமல், மௌனமாக இருக்கும்படி சொல்வேன். எனது அப்பா அவர் இஷ்டப்படி எவ்வளவு கடுமையாக, முட்டாள்தனமாக வேண்டுமானாலும் பேசிக் கொள்ளட்டும். பொதுவாக, செல்லம் கொடுக்கப்பட்டதால் மிகவும் கெட்டுப்போன மகளுக்கு இது சாதகமாகத்தான் இருக்கும்.

இந்த வயதான மனிதர், ஆத்திரம் முழுவதையும் கொட்டித் தீர்த்து, இனிமேல் பேச முடியாது என்ற நிலையில், தொண்டை கரகரத்துப் போய், ஆவேச உணர்ச்சி முற்றிலுமாக வடிந்து, அவரது ஆன்மாவின் ஆழத்தில், அவரது வழக்கமான நல்ல சுபாவம், மெத்தனப் போக்கு, ஆழ்ந்த அமைதி ஆகியவற்றைத் தவிர வேறு எதுவுமே எஞ்சியிருக்காத நிலைக்கு வந்துவிடுவார்.

வசதியான நாற்காலியில் உட்கார்ந்துகொண்டு, தன்னை ஆசுவாசப்படுத்திக்கொள்வார். வியர்வையைத் துடைத்துக் கொள்வார், இந்தத் தருணத்தில் மிகவும் அமைதியாக இருக்க வேண்டும், ஒழுக்கத்தில் சிறந்த ஒரு பெண்ணின் முகத்தில் மட்டுமே தோன்றும் ஒரு தேவதைக் களையை வரவழைத்துக் கொள்ள வேண்டும் என உத்தரவிடுவேன்.”

எனது உணர்வுகள் இப்படி விளக்கமளித்தன.

“சரி... அதற்குப் பிறகு?” எனது கற்பனை மீண்டும் கேள்வியைத் தொடர்ந்தது.

“யாருக்கும் தெரியாதது போல, அதே சமயத்தில் அவள் அப்பா கவனிக்கும்படி கண்ணீரைத் துடைத்துக்கொள் என சோஃபியாவுக்கு உத்தரவிடுவேன்.

அந்த வயதான மனிதர், கவலையோடும், சற்று குற்ற உணர்வோடும் ‘நீ ஏன் எதுவுமே பேசாமல் அமைதியாக இருக்கிறாய் சோஃபியா?’ எனக் கேட்கும் வரை முன்னைப் போலவே ஒரு சிலை போன்று மௌனமாக நிற்க வேண்டும் என்று ஆணையிடுவேன். அப்பாவின் கேள்விக்குப் பதிலளிக்க மாட்டேன்.

'நான் சொல்வது கேட்கவில்லையா? உனக்கு என்ன பிரச்சினை? என்னிடம் சொல்லம்மா' என அந்த மனிதர் கெஞ்சிக் கேட்பார்.

'கேட்கிறது அப்பா' என, பரிதவிப்பான நிலையில் அவரை சிக்க வைக்கும் விதமாக, மகள் மிகவும் பணிவான, நிராதரவான, குழந்தைத்தனமான குரலில் பதிலளிப்பாள்."

"அதன் பிறகு என்ன நடக்கும்?" எனது கற்பனை, விடாப்பிடியாக கேள்வியைத் தொடர்கிறது.

"அவள் அப்பா மீண்டும் கோபமடையத் தொடங்கும் வரை, தொடர்ந்து அமைதியாகவும் பணிவாகவும் இருக்கும்படி உத்தர விடுவேன். இப்போது அவர் கோபம்கொள்வது மாச்சாலினுடன் அவள் பிடிபட்டதற்காக அல்ல; மகள் மௌனமாக இருப்பதால், என்ன செய்வது என்று தெரியாத இக்கட்டான நிலைக்குத் தன்னை ஆளாக்கிவிட்டாளே... என்பதால் கொப்பளித்த கோபம் அது. ஒரு நபரின் கவனத்தைச் சிதறச் செய்யவும், பேச்சை வேறு ஒரு விஷயத்திற்கு திசை திருப்பவும் இது ஓர் அபாரமான வழிமுறை."

இறுதியில் அப்பாமீது பரிதாபம் கொண்ட அவள், மாச்சாலின் முட்டாள்தனமாகத் தனக்குப் பின்னால் மறைத்துக்கொள்ள முயன்ற புல்லாங்குழலை, அப்பாவிடம் காட்டும்படி அசாதாரண அமைதியுடன் கூறுகிறாள்.

"இதைப் பாருங்கப்பா..." பணிவான குரலில் அவள் வார்த்தைகளை நான் உச்சரிக்கிறேன்.

"என்ன அது?" அப்பா கேட்கிறார்.

"புல்லாங்குழல். இதற்காகத்தான் மாச்சாலின் வந்தான்"

"அப்படியா!... அவனது கோட் பின்பக்கத்தில் இதை மறைத்துக் கொள்ள முயன்றதை நான் பார்த்தேன்... அது சரி, இது எப்படி உனது அறைக்குள் வந்தது?" அந்த வயதான பெரிய மனிதர் கேட்கிறார்.

"வேறு எங்கு அது இருக்கும்? நேற்று நாங்கள் இரண்டு பேரும் சேர்ந்து இதை இசைப்பதில் பயிற்சி செய்துகொண்டிருந்தோம்.

உங்களுக்குத்தான் ரொம்ப நல்லாத் தெரியுமே அப்பா... இன்று சாயந்தரம் நடக்கப்போற பார்ட்டிக்காக நாங்க இரண்டு பேரும் பிராக்டீஸ் செஞ்சுக்கிட்டுருக்கோம்னு...''

''ஆமாம் எனக்குத் தெரியும்,''

அப்பாவி போன்று தன்னைக் காட்டிக்கொண்டு மகள் அமைதியாக நிற்பதால் இன்னமும்கூட கோபத்தைக் கைவிடாத அப்பா எச்சரிக்கை உணர்வுடன் ஒப்புக்கொள்கிறார்.

''அந்த இசை நிகழ்ச்சி ரொம்ப சிறப்பாக அமைய வேண்டும் என்பதற்காக, நமது கௌரவத்தை விட்டுக்கொடுக்கும் அளவுக்கு நீண்ட நேரம் நாங்கள் இருவரும் பிராக்டீஸ் செய்ததற்காக உங்களிடம் மன்னிப்புக் கேட்கிறேன் அப்பா,' என்று சொல்லியவாறு சோஃபியா தந்தையின் கையில் முத்தமிடுகிறாள்.

''எவ்வளவு கெட்டிக்காரப் பெண்?'' என்று தனக்குள் சொல்லிக்கொண்டு மகளின் நெற்றியில் மென்மையாக அவரும் முத்தமிடுகிறார்.

''இசைப் பயிற்சியில் நல்ல முறையில் நாங்கள் தேர்ச்சி அடைய வேண்டுமே. இந்த இசை நிகழ்ச்சி சிறப்பாக நடக்காவிட்டால், உறவினர்கள் முன்பு உங்கள் மகளால் உங்கள் கௌரவம் பாதிக்கப்பட்டு, உங்களுக்குத்தானே அப்பா கெட்ட பெயர்? இதனால் நீங்கள் கவலைப்படுவீர்களே?''

''ஆமாம் மகளே, அது எனக்குக் கவலையைத்தான் ஏற்படுத்தும்.''

கிட்டத்தட்ட குற்ற உணர்வுடன் வயதான அந்த மனிதர், ஒப்புக்கொள்கிறார். நிலைமை தலைகீழாக மாறிவிட்டது. குற்றம் சாட்ட முற்பட்டவரே குற்றவாளி நிலைக்கு ஆளாக்கப் பட்டுள்ளார்.

''அது சரி, ஏன் இந்த ரூமில்?...''

குற்றச்சாட்டிலிருந்து தன்னை விடுவித்துக்கொள்வது போன்று திடீரென உரத்த குரலில் கேட்கிறார்.

"வேறு எங்கே போவது?"

தேவதை போன்ற முகபாவத்துடன் அப்பாவிடம் கேள்வி எழுப்பிய சோஃபியா, தனது தரப்பு நியாயத்தை விளக்கமாக எடுத்துரைக்கிறாள்.

"பியானோ வைக்கப்பட்டுள்ள வரவேற்பு அறைக்கு நான் போகக் கூடாது என உத்தரவு பிறப்பித்திருக்கிறீர்கள். ஒரு இளைஞனுடன் நான் தனியாக அங்கு இருப்பது முறையல்ல என்றும் சொல்லியிருக்கிறீர்கள், மற்ற அறைகள் எல்லாம் நேற்று வெப்பமூட்டப்படாததால் ரொம்ப குளிராக உள்ளன. என் அறையில் உள்ள பியானோவில் பயிற்சி செய்யாமல் நாங்கள் வேறு எங்கே போவது? வேறு எந்த வாத்தியமும் இல்லை. நீண்ட நேரம் ஓர் இளைஞனுடன் நான் தனியாக இருக்கக்கூடாது என்பதற்காக லிஸாவை இங்கு இருக்கும்படி உத்தவிட்டிருந்தேன்.

இருந்தாலும், நீங்க என் மேல்... அம்மா உயிரோட இருந்திருந்தால் எனக்கு ஆதரவாகப் பேசியிருப்பாங்க. எனக்கு ஆறுதல் சொல்ல யாருமே இல்லை. நான் ஓர் அனாதை. கடவுளே, ஏன்தான் நான் உயிரோட இருக்கேனோ?" சோஃபியாவுக்கு அதிர்ஷ்டம் இருந்தால், அவள் கண்களிலிருந்து கண்ணீர் வழிந்திருக்கும். அந்தக் கண்ணீரே அனைத்து சிக்கல்களுக்கும் தீர்வு தந்திருக்கும்...

★ ★ ★

நடிப்பதற்கான ஆசைகளும் உந்துதல்களும் பிறந்தவுடன் இயல்பாக, ஒரு முக்கியமான செயலை நோக்கி செலுத்தப் படுகிறேன். அது, அக நடவடிக்கை. வாழ்க்கையே ஒரு நாடக மேடைதான். எனவேதான், வாழ்க்கையிலிருந்து துளிர்க்கும் இந்தக் கலை, உயிர்த் துடிப்புடன் உள்ளது.

டிராமா (drama) என்ற வார்த்தை கிரேக்க மொழியில் 'நான் செய்கிறேன்' என்ற அர்த்தம் பொதிந்துள்ள வார்த்தையிலிருந்து எடுத்தாளப்பட்டுள்ளதில் காரணம் இல்லாமல் இல்லை. இந்த

கிரேக்க வார்த்தை, இலக்கியத்தோடு, நாடகத்தை எழுதுவதோடு, கவிதையோடு தொடர்புடையது. நடிகரோடோ அல்லது அவரது நடிப்புக் கலையோடோ தொடர்புடையது அல்ல.

ஆனால், நடிப்புக் கலை என்பதை நடிகர்களின் செயல் அல்லது முகபாவத்தோடு தொடர்புடையதாக, நாம் நினைக்கிறோம். பொதுவாக, மேடையில் வெளிப்படும் நடிப்பை புறச் செயலாக நாம் தவறாக எடுத்துக்கொள்கிறோம். மேடையில் பலர் வருவது, போவது, திருமணம் செய்துகொள்வது, பிரிவது, கொலை செய்வது அல்லது யாரையாவது காப்பாற்றுவது என்ற சம்பவங்கள் எல்லாம் இடம் பெற்றிருந்தால், அந்த நாடகங்கள் மிக நன்றாக இருப்பதாகக் கருதுகிறோம். சுருக்கமாக சொல்வது என்றால், சுவாரஸ்யமான சம்பவங்கள் மிக நேர்த்தியாக விவரிக்கப்படும் புறக் காட்சிகள் நிறைந்த கதை இடம் பெற்றுள்ள நாடகத்தை, மிகச் சிறந்த படைப்பாகக் கொண்டாடுகிறோம். ஆனால், இது முற்றிலும் தவறானது.

நடந்துசெல்வது, அங்கும் இங்கும் போய்வருவது, உடலளவில் வெளிப்படும் பாவங்கள்... என்பவையெல்லாம் அருமையான நடிப்பின் இலக்கணங்கள் அல்ல. கை, கால் அல்லது உடலசைவு மூலம் தீர்மானிக்கப்படுவதல்ல நடிப்பு. அக அசைவுகளும் உந்துதல்களும்தான் நடிப்பின் உயிர்நாடி. நடிப்பு என்ற வார்த்தை, வெளிப்படுத்துதல் அல்லது பிரதிபலித்தல் என்ற வார்த்தையைப் போன்றதல்ல என்பதை நாம் அழுத்தம் திருத்தமாகப் புரிந்து கொள்ள வேண்டும். நடிப்பு என்பது உடல் சார்ந்ததல்ல, அது ஓர் ஆன்மீக செயல்பாடு. தானாகத் தோன்றும், அடுத்தடுத்த தொடர் நடவடிக்கைகளின் இயல்பான வெளிப்பாடு அது. ஒரு குறிக்கோளை எட்டுவதற்கான ஆசைகள் அல்லது உந்துதல்களின் சங்கமத்தில்தான் இந்த ஒவ்வொரு நடவடிக்கையும் மலர்கிறது.

அருமையான நடிப்பு என்பது ஆன்மாவிலிருந்து உடலை, வெளிப் பகுதியிலிருந்து மையத்தை, புறத்திலிருந்து அகத்தை எட்டும் ஒரு செயல்பாடாகும். மேடையில் அக நடவடிக்கையின் உந்துதல் இன்றி வெளிப்படும் புறச் செயல், கண்களுக்கும்

காதுகளுக்கும் வேண்டுமானால் விருந்து படைக்கலாம். ஆனால் அது, இதயத்திற்குள் ஊடுருவிச் செல்லாது. அந்தக் கதாபாத்திரம் ஜீவன் இல்லாத ஒன்றாகத்தான் இருக்கும். அக உந்துதல்கள்தான் சிருஷ்டித் தருணங்களுக்கான ஊக்க சக்தி. அக நடவடிக்கையில் முகிழ்க்கும் படைப்பாற்றல் மட்டுமே, கவித்துவத்துடன், உயிரோட்டத்துடன் பளிச்சிடும்.

இதற்கு மாறாக, அக உந்துதல் இல்லாத நடிப்பு அதன் அழகைக் குலைக்கிறது, மேலோட்டமான உணர்வுகள்தான் இந்த நடிப்பில் வெளிப்படும். இப்படிப்பட்ட உணர்வில் உயிரோட்டம் இருக்காது.

சில சமயங்களில் ஒரு நடிகர், தனக்கும் தனது கதாபாத்திரத் திற்கும் எந்த வித்தியாசமும் இல்லை என்றும் தான் அந்தக் கதாபாத்திரமாகவே மாறிவிட்டதாகவும் மேலோட்டமாக நினைத்துக்கொண்டு, நடிப்பதுண்டு. ஆனால், அக உந்துதல் இல்லாத இந்த மேலோட்டமான உணர்வு எவ்வளவு உண்மையாக இருந்தாலும் அது ஆக்கத் திறன் வாய்ந்தது அல்ல. ரசிகர்களின் இதயத்தை அது எட்டாது. ஒரு நடிகர் ஒரு கதாபாத்திரம் குறித்து மேலோட்டமாக உணர்ந்திருந்தால், அவருடைய உணர்ச்சி அவருக்குள்ளேயே தேங்கிக் கிடக்கும். அக அல்லது புற நடவடிக்கையில் எந்த உயிர்ப்பும் இருக்காது.

நாடகக் காட்சி அமைப்பின்படி, ஒரு மந்தமான கதாபத்திரத்தை ஏற்று நடிக்கும் நடிகர், அந்த நடிப்பிலும் தீவிரமாகத்தான் பங்கேற்க வேண்டும். சோம்பேறியான கதாபாத்திரம் என்றாலும் அதுவும்கூட நடிப்புதான்.

நாடக மேடையைப் போன்றே நிஜ வாழ்க்கையிலும், ஆசைகள், எதிர்பார்ப்புகள், அவற்றை நிறைவேற்றிக்கொள்வதற் கான உள்முக சவால்கள், அவற்றின் அக மற்றும் புற வெளிப்பாடுகள் ஆகியவை நிறைந்துள்ளன.

ஒரு நடிகர், மேடையில் தனது ஆக்கத் திறன் அனுபவத்தை வரவழைத்துக் கொள்வதற்காக, தனது கலை ஆர்வத்தை இடை

விடாமல் தனக்குள் தகிக்கச் செய்ய வேண்டும். இது உள்ளார்ந்த ஆசைகளை, இலக்குகளை, அக உந்துதல்களைக் கிளறிவிட்டு, அதன் வெளிப்பாடாக, மேடையில் உயிரோட்டமான நடிப்பை பிரதிபலிக்கச் செய்யும்.

மேடையில் தோன்றும் நடிகர், இந்த ஆசைகளை, இலக்குகளை, செயல்களைத்தான் ஆக்கத் திறன் வாய்ந்த நடிகர் என்ற முறையில் தனக்கு சொந்தமாக ஆக்கிக்கொள்ள வேண்டும். அவரது கதாபாத்திரம் குறித்து வெறும் தாளில் எழுதப்பட்டுள்ள வார்த்தைகளையோ, நாடக மேடையில் இடம்பெறாத நாடக ஆசிரியர் அல்லது திரைக்குப் பின்னால் உள்ள இயக்குனரின் வார்தைகளையோ அல்ல. தனது கதாபாத்திரமாக வாழ்வதையும் அதை அனுபவிப்பதையும் தனது சொந்த, உண்மையான உணர்வுகளைக் கொண்டுதான் நிறைவேற்ற முடியும் என்பதை சொல்லத்தான் வேண்டுமா? மற்றவர்களின் உணர்வுகளை ஒரு நடிகராகவும் மனித ஜீவனாகவும் கிரகித்துக்கொள்ளாமல், அந்த உணர்வுகளுடன் ஒருவரால் சராசரி வாழ்க்கையிலோ அல்லது மேடையிலோ இயங்க முடியுமா? வேறு ஒருவரின் உடல் மற்றும் ஆன்மாவின் உணர்வுகளை இரவல் வாங்கி அவற்றைத் தனக்கு சொந்தமானதைப் போன்று ஒருவரால் பயன்படுத்திக்கொள்ள முடியுமா?

ஒரு நாடக ஆசிரியர் அல்லது இயக்குனரின் எதிர்பார்ப்புகளைப் பூர்த்தி செய்வது, ஒரு நடிகரின் கடமை. ஆனால், தனது கதாபாத்திரத்திற்கு உயிரூட்டிக்கொள்வதற்கு, தனது சொந்த ஆசைகளைப் பயன்படுத்த வேண்டும். மற்றொருவரின் உந்துதல் மூலம் அல்லாமல் சுய உந்துதல் மூலம் அந்த நடிகர் தன்னைத் தானே மேலும் மெருகேற்றிக்கொள்ள வேண்டும். இயக்குனரும் நாடக ஆசிரியரும் தங்கள் விருப்பங்களை நடிகரிடம் தெரிவிப் பார்கள். ஆனால், அந்த விருப்பங்களை, எதிர்பார்ப்புகளை நடிகர், தனது இயல்போடு இணைத்துக்கொண்டால், பின்னர் அவை அந்த நடிகரை முற்றிலுமாக ஆட்கொண்டுவிடும். அவரது இயல்பின் ஓர் அங்கமாக மாறிவிடும்.

படைப்பாற்றல் இலக்குகள்

ஒரு நடிகர் மேடையில் தனது படைப்புத் திறன் முனைப்பு சார்ந்த விருப்பங்களை எப்படி வெளிப்படுத்துவது? "ஆசைப்படு! உருவாக்கு! நடி!" என்று சர்வசாதாரணமாக சொல்லிவிட முடியாது. நமது (நடிகர்கள்) படைப்பாற்றல் உணர்ச்சிகள் கட்டளைக்குப் பணியாதவை. அவை அதிகார ஆணைக்கு உட்படாதவை. இதம் பதமாகத்தான் அவற்றை வழிக்குக் கொண்டு வரமுடியும். அவை இணக்கமான நிலைக்கு வந்தவுடன், ஆசைப் படத் தொடங்கும். அதை அடுத்து, செயல்படக் காத்திருக்கும்.

படைப்பாற்றல் முனைப்பை ஊற்றெடுக்க வைப்பது, ஈர்ப்பு சக்தி நிறைந்த ஒரு குறிக்கோள் மட்டுமே. இந்தக் குறிக்கோள்தான் சிருஷ்டித் திறனைப் பட்டைத் தீட்டுகிறது. அதன் ஊக்க சக்தியும் குறிக்கோள்தான். குறிக்கோள்தான் நமது உணர்ச்சிகளை சுண்டி இழுக்கிறது. படைப்பாற்றல் இலக்கை எட்டுவதற்கான ஆசைகளின் ஊற்றுக்கண்ணைத் திறந்துவிடுவதும், குறிக்கோள் தான். இயல்பாகவும் தர்க்க ரீதியாகவும் செயலாக வெளிப்படுத்தப் படும் அகத் தகவல்களை அது அனுப்புகிறது. ஒரு கதாபாத்திரத் திற்கு ஜீவன் கொடுப்பதும் குறிக்கோள்தான்.

அடுக்கடுக்கான, தடைபடாத குறிக்கோள்களிலும், அவற்றை வெற்றிகரமாக நிறைவேற்றுவதிலும்தான் மேடை வாழ்க்கையும் திரைக்குப் பின்னால் உள்ள வாழ்க்கையும் அடங்கியுள்ளது. ஒரு நடிகரின் படைப்பாற்றல் பயணம் முழுவதிலும் குறிக்கோள்கள், வழிகாட்டிகளாக அமைந்துள்ளன. நடிகர் செல்ல வேண்டிய உண்மையான திசையை அவைதான் காட்டுகின்றன.

குறிக்கோள்கள் என்பவை இசைக்கான 'நோட்ஸ்' போன்றவை. ஒரு கீதம் எப்படி அமைய வேண்டும் - சோகமாக, கொண்டாட்டமாக - என்பதை இவைதான் தீர்மானிக்கின்றன.

இப்படிப்பட்ட குறிக்கோள்களை அறிவுபூர்வமாக, நமது மனம் சுட்டிக்காட்டி இருக்கலாம் அல்லது நினைவு மனதிற்கு அப்பாற்

பட்டு, உணர்ச்சிபூர்வமாக தானாகவே இந்தக் குறிக்கோள்கள் தோன்றியிருக்கலாம்.

நினைவு மனம் உணர்ந்த குறிக்கோளை, எந்த உணர்வோ முனைப்போ இல்லாமல், மேடையில் வெளிப்படுத்த முடியும். ஆனால் அவை, ஜீவனற்றதாக, ஈர்ப்புத்தன்மை அற்றதாகவே இருக்கும். படைப்பாற்றல் குறிக்கோள்களை எட்டுவதற்கு அது உகந்ததல்ல. உணர்ச்சிகள் அல்லது மன உறுதி மூலம் ஜீவனூட்டப் படாத ஒரு குறிக்கோள், வெறும் வார்த்தைகளின் வடிவமாகத் தான் இருக்கும். ஒரு நடிகர், தனது கதாபாத்திரமாக வாழாமல் அல்லது அனுபவிக்காமல், தனது மனதின் மூலமாக மட்டுமே தனது குறிக்கோளில் வெற்றிபெறுகிறார் என்றால், வெறும் வார்த்தைகளை வெளிப்படுத்தும் ஒரு செயலாகத்தான் அது இருக்கும். இப்படிப் பட்ட ஒரு நடிகர் ஒரு படைப்பாளியாக இருக்க முடியாது. தனது கதாபாத்திரத்தைத் தெரிவிக்கும் ஒரு நபராக மட்டுமே இருப்பார். ஒரு நடிகரின் ஜீவனுள்ள உணர்வுகளையும் உறுதிப்பாட்டையும் ஈர்த்து, அவரை இயங்க வைக்கும் சக்தியாகத் திகழும் குறிக்கோள், அதாவது மனம் உருவாக்கிய குறிக்கோள் மட்டுமே சிறந்ததாக இருக்கும்.

நினைவு மனதிற்கு அப்பாற்பட்டு, ஆழ்மனதில் உருவாகும் குறிக்கோளே தலைசிறந்த படைப்பாற்றல் குறிக்கோளாகும். இது, உடனடியாக, உணர்ச்சிபூர்வமாக, ஒரு நடிகரின் உணர்வுகளை ஆட்கொண்டு, நாடகத்தின் அடிப்படைக் குறிக்கோளுடன் இணைந்து, வெகு இயல்பாக அவரின் பயணத்தைத் தொடர வைக்கும். இத்தகைய குறிக்கோளின் சக்தி, அதன் மிக உயர்ந்த நிலையில் உறைந்துள்ளது. இந்துக்கள், இப்படிப்பட்ட குறிக்கோளை மிக மேன்மையான உணர்வு நிலை எனக் குறிப்பிடுகின்றனர். இந்தக் குறிக்கோள் ஒரு காந்தம் போன்று படைப்பாற்றல் முனைப்பை ஈர்த்து, உயர்ந்த இலக்குகளை நோக்கி திசை காட்டுகிறது.

இப்படிப்பட்ட சந்தர்பங்களில், இந்த நிகழ்வுகளை கவனத்தில் எடுத்துக்கொண்டு அவற்றை மதிப்பீடு செய்வதை மட்டுமே

மனதால் மேற்கொள்ள முடிகிறது. இந்த மாதிரியான குறிக்கோள்கள், முழுமையாக இல்லாவிட்டாலும் குறைந்தது பாதி அளவாவது ஆழ்மனதில்தான் குடிகொண்டிருக்கும். இயற்கையின் இந்தப் படைப்புத் திறனை, எப்படி இணைத்துக்கொள்வது? அது வெளிப்படுவதற்கான சூழலை எப்படி உருவாக்குவது? உணர்ச்சிகரமான, மிகவும் உன்னதமான இந்தக் குறிக்கோள்களை லாவகமாக எப்படி வசப்படுத்துவது என்பதைக் கற்றுக்கொள்வது தான் நம்மால் செய்ய முடிந்த காரியம்.

நினைவு மனதிற்கு அப்பாற்பட்ட குறிக்கோள்கள், நடிகர்களின் உணர்ச்சிகள் மற்றும் உறுதிப்பாடு மூலம் உருவாக்கப்படுகின்றன. அவை, தானாகவே, வெகு இயல்பாக உயிர் பெறுகின்றன. பின்னர், நினைவு மனதால் அவை அலசி, ஆராய்ப்படுகின்றன. இவ்வாறாக நடிகரின் உணர்ச்சிகள், உறுதிப்பாடு, மனம் ஆகிய அனைத்தும் சிருஷ்டி நடவடிக்கையில் பங்கேற்கின்றன.

இத்தகைய குறிக்கோள்களைக் கண்டறிவது அல்லது உருவாக்குவதும், இந்தக் குறிக்கோள்களைக் கையாளும் திறனும் நமது ஒட்டுமொத்த அக நடவடிக்கையில் மிக முக்கியப் பங்கு வகிக்கின்றன. இதில், பல அணுகுமுறைகள் இடம்பெற்றுள்ளன. இவற்றில், நடிகரின் கதாபாத்திர இயல்போடு மிகவும் இயைந்து போகக்கூடிய வழிமுறையையும் படைப்புத் திறன் சார்ந்த உச்சகட்ட நடிப்பாற்றலைத் தூண்டிவிடும் வழிமுறையையும் கண்டறிய வேண்டும். இதில் எப்படி வெற்றி பெறுவது? இதோ ஓர் உதாரணம்.

உதாரணமாக, மாச்சாலினோ அல்லது ஸ்கலாஸுபோ சோஃபியாவுக்கு ஏற்ற துணை அல்ல என்பதை அவளை ஏற்றுக்கொள்ளச் செய்ய வேண்டும் என்பதில், சாட்ஸ்கி ஆர்வமாக இருப்பதாக வைத்துக்கொள்வோம். இந்தக் கருத்து, இதமான உணர்வை அடிப்படையாக கொண்டிருக்காவிட்டால், அது ஒரு புற வெளிப்பாடாக, வெறும் வாய்ச்சொல்லாக, ஜீவனற்றதாகத் தான் இருக்கும். நடிகரால் இந்தக் கருத்தை உள்வாங்கிக்கொள்ள முடியாது. உடல் மற்றும் உடல் சார்ந்த புற அசைவுகளைத்தான்

அவரால் வெளிப்படுத்த முடியும். நடிகரின் உணர்வுகள் குறித்த உண்மை மீது அவரை நம்பிக்கை கொள்ள வைக்க முடியாது. இந்த நம்பிக்கை இல்லாமல், தனது கதாபாத்திரத்தை அவரால் உணர முடியாது. தனது கதாபாத்திரம் குறித்த உண்மையான உணர்வுகள் இல்லாவிட்டால், அவருக்குத் தனது உணர்ச்சிகள் மீதும் நம்பிக்கை இல்லாமல் போய்விடும்.

சாட்ஸ்கியாக கற்பனை செய்துகொண்டுள்ள எனக்கு, எனது குறிக்கோளை நிறைவேற்றுவதற்கான வலுவான நம்பிக்கையை எது கொடுக்கும்? பரிதாபத்துக்குரிய ஒரு ஜந்து போன்ற மாச்சாலின் அல்லது கண்ணியமற்ற, முரட்டுத்தனமான ஸ்கலாஸுப் பக்கத்தில் வசீகரமான, நிராதரவான, அனுபவமற்ற சோஃபியா இருக்கும் காட்சியா? ஆனால், இவர்கள் உண்மையில் இருக்கவில்லை. குறைந்தபட்சம் அவர்களை நேரிலோ அல்லது என் கற்பனையிலோ நான் காணவில்லை. அவர்களை எனக்குத் தெரியவும் தெரியாது. ஆனாலும், ஓர் அழகான இளம் பெண் (அவள் யாராக இருந்தாலும் சரி) ஸ்கலாஸுப் போன்ற முரட்டுத்தனமான ஒரு முட்டாளையோ அல்லது சந்தர்ப்பவாதியான மாச்சாலின் போன்ற ஒருவனையோ திருமணம் செய்துகொள்வது என்ற நினைப்பே, கோபத்தைக் கொந்தளிக்க வைக்கும் என்பதை எனது சொந்த அனுபவத்தில் அறிந்துள்ளேன்.

இயற்கைக்குக் முரணான, வெறுக்கத்தக்க இந்தத் திருமணம், ஒருவரின் உள்ளுணர்வைக் குமுறவைக்கும். தவறான முடிவெடுத்துள்ள, அனுபவமற்ற இளம் பெண்ணைத் தடுத்து நிறுத்த வேண்டும் என்ற ஆசை நம் அனைவருக்குமே தோன்றும். இப்படிப்பட்ட ஆசையின் அடிப்படையில், ஒருவரின் உள்ளுணர்வு தூண்டப்படுவதில் எந்தத் தடையும் இருக்காது. இந்த ஆசை வலுவடைந்து செயலாக மாறும். இது, இயல்பான ஒரு நடவடிக்கை.

இந்த உந்துதல்களில் அடங்கியுள்ளவை எவை? ஓர் இளம் பெண்ணின் வாழ்க்கை சீரழிக்கப்படுகிறதே என்ற கவலை காரணமாக, சம்பந்தப்பட்ட நபரின் உணர்வுகளில் ஒரு பாதிப்பை ஏற்படுத்த வேண்டியது அவசியமாகிறது. சோஃபியா அல்லது

அவளைப் போன்ற வேறு எந்த இளம் பெண்ணாக இருந்தாலும் அவளை அணுகி அவளின் வாழ்க்கையைக் கண் திறந்து பார்க்க வைக்கும்படி ஏதோ ஒன்று உந்துகிறது. அவளுக்குத் துயரத்தைத் தரக்கூடிய, பொருத்தமில்லாத ஒரு திருமணம் மூலம், தன்னைத் தானே அவள், சீரழித்துக்கொள்ளக் கூடாது என நம்பவைக்க வேண்டியுள்ளது. அவள்மீது அன்பும் ஆதரவும் காட்டும் ஒருவரின் உண்மையான அக்கறையை அவள் நம்புவதற்கான வழிமுறை களைத் தேட வேண்டியுள்ளது. அந்த உண்மையான அக்கறையின் அடிப்படையில், அவளின் அந்தரங்கமான விஷயங்கள் குறித்து அவளிடம் பேசுவதற்கு அனுமதி கேட்க வேண்டியுள்ளது.

முதலில், சோஃபியா மீதான எனது நல்லுணர்வுகளை அவளைப் புரிந்துகொள்ள வைத்து அதன் மூலம் என் மீதான ஆரம்ப கட்ட நம்பிக்கையைப் பெற நான் முயற்சி செய்வேன். அவளுக்கும் முரட்டுத்தனமான ஸ்கலாஸுப்புக்கும் இடையே உள்ள வித்தியாசம், அவளுக்கும் அற்பமான மாச்சாலினுக்கும் இடையே யான வேறுபாடு குறித்தும் தெள்ளத் தெளிவாக அவளுக்குப் புரிய வைக்க நான் முயல வேண்டும். எது எப்படியானாலும், மாச்சாலினை திருமணம் செய்துகொள்வதில் அவள் தீர்மானமாக இருப்பதால், அந்த எண்ணத்தை மாற்றும் அளவுக்கு எனது தரப்பு வாதங்களை நான் மிகவும் சாதுரியமாக எடுத்துரைக்க வேண்டும்.

அவளுக்கு எப்படிப்பட்ட ஆபத்து காத்துள்ளது என்பதை நினைத்து என் இதயம் எந்தளவு வேதனையில் துடிக்கிறது என்பதை தெள்ளத் தெளிவாக அவளை உணர வைக்க வேண்டும். அவள் குறித்த எனது பயத்தை அவள் உணர வேண்டும் என நான் விரும்புகிறேன், இதனால் அவளுக்கும் பயத்தை ஏற்படுத்தி, தனது முடிவு குறித்து அவளை யோசிக்க வைக்க வேண்டும். அவளை இணங்க வைப்பதற்கான ஒவ்வொரு வழிமுறையும், அவளது இதயத்தை மாற்றுவதற்கான ஒவ்வோர் அணுகுமுறையும், அன்பான, இதமான உணர்வு, மனதை வருடிக்கொடுப்பது போன்ற பார்வை முதலியவற்றின் மூலம் மென்மையாக்கப்பட வேண்டும். தன்னைத் தானே சீரழித்துக்கொள்ள விரும்பும்,

அனுபவமற்ற ஓர் இளம் பெண்ணைக் காப்பாற்றுவதற்கு, இப்படிப்பட்ட அக மற்றும் புறச் செயல்களும் உள்முக உந்துதல்களும் போதுமானவையா?

நினைவு மனதிற்கு உட்பட்ட அல்லது நினைவு மனதிற்கு அப்பாற்பட்ட குறிக்கோள்கள், உடல் மற்றும் மனம் மூலமாக உள்முகமாகவும் வெளிப்படையாகவும் நிறைவேற்றப்படுகின்றன.

உதாரணமாக, வாமசுவை காலை நேரத்தில் நான் சந்திக்கச் சென்ற அந்தக் கற்பனைக் காட்சியை நினைவுகூர்ந்து பார்க்கலாம். உடல் சார்ந்த ஏராளமான செயல்களை என் கற்பனையில் நான் மேற்கொள்ள வேண்டியிருந்தது. தாழ்வாரம் வழியாக சென்றது, கதவைத் தட்டியது, கதவின் கைப்பிடியைப் பிடித்து திருப்பியது, கதவைத் திறந்தது, உள்ளே நுழைந்தது, வீட்டு எஜமானையும் அங்கு இருந்த மற்றவர்களுக்கும் வாழ்த்து தெரிவித்தது என பல செயல்களில் ஈடுபட வேண்டியிருந்தது. அந்த நிகழ்வின் நிஜத்தன்மையைக் காப்பாற்ற வேண்டும் என்பதற்காக, ஓரே ஒரு செயல் மூலம் அவரது அறைக்கு நான் பறந்து சென்றுவிடவில்லை.

தேவையான இந்த அனைத்து உடல் சார்ந்த குறிக்கோள்கள், நமக்கு மிகவும் பழக்கமானவை என்பதால், நமது தசை அசைவுகள் மூலம் இவற்றில் இயந்திர கதியில் ஈடுபட்டோம். நமது அகப் பகுதியிலும்கூட, மனம் சார்ந்த ஏராளமான, முக்கிய குறிக்கோள்களை நாம் காண்கிறோம்.

உதாரணமாக, வாமசு வீட்டு வாழ்க்கையில் மற்றொரு கற்பனைக் காட்சியை நான் தற்போது நினைவுகூர்கிறேன். எந்த குறுக்கீடும் இல்லாத சோஃபியா-மாச்சாலின் சந்திப்புக் காட்சியை எடுத்துக்கொள்வோம். தந்தையின் கோபத்தைத் தணித்து, தண்டனையிலிருந்து தப்பித்துக்கொள்வதற்காக, மனம் சார்ந்த எத்தனை எளிமையான குறிக்கோள்களை சோஃபியா சாதிக்க வேண்டியிருந்தது. தனது இக்கட்டான நிலையை அவள் மூடி மறைக்க வேண்டியிருந்தது. தனது அமைதியான தோற்றத்தின் மூலம் தந்தையை தடுமாற வைத்தாள், தேவதை போன்ற முக

பாவத்தின் மூலம் தர்ம சங்கடத்திற்கு ஆளாக்கி, தன் மீது பரிதாபப்பட வைக்கிறாள், பணிவாகவும் அடக்கமாகவும் நடந்து கொண்டு, தந்தையை நிராயுதபாணியாக்கி, நிலைகுலையச் செய்தாள். தனது செயலின் தரத்தையும், நேர்மையையும் தாழ்த்திக் கொள்ளாமல், உணர்ச்சிகளின் ஒரே வீச்சு, ஓர் அக நடவடிக்கை, மனம் சார்ந்த ஒரு குறிக்கோள் ஆகியவற்றைப் பயன்படுத்தி கோபம் கொண்ட ஒரு மனிதனின் இதயத்தில் இப்படிப்பட்ட அதிசயமான மாற்றத்தை அவளால் கொண்டு வந்திருக்க முடியாது.

உடல் மற்றும் உள்ளம் சார்ந்த எளிய குறிக்கோள்கள் ஏதாவது ஓர் அளவில் அனைவருக்குமே தேவைப்படுகின்றன. உதாரணமாக, ஒருவர் தண்ணீரில் மூழ்கிவிட்டார் என்றால், வலுக்கட்டாயமாக அவரை சுவாசிக்க வைக்க, செயற்கையான வழிமுறைகளைப் பயன்படுத்த வேண்டியுள்ளது. இதன் விளைவாக, அவரின் மற்ற உறுப்புகளும் செயல்படத் தொடங்குகின்றன. அவர் இதயம் துடிக்கத் தொடங்குகிறது, ரத்த ஓட்டம் சீரடையத் தொடங்கு கிறது, இறுதியாக, அவர் உயிர் பிழைத்துக்கொள்கிறார். இதுதான் உடல் உறுப்புகளுக்கு இடையே உள்ள இயற்கையான பரஸ்பர பந்தம்.

நமது (நடிகர்களின்) சுபாவத்தின் ஓர் அங்கமான இப்படிப் பட்ட இயல்பான பழக்கம், நமது செயல்கள் மற்றும் உணர்வுகளில் பொதிந்துள்ள இப்படிப்பட்ட தொடர் நடவடிக்கைகள் ஆகிவற்றை, நமது கலையில் நாம் பயன்படுத்திக்கொள்வதன் மூலம் ஒரு கதாபாத்திரமாக வாழும் தொடர் நிகழ்வுகளுக்கு நாம் உயிர் கொடுக்கிறோம். நடிகனிலிருந்து மனிதனாகவும், மனிதனிலிருந்து கதாபாத்திரமாகவும் பரிணமிப்பதுதான், நடிகரையும் அவரது கதாபாத்திரத்தையும், முதல் முறையாக மிக நெருக்கமாகக் கொண்டு வருகிறது.

உடல் சார்ந்த மற்றும் உள்ளம் சார்ந்த குறிக்கோள்கள் ஒரு குறிப்பிட்ட அக இணைப்பு, அடுத்தடுத்து தொடர்தல், படிப்படியான நிலைமாற்றம், உணர்வுகளின் காரண காரியங்கள் ஆகியவற்றால் பிணைக்கப்பட வேண்டும். மனித உணர்வுகளின்

அடிப்படையிலான காரண காரியங்களில்கூட சில சந்தர்ப் பங்களில் ஏதாவது ஒரு விதத்தில் முரண்பாடுகள் எழக்கூடும். இசை சங்கமத்தில்கூட எப்போதாவது அபஸ்வரங்கள் ஒலிக்கத் தானே செய்கின்றன. ஆனால் நாடக மேடையில் அடுத்தடுத்த நிகழ்வுகள் அறிவுபூர்வமாகத் தொடர வேண்டும் என்பது மிகவும் முக்கியம். முதல் தளத்தில் இருந்து, ஒரே அடியில் யாராலும் பத்தாவது தளத்திற்குச் செல்ல முடியாது. ஓர் அக நடவடிக்கை அல்லது உடல் சார்ந்த செயல் மூலம் அனைத்துத் தடைகளையும் தகர்த்துவிட்டு, உடனடியாக அடுத்த கட்ட நடவடிக்கையில் ஈடுபடும்படியோ அல்லது ஒரு வீட்டிலிருந்து இன்னொரு வீட்டுக்கு பறந்துசெல்லும்படியோ யாரையும் ஊக்கப்படுத்துவது சாத்திய மில்லை.

அடுத்தடுத்த தொடர் நடவடிக்கைகளை மேற்கொண்டு தான் அறிவுபூர்வமான உடல் மற்றும் மனம் சார்ந்த குறிக்கோள்களை நிறைவேற்ற முடியும். முதலில், வீட்டிலிருந்து வெளியே செல்ல வேண்டும்; ஒரு காரை அமர்த்திக்கொள்ள வேண்டும்; மற்றவரின் வீட்டிற்குச் செல்ல வேண்டும்; பல அறைகளைக் கடந்து செல்ல வேண்டும். இப்படிப்பட்ட தொடர் செயல்களுக்குப் பிறகுதான் நாம் தேடிச் சென்ற நபரைக் காண முடியும். அவரை சந்திக்கும் கட்டம் வரையில் இத்தனை நிலைகளைக் கடக்க வேண்டியுள்ளது.

இதைப்போலவே, நமது தரப்பை ஒருவரை ஏற்றுக்கொள்ள வைப்பதற்கும் அடுத்தடுத்த பல குறிக்கோள்களை நிறைவேற்ற வேண்டியுள்ளது.

முதலில் சம்பந்தப்பட்ட நபரின் கவனத்தை ஈர்க்க வேண்டும்; அடுத்ததாக அவர் இதயத்தில் என்ன இருக்கிறது என்பதை உணர வேண்டும்; அவரது அக நிலையைப் புரிந்துகொள்ள வேண்டும். அந்த அக நிலைக்கு ஏற்ப நம்மைத் தயார்ப்படுத்திக்கொண்டு, நமது உணர்வுகளையும் சிந்தனைகளையும் அவருக்குத் தெரியப்படுத்து வதற்கான பல்வேறு முயற்சிகளில் ஈடுபட வேண்டும். சுருக்கமாகச் சொன்னால், நமது சிந்தனைகள் மூலம் சம்பந்தப்பட்ட நபரை இணங்க வைப்பதற்கும், நமது உணர்வுகள் மூலம் அவரிடம்

தாக்கத்தை ஏற்படுத்துவதற்கும், மனம் சார்ந்த அடுத்தடுத்த குறிக்கோள்களையும் அக நடவடிக்கைகளையும் நிறைவேற்ற வேண்டும்.

சித்தரிக்கப்பட்டுள்ள கதாபாத்திரத்தின் இலக்குகளுக்கும் செயல்களுக்கும் பொருத்தமான விதத்தில், உடல் சார்ந்த குறிக்கோள்களையும், உள்ளம் சார்ந்த எளிய குறிக்கோள்களையும் அச்சு அசலாக அப்படியே மேடையில் தக்க வைத்துக்கொள்வது சுலபமல்ல. நடிகர், தனது வசன வரிகளை உச்சரிக்கும்போது மட்டுமே அந்த கதாபாத்தரத்தின் அக வாழ்க்கையுடன் தன்னை அடையாளப்படுத்திக் கொள்கிறார். இதில்தான் சிக்கல் ஏற்படுகிறது. தனது வசனத்தைப் பேசி முடித்து, சக நடிகர் நடிக்க ஆரம்பித்த அந்தத் தருணத்திலேயே அவரது கதாபாத்திரத்தின் உள்ளார்ந்த நூலிழை அறுபடுகிறது; தனது கதாபாத்திர வாழ்க்கையில் தடை ஏற்படுவதால், அதைப் புதுப்பித்துக் கொள்ளும் தருணத்திற்காக காத்திருப்பதைப் போன்ற நிலை ஏற்படுவதால், அந்த இடைப்பட்ட நேரத்தில் அந்த நடிகர், தனது சொந்த வாழ்க்கை நிலைக்கு திரும்பிவிடுகிறார். இப்படி நிகழும்போது அதாவது, உடல் மற்றும் உள்ளம் சார்ந்த குறிக்கோள்களின் அறிவுபூர்வமான சங்கிலித் தொடரை, அந்த நடிகர் துண்டித்துக்கொள்ளும்போது வாழ்க்கையை அவர் சிதைத்துக்கொள்கிறார். நமது ஆன்மீக மற்றும் உடல் சார்ந்த இயல்புகள் கொந்தளிப்பான நிலையில் இருக்கும்போது, நமது உணர்ச்சிகள் குழப்பத்தில் சிக்கிக் கொண்டிருக்கும்போது, நமது குறிக்கோள்கள் தொடர்ச்சியற்றும் காரண காரியங்களுக்கு அப்பாற்பட்டும் இருக்கும்போது, நமது கதாபாத்திரத்தில் நாம் உண்மையிலேயே வாழ்வதில்லை.

ஒரு கதாபாத்திரத்தின் குணாம்சம்

Woe from Wit நாடகத்தில் சாட்ஸ்கி கதாபாத்திரத்தில் நடித்த நடிகரின் நிலையில் என்னை நான் வைத்துக்கொள்ளப் போகிறேன். 1820களில் மாஸ்கோவில் இருந்த வாமசு வீட்டில் ஏற்பட்ட சூறாவளிக்கிடையே, அந்தச் சூழ்நிலைகளுக்கு நடுவில்

நான் இருப்பதாக கற்பனை செய்துகொள்ளத் தொடங்கும்போது, என்னென்ன உடல் மற்றும் மனம் சார்ந்த குறிக்கோள்கள் எனக்குள் இயற்கையாகவே தோன்றுகின்றன என்பதைக் காண முயற்சி செய்யப் போகிறேன்.

இதோ, இங்கே நான் இருக்கிறேன் – இப்போதைக்கு நான் நானாக - சாட்ஸ்கியின் உணர்ச்சிகளோ அல்லது உணர்வுகளோ இல்லாமல் இருக்கிறேன். இப்போதுதான் வெளிநாட்டிலிருந்து திரும்பியுள்ளேன். என் வீட்டுக்குச் செல்லாமல், நான்கு குதிரைகள் இழுத்துச் செல்லும் பெரிய கோச் வண்டியில் அந்த வீட்டுக்குச் செல்கிறேன். கிட்டதட்ட என்னுடைய இன்னொரு வீடு போன்று உள்ள அந்த வீட்டின் வாசல் கதவு அருகே கோச் நிறுத்தப்படுகிறது. அதனை ஓட்டி வந்தவர் அந்த வாசற்கதவுகளைத் திறப்பதற்காக காவலாளியைக் கூப்பிடுகிறார்.

இந்தத் தருணத்தில் என் ஆசை என்ன?

1. *சோஃபியாவை நான் சந்திக்கும் தருணம் உடனடியாக வரவேண்டும் என நான் ஆசைப்படுகிறேன். இதற்காகத்தானே நீண்ட காலமாக நான் கனவு கண்டு வருகிறேன்.*

ஆனால், எதுவும் செய்ய இயலாமல் கதவு திறப்பதற்காக வண்டியிலேயே காத்திருக்கிறேன். பொறுமை இழந்து போய் கண்ணாடி ஜன்னலை இழுத்துத் திறக்கிறேன். எனது பயணம் முழுவதும் இந்த ஜன்னல் எனக்குத் தொல்லையாக இருந்தது.

இப்போது, காவலாளி வருகிறார். என்னை அடையாளம் கண்டுகொண்டு, வேகமாக வருகிறார். கிறீச் என்ற சத்தத்துடன் கதவு திறக்கப்படுகிறது. வண்டி உள்ளே நுழையப் போகும் தருணத்தில், அந்தக் காவலாளி வண்டியை நிறுத்தி ஜன்னலுக்கு அருகே வந்து கண்களில் ஆனந்தக் கண்ணீர் வழிய என்னை வாழ்த்தி வரவேற்கிறார்.

அ. நான் அவருடன் இணக்கமாகப் பேச வேண்டும். வாழ்த்துகளைப் பரிமாறிக் கொள்ளவேண்டும்.

எனது குழந்தைப் பருவத்திலிருந்து என்னைத் தெரிந்து வைத்துள்ள இந்த முதியவரின் மனம் நோகாத அளவுக்கு பொறுமையாக இந்தச் செயல்களை நான் மேற்கொள்ள வேண்டும். எனது குழந்தைப் பருவத்தின் மறக்க முடியாத நினைவுகளை அவர் நினைவுகூரும்போது நான் அவற்றை எல்லாம் பொறுமையாக கேட்கவும் வேண்டும்.

இப்போது கடைசியாக அந்தப் பெரிய கோச் வண்டி தரையில் படிந்திருந்த பனிக்கட்டிகளை நொறுக்கியவாறு அதன் இடத்தில் வந்து நிற்கிறது.

வண்டியிலிருந்து நான் கீழே குதிக்கிறேன்.

நான் செய்ய வேண்டிய முதல் காரியம் என்ன?

ஆ. தூக்கக் கலக்கத்தில் இருக்கும் காவல் பணியாளரை உடனடியாக எழுப்ப வேண்டும்.

இப்போது வாசலில் உள்ள அழைப்பு மணியின் கயிற்றைப் பிடித்து இழுத்து ஒலி எழுப்புகிறேன். சற்று காத்திருந்து, மீண்டும் மணி ஓசையை எழுப்புகிறேன். இதனிடையே ஒரு வளர்ப்பு நாய் என்னை நோக்கி ஓடிவந்து என் கால்களை நக்குகிறது.

காவற் பணியாளருக்காகக் காத்திருக்கிறேன்.

இ. இந்த நாய், எனது பழைய தோழன் என்பதால், வாஞ்சையுடன் அதைத் தடவிக் கொடுக்க விரும்புகிறேன்.

இப்போது முன் கதவு திறக்கப்பட்டதால், விரைந்து செல்கிறேன். அந்த வீட்டின் வழக்கமான சூழ்நிலை உடனடியாக என்னை ஆட்கொள்கிறது. நான் இங்கு விட்டுச் சென்ற உணர்வுகளும் நினைவுகளும் இதயம் முழுவதும் பெருக் கெடுக்கிறது. மென்மையான உணர்ச்சியால் சூழப்பட்டு அசையாமல் நிற்கிறேன். குதிரை கனைப்பது போன்ற குரலில் காவல் பணியாளர் என்னை வரவேற்கிறார்.

ஈ. நான் அவரிடம் நன்றாக இருக்கிறீர்களா என நலம் விசாரிக்க வேண்டும். அன்புடன் வாழ்த்துகளைப் பரிமாறிக்கொள்ள வேண்டும்.

இந்தக் குறிக்கோளை எல்லாம் பொறுமையாக நிறைவேற்று கிறேன். இனியும் தாமதம் இல்லாமல் சோஃபியாவை சந்திக்க முடிந்தால் நல்லது.

இப்போது முன்பக்க மாடிப்படிகளில் ஏறிச் செல்கிறேன். முதல் தளத்தை அடைந்துவிட்டேன். மேற்பார்வைப் பணியாளர் மற்றும் வீட்டுப் பராமரிப்பாளர் மீது மோதிக்கொள்கிறேன். எதிர்பாராத இந்த சந்திப்பால் அவர்கள் வாயடைத்துப் போய் நிற்கின்றனர்.

உ. அவர்களையும்கூட நான் நலம் விசாரிக்க வேண்டும். சோஃபியா குறித்து கேட்க வேண்டும். எங்கே அவள்? நலமாக இருக்கிறாளா? எழுந்துவிட்டாளா?

இப்போது நான் வரிசையாக உள்ள வரவேற்பு அறைகள் அருகே வந்திருக்கிறேன்.

மேற்பார்வைப் பணியாளர் என்னைத் தாண்டி வேகமாக செல்கிறார்.

கூடத்தில் நான் காத்திருக்கிறேன். மெல்லிய குரலில் சந்தோஷக் கூச்சலிட்டவாறே லிஸா ஓடி வருகிறாள். எனது மேலங்கியைப் பிடித்து இழுத்துக்கொண்டு செல்கிறாள்.

இந்தத் தருணத்தில் நான் ஆசைப்படுவது என்ன?

ஊ. எனது பிரதான இலக்கை உடனடியாக எட்ட வேண்டும். ஏறக்குறைய எனது சகோதரி போன்ற, எனது குழந்தைப் பருவ அருமைத் தோழியை உடனடியாகக் காண ஆசைப்படுகிறேன்.

கடைசியில் ஒருவழியாக இப்போது அவள் மீது பார்வையைப் பதிக்கிறேன். இந்த இடத்தில் தொடர்ச்சியாக நிகழ்ந்த சிறிய விஷயங்கள் - ஏறக்குறைய எல்லாமே உடல் சார்ந்த குறிக்கோள்கள் - (வண்டியிலிருந்து இறங்கியது, கதவு மணியை அடித்தது,

மாடிப்படியில் வேகமாக ஏறியது முதலியவை) உதவியுடன் எனது முதல் குறிக்கோள் நிறைவேற்றப்படுகிறது.

ஒரு புதிய, பெரிய குறிக்கோள் இப்போது இயல்பாக என் முன்னே தோன்றுகிறது.

2. ஏறக்குறைய எனது சகோதரி போன்ற என் குழந்தைப் பருவ அருமைத் தோழியை நலம் விசாரிக்க விரும்புகிறேன். அவளைத் தழுவியவாறு எனக்குள் அடக்கி வைத்திருந்த உணர்வுகளை அவளுடன் பகிர்ந்துகொள்ள விரும்புகிறேன்.

ஆனாலும் இதை எடுத்த எடுப்பிலேயே ஓர் அகச் செயல் மூலம் செய்துவிட முடியாது. அடுத்தடுத்து தொடர்ந்து வரும் சிறிய, அகக் குறிக்கோள்கள், ஒட்டுமொத்தமாக சேர்ந்து பிரதானமான பெரிய குறிக்கோளாக உருவெடுக்க வேண்டும்.

அ. முதலில் சோஃபியாவை நான் கவனமாகப் பார்க்க விரும்புகிறேன். பரிச்சயமான அவளது அழகான தோற்றத்தைப் பார்க்கவும், நான் இல்லாதபோது அவளிடம் ஏற்பட்ட மாற்றங்களைப் புரிந்துகொள்ளவும் ஆசைப்படுகிறேன்.

ஓர் இளம் பெண்ணிடம் 14 வயதிலிருந்து 16 வயது வரை ஏற்படும் மாற்றங்கள் காரணமாக அவளை சுலபமாக அடையாளம் காண முடிவதில்லை. இந்த அருமையான மாற்றம் சோஃபியாவிடம் ஏற்பட்டிருந்தது. ஒரு சிறுமியை நான் சந்திக்கப் போகிறேன் என நான் நினைத்திருந்தேன். இப்போதோ வளர்ந்த பருவ மங்கையை நான் காண்கிறேன்.

எனது கடந்தகால நினைவுகள் மற்றும் சொந்த அனுபவம் மூலம் இப்படிப்பட்ட தருணத்தில் ஒருவர் பிரமிப்பில் மூழ்கடிக்கப் படுவார் என்பது எனக்குத் தெரியும். எதிர்பாராத இந்த அனுவத்தை எதிர்கொள்ளும்போது ஏற்படும் தர்மசங்கடத்தை, திகைப்பை நான் நினைத்துப் பார்க்கிறேன்.

எனக்குப் பரிச்சயமான ஏதாவது ஓர் அம்சத்தை, கண்களின் ஒளி, உதடுகள் அல்லது புருவங்களின் அசைவு, தோள்கள் அல்லது

விரல்களின் அசைவு, மிகவும் பரிச்சயமான ஒரு புன்னகை என இவற்றில் ஏதாவது ஒன்றின் சாயலை என்னால் காண முடிந்தால், எனது அருமை சோஃபியாவைப் பார்த்த உடனேயே நான் அடையாளம் கண்டுகொள்வேன். ஒரு கணம் மட்டுமே தோன்றும் நாணம் மாயமாகி உள்ளது. முந்தைய சகோதர உறவு மீட்கப்பட்டுள்ளது. ஒரு புதிய குறிக்கோள் உருவாகியுள்ளது.

ஆ. எனது உணர்வுகளை சகோதர வாஞ்சை நிறைந்த ஒரு முத்தம் மூலம் தெரிவிக்க விரும்புகிறேன். எனது தோழியும் சகோதரியுமான அவளைத் தழுவிக்கொள்வதற்காக விரைந்து செல்கிறேன். அவளை அணைத்துக்கொள்கிறேன். சற்று இறுக்கமாக அணைப்பதால் லேசாக வலிக்கிறது. எனது தோழமையின் வலிமையை உணர்த்துவதற்காக இவ்வாறு நடந்து கொள்கிறேன்.

ஆனால் அது போதாது. நான் கட்டுப்படுத்தி வைத்துள்ள உணர்வுகளை அவளிடம் வெளிப்படுத்துவதற்கு நான் வேறு வழிமுறைகளைக் காண வேண்டும்.

இ. பார்வையாலும் வார்த்தை மூலமும் அவளை நான் வருட வேண்டும்.

எனது இலக்கை எட்டுவதற்கான முனைப்பின்போது, அன்புடனும் கனிவுடனும் பேசுவதற்காக, தோழமை பொங்கும் வார்த்தைகளைத் தேடியவாறு, எனது இதமான உணர்வுகளுடன் அவள் பக்கம் திரும்புகிறேன்.

ஆனால், நான் காண்பது என்ன? ஓர் இறுக்கமான பார்வை! தர்மசங்கடமான நிலை! மகிழ்ச்சியற்ற முகபாவம். என்ன இது? இது எனது கற்பனையா? எதிர்பாராத தருணத்தில் நான் சந்தித்ததால் இப்படி நடக்கிறதா?

இந்த நிலையிலிருந்து ஒரு புதிய குறிக்கோள் இயல்பாக உருவாகிறது.

3. இந்த இறுக்கமான பார்வைக்கான காரணத்தை நான் புரிந்துகொள்ள வேண்டும்.

இந்தக் குறிக்கோள் முழுமையான வடிவம் பெற்று நிறைவேற்றப்படும் கட்டங்களில், தனித் தனியான சிறிய குறிக்கோள்கள் பெருமளவில் தோன்றுகின்றன.

அ. என்ன நடந்தது என்பதை சோஃபியாவை நான் சொல்ல வைக்க வேண்டும்.

ஆ. விசாரணை, விமர்சனம், புத்திசாலித்தனமான கேள்விகள் ஆகியவற்றின் மூலம் அவளைக் கலக்கமடையச் செய்ய வேண்டும்.

இ. அவள் கவனத்தை என் பக்கம் ஈர்க்க வேண்டும். இது போன்ற நடவடிக்கைகளைத் தொடர வேண்டும்.

ஆனால், சோஃபியா கெட்டிக்காரி. தேவதை போன்ற முகபாவத்தின் பின்னால் எப்படித் தன்னை மறைத்துக்கொள்வது என்பது அவளுக்குக் கைவந்த கலை. என்னை சமாதானப்படுத்துவது ஒன்றும் அவளுக்கு சிரமமாக இருக்காது என்று நான் உணர்கிறேன். என்னைப் பார்த்து அவள் மகிழ்ச்சியடைவதை நான் விரும்புவேன் என்பது அவளுக்குத் தெரியும். அதனால், தற்காலிகமான சந்தோஷத்தை அவள் வெளிப்படுத்துகிறாள். எனவே, நான் உடனடியாக ஒரு புதிய, பெரிய மற்றும் மிகவும் சுவாரஸ்யமான குறிக்கோளை உருவாக்க வேண்டும்.

இந்தப் பெரிய குறிக்கோள் – 4 – சோஃபியா குறித்தும், அவளுடைய உறவினர்கள், நண்பர்கள் இந்த வீட்டின் முழுமையான வாழ்க்கை முறை மாஸ்கோ நகர் ஆகியவை குறித்தும் அவளிடம் குறுக்கு விசாரணை நடத்துவது. பின்னர் அடுத்தடுத்த சிறிய குறிக்கோள்களைத் தொடர வேண்டும்.

ஆனால் இப்போது வாமசு நுழைந்து, தோழமையான எங்கள் உரையாடலில் குறுக்கிடுகிறார். இங்கே குறிக்கோள் – 5 தோன்றுகிறது. இதனுடன் அடுத்தடுத்த சிறு சிறு குறிக்கோள்கள், நான் எனது இறுதிக் குறிக்கோளை எட்டும், நாடகத்தின் இறுதிக் கட்டம் வரையில் உருவாகின்றன.

10 (இறுதிக் குறிக்கோள்) "மாஸ்கோவை விட்டு வெளியேறு!

இந்த இடத்திற்கு மீண்டும் திரும்பி வரவே கூடாது. இந்த முடிவில் மாற்றம் இல்லை எனது வேதனையை குணப்படுத்தும் ஒரு இடத்தை இந்த உலகில், கண்டுபிடிக்க நான் புறப்பட வேண்டும். இந்தப் பெரிய, இறுதிக் குறிக்கோளை நிறைவேற்று வதற்கு பின்வரும் செயல்களை நான் மேற்கொள்ள வேண்டும்.

(அ) காவலாளிக்கு உத்தரவிடுதல்:

"எனது வண்டியை சீக்கிரமாகக் கொண்டு வா:

(ஆ) வாமசு வீட்டிலிருந்து வெகு வேகமாக வெளியேறுதல்.

இந்த அனைத்து குறிக்கோள்களையும் என் மனதில் நான் தேர்ந்தெடுத்து அவற்றை நிறைவேற்ற முனையும்போது, அக மற்றும் புறச் சூழ்நிலைகள் வெகு இயல்பாக எனது உறுதிப் பாட்டையும் ஆசைகளையும் தூண்டிவிடுகின்றன. இதன் விளைவாக, அவை ஆக்கத் திறன் லட்சியங்களை மலர வைக்கின்றன. நடிப்பதற்கான அக உந்துதல்களை அவை மேம்படுத்துகின்றன. இவை அனைத்தும் ஒன்றிணைந்து எனது கதாபாத்திரத்துக்கு உயிர் கொடுப்பதற்கான சிருஷ்டித் தருணத்தை நோக்கி என்னை வழிநடத்துகின்றன.

இவை அனைத்திலுமிருந்து ஒட்டுமொத்தமான அடுத்தடுத்த அலகுகள் ஒவ்வொரு பெரிய குறிக்கோளை சுற்றிலும் உருவாகின்றன. உதாரணமாக, 1-அ முதல் 1-ஊ வரையிலான குறிக்கோள்களின் உட்பிரிவுகள் தொடர்பான உள்ளார்ந்த அர்த்தத்தை நாம் ஆராய்ந்தால், வாமசு வீட்டின் முகப்புப் பகுதியில் நுழைந்ததிலிருந்து, சோஃபியாவை சந்திக்கும் தருணம் வரையில் சாட்ஸ்கியின் அனைத்து ஆசைகளையும் நாம் ஆராய்ந்தால், ஒரு பெரிய குறிக்கோளுடன் -1- அவன் செயல்பட்டதை நாம் பார்க்கலாம். அவன் கபாபாத்திர வாழ்க்கையில் இடம் பெற்றுள்ள இந்த ஓர் அலகை நாம் பின்வருமாறு குறிப்பிடலாம்: சோஃபியாவை நான் சந்திக்கும் தருணம் விரைந்து வர வேண்டும்.

பின்னர் அனைத்து சிறிய குறிக்கோள்கள் 2 அ - 2 இ ஒன்றிணைந்து மற்றொரு பெரிய குறிக்கோளையும் -2- அவன் கதாபாத்திரத்தில் மற்றொரு அலகையும் உருவாக்குகின்றன. இதனை பின்வருமாறு குறிப்பிடலாம்: ஸோஃபியாவிடம் நலம் விசாரித்து, அவளைக் கட்டித் தழுவியவாறு தனது உணர்வுகளை அவளுடன் பகிர்ந்து கொள்ள விரும்புகிறான்.

3 அ - 3 இ வரையிலான சிறிய குறிக்கோள்களிலிருந்து மூன்றாவது பெரிய குறிக்கோளையும் அதன் அலகு ஒன்றையும் -3 - நாம் உருவாக்குகிறோம். இதன் பொருள்: தனது குழந்தைப் பருவத் தோழி, இறுக்கமான பார்வையுடன் வரவேற்றதற்கான காரணத்தை தேடுதல்.

இந்த நாடகம் முழுவதும் இந்த நிலவரம் தொடர்கிறது.

முதல் நான்கு அலகுகள் ஒட்டுமொத்தமான ஒரு காட்சியை உருவாக்குகிறது. அந்தக் காட்சி இதுதான்: சாட்ஸ்கி-சோஃபியா இடையேயான முதல் சந்திப்பு. அடுத்த நான்கு அலகுகள் இன்னொரு காட்சியாக வடிவம் பெறுகிறது. அந்தக் காட்சி: சந்திப்பின்போது குறுக்கீடு.

மற்ற அலகுகளும் குறிக்கோள்களும் ஒன்றிணைந்து மூன்றாவது, நான்காவது என அடுத்தடுத்த காட்சிகளை உருவாக்குகின்றன. இதன் விளைவாக அடுத்தடுத்த பெரிய காட்சிகள் ஒன்றிணைந்து, பகுதிகளாக மாறுகின்றன. இறுதியாக, ஒட்டுமொத்த நாடகம் உயிர் பெறுகிறது.

சிறிய மற்றும் பெரிய குறிக்கோள்கள், அலகுகள், காட்சிகள், நடிப்பு இவை அனைத்தும் அடங்கிய நீண்ட பட்டியலை ஒரு கதாபாத்திரத்தின் குணாம்சம் என்று குறிப்பிடுவோம். உடல் சார்ந்த குறிக்கோள்கள் மற்றும் உள்ளம் சார்ந்த எளிய குறிக்கோள்கள் ஆகியவற்றின் கலவைதான் இது. தற்காலிகமான ஒன்றுதான் இது. சாட்ஸ்கி கதாபாத்திரத்தின் குணாம்சம், (சிறிய மாற்றங்களுடன்) இந்த நாடகத்தில் சாட்ஸ்கி எதிர்கொள்ளும் அதே சூழ்நிலைகளில் வாழும் எந்தக் கதாபாத்திரத்துக்கும்

பொருந்தும். ஒரு பயணத்தை மேற்கொண்டு, சொந்த நாடு திரும்பி வீடு வந்து சேரும் யாரும் அல்லது தனது உணர்ச்சி மயமான நினைவுக்கு மறுபடியும் உயிர்கொடுக்கும் யாரும் நிஜத்திலோ அல்லது மனதிலோ வண்டியிலிருந்து இறங்க வேண்டும், வீட்டுக்குள் அடி எடுத்து வைக்க வேண்டும், அங்குள்ளோரிடம் நலம் விசாரிக்க வேண்டும், அங்குள்ள சூழ்நிலைக்குத் தக்கவாறு நடந்துகொள்ள வேண்டும். இவை அனைத்தும் அவசியமான உடல் சார்ந்த நடவடிக்கைகள்.

ஒரு பயணம் செய்து வீடு திரும்பும் யாரும், உள்ளம் சார்ந்த அடுத்தடுத்த சிறிய குறிக்கோள்களை மேற்கொள்ள வேண்டிய கட்டாயத்தில்தான் உள்ளனர். உணர்ச்சிகளை, வாழ்த்துகளைப் பரிமாறிக்கொள்தல், அருமை நண்பர்களைக் காண்பதிலும் அவர்கள் பேசுவதைக் கேட்பதிலும் ஆர்வம் கொள்ளுதல் முதலியவைதான் இந்த சிறிய குறிக்கோள்கள். தன் மனதில் உள்ள அனைத்தையும் உடனடியாகச் சொல்லிவிட முடியாது. நலம் விசாரித்தல், கட்டித் தழுவுதல், ஒருவரை ஒருவர் பார்த்துக் கொள்ளுதல், ஒருவரை ஒருவர் புரிந்துகொள்ளுதல் என்ற தொடர் நிகழ்வுகளை கடந்து செல்ல வேண்டியுள்ளது.

பட்டியலிடப்பட்டுள்ள இந்த குறிக்கோள்களில் எந்த ஒன்றுமே ஆழமானதல்ல; நடிகர் உடலின் வெளிப் பகுதியில் மட்டுமே இவை தாக்கத்தை ஏற்படுத்தும். ஓரளவுக்கு மட்டுமே அவர் உணர்வுகளில் தாக்கத்தை ஏற்படுத்தும். ஆனாலும் அவை உயிர்த் துடிப்பு நிறைந்த உணர்வுகள் மூலம் உருவாக்கப்பட்டவை. வறட்டுத்தனமான சிந்தனையில் பிறந்தவை அல்ல இவை. கலை அம்ச உள்ளுணர்வுகள், சிருஷ்டி நுண்ணுணர்வு, நடிகரின் சொந்த வாழ்க்கை அனுபவங்கள், பழக்க வழக்கங்கள், நடிகரின் சுபாவத்தில் கலந்துள்ள மனித குல குணாம்சங்கள் ஆகியவற்றால் இவை தூண்டப்படுகின்றன.

ஒவ்வொரு குறிக்கோளிலும் அதற்கே உரித்தான தொடர் நிகழ்வுகள், படிப்படியான முன்னேற்றம், தர்க்க நியாயம் ஆகியவை அடங்கியுள்ளன. இவற்றை இயல்பான குறிக்கோள்கள்

எனக் குறிப்பிடலாம். இந்தக் குறிக்கோள்களின் அடிப்படையிலான குணாம்சம், நடிகரை அவரது கதாபாத்திரத்தின் உயிரோட்டமான வாழ்க்கையோடு இணைத்துவிடும் என்பதில் சந்தேகம் இல்லை.

ஒத்திகையின்போதும் மேடையில் தோன்றும்போதும் திரும்பத் திரும்ப ஈடுபடுவதால், இந்த குணாம்சம் பழக்கமாகிவிடுகிறது. ஒரு நடிகர், தனது அனைத்து குறிக்கோள்களுக்கும் அவற்றைத் தொடர்ந்து வரும் அடுத்தடுத்த நிகழ்வுகளுக்கும் மிகவும் பரிச்சய மாகிவிடுவதால், அவரது நடிப்புத் திறன் வெகு நேர்த்தியாகப் பளிச்சிடுகிறது. படைப்பாற்றலில் பழக்கம் என்பது மிக முக்கிய பங்கு வகிக்கிறது; படைப்பாற்றலில் வெற்றி பெறுவதற்கான வழியை அது உறுதிப்படுத்துகிறது. பழக்கம் குறித்த வால்கோன்ஸ் கியின் புகழ் மிக்க வார்த்தைகள் இதோ: பழக்கம், கஷ்டமானதை வழக்கமானதாக மாற்றுகிறது, பழக்கமான விஷயம் சுலபமாகி விடுகிறது, எது சுலபமானதோ அது அழகாக மாறுகிறது. பழக்கம், இரண்டாவது இயல்பை உருவாக்குகிறது.

இந்த குணாம்சம், தானாகவே நடிகரின் நடிப்புத் திறனைப் பளிச்சிட வைக்கிறது.

எதிர்வினை

இப்போது உடல் ரீதியிலான மற்றும் உள்ளம் சார்ந்த எளிய குணாம்சம் உருவாக்கப்பட்டுள்ளது. நடிகரின் படைப்பாற்றல் இயல்புக்குத் தேவையான அனைத்து விஷயங்களுக்கும் இது உகந்ததா? ஈர்க்கும் சக்தி கொண்டதாக குணாம்சம் அமைந்திருக்க வேண்டும் என்பதுதான் முதல் தேவை. ஏனென்றால், படைப் பாற்றல் ஆர்வம், பரவசமூட்டும் ஒரு குறிக்கோள் மட்டுமே, ஒரு நடிகரின் உறுதிப்பாடு மற்றும் மாறிக்கொண்டே இருக்கும் உணர்ச்சிகள் மீது தாக்கத்தை ஏற்படுத்துவதற்கான வழிமுறை. ஒரு நடிகரின் ஆர்வத்தை தூண்டிவிடுவதற்கான விஷயங்களும் அவர் ஒவ்வொரு முறை உருவாக்கிக்கொள்ளும் உணர்ச்சிகளுக்கு வலுவூட்டக்கூடிய அம்சங்களும் குணாம்சத்தில் இதுவரை இடம்பெறவில்லை என்பதே உண்மை.

சாட்ஸ்கியாக என்னை நான் கற்பனை செய்துகொண்டு, எனது குறிக்கோள்களைத் தேடி, தேர்ந்தெடுத்தபோதுகூட அவை என்னை பெரிதாக ஒன்றும் பரவசப்படுத்தவில்லை. இதில் ஆச்சரியப்படுவதற்கு எதுவும் இல்லை. தேர்ந்தெடுக்கப்பட்டுள்ள இந்த குறிக்கோள்கள் அனைத்தும் புறக் குறிக்கோள்கள். எனது உடலின் மேல் பகுதியில் மட்டுமே அவை தாக்கத்தை ஏற்படுத்தின. எனது கதாபாத்திரத்தின் வாழ்க்கையிலும் எனது உணர்வுகளிலும் மேலோட்டமான தாக்கம்தான் ஏற்பட்டது. வேறு மாதிரியாக இருக்க வாய்ப்பில்லை. ஏனென்றால், எனது கதாபாத்திர வாழ்க்கையின் உடல் மற்றும் உள்ளம் சார்ந்த வெளியில் நிகழும் புறச் சம்பவங்கள் மற்றும் நிகழ்வுகளின் அடிப்படையில்தான் எனது படைப்பாற்றல் முனைப்பு அமைந்திருந்தது. எப்போதாவதுதான் இந்த முனைப்பு எனது அக வாழ்க்கையின் ஆழத்தைத் தொட்டது.

இப்படிப்பட்ட குணாம்சமும் அதனுடன் இணைந்து வரும் அனுபவங்களும் மனித ஜீவனின் உயிரோட்டமான மிக முக்கிய அம்சங்களை பிரதிபலிக்கவில்லை. இந்த ஜீவனில்தான் நாடகப் படைப்பின் உயிர் நாடியையும் கதாபாத்திர வாழ்க்கையின் உள்முகத் தனித்தன்மையையும் நாம் காண முடியும். எந்த ஒரு நபரின் செயல்பாடும் குறிக்கோள்களின் தன்மைக்கு ஏற்பத்தான் இருக்கும். குறிக்கோள்கள் ஒவ்வொருவருக்கும் தனிப்பட்டவை யாக இருப்பதால், ஒரு குறிப்பிட்ட கதாபாத்திரத்தை அதற்கே உரித்தான தனித்தன்மையுடன் வெளிப்படுத்த இயல்வதில்லை. ஒரு கதாபாத்திரத்தின் குணாம்சம் வழியை மட்டுமே காட்டும். நிஜமான படைப்பாற்றலை அதனால் ஊற்றெடுக்க வைக்க முடியாது. அதில் ஜீவன் இல்லாததால் விரைவில் நீர்த்துப் போகும்.

உணர்வுகள், உறுதிப்பாடு, மனம் மற்றும் நடிகரின் இருப்பு ஆகியவற்றை வெளிப்படுத்துவதற்கு, பெருக்கெடுக்கும் ஆழமான உணர்ச்சிகள் இன்றியமையாதவை. உட்பொருள் பொதிந்த ஆழமான குறிக்கோள்களால் மட்டுமே இந்த உணர்ச்சிப் பெருக்கை ஊற்றெடுக்க வைக்க முடியும். உள்ளார்ந்த நுட்பத்தின் ரகசியமும் அதன் சாரமும் இப்படிப்பட்ட குறிக்கோள்களில்தான்

மறைந்துள்ளன. எனவே, ஒரு நடிகர், தனது உணர்வுகளைத் தொடர்ந்து தூண்டிவிட்டு தனது உடல் சார்ந்த குணாம்சங்களுக்கு ஜீவன் கொடுக்கும் குறிக்கோள்களை கண்டறிவதில் அக்கறையோடு செயல்பட வேண்டும். ஆக்கத் திறன் படைத்த குணாம்சம் அதன் புறத்தன்மையால் மட்டும் அல்லாமல் அதன் அக அழகு மற்றும் நுட்பமான ஆற்றல் மூலமாகவும் நடிகரை ஊக்கப் படுத்தும். படைப்பாற்றல் குறிக்கோள்கள், சாதாரண ஆர்வத்தை மட்டும் தூண்டிவிடுவதில்லை, பரவசப் பெருக்கு, ஆசைகள், இலக்குகள் மற்றும் நடிப்பாற்றலையும் வெளிப்பட வைக்கின்றன. காந்த சக்தி வாய்ந்த இந்த குணாம்சங்கள் இல்லாத எந்தக் குறிக்கோளும் வெற்றி பெறுவதில்லை. ஆனாலும் கிளர்ந்தெழ வைக்கும் அனைத்து குறிக்கோள்களும் சிறந்தவை என்றும் ஒரு கதாபாத்திரத்தின் படைப்பாற்றல் சார்ந்த குணாம்சத்திற்கு பொருத்தமானவை என்றும் சொல்லிவிட முடியாது, அதே சமயத்தில் ஜீவனற்ற எந்தக் குறிக்கோளாலும் எந்தப் பலனும் இல்லை என நிச்சயமாக சொல்ல முடியும்.

பெரிய மற்றும் அதனுடன் இரண்டறக் கலந்துள்ள சிறிய குறிக்கோள்களுடன் சித்தரிக்கப்படும் சாட்ஸ்கியின் வருகை சம்பவம், சுவாரஸ்யமாக அமைந்துள்ளது. இதற்குக் காரணம், அதன் உட்கரு, உணர்ச்சிகள், உள்ளம் சார்ந்த குறிக்கோள்கள் மட்டுமே. இந்த அம்சங்கள்தான் அவன் அக இருப்பில் தாக்கத்தை ஏற்படுத்துகின்றன. இவை இல்லாவிட்டால், அந்த கதாபாத்திரத்தில் ஜீவன் இல்லாமல் போய்விடும். இந்த அம்சங்கள் இல்லாவிட்டால், குறிக்கோள்கள் பலவீனமடைந்து, நீர்த்துப் போய்விடும்.

ஒரு கதாபாத்திரத்தின் 'நான்' என இருக்கும் புதிரான மற்றும் நெருக்கமான மையப் புள்ளிக்கு அருகே, அடி ஆழத்தில் உள்ள உயிரோட்டப் பகுதி எனக் குறிப்பிடக்கூடிய, ஒரு நடிகன் என்ற முறையில் அவனது அக வாழ்க்கையின் ஆதார மையத்தை ஒட்டி, அவனை வழிநடத்திச்செல்வதற்கு, சாட்ஸ்கி கதாபாத்திரத்தின் குணாம்சங்களை மேலும் வலுப்படுத்த வேண்டும். இதற்காக நாம்

என்ன செய்ய வேண்டும்? அவனது கதாபாத்திரத்தின் புற வாழ்க்கையை சித்தரிக்கும் குறிக்கோள்களையும் ஒட்டுமொத்த உடல் மற்றும் மனம் சார்ந்த குணாம்சங்களையும் குறிக்கோள்களையும் நாம் மாற்றி அமைக்க வேண்டுமா? அவை முக்கியமானவை அல்லவா, மேலும் வலுப்படுத்துவதால் அவை இல்லாமல் போய்விடுமா? அப்படி அல்ல! அவை தொடர்ந்து நீடிக்கும், அதே சமயத்தில் அடிப்படைத்தன்மை வலுவடையும். அக வாழ்க்கை, நடிகரின் பொதுவான நிலை, ஒவ்வொரு குறிக்கோளுக்கும் ஆதாரமான மனநிலை ஆகியவற்றில் தான் வேறுபாட்டைக் காண முடியும். நடிகரின் புதிய அக நிலை, அவரின் குறிக்கோள்களுக்கு மேலும் வண்ணம் சேர்த்துப் பொலிவூட்டும், அவற்றுக்கு ஒரு புதிய அடித்தளம் அமைத்து, உள்ளார்ந்த ஊக்க சக்தியை உருவாக்கும். மாற்றமடைந்த இந்த அக நிலை அல்லது மனநிலையை 'மறைமுகக் குறிக்கோள்' என்று நான் சொல்வேன். நடிகரைப் பொறுத்தவரை, இந்த நிலை, உணர்வின் ஊற்றுக்கண் எனக் குறிப்பிடப்படுகிறது.

ஒரு கதாபாத்திரத்தின் குணாம்சங்களை மேலும் வலுப்படுத்தும் போது, அக உந்துதல்கள், மனம் சார்ந்த குறிப்புகள் என்ற அடிப்படையில் மட்டுமே சம்பவங்களும் குறிக்கோள்களும் மாற்றமடைகின்றன. எதிர்வினையின் மறைமுகக் குறிக்கோளில் அடங்கியுள்ள அனைத்து விஷயங்களும், குணாம்சங்களை வலுப்படுத்துவதற்கான நியாயத்தை உறுதிப்படுத்துகின்றன.

இசையிலும் இதுதான் நிகழ்கிறது. மெல்லிசை மற்றும் சிம்பொனி இசைக்கும்போது, பல்வேறு பெரிய அல்லது சிறிய 'கீபட்டன்களை' இயக்கி, பல்வேறு தாள லயங்கள் எழுப்பப்படுகின்றன. இப்படி இசைக்கப்படும்போது ராகம் மாறுவதில்லை, அதன் தொனி மட்டுமே மாறுகிறது. பெரிய பட்டனை இசைக்கும் போது, உச்சஸ்தாயியில் ஒலித்து உற்சாகமான இசை பிறக்கிறது. சிறிய பட்டனை இயக்கும்போது, மெல்லிய ஒலியில் சோக கீதம் பிறக்கிறது. இதைப்போலவே நடிகர்களும் ஒரு கதாபாத்திரத்தில் நடிக்கும்போது ஒரே மாதிரியான குறிக்கோள்களுடன் ஆனால்,

பல்வேறு உணர்ச்சிகளை வெவ்வேறு தொனியில் வெளிப்படுத்த வேண்டியுள்ளது. வீடு திரும்பும் நிகழ்வில் தொடர்புடைய உடல் மற்றும் உள்ளம் சார்ந்த அனைத்துக் குறிக்கோள்களிலும் கவனம் செலுத்தி, உயிரோட்டமான அனைத்து உணர்ச்சிகளையும் பிரதிபலிக்க வேண்டும். மிகவும் சந்தோஷமான உணர்ச்சி, சோக உணர்ச்சி, பரவச உணர்ச்சி, காதலன் தனக்குள்ளே பின்வருமாறு சொல்லிக்கொள்ளும் பாவம் என்ற அனைத்து நுட்பங்களையும் இசைக் கருவியின் வெவ்வேறு 'கீ பட்டன்கள்' மூலம் எழுப்பப் படும் கொண்டாட்ட கீதம், அல்லது சோக கீதம் போன்று வெளிப்படுத்த வேண்டும்:

... என்னைத் தவிர,
இரண்டு பகலும் இரவும் கழிந்தன
கண்களை மூடவே இல்லை.
காற்றிலும் புயலிலும் பல நூறு மைல் தொலைவை
விரைந்து கடந்து வந்தேன்.
குழப்பத்தில் சறுக்கி விழுந்தேன் பல தடவை...

இப்போது ஒரு புதிய குறிக்கோளை அமைத்துக்கொள்ளலாம்: இதுவரையில் உருவாக்கப்பட்டுள்ள குணாம்சத்தை மேலும் ஆழப்படுத்தலாம்.

முதலில் என்னை நானே பின்வருமாறு கேட்டுக்கொள்ள வேண்டும்: சாட்ஸ்கியின் வாழ்க்கை சூழல் அடிப்படையில், அவன் வெளிநாட்டிலிருந்து வீடு திரும்பியபோது, நான் அவன் நிலையில் இருந்திருந்தால், அதிலும் சோஃபியின் நண்பனாக இல்லாமல் அவள் மீது பொங்கி வழியும் காதல் மோகம் கொண்டவனாக நான் வீடு திரும்பியிருந்தால், குணாம்சத்தில் என்ன மாற்றங்கள் நிகழ்ந்திருக்கும்? ஒரு மாறுபட்ட தொனியில் அதே உணர்வதற்கு நான் முயற்சி செய்வேன்.

காதல் மோகம் என்ற இந்தப் புதிய நிலை காரணமாக, குணாம்சம் அதன் உச்சத்தில் பிரகாசிக்கிறது. முற்றிலும் மாறுபட்ட வண்ணத்தையும், ஆழமான உட்கருத்தையும் அது வசப்படுத்திக் கொள்கிறது. இந்த மாற்றங்களுடன் சாட்ஸ்கியின் கதாபாத்திரம்

சீரமைக்கப்பட வேண்டும், இதற்காக புதிய சூழ்நிலைகளை நான் உருவாக்க வேண்டும். உதாரணமாக, சோஃபியாவின் நண்பனாக அல்லாமல் அவளை, தன் காதல் தேவதையாகப் போற்றித் துதிக்கும் காதல் பித்துக் கொண்டவனாக, சாட்ஸ்கி வெளிநாட்டிலிருந்து திரும்பி வருவதாக வைத்துக்கொள்வோம். கதாபாத்திர குணாம்சத்தில் என்ன மாற்றம் ஏற்பட்டுள்ளது? எது மாறாமல் உள்ளது?

வீடு திரும்பும் ஒருவன், பெருக்கெடுக்கும் எப்படிப்பட்ட உற்சாக உணர்வுடன் இருந்தாலும், உடல் ரீதியான சூழ்நிலைகளின் நிர்ப்பந்தங்களுக்கு அவன் கட்டுப்பட வேண்டியுள்ளது. காவலாளி வந்து வாசல் கதவைத் திறக்கும்வரை காத்திருக்க வேண்டும். வீட்டில் தூங்கிக்கொண்டிருக்கும் நுழைவாயில் காவல் பணியாளரை எழுப்ப வேண்டும், அந்த வீட்டில் உள்ள பல்வேறு உறுப்பினர்களை நலம் விசாரிக்க வேண்டும், இப்படிப்பட்ட பல நடவடிக்கைகளில் ஈடுபட வேண்டும். சுருக்கமாகச் சொல்வதென்றால், இதற்கு முன்பு ஈடுபட்ட அதே உடல் மற்றும் உள்ளம் சார்ந்த குறிக்கோள்களில் இப்போதும் ஈடுபட வேண்டியுள்ளது. ஆனால், அவள் மீது அவன் காதல் வெறிகொண்டிக்கும் புதிய நிலை அவனது குறிக்கோள்களில் முக்கியமாக இடம் பெறவில்லை, அவன் அதை எப்படி வெளிப்படுத்துகிறான் என்பதில்தான் அடிப்படை வித்தியாசம் இடம்பெற்றுள்ளது.

ஆழமான அக உணர்ச்சிகளால் கலக்கமடையாமல் அவன் அமைதியாக இருந்தால், தனது குறிக்கோள்களில் பொறுமை யாகவும் நிதானமாகவும் ஈடுபடுவான். ஆனால், தனது உணர்வு களின் வலிமையால் ஆட்டுவிக்கப்பட்டு கொந்தளிப்பான நிலையில் இருந்தால், தனது குறிக்கோள்கள் குறித்து முற்றிலும் மாறுபட்ட கண்ணோட்டத்துடன் செயல்படுவான். இவற்றில் சில தெளிவற்றதாக இருக்கும்; ஒன்றுடன் ஒன்று இணைந்துகொண்டு, வலுவான ஒரு குறிக்கோளால் மூழ்கடிக்கப்படும்; வேறு சில குறிக்கோள்கள் காதலனின் பதற்றம் மற்றும் பொறுமையின்மை காரணமாக மேலோங்கி நிற்கும்.

ஒருவன் தனது ஒட்டுமொத்த இருப்பையும் ஈடுபடுத்தி, உருவாக்கிக்கொண்ட ஆர்வப் பெருக்கின் ஆதிக்கத்திற்கு அடிமையாகும்போது, உடல் சார்ந்த குறிக்கோள்களை அவன் மறந்துவிடுகிறான். தன்னை அறியாமலேயே இயந்திர கதியில் அவற்றில் ஈடுபடுகிறான். நிஜ வாழ்க்கையில் இப்படி நாம் நம்மை அறியாமலேயே நடந்துசெல்வது, ஒரு மணியை அடிப்பது, கதவைத் திறப்பது, யாரோ ஒருவரிடம் நலம் விசாரிப்பது உள்ளிட்ட செயல்களை மேற்கொள்கிறோம். இவை அனைத்துமே பெரும் பாலும் தன்னிச்சையாக மேற்கொள்ளப்படுகின்றன. நமது உடல், அதற்கே உரித்தான பழக்கத்தின்படி செயல்படுகிறது. ஆன்மா, அதன் அடி ஆழத்தில் உள்ள உளவியல் வாழ்க்கையை மேற் கொண்டுள்ளது. ஆனாலும் இந்த வெளிப்படையான வேறுபாடு உடலுக்கும் ஆன்மாவுக்கும் இடையேயான பிணைப்பை சிதைப்பதில்லை.

இந்த விதத்தில் தன்னை அறியாமல் இயந்திர கதியில் நடிகர் உருவாக்கிக்கொண்ட உடல் சார்ந்த குணாம்சம் அதன் ஆழத்தை எட்டி, புதிய உணர்வுடன் அதாவது மனம்-உடல் சார்ந்த தன்மையுடன் உருமாறுகிறது. இந்த மாற்றத்தை எட்டுவதற்கான ஆரம்ப கட்ட பணி மூலமாகவும் மறைமுகமான வழிமுறைகள் மூலமாகவும் இது சாத்தியமானது: வெளிப்படுத்தப்பட வேண்டிய தீவிர ஆசையின் இயல்பை, அதாவது இங்கு காதல் பெருக்கின் இயல்பை நடிகர் உணர வேண்டும்.

முதலில் ஆர்வப்பெருக்கை வலுவடையச்செய்யும் ஒரு வழிமுறையை உருவாக்கிக்கொள்ள வேண்டும்; அதைப் புரிந்துகொள்ள வேண்டும்; அந்த ஆர்வப் பெருக்கின் பல்வேறு கூறுகளை உணர்ந்துகொண்டு ஒரு தெளிவான, முழுமையான திட்டத்தை வகுத்துக்கொள்ள வேண்டும். ஒருவரால் எப்படிக் காதல் பெருக்கைப் புரிந்துகொள்ள முடியும்? ஒரு திட்டத்தை வகுப்பதற்கு எது வழிகாட்டும்?

அறிவியல் கண்ணோட்டத்தில் காதலுக்கு விளக்கம் கொடுப்பது என்பது உளவியல் நிபுணர்களின் வேலை. கலை என்பது அறியில்

அல்ல. நான் ஒரு நடிகன் என்ற முறையில், ஆக்கத் திறன் வாய்ந்த விஷயங்களையும் அறிவையும், வாழ்க்கை மற்றும் அறிவியலி லிருந்து கிரகித்துக்கொண்டாலும், சிருஷ்டித் தருணங்களின்போது, எனது சொந்த உணர்ச்சிகளையும் நுண்ணுணர்வுகளையும் பயன்படுத்திக்கொள்வதைப் பழக்கமாகக் கொண்டுள்ளேன்.

தற்போது, காதல் பெருக்கு குறித்து விரிவாக ஆராய்ச்சி செய்வது என் வேலையல்ல; எனக்கு இப்போது தேவைப்படுவது பொது வான, சுருக்கமான, நுணுக்கமான ஒரு யோசனைதான். இதன் அடித்தளத்தை மூளையில் அல்லாமல் என் இதயத்தில் நான் தேட வேண்டும். அடுத்து நான் மேற்கொள்ளவுள்ள, சாட்ஸ்கி கதாபாத்திரத்திற்கான நுணுக்கமான, உள்ளார்ந்த, மனம்-உடல் சார்ந்த குணாம்சத்தை உருவாக்கும் பணிக்கு என்னை இந்த யோசனைதான் வழிநடத்தி செல்லும்.

காதலின் தன்மையை பின்வருமாறு நான் உணர்கிறேன்: இந்தக் காதல் பெருக்கு, ஒரு செடி போன்றது என நான் உணர்கிறேன். ஒரு விதையிலிருந்து முளைவிட்டு அது துளிர்க்கிறது, அதன் வேர்களிலிருந்து தண்டுப் பகுதி, பின்னர் இலைகள், அதன் வளர்ச்சியின் மணிமகுடமான மலர்கள் என, செடி தழைக்கிறது. 'பரவசத்தின் வேர்கள்' அல்லது 'பரவசம் பெருகுகிறது' காதல் 'மலர்கிறது' என குறிப்பிடப்படுவதில் காரணம் இல்லாமல் இல்லை. வேறு எந்த விதமான ஆர்வப் பெருக்கிலும் காணப் படுவது போலவே காதலிலும், முதலில் விதை, கருக் கொள்ளுதல், வளர்ச்சி, மேம்பாடு, மலர்தல் என அடுத்தடுத்த தொடர் கட்டங்கள் உள்ளன என நான் உணர்கிறேன். உடல் வளர்ச்சி அடைவதைப் போன்றே ஆர்வப் பெருக்கு என்பதும் இயற்கை வகுத்துள்ள விதிமுறைகளை ஒட்டியே வலுவடைகிறது என்று நான் உணர்கிறேன்.

சில குறிப்பிட்ட தொடர் கட்டங்கள், தர்க்க நியாயம், விதிமுறை ஆகியவற்றுக்கு உட்பட்டுத்தான் ஆர்வப் பெருக்கின் விளைவுகள் தொடர்கின்றன. ஒரு நடிகர் தன் சுய இயல்பை ஒரு கட்டாயத்திற்கு அடிபணிய வைத்தால், ஓர் உணர்வுக்கு மாறாக

வேறு உணர்வைத் திணித்துக்கொண்டால், தனது உணர்ச்சிகளின் தர்க்க நியாயத்தைத் தகர்த்துவிட்டால், மனித ஆர்வப் பெருக்கின் இயல்பான கட்டமைப்பை அவர் சிதைத்துவிட்டால், உணர்ச்சி சிதைவுதான் மிஞ்சும்.

ஒவ்வொரு பரவசம் அல்லது ஆர்வப் பெருக்கு என்பது, உணர்ச்சிபூர்வமாக அனுபவிக்கப்பட்டுள்ள சிக்கலான பல விஷயங்களின் கலவை. மாறுபட்ட உணர்வுகள், அனுபவங்கள், நிலைகள் ஆகியவற்றின் ஒட்டுமொத்த வடிவம் இது. இதில் பெருமளவுப் பகுதிகள் இரண்டறக் கலந்துள்ள தோடு மட்டு மல்லாமல், மாறுபட்டவையாகவும் அடிக்கடி முரண் பட்டவை யாகவும் உள்ளன. வெறுப்பு, நிந்தனை, போற்றிப் புகழ்தல், அலட்சியம், பரவசம், தர்மசங்கடம், மான, அவமானத்தை பொருட்படுத்தாத அசட்டுத் துணிவு என்ற அனைத்துமே காதலில் அடங்கியுள்ளன.

நமது ஆர்வப் பெருக்கை ஒரு மணி மாலையோடு ஒப்பிடலாம். ஏராளமான வண்ண வண்ண மணிகள் தனித்தனியாக இருக்கும் போது ஒரு வடிவத்திலும், அவற்றை ஒன்றிணைத்து மாலையாக தொடுக்கப்பட்ட பிறகு மணி மாலையாக வேறு ஒரு வடிவத்திலும் காட்சி தருகிறது. உணர்வுகள் சம்பந்தப்பட்ட விஷயங்களும் இது போன்றே உள்ளன. தனித்தனியான, வேறுபட்ட, முரண்பட்ட ஏராளமான உணர்வுகளின் கலவைதான் ஆர்வப் பெருக்காக உருவெடுக்கிறது. ஒரு வாகனம் கிட்டத்தட்ட மோதித் தள்ளும் ஆபத்தான நிலையில் சிக்கிய அருமைக் குழந்தையை தாய் மூர்க்கத்தனமாக அடிக்கிறாள். தனது குழந்தையை அடிக்கும்போது அவள் ஏன் இவ்வளவு ஆவேசமாக இருக்கிறாள்? குழந்தை மீது அளவுகடந்த பாசம் கொண்ட அந்தத் தாய், தனது ஆசைக் குழந்தையை பறிகொடுத்து விடுவோமோ என்ற பரிதவிப்பால் தான் இப்படி நடந்துகொள்கிறாள். இனி தனது குழந்தை இப்படிப்பட்ட ஆபத்தான விளையாட்டில் ஈடுபடவே கூடாது என்பதால்தான் இப்படி அடிக்கிறாள். மாறாத பாசத்துடன் சேர்த்தே சில நிமிட நேர வெறுப்பும் உள்ளது. எந்தளவுக்கு

அதிகமாக தாய் குழந்தையை நேசிக்கிறாளோ அவ்வளவு அதிகமாக இப்படிப்பட்ட சந்தர்பங்களில் வெறுப்படைகிறாள்; குழந்தையை அடிக்கிறாள்.

பெருக்கெடுக்கும் ஆசைகள் அல்லது உணர்வுகள் மட்டுமல்லாமல் அவற்றுடன் இணைந்துள்ள பல்வேறு அம்சங்கள் பரஸ்பரம் முரண்பட்டுள்ளன. டீ மாபேசந்த் (De Maupassant) படைத்த ஒரு ஹீரோ, தன்னைப் போலவே தோற்றம் கொண்ட ஒருவனை எதிர்கொண்டதால், பீதியடைந்து தற்கொலை செய்துகொள்கிறான். தற்கொலை செய்துகொள்ளும் துணிச்சலான, உறுதியான முடிவை மேற்கொள்கிறான். தன்னைப் போன்ற ஒருவனை தவிர்க்க முயன்றதால் ஏற்பட்ட கோழைத்தனத்தையும் இந்தத் தற்கொலை வெளிப்படுத்துகிறது.

ஒவ்வொரு கதாபாத்திரமும் ஏதாவது ஒரு வகையிலான தனித்தனியான உட்கூறுகளைக் கொண்டே உருவாக்கப்படு கின்றன. இந்த உட்கூறுகள்தான் ஒட்டுமொத்த ஆர்வப் பெருக்கை ஏற்படுத்துகின்றன. இந்த ஆர்வப் பெருக்கு, சித்தரிக்கப்பட வேண்டிய கதாபாத்திரத்திற்கு உள்ளார்ந்த ஆன்மீக வடிவத்தை வழங்குகிறது. சாட்ஸ்கி கதாபாத்திரத்தை உதாரணமாக எடுத்துக்கொள்ளலாம்.

இந்தக் கதாபாத்திரம் குறிப்பாக, சோஃபியா மீது காதல் கொண்டுள்ள சாட்ஸ்கி கதாபாத்திரம், காதல் காட்சிகளை மட்டுமே கொண்டு, உருவாக்கப்படவில்லை. முரண்பட்ட உணர்ச்சிகள் மற்றும் செயல்கள் அடங்கியுள்ள மாறுபட்ட பல்வேறு அம்சங்களை அடிப்படையாகக் கொண்டுதான், இந்த காதல் உருவாக்கப்பட்டுள்ளது. இந்த நாடகம் முழுவதும் சாட்ஸ்கி என்ன செய்கிறான்? அவனது கதாபாத்திரத்தில் என்னென்ன செயல்கள் அடங்கியுள்ளன? சோஃபியா மீதான காதலை அவன் எப்படி வெளிப்படுத்துகிறான்?

முதலில், அவன் வந்து சேர்ந்தவுடன் சோஃபியாவை உடனடியாகப் பார்க்க வேண்டும் என்று விரும்புகிறான். அவர்கள்

சந்தித்தபோது அவளை மிக கவனமாக ஆராய்கிறான். ஏன் இறுக்கமான முகத்துடன் தன்னை வரவேற்கிறாள் என்பதைக் கண்டறிய முயல்கிறான்; அவள் மீது குற்றம் சாட்டுகிறான்; பிறகு ஜோக்கடிக்கிறான், உறவினர்கள், பழக்கமானவர்களிடம் வேடிக்கையாகப் பேசுகிறான். சில சமயங்களில் அவளிடம் குத்தலாகப் பேசுகிறான். தன் மனதில் அவளை ஆராதிக்கும் அவன், தனக்கு அவள் துரோகம் இழைக்கத் தயாராகும்போது சித்ரவதைக்கு ஆளாகிறான், குழப்பமடைகிறான்; அவள் பேசுவதை ஒட்டுக் கேட்கிறான்; இறுதியில், அவள் நிலையை அறிந்ததும் தனது காதலியிடமிருந்து விலகி ஓடுகிறான். இந்தப் பல்வேறு செயல்கள் மற்றும் குறிக்கோள்களில் காதலுக்காக, ஓரிரு வசன வரிகள் மட்டுமே ஒதுக்கப்பட்டுள்ளன. ஆனாலும், தனித்தனித் தருணங்கள் மற்றும் குறிக்கோள்கள் அனைத்தும் ஒட்டு மொத்தமாக ஒன்றிணைந்து சோஃபியா மீதான சாட்ஸ்கியின் காதல் பரவசத்தை நிலைநிறுத்துகின்றன.

மனித உணர்வுப் பெருக்கை சித்தரிக்கும் ஒருவரின் குணாம்சமும் உணர்ச்சிக் களமும் உன்னதமாக இருக்க வேண்டும்; வண்ணமயமாகவும் மாறுபட்டதாகவும் இருக்க வேண்டும். உணர்வுப் பெருக்கை வெளிப்படுத்துவதில் ஒரு நடிகர், அந்த உணர்வுப் பெருக்கை மட்டுமே சிந்திக்கக் கூடாது; அதற்குக் காரணமான உணர்வுகளிலும் கவனம் செலுத்த வேண்டும். இதற்காக, பல்வேறு மாறுபட்ட, முரண்பட்ட உணர்ச்சிகளை அவர் தேட வேண்டும். அவர் ஒரு நல்ல மனிதன் கதாபாத்திரத்தில் நடிக்கும்போது அந்த நல்ல மனிதனுக்குள் இருக்கும் மோசமான விஷயங்களையும் தேடிப் பார்க்க வேண்டும். ஒரு புத்திசாலியான கதாபாத்திரத்தில் நடிக்கும்போது, அந்த மனிதனின் மனதளவிலான பலவீனமான இடங்களையும் கண்டறிய வேண்டும். ஓர் உல்லாச மனிதனாக நடிக்கும் போது அவனுடைய 'சீரியசான' பக்கத்தையும் தேடிப்பார்க்க வேண்டும். மனித உணர்வுப் பெருக்கை விசாலமாக்குவதற்கு இது ஒரு வழிமுறையாகும். உங்களுக்குத் தேவையான வண்ணத்தை உடனடியாகக் காண முடியாவிட்டால், அதனைத் தேடிக் கண்டுபிடிக்க வேண்டும்.

மனித உணர்வுப் பெருக்கு உருவாவது, வலுவடைவது, அதன் உச்சத்தை எட்டுவது என்பதெல்லாம் பொதுவாக உடனடியாக நிகழ்ந்துவிடுவதில்லை. படிப்படியாகவும், நீண்ட இடைவெளிக்குப் பின்னரும்தான் இது நிகழ்கிறது. மோசமான உணர்வுகள் பூடக மாகவும், மெதுவாகவும் சிறந்த உணர்வுகளாக மாற்றமடை கின்றன. இதே போன்று சிறந்த உணர்வுகளும் மோசமான உணர்வுகளாக மாற்றமடைகின்றன. ஒதெல்லோவின் இதயம் முழுவதும் கொண்டாட்டமான, பிரகாசமான, காதல் பெருக்கெடுக்கும் உணர்வுகள் நிரம்பி, உலையில் காய்ச்சிய இரும்பில் சூரியனின் ஒளிக்கதிர் பிரதிபலிப்பது போல், பிரகாசமாக இருந்தது. ஆனால், சந்தேகம் துளிர்விட்ட அந்த முதல் தருணத்தில், திடீரென மோசமான எண்ணங்கள் தோன்றின. இதன் எண்ணிக்கை அதிகரித்து, ஒதெல்லோவின் பிரகாசமான காதல் இதயம், மோசமான உணர்ச்சிகளின் பிடியில் சிக்கியது. சந்தேக நிழல்கள் விரிவடைந்தன; பெரிதாக வளர்ச்சியடைந்தன. இறுதியில் அவனது பிரகாசமான இதயத்தில் இருள் படர்ந்தது. கிட்டத்தட்ட முற்றிலுமாக இருள் கவ்வியது. ஆரம்பத்தில் அதிகரித்து வரும் பொறாமையில் சிறு துளிகள் மட்டுமே தென் பட்டன. தற்போதோ அவனுடைய மென்மையான, உறுதியான காதலின் ஒரு சில நினைவுகள் மட்டுமே மிஞ்சியுள்ளன. இறுதியில், இந்த இனிய தருணங்களும் காணாமல் போய், மனம் முழுவதையும் காரிருள் கவ்வியது.

ஒரு மனிதன், உணர்வுப் பெருக்கால் முற்றிலுமாக வீழ்த்தப் படும் சம்பவங்கள் நிறைய உள்ளன. ஜூலியட் மீது திடீரென ரோமியோவுக்கு காதல் பித்துப் பிடித்தது. ஒருவேளை ரோமியோ உயிரோடு இருந்திருந்தால், மனிதன் பொதுவாக எதிர்கொள்ளும் பல்வேறு இக்கட்டான தருணங்களுக்கும், காதலில் இயல்பாக ஏற்படும் தவிர்க்க முடியாத மோசமான உணர்ச்சிகளுக்கும் ஆளாகியிருந்திருக்க மாட்டான் என யாரால் சொல்ல முடியும்?

நாடக மேடையில் அடிக்கடி நிகழும் அனைத்துமே, மனித உணர்வுப் பெருக்கின் இயல்புக்கு முற்றிலும் மாறானவை.

நடிகர்கள் உடனடியாகக் காதல் வயப்படுகிறார்கள், உடனடியாகப் பொறாமைப்படுகிறார்கள். மனித உணர்வுப் பெருக்கை அது காதலாக இருந்தாலும், பொறாமையாக இருந்தாலும், துயரமாக இருந்தாலும், இவற்றை எல்லாம் துப்பாக்கித் தோட்டக்கள் அல்லது குண்டுகளை இதயத்தில் ஏற்றுக்கொள்வது போல, உடனடியாக இதயத்தில் பதியவைத்துக்கொள்ளலாம் என நம்பும் அளவுக்கு பல நடிகர்கள் அப்பாவிகளாக இருக்கின்றனர்.

சில நடிகர்கள், குறிப்பிட்ட உணர்வுப் பெருக்கை வெளிப்படுத்துவதற்கு என்றே அவதாரம் எடுத்தவர்கள் போன்று நடிப்பார்கள். மிகவும் வசீகரமாக, சுருள் சுருளான தலைமுடியுடன் மன்மதன் போன்று காணப்படுவார்கள். காதல் தங்களுக்கு கை வந்த கலை என்பது போன்று மேடையில் நடிப்பார்கள். ஒரு கையை இதயத்தில் வைத்துக்கொண்டு காதல் பரவசத்தைப் பொங்கவைத்து, உணர்ச்சிகரமாக நடிப்பார்கள், காதலியை கட்டிப் பிடித்து முத்தம் கொடுப்பார்கள், சாகப் போகும் தருணத்திலும் சென்டிமென்டலான 'புன்னகையுடன்' மன்னிக்கும்படி கோரிக்கை வைப்பார்கள். நீதி நெறி பிறழாத நாடக 'அப்பாக்கள்' வழக்கமாக மேடையில் வெறுப்பை வெளிப்படுத்துவார்கள். இந்த நடிகர்கள் எப்போதுமே தங்களது அருமைக் குழந்தைகளை பாதுகாப்பதற்காக அவர்கள் வாழ்க்கையில் குறுக்கிடுவார்கள் அல்லது வெறுப்புடன் நடந்துகொள்வார்கள்.

மனித உளவியல் மற்றும் உணர்வுப் பெருக்கு குறித்த இந்த நடிகர்களின் கண்ணோட்டம் கற்றுக்குட்டித்தனமானது, ஒரு தலைப்பட்சமானது. காதலை காதலாகவும், பொறாமையை பொறாமையாகவும், வெறுப்பை வெறுப்பாகவும், துயரத்தை துயரமாகவும். கொண்டாட்டத்தைக் கொண்டாட்டமாகவும் இந்த நடிகர்கள் வெளிப்படுத்துகின்றனர். எந்தவிதமான முரண் பாடுகளும் இல்லாமல் உள்முக நுணுக்கங்களில் எந்தவிதமான பரஸ்பர தொடர்புகளும் இல்லாமல், அனைத்துமே இயந்திர கதியில் நிகழ்த்தப்படுகின்றன. அனைத்துமே ஒரே வண்ணம் கொண்டதாக உள்ளன.

வில்லன்கள் அனைவரும் கருப்பாகவும், நல்லவர்கள் அனைவரும் வெள்ளையாகவும் இருப்பார்கள். ஒவ்வொரு உணர்வுப் பெருக்குக்கும் நடிகர் அவருக்கே உரித்தான சிறப்பு வண்ணம் சேர்ப்பார். ஒரு பெயின்டர் ஒரு வேலிக்கு வண்ணம் பூசுவது அல்லது குழந்தைகள் படங்களுக்கு வண்ணம் சேர்ப்பது போன்று இந்த நடிகரின் செயல் அமைந்திருக்கும். இதன் விளைவாக, நடிப்பு என்பது பொதுவாக இருக்கும். இப்படிப்பட்ட நடிகர்கள் 'பொதுவான முறையில்' காதலிக்கின்றனர்; 'பொதுவான முறையில்' பொறாமைப்படுகின்றனர், 'பொதுவான முறையில், வெறுப்பை காட்டுகின்றனர். மனித உணர்வுப் பெருக்கின் சிக்கலான உட்கூறுகளை மிகவும் சாதாரணமாகவும் பெரும் பாலும், புற சைகைகள் மூலமும் வெளிபடுத்துகின்றனர். பொதுவாக ஒரு நடிகர் மற்றவரிடம் பின்வருமாறு கேட்பார்:

''அந்தக் குறிப்பிட்ட ஒரு காட்சியில் நீங்கள் எப்படி நடித்தீர்கள்?''

''கண்ணீர் சிந்தியவாறு அல்லது சிரித்தவாறு அல்லது கொண்டாட்டமாக அல்லது பீதியைக் காட்டியவாறு'' என மற்றொரு நடிகர் பதிலளிப்பார். அகச் செயல் பற்றி நாம் பேசவில்லை; புறச் செயல்கள் குறித்து மட்டுமே நாம் பேசுகிறோம் என்பது குறித்து, இந்த இருவரும் துளிக்கூட சந்தேகம் கொள்வதில்லை.

ஒரு நடிகர், ஓர் உணர்வுப் பெருக்கின் இயல்பை அறிந்திருக்க வேண்டும், அது எந்த முறையில் தன்னை வழிநடத்துகிறது என்பதையும் தெரிந்திருக்க வேண்டும், மனித உளவியல் மற்றும் இயல்பை சிறப்பாக அறிந்துள்ள நடிகர், அவற்றைத் தனது ஓய்வு நேரத்தில் அதிகளவில் ஆராய்ந்து தெரிந்துகொள்வார். எவ்வளவு ஆழமாக மனித உணர்வுப் பெருக்கின் ஆன்மீக ஆதாரத்திற்குள் அவரால் ஊடுருவிச் செல்ல முடிகிறதோ அந்தளவுக்கு அவர் ஏற்கும் எந்தக் கதாபாத்திரத்திலும் அவரால் வெகு சிறப்பாக நடிக்க முடியும். ஆழமான, சிக்கலான, மாறுபட்ட, நுணுக்கமான உணர்வுகளைத் துல்லியமாக வெளிப்படுத்த முடியும். ஆர்வப்

பெருக்கு மேம்படுவதை மிகவும் உன்னிப்பாக அறிந்துகொள் வதற்காக, சாட்ஸ்கி கதாபாத்திரத்தில் சோஃபியா மீதான அவனது காதலுக்கு முக்கியத்துவம் கொடுத்து விரிவாக அலசுவோம். அந்த காலகட்டத்திற்கு ஏற்ப, பெருக்கெடுக்கும் காதல் பரவசத்தின் மேம்பட்ட நிலைகளை வெளிப்படுத்துவதற்கான வழிமுறை களை, அனைத்துக் கோணங்களிலும் ஆராய்ந்து பார்க்கலாம்.

வெளிநாட்டிலிருந்து சாட்ஸ்கி திரும்பி வருகிறான். காதல் வயப்பட்ட ஒரு மனிதனின் நிலையை நினைவுகூர்ந்து, அந்த சூழ்நிலைகளின் மையத்தில் அதாவது சாட்ஸ்கியின் நிலையில் என்னை வைத்துக்கொள்கிறேன். இப்போது, பெரிய குறிக்கோள் களிலிருந்து சிறிய குறிக்கோள்களை எட்டுவதற்காக மீண்டும் நான் செயல்படத் தொடங்க வேண்டும்.

வெளிநாட்டிலிருந்து, இப்போது புதிதாகத் திரும்பி வந்திருக்கிறேன். என் வீட்டுக்கு நான் செல்லவில்லை, நேரடியாக வாமசு இல்லத்தின் வாசலுக்கு வந்துள்ளேன்.

சோஃபியாவைப் பார்க்க வேண்டும் என்ற எனது ஆசை மிகவும் வலுவானது. எனவே, எனது முதலாவது பெரிய குறிக்கோளை பின்வருமாறு நான் மாற்றி அமைக்க வேண்டும்.

2 – அ. முடிந்தவரையில் சீக்கிரமாக ஆருயிர் சோஃபியாவை பார்ப்பது.

இதற்காக நான் என்ன செய்ய வேண்டும்?

இப்போது எனது வண்டி நிறுத்தப்பட்டுள்ளது, இந்த வண்டியை ஓட்டி வந்தவர் கதவைத் திறப்பதற்காக காவல்காரரைக் கூப்பிடுகிறார்.

அதுவரை நான், வண்டியில் சும்மா உட்கார்ந்திருக்க முடியாது. நான் ஏதாவது செய்தாக வேண்டும். எனக்குள்ளே பெருக் கெடுக்கும் ஆற்றல், தீவிர முனைப்புடன் செயல்படத் தூண்டுகிறது. எனது துடிதுடிப்பும் உத்வேகமும் பத்து மடங்கு அதிகமாகி என்னை உந்தித் தள்ளுகிறது.

2 - I. நான் வெளிநாட்டில் இருந்தபோது, இடைவிடாமல் கனவு கண்டிருந்த எங்கள் சந்திப்புக்கான தருணம் விரைவாக வரவேண்டும் என ஆசைப்படுகிறேன்.

இப்போது நான் வண்டியிலிருந்து கீழே குதிக்கிறேன். வாயில் கதவை நோக்கி வேகமாகப் போகிறேன். அதில் பொருத்தப் பட்டிருந்த சங்கிலியைக் கதவில் தட்டுகிறேன். காவல்காரர் வந்து கதவைத் திறப்பதற்காகக் காத்திருக்கிறேன். இதனிடையே எனக்குள் பொங்கிய அதிகப்படியான ஆற்றல் காரணமாக கால்களைத் தரையில் உதைக்கிறேன். கிறீச் சத்தத்துடன் கதவு திறக்கப்படுகிறது. லேசாகத் திறக்கப்பட்டதுமே நான் உள்ளே நுழைகிறேன். ஆனால், என்னைப் பார்த்த மகிழ்ச்சியை வெளிப்படுத்தும் ஆர்வத்தில் காவல்காரர் வழியை மறித்துக் கொண்டு நிற்கிறார்.

II. அவரிடம் நான் நலம் விசாரிக்க வேண்டும், அன்பாக நடந்து கொள்ள வேண்டும்.

இந்த மனிதர், அவளது காவல்காரர் என்பதால் நான் மிகவும் மகிழ்ச்சியடைய வேண்டும். ஆனால், ஓர் உள்ளார்ந்த சக்தி என்னை வேகமாகச் செல்லும்படி தூண்டுவதால், இயந்திர கதியில் நலம் விசாரிக்கிறேன். என் வாயிலிருந்து வார்த்தைகள் வெளி வருவதற்கு முன்பே நான் விரைந்து செல்கிறேன்.

சோஃபியாவை சந்திக்கும் தருணம் விரைவில் வர வேண்டும் என்ற அவசியம், எனது சிறிய குறிக்கோளான 2- I-ஐ முந்தைய குறிக்கோளான 2- II-உடன் இணைத்து இயந்திர கதியிலான ஒரு செயலாக மாற்றிவிடுகிறது.

இப்போது நான், நீண்ட தாழ்வாரத்தைக் கடந்து முன்பக்கக் கதவை நோக்கி ஓடுகிறேன்.

2- III. நான் வேகமாகச் சென்று தூங்கிக்கொண்டிருக்கும் காவல் பணியாளரை எழுப்ப வேண்டும். இப்போது மணியின் கயிற்றைப் பிடித்து எனது முழு பலத்தையும் திரட்டி இழுக்கிறேன்; சற்று

காத்திருக்கிறேன்; மீண்டும் மணி அடிக்கிறேன்; மணியின் கயிறு அறுந்துவிடும் என்பதை நான் அறிந்திருந்தாலும் அதை என் கைகளால் இழுத்து அசைக்காமல் இருக்க முடியவில்லை.

இப்போது, வளர்ப்பு நாய் ஓடி வந்து என் பாதத்தைச் சுற்றிலும் நக்குகிறது. இது அவளுடைய நாய்.

2- IV எனது பழைய நண்பன் மட்டும் அல்லாமல் அவளுடைய நாயாகவும் இது இருப்பதால், இதை வருடிக்கொடுக்க விரும்புகிறேன்.

ஆனால், இப்போது நேரமில்லை. மணியை நான் அடித்தாக வேண்டும். எனவே, இந்தக் குறிக்கோள் 2- iii-உடன் கலந்து விடுகிறது.

இறுதியாக கதவு திறக்கப்படுகிறது. பிரதான கூடத்திற்குச் செல்லும் வழியை நோக்கி நான் விரைகிறேன். எனக்கு அறிமுகமான சூழல் என்னைத் தழுவிக்கொண்டு, என்னைக் கிறங்க வைக்கிறது. உள்ளார்ந்த ஒரு சக்தி இதுவரை இல்லாத அளவுக்கு வலுவாக என்னை உந்தித் தள்ளுகிறது. சற்றுப் பொறுமையாக, சுற்றிலும் கவனித்துப் பார்ப்பதற்குக்கூட என்னை அது அனுமதிக்கவில்லை. ஆனால், ஒரு புதிய தாமதம் குறுக்கிடுகிறது. காவல் பணியாளர் குதிரை கனைப்பது போன்ற கரகரத்த குரலில் நலம் விசாரிக்கிறார்.

2- V நான் அவரிடம் நலம் விசாரிக்க வேண்டும், அன்புடன் நடந்துகொள்ள வேண்டும், அவருடன் ஒன்றிரண்டு வார்த்தைகள் பரிமாறிக்கொள்ள வேண்டும்.

ஆனால் இந்தக் குறிக்கோள் எல்லாவற்றையும்விட பெரிய குறிக்கோளுடன் இணைந்துவிடுகிறது. சோஃபியாவை சந்திக்கும் தருணம், விரைவாக வர வேண்டும் என்ற எனது ஆசை காரணமாக எனது நலம் விசாரிப்பு செயற்கையாக உள்ளது.

எதையோ முனகியவாறு நான் விரைந்து செல்கிறேன். நான்கு, நான்கு படிகளாகத் தாவிக் குதித்து விரைகிறேன். மாடியை

அடைந்ததும், நடுவழியில் மேற்பார்வைப் பணியாளர் மற்றும் வீட்டுப் பராமரிப்பாளர் மீது மோதிக்கொள்கிறேன். தலை தெறிக்கும் வேகத்தில் வரும் என்னைக் கண்டு, அதிர்ச்சியடைந்த அவர்கள், எதிர்பாராத இந்த சந்திப்பால் வாயடைத்துப் போய் நிற்கின்றனர்.

2- VI அவர்களிடம் நான் நலம் விசாரிக்க வேண்டும். சோஃபியாவைப் பற்றிக் கேட்க வேண்டும். எங்கே அவள்? நலமாக இருக்கிறாளா? விழித்துக்கொண்டுவிட்டாளா?

எனது தேடலின் இறுதிக் கட்டத்தின் அருகே நான் வந்ததும், அவளது திசையை நோக்கி வேகமாக நான் இழுத்துச் செல்லப்படுகிறேன்.

எனது தேடலின் இறுதிக் கட்டம் நெருங்க, நெருங்க அவள் திசையை நோக்கி நான் ஈர்க்கப்படுவது மேலும் மேலும் வலுவடைந்து வந்தது. அவர்களிடம் நலம் விசாரிப்பதை முதலில் மறந்துவிடுகிறேன். ஆனால் உடனடியாக, பின்வருமாறு கேட்கிறேன்.

''மேடம் எழுந்துவிட்டார்களா? நான் உள்ளே போகலாமா?''

பதிலுக்காகக் காத்திராமல் அந்தக் கூடத்தை ஒட்டியுள்ள, எனக்குப் பரிச்சயமான அறைகளைக் கடந்து ஓடுகிறேன். யாரோ என்னைக் கூப்பிடுகிறார்கள், யாரோ என் பின்னால் ஓடி வருகிறார்கள்.

ஓடுவதை நிறுத்திவிட்டு சுதாரித்துக்கொள்கிறேன்.

''நான் உள்ளே போகக் கூடாது இல்லையா? அவள் ஆடை அணிந்து கொண்டிருக்கிறாளோ?''

மிகவும் கஷ்டப்பட்டு எனது உற்சாகத்தைக் கட்டுப்படுத்திக் கொண்டு சற்று நிதானமாக மூச்சுவிடத் தொடங்குகிறேன். என்னை வாட்டும் பொறுமையின்மையை தணித்துக்கொள் வதற்காக என் பாதத்தைத் தரையில் அழுத்துகிறேன். சன்னமாக

கூச்சலிட்டவாறே யாரோ என்னை நோக்கி ஓடி வருவது தெரிகிறது.

''ஆ! லிஸா!''

இப்போது அவள் எனது மேலங்கியைப் பிடித்து இழுத்துக் கொண்டு செல்கிறாள். நான் அவளைப் பின்தொடர்கிறேன்.

இப்போது ஏதோ ஒன்று நிகழ்கிறது. என்னை நான் பறிகொடுக்கிறேன். எனக்கு எதுவும் தெரியவில்லை, எனக்கு எதுவும் நினைவில் இல்லை. இது ஒரு கனவா? எனது குழந்தைப் பருவம் திரும்பியுள்ளதா? ஒரு தொலைநோக்கா? அல்லது இந்தப் பிறவியிலோ அல்லது வேறு ஏதோ பிறவியிலோ நான் அனுபவித்த கொண்டாட்டமா? இது அவளாகத்தான் இருக்க வேண்டும்! ஆனாலும், அவள் குறித்து என்னால் எதுவுமே சொல்ல முடியாது. என் முன்னே சோஃபியா நிற்பது மட்டும்தான் எனக்குத் தெரிகிறது. இவள் அவளேதான். இல்லை. இன்னும் அழகாகி விட்டாள். இது இன்னொரு சோஃபியா!

பின்னர் ஒரு புதிய குறிக்கோள் தானாகவே வடிவம் பெறுகிறது.

2- ஆ. நான் அவளிடம் நலம் விசாரிக்க விரும்புகிறேன். இந்த இலக்கோடு பேச விரும்புகிறேன்.

ஆனால் எப்படி? இப்படிப்பட்ட பூத்துக் குலுங்கும் அழகுடன் காட்சியளிக்கும் இளம் பெண்ணிடம் பேசுவதற்காக ஒரு புதிய உறவை மலர வைப்பதற்காக, புதிய வார்த்தைகளை நான் தேடிக் கண்டுபிடிக்க வேண்டும்.

அவற்றைக் கண்டுபிடிப்பதற்காக:

2- I. சோஃபியாவை கவனமாக நான் ஆராய வேண்டும். அவளது அழகு ததும்பும் மேனி எழிலைப் பார்க்க வேண்டும். நாங்கள் பிரிந்ததிலிருந்து அவளிடம் ஏற்பட்டுள்ள மாற்றத்தை எடைபோட வேண்டும்.

நான் அவளை உற்றுப் பார்க்கிறேன். நான் அவளை மட்டுமல்லாமல் அவளது ஆன்மாவையும் பார்க்க விரும்புகிறேன். இந்தத் தருணத்தில், என் கனவில் 1820-களில் உடையணிந்த வசீகரமான ஓர் இளம் நங்கையைக் காண்கிறேன். யாரது? இந்த முகம் எனக்கு அறிமுகமான முகம். இந்த வசீகரம் எங்கிருந்து வந்தது? செதுக்கி வைக்கப்பட்ட ஒன்றா? ஓர் ஓவியத்திலிருந்து அல்லது அந்தக் காலத்து உடையில் நான் கற்பனையில் தீட்டியிருந்த உருவத்திலிருந்து இந்த முகம் வடிவெடுத்து வந்திருக்குமா?

கற்பனை சோஃபியாவை நான் உற்று நோக்குகிறேன். எனது பார்வையில் உண்மையை உணர்கிறேன். ஒருவேளை சாட்ஸ்கிகூட இதே ஒருமுகப்படுத்தப்பட்ட கவன உணர்வுடன் சோஃபியாவைப் பார்த்திருக்கலாம். மேலும், பரிச்சயமான ஓர் உணர்வும் சேர்ந்துகொள்கிறது. திகைப்பு காரணமாகவோ, தடுமாற்றம் காரணமாகவோ இது நிகழ்ந்திருக்கலாமா?

இது என்ன உணர்வு? இது எதை நினைவூட்டுகிறது? எங்கிருந்து இது வந்தது?

நான் யூகிக்கிறேன். நீண்ட வருடங்களுக்கு முந்தைய நினைவு இது. நான் ஏறக்குறைய ஒரு குழந்தையாக இருந்தபோது, ஒரு சிறுமியை சந்தித்தேன். எங்களைச் சுற்றி இருந்தவர்கள் எங்களைப் பற்றி ஜோக்கடித்தனர். நாங்கள் ஒரு ஜோடி என்றும் சகோதர, சகோதரி என்றும் கூறினர். தர்மசங்கடத்துக்கு ஆளான நான் பின்னர் அவளைப் பற்றி அதிகமாக சிந்தித்து வந்தேன். ஆனால், எனது கற்பனையில் அவள் ஒரு சிறுமியாகவே நீடித்திருந்தாள். இறுதியில் நாங்கள் சந்தித்துக்கொண்ட போது, நாங்கள் இருவருமே தர்மசங்கடமாக உணர்ந்தோம்.

ஏனென்றால், நாங்கள் இருவரும் இப்போதைய எங்களுடைய உருவத் தோற்றத்தில் காணப்படுவோம் என எதிர்பார்த்திருக்க வில்லை. இப்படிப்பட்ட பருவ மங்கையாக வளர்ச்சி அடைந்துள்ள அவளிடம் எப்படிப் பேசுவது என்பதை என்னால் கற்பனை செய்துகூடப் பார்க்க முடியவில்லை. ஒரு மாறுபட்ட

முறையில் அவளுடன் நான் பேச வேண்டியிருந்தது. அது எப்படி என்பது எனக்குத் துல்லியமாகத் தெரியவில்லை. ஆனால், இதுவரை எனக்குப் பழக்கமாகி இருந்த முறையில் இப்போது பேச முடியாது.

தடுமாற்றம், குழப்பம், புதிய உறவுக்கான தேடல் என்ற அனைத்தும் நிகழ்காலத்துக்குப் பொருந்தும் விதத்தில், இப்போது என் நினைவில் பளிச்சிடுகிறது. உயிரோட்டமான ஒரு நினைவு எனது தற்போதைய கனவுக்கு, உயிரோட்டமான ஒரு புத்துணர்வை ஊட்டுகிறது. இந்தக் கனவு என் இதயத்தைத் துடிக்க வைக்கிறது; எனது நிலையின் அப்பட்டமான உண்மையை நான் உணர்கிறேன்; நான் குறிவைத்துள்ள இலக்கு, அதற்கான அணுகுமுறை எனக்குப் பரிச்சயமாக இருந்தாலும் புதியவராகத் தோன்றும் ஒருவருடனான பரஸ்பர, புதிய உறவை உறுதிப்படுத்துவதற்கான முயற்சி ஆகியவற்றை எனக்குள் உணர்கிறேன். இந்த முயற்சிகளில் பொதிந்துள்ள அவற்றின் உண்மை குறித்த உணர்வு, எனது உணர்ச்சிகளுக்கு இதம் தருகின்றன. இந்த உணர்ச்சிகள், நான் கற்பனை செய்துள்ள சந்திப்புத் தருணத்திற்கு உயிரூட்டுகின்றன.

இந்த நொடியில் எனது குழந்தைப் பருவத்தின் ஒரு தருணம் என் நினைவுக்கு வருகிறது. ஏதோ ஒரு நேரத்தில் எனது சிறிய தோழியின் முன்னால் வார்த்தையில் வெளிப்படுத்த முடியாத சந்தோஷம் ததும்ப இப்போது இருப்பதைப் போன்றே நிற்கிறேன். சுற்றிலும் பொம்மைகள் சிதறிக் கிடக்கின்றன. இந்தத் தருணம், ஆழமாகவும், முக்கியமாகவும் இருந்தாலும் என் வாழ்க்கையில் இது குறித்து, வேறு எதுவுமே எனக்குத் தெரியவில்லை. அன்று போலவே தற்போதும் என் நினைவுகளில் அவள் முன்னே மண்டியிடுகிறேன். என்ன காரணம் என்று தெரியாவிட்டாலும் அது மிகவும் பலன் தரும் என்று உணர்கிறேன்.

அதே நேரத்தில் குழந்தைகளுக்கான தேவதைக் கதை புத்தகத்தில் இடம் பெற்றுள்ள ஒரு படம் நினைவுக்கு வருகிறது. பறக்கும் ஜமுக்காளத்தில் நான் இப்போது செய்வது போன்றே ஒரு

வசீகரமான ஓர் இளம் ஜீவன் மண்டியிட்டு நிற்கிறான்; என் முன்னால் நிற்பது போலவே அவன் எதிரே ஓர் அழகான தேவதை நிற்கிறாள்.

இந்தக் கட்டத்தில் சாட்ஸ்கி நிலையில் நான் என்ன செய்ய விரும்புகிறேன்:

2- II. அடக்கி வைக்கப்பட்டுள்ள எனது உணர்வுகள் அனைத்தையும் ஒரு முத்தத்தில் வெளிப்படுத்த வேண்டும்.

ஆனால் எப்படி? நான் கட்டி அணைத்து தூக்கிக் கொள்வேன் என்பதை எனக்கு நன்கு தெரிந்த அந்தச் சிறுமி அறிவாள், ஆனால் இவள்? எனக்குத் தலை சுற்றுகிறது. தயக்கத்துடன் சோஃபியாவை நெருங்கி, எப்படியோ ஒருவழியாக முத்தமிடுகிறேன்.

2- III. பார்வையாலும் வார்த்தையாலும் சோஃபியாவை வருடிக்கொடுக்க வேண்டும். இப்போது எனது கதாபாத்திரத்தில், இந்தத் தருணங்களின் உண்மையை உணரத் தொடங்குறேன். என்னை நானே பின்வருமாறு கேட்டுக்கொள்கிறேன்:

சோஃபியாவின் தயக்கத்தை, இறுக்கத்தை, சாட்ஸ்கி போன்று நானும் கவனித்து, அவளின் தோழமையற்ற பார்வை ஏற்படுத்திய வலியை உணர்ந்திருந்தால், நான் என்ன செய்வது?

இந்தக் கேள்விக்கு நான்தானே பதிலளிக்க வேண்டும் என்பது போன்ற வேதனையால் சுருங்கிப் போவதை எனக்குள் உணர்கிறேன். அவமானப்படுத்தப்பட்ட உணர்வுகளால் ஏற்பட்ட கசப்பு என் இதயம் முழுவதும் பரவியுள்ளது. பெருத்த ஏமாற்றம் எனது ஆற்றலை உறைய வைத்துள்ளது. இந்த நிலையிலிருந்து முடிந்த வரையில் வெகு சீக்கிரமாகத் தப்பிச் செல்ல விரும்புகிறேன்.

காதலன் என்ற குணாம்சம் சாட்ஸ்கியின் சொந்த குணாம்சமாக மாறும்போது மட்டுமே அது சோஃபியா மீதான காதலை வெளிப்படுத்தும். நாம் இப்போது உடல் சார்ந்த எதிர்வினை மற்றும் உள்ளம் சார்ந்த சாதாரண எதிர்வினையை உறுதிப்படுத்த முயலும்போது, நாடக வசனங்களையும் கவனத்தில் கொள்ள

வேண்டும். சாட்ஸ்கியின் காதல் பெருக்கை மேலும் அதிகப்படுத்துவதற்கான, அடுத்தடுத்த அறிவுபூர்வமான தொடர் நடவடிக்கைகளை மேற்கொள்வதற்காக, நாடக வசனங்களிலிருந்து குறிக்கோள்களையும் அவற்றின் உள்ளடக்கங்களையும் தேர்ந்தெடுத்துக் கொள்ள வேண்டும்.

இந்தப் பணியில் ஈடுபடும்போது, நடிகர் தனது கதாபாத்திரத்தை பகுத்துப் பார்ப்பது எப்படி என்பதைத் தெரிந்துகொள்ள வேண்டும். ஒட்டுமொத்த ஆர்வப் பெருக்கை உருவாக்கும் உட்கூறுகள், குறிக்கோள்கள், தருணங்கள் ஆகியவற்றை கதாபாத்திரத்திலிருந்து ஒன்றுதிரட்டிக்கொள்வது எப்படி என்பதையும் அறிந்துகொள்ள வேண்டும். நடிகருக்கு ஒரு வழிகாட்டியாகத் துணை நிற்கும் இந்த ஆர்வப் பெருக்கு தொடர்பான உட்கூறுகள், குறிக்கோள்கள், தருணங்கள் ஆகியவற்றை அவர், எப்படி ஆய்வு செய்வது என்பதையும் தெரிந்துகொள்ள வேண்டும். நாடக ஆசிரியரின் கதையிலிருந்து, ஜீவனுள்ள அடித்தளம் மற்றும் அக உந்துதலுடன் இந்தத் தருணங்களை எப்படி ஏற்படுத்திக்கொள்வது என்பதும் நடிகருக்குத் தெரிந்திருக்க வேண்டும்.

ஒரு நண்பன், ஒரு காதலன் என்ற சாட்ஸ்கி கதாபாத்திரத்தின் இரு குணாம்சங்களையும் இப்போது ஒப்பிட்டுப் பார்ப்போம். இந்த இரண்டு குணாம்சங்களிலும் எது மாற்றமடைகிறது? எது மாறாமல் உள்ளது என்பதை பின்வரும் ஓர் உதாரணம் மூலம் தெரிந்துகொள்ளலாம்.

எவ்வளவு சீக்கிரம் முடியுமோ அவ்வளவு சீக்கிரமாக சோஃபியாவைக் காண வேண்டும் என்ற ஆசை கரை புரண்டோட, விரைந்து செல்லும் வழியில் எதிர்கொண்ட வாயில் காப்பாளர், காவல் பணியாளர், மேற்பார்வையாளர், இல்லப் பராமரிப்பாளர் ஆகிய அனைவரிடமும் அவசரகதியிலும் இயந்திர கதியிலும் சாட்ஸ்கி நலம் விசாரிக்கிறான். தான் என்ன செய்கிறோம் என்பது அவனுக்கு அரைகுறையாகத்தான் தெரிந்துள்ளது, அதே சமயத்தில் ஒரு நண்பன் நிலையில் அவன் இருந்திருந்தால், இந்த ஒவ்வொரு

செயலையும் மிகுந்த கவனத்துடனும் அக்கறையுடனும் மேற்கொண்டிருப்பான்.

ஒரு காதலன் நிலையில் அவனுக்கு பழக்கமான அறைகளை எல்லாம் கவனித்துப் பார்க்க நேரமில்லை. அவன் ஏங்கிக் கொண்டிருந்த இலக்கை நோக்கி விரைந்து செல்கிறான். மாடிப் படிகளை, நான்கு நான்கு படிகளாகத் தாவிக் குதித்து கடக்கிறான். ஆனால், ஒரு நண்பன் என்ற நிலையில், இதற்கு நேர் மாறாக நடந்துகொள்வான். வாயில் காவலர் மற்றும் காவல் பணியாளரை சந்தித்ததிலும், தனக்கு அறிமுகமான இடங்களை பார்த்ததிலும் அதிக நேரம் கொடுத்து, வெகு கவனத்துடன் ஈடுபட்டிருப்பான். இப்போது உட்கருத்து என்ற தளம் விசாலமடைந்துள்ளதோடு மட்டுமல்லாமல், ஆழமும் அடைந்துள்ளது. ஒரு நண்பன், ஒரு காதலன் ஆகிய இரண்டு நிலைகளையும் இந்தத் தளம் உள்வாங்கிக் கொள்கிறது.

இந்த விதத்தில் இந்த உட்கருத்தின் ஆழம் அதிகரிக்கும் அளவுக்கு, அது நடிகரின் இதயத்தோடு மிக நெருக்கமாக இணைந்துவிடுகிறது. எந்தளவுக்கு அதிக சக்தி வாய்ந்ததாகவும் ஆழமாக ஊடுருவக் கூடியதாகவும் மாறுகிறதோ அந்தளவுக்கு அதிகமாக விரிவடைந்து, கதாபாத்திரத்தின் முக்கியமான அம்சங்களாக மறுவடிவம் பெறும் வரையில், இந்த உட்கருத்தில் பொதிந்துள்ள தனித்தனிக் குறிக்கோள்கள் வெகு இயல்பாக ஒன்றுடன் ஒன்று இரண்டறக் கலக்கின்றன. இதனிடையே, குணாம்சத்தில் இடம் பெற்றுள்ள பல குறிக்கோள்கள் மற்றும் அவற்றின் உட்பிரிவுகளின் எண்ணிக்கை குறைகிறது. ஆனால், அவற்றின் தரமும் சாரமும் மேம்படுகின்றன.

சாட்ஸ்கி கதாபாத்திரத்தின் அடிப்படையிலான உதாரணம், ஒரு காதாபாத்திரத்தின் உடல் சார்ந்த மற்றும் உள்ளம் சார்ந்த குணாம்சங்கள், ஒரு நடிகரின் அனைத்துப் படைப்பாற்றல் முனைப்புகளில், அவர் இதயத்திற்கு நெருக்கமானவையாக மாறிவிடுவதைத் தெளிவாக விளக்குகிறது. இந்த குணாம்சங்கள்,

உணர்ச்சிபூர்வமாக பல்வேறு நிலைகளில், உட்கருத்தின் ஆழங்களில் அனுபவிக்கப்பட்டுள்ளன.

ஒரு காதாபாத்திரத்தின் இத்தகைய உட்கூறுகளின் சங்கமத்துடன், அதன் அக மற்றும் புறச் சூழ்நிலைகள் ஒன்று சேரும்போது அளவிட முடியாத அளவுக்கு வித விதமான விஷயங்கள் பெருக் கெடுக்கின்றன. இவை ஒன்றிணைந்து பெருமளவிலான, உணர்ச்சி பூர்வ அனுபவத்தை உருவாக்குகின்றன. மிகவும் மாறுபட்ட, வண்ணமயமான உணர்வுகளை தாமாகவே வசப்படுத்திக் கொள்கின்றன. இதன் பலனாக, குணாம்சத்தின் சாதாரணக் குறிக்கோள்கள் ஆழமடைந்து, நடிகரின் கண்ணோட்டத்தில் முக்கியமான அர்த்தம் நிறைந்தவையாக மாற்றம் அடைகின்றன.

இந்த குணாம்சம், ஒரு நடிகருடைய அக இருப்பின் அனைத்து அணுக்களிலும் நிலைத்து, அவரை முற்றிலுமாக ஆட்கொண்டு விடுகிறது.

படிப்படியான முனைப்புகளை அடுத்து, புதிரான 'நான்' என்ற அடி ஆழத்தை நாம் எட்டுகிறோம். இந்த அடி ஆழத்தில்தான் மனித உணர்ச்சிகள் அவற்றின் தொடக்க நிலையில் உள்ளன. அங்குள்ள உணர்ச்சிப் பெருக்கின் உலையில் அற்பமான, மேலோட்டமான விஷயங்கள் எல்லாம் சாம்பலாகி, ஒரு நடிகரின் ஆக்கத் திறன் வாய்ந்த, இயல்பான, இயற்கையான, அடிப்படைக் கூறுகள் மட்டுமே புடம் போடப்பட்டு, மிளிர்கின்றன.

அடிநாதமான உயர்ந்த குறிக்கோள் அதை எட்டுவதற்கான வழிமுறைகள்

இந்த மையத்தில், கதாபாத்திரத்தின் இந்த உட்கருவில், குணாம்சத்தில் எஞ்சியுள்ள அனைத்துக் குறிக்கோள்களும் ஒன்றிணைந்து அடிநாதமான உயர்ந்த ஒரு குறிக்கோளாக உருவாகிறது. அக ஆதாரம் என்பது இதுதான். அனைத்தையும் உள்ளடக்கிய குறிக்கோளாகவும் அனைத்து குறிக்கோள்களின் குறிக்கோளாகவும் இருப்பது இந்த அடிநாதமான உயர்ந்த குறிக்கோள்தான். ஒரு கதாபாத்திரத்தின் பெரிய மற்றும் சிறிய

குறிக்கோள்களையும் உள்ளடக்கிய ஒட்டுமொத்த குணாம்சத்தின் மையப் புள்ளியாக இருப்பதும் இதுதான். நாடகத்தின் துணைக் குறிக்கோள்கள் அனைத்தையும் தன்னகத்தே கொண்டுள்ளது, அடிநாதமான உயர்ந்த குறிக்கோள். இதனை எட்டுவதற்கான முனைப்பில் ஈடுபடும்போது, மிகவும் முக்கியமான ஒன்றான, மிக உயர்ந்த, மேன்மையான உணர்வு நிலையை நடிகர் எட்டுகிறார். இதுதான் நாடகத்தை எழுதுவதற்கு கிரிபாயதவுக்கு உத்வேகம் அளித்தது. ஒரு நடிகர், நடிப்பதற்கு உத்வேகம் ஊட்டியதும் இதே மேன்மையான உணர்வு நிலைதான்.

தியாஸ்தோயவஸ்கி படைத்துள்ள *The Brothers Karamazow* நாவலில், மனித ஆன்மாவில் தெய்வத்தையும் சாத்தானையும் கண்டறியும் ஆசிரியரின் தேடல்தான் அடிநாதமான உயர்ந்த குறிக்கோளாக அமைந்துள்ளது. ஷேக்ஸ்பியரின் *ஹேம்லட்* நாடகத்தின் மிக உயர்ந்த குறிக்கோளாக இருப்பது, இருப்பின் ரகசியத்தைப் புரிந்துகொள்ளுதல். செக்கோவ் படைத்த *தி த்ரீ சிஸ்டர்ஸ்* நாடகத்தில், சிறந்த வாழ்க்கைக்கான கனவுதான் அடிநாதமான உயர்ந்த குறிக்கோள். லியோ டால்ஸ்டாயைப் பொறுத்தவரை 'சுய-பூர்ணத்துவத்தை' அடைவதற்கான முடிவற்ற தேடுதல்தான், குறிக்கோளாக இருந்தது.

மேதமை வாய்ந்த நடிகர்களால் மட்டுமே அடிநாதமான உயர்ந்த குறிக்கோளின் உணர்ச்சிமயமான அனுபவத்தை வசப்படுத்திக்கொள்ள முடியும். நாடகத்தின் ஆன்மாவை முழுமையாக தங்களுக்குள் கிரகித்துக்கொண்டு, நாடக ஆசிரியரோடு ஒத்திசைந்து, மிளிர முடியும். திறமைக் குறைவான, மேதமையில் பின்தங்கியுள்ள நடிகர்கள் குறைந்த அளவிலேயே திருப்தி அடைந்துவிட வேண்டியதுதான்.

உயிரோட்டமான உணர்ச்சிகள் மற்றும் கருத்தாக்கங்கள், ஆழ்ந்த உள்ளடக்கம், ஆன்மீக அக நோக்கு மற்றும் துடிதுடிப்பான ஆற்றல் ஆகிய அனைத்தும் அடிநாதமான உயர்ந்த குறிக்கோளில் அடங்கியுள்ளன. ஒரு நடிகரின் ஆன்மீக அடித்தளத்தில் விதைக்கப்பட்ட இந்த ஒரு குறிக்கோள், ஒரு கதாபாத்திரத்தின் புற

நிலையில் ஆயிரக்கணக்கான தனித்தனி சிறு குறிக்கோள்களை விழுதுவிட வைக்கிறது. அடிநாதமான உயர்ந்த ஒரு குறிக்கோள் என்பது ஒரு நடிகரின் வாழ்க்கை மற்றும் கதாபாத்திரத்தின் முக்கிய அடித்தளமாக அமைந்துள்ளது.

ஆனாலும், ஆக்கபூர்வமான, அடிநாதமான உயர்ந்த ஒரு குறிக்கோள், படைப்புத் திறனை தன்னகத்தே கொண்டிருக்க வில்லை. இந்தக் குறிக்கோளை எட்டுவதற்கான ஒரு நடிகரின் ஓயாத முனைப்பிலும், அந்த முனைப்பு, நடிப்பில் வெளிப்படு வதிலும் படைப்புத் திறன் அடங்கியுள்ளது. படைப்புத் திறனின் சாரத்தை வெளிப்படுத்தும் இந்த முனைப்புதான் நாடகம் அல்லது கதாபாத்திரத்துடன் முழுமையாக ஒன்றிவிடுவதற்கான வழிமுறை.

இந்த முறையில் அடிநாதமான உயர்ந்த குறிக்கோள், ஆக்கத் திறன் வாய்ந்த இலக்கையும், ஆக்கத் திறன் நிறைந்த செயல் பாட்டையும், பிரதிபலிக்கிறது. இதில் தனித்தனியான, துண்டு துண்டான, ஆயிரக்கணக்கான குறிக்கோள்களும் உட்பிரிவுகளும் ஒரு கதாபாத்திரத்தின் செயல்களும் அடங்கி யுள்ளன.

அடிநாதமான உயர்ந்த குறிக்கோள், நாடகத்தின் அடிநாதமாக உள்ளது. நாடகம் முழுவதும் ஒரு குறிப்பிட்ட கதாபாத்திரம் அல்லது இடத்தைத் தொடர்புபடுத்தி திரும்பத் திரும்ப ஒலிக்கும் இசை வடிவங்கள் ஒன்றிணைந்து, ஆக்கத் திறனுக்கும் நடிகரின் முனைப்புகளுக்கும் வழிகாட்டுகின்றன.

புதிரான 'நான்' என்ற நமது இருப்பில் வேரோடியுள்ள இயல்பான முக்கிய நோக்கமும் லட்சியமும்தான், அடிநாதமான உயர்ந்த குறிக்கோளாகவும், அவற்றுக்கான தொடர் நடவடிக்கை களாகவும் உள்ளன. ஒவ்வொரு நாடகத்திலும், ஒவ்வொரு கதாபாத்திரத்திலும் இந்தக் குறிக்கோளும், அவற்றை எட்டு வதற்கான தொடர் நடவடிக்கைகளும் மறைந்துள்ளன. இவைதான் ஒட்டுமொத்த நாடகம் அல்லது தனிப்பட்ட கதாபாத்திரங்களின் அடிப்படை வாழ்க்கையை உருவாக்குகின்றன.

இயற்கையான உணர்ச்சிப் பெருக்கு, மத, சமூக, அரசியல், அழகியல் மற்றும் புதிரான உணர்வுகள், தனிப்பட்ட குணாம்சங்கள், நல்லவை அல்லது தீயவை இவற்றில் எது மனித சுபாவத்தில் அதிகமாக இடம்பெற்று, புதிரான முறையில் அவனைக் கட்டுப்படுத்துகிறதோ, அதில் தொடர் நடவடிக்கைகளுக்கான வேர்களைத் தேட வேண்டும். நமது அக வாழ்க்கை அல்லது நம்மை சூழ்ந்துள்ள புற வாழ்க்கையில் நிகழும் அனைத்தும் புதிரான, பெரும்பாலும் நினைவு மனதுக்கு அப்பாற்பட்ட ஒன்றுடன் தொடர்பு கொண்டிருப்பது முக்கியத்துவம் வாய்ந்தது. இந்தத் தொடர்பு ஏதோ ஒரு பிரதான எண்ணத்துடனும் நமது உள்ளார்ந்த லட்சியங்களுடனும், தொடர் நடவடிக்கை களுடனும் பிணைக்கப்பட்டுள்ளது.

ஒரு கருமி, தனக்கு நிகழும் அனைத்திலும் தான் பணக்காரனாகும் ஆசையை நிறைவேற்றும் ரகசிய வழிமுறையைத் தேடுகிறான். ஒரு லட்சியவாதி, தனக்குக் கிடைக்கும் மதிப்பு, மரியாதைகளையும், ஓர் அழகியல்வாதி கலை சார்ந்த குறிக் கோள்களையும் தேடுகிறான். பெரும்பாலும், வாழ்க்கையிலும் மேடையிலும் பிரதான திசை தானாகவே வெளிப்படும்.

இந்தப் பிரதான திசையிலிருந்து விலகிச் சென்றால், தவறு நேர்ந்துவிடும். உதாரணமாக, பல வருடங்களுக்கு முன்பு, கார்க்கி படைத்த Lower Depths நாடகத்தின் இறுதிப் பகுதியில் மலிவான ஒரு குடியிருப்பில் நடைபெறும் ஒரு விருந்துக் காட்சியைத் திட்டமிட்டோம். அந்த நாடகத்தின் கோட்பாட்டை எப்படி உணர்வது? எப்படி வெளிப்படுத்துவது என்பது எங்களுக்குத் தெரியவில்லை. மது விருந்தின் புற நிகழ்வுகளை மட்டும் அலசி ஆராய்ந்தோம். உணர்வுகளைத் தவறாக வெளிப்படுத்தியது, என்னை வெறுப்படைய வைத்தது. ஆனால், பழக்கத்தின் நிர்ப்பந்தம் காரணமாக, செயற்கையாக நடித்தேன். இதே தவறை பதினெட்டு ஆண்டுகளாக செய்து வந்தேன். ஆனால், பின்னர் அந்த கதாபாத்திரத்தில் நடிப்பது எனக்கு வெறுப்பாக இருந்ததால்,

புதிய உந்துதலை, ஒரு புதிய அணுகுமுறையைத் தேடத் தொடங்கினேன்.

ஸாட்டின் கதாபாத்திரத்தில் எனது உணர்வுகளுக்கும் அந்த மது விருந்துக்கும் என்ன தொடர்புள்ளது? அது புறச் சூழ்நிலைகளின் ஒரு பகுதி மட்டுமே. அதில் எந்த முக்கியத்துவமும் இல்லை. ஆனால், அந்தக் காட்சியின் அடிப்படை முற்றிலும் மாறுபட்டது. லூக்கா, ஒரு காதலின் நினைவுகளை விட்டுச் சென்றுள்ளான். இதனால் ஸாட்டின் பாதிக்கப்பட்டுள்ளான். அவன் குடித்திருக்கவில்லை. ஒரு புதிய பெருமித உணர்வில் அவன் மூழ்கியுள்ளான். எனது போலியான நடிப்பை கைவிட முயன்றேன். எனது தசைகளைத் தளர்த்திக்கொண்டு, எனது கவனத்தை ஒருமுகப் படுத்தினேன். எனது உடல் சார்ந்த குறிக்கோள்களும் எண்ணங்களும் புதிய வடிவம் பெற்றன. நான் சிறப்பாக நடித்தேன்.

உடல் மற்றும் உள்ளம் சார்ந்த உயிரோட்டமான குறிக்கோள் களின் குணாம்சத்தை எப்படி அமைத்துக்கொள்வது? ஒட்டு மொத்த குணாம்சத்திற்கு மேன்மையான ஒரு குறிக்கோளாக எப்படி வடிவம் கொடுப்பது? அந்த மேன்மையான குறிக்கோளை எட்டுவதற்கு எப்படி முனைப்புடன் செயல்படுவது என்பதை யெல்லாம் நடிகர் கற்றுக்கொள்ள வேண்டும். மிக உயர்ந்த குறிக்கோள் (ஆசை), அதை எட்டுவதற்கான தொடர் நடவடிக்கைகள் (முனைப்பு), சாதித்தல் (நடிப்பு) என்ற இவை அனைத்தும் ஒன்று சேர்ந்து, ஒரு கதாபாத்திரத்திற்கு உணர்ச்சி பூர்வமாக உயிரூட்டும், ஆக்கத் திறன் செயல்முறையாக மாறுகிறது. ஒரு நடிகர் குறிப்பிட்ட கதாபாத்திரமாக வாழும் தொடர் நடவடிக்கைகளில், கதாபாத்திரத்தின் குணாம்சத்தை அமைத்துக் கொள்ளுதல், மிக உயர்ந்த குறிக்கோளை ஏற்படுத்திக் கொள்ளுதல், அடுத்தடுத்த செயல்கள் மூலம் அதனை எட்டுதல் ஆகியவை அடங்கியுள்ளன.

நிஜ வாழ்க்கையைப் போன்றே மேடையிலும் தடங்கல் இல்லாமல் உடல் அசைவு, முனைப்பு, நடிப்பு ஆகிய செயல்பாடுகளை வெளிப்படுத்த முடிவதில்லை. நடிக்கும்போது,

ஒருவர், எதிர் விளைவுகள் மற்றும் பிறர் மேற்கொள்ளும் முனைப்புகளை கட்டாயம் சந்திக்க வேண்டியுள்ளது. முரண்பாடான நிகழ்வுகளை அல்லது வேறு விதமான தடைகளையும் எதிர்கொள்வது தவிர்க்க முடியாத ஒன்றாகிவிடுகிறது. வாழ்க்கை என்பது ஓயாத ஒரு போராட்டம். இதை சமாளிக்க வேண்டும் அல்லது தோல்வி அடைய வேண்டும். இதைப் போன்றே மேடையில் மேற்கொள்ளும் அடுத்தடுத்த தொடர் செயல்களுடன் மற்ற கதாபாத்திரங்களின் இதே தொடர் நடவடிக்கைகளும் சேர்ந்தே இடம் பெறுகின்றன. இந்த எதிரெதிரான தொடர் செயல்களின் முரண்பாடும் மோதலும்தான் நாடக பாணி சூழ்நிலையை ஏற்படுத்துகின்றன.

ஒவ்வொரு குறிக்கோளும் ஒரு நடிகரின் ஆற்றல்களுக்கு உட்பட்டதாக இருக்க வேண்டும். அப்படி இல்லாவிட்டால், அந்தக் குறிக்கோள் அவரை வழி நடத்தாது. அது மட்டுமல்லாமல் அவருக்கு பீதியை ஏற்படுத்தி, அவரது உணர்வுகளை முடக்கி விடும். இதனால், அவர் சலிப்படைந்து, செயற்கையாக நடிக்க நேரிடும். ஆக்கத் திறன் வாய்ந்த குறிக்கோளின் வரையறைக்கு உட்பட்ட அளவில் நடிகரின் உணர்வுகள் அமைந்திருந்தால், அவரால் அந்தக் கதாபாத்திரமாக வாழ முடியும். ஆனால், அவர் தனது சொந்த ஆக்கத் திறன் இயல்பின் ஆற்றலுக்கு அப்பாற்பட்ட சிக்கலான குறிக்கோளை அமைத்துக்கொண்டிருந்தால், அவரது கதாபாத்திரத்தின் இயல்பான உணர்வுகள் முடங்கிவிடும். இந்த நிலை, உடல் ரீதியான பதற்றம், போலியான உணர்வு மற்றும் சலிப்பூட்டும் செயற்கையான நடிப்புக்கு வழிவகுத்துவிடும்.

ஒரு குறிக்கோள் சந்தேகத்தை எழுப்பும்போது, இதே நிலை ஏற்படும். ஒருவரின் ஆக்கத் திறன் முனைப்பு பலவீனமடையும் அல்லது அடியோடு சீர்குலைந்துவிடும். சந்தேகம் என்பது, படைப்புத் திறனின் பகைவன். ஒரு கதாபாத்திரத்திற்கு ஜீவன் தரும் தொடர் நடவடிக்கைகளை இது முடக்கிவிடும். எனவே, நடிகர் தனது குறிக்கோள்களில் கவனமாக இருக்க வேண்டும். ஆக்கத் திறன் ஆதார மையத்திலிருந்து உறுதிப் பாட்டை திசை

திருப்பும் எந்த ஒரு விஷயம் அல்லது குறிக்கோள்களை பலவீனப்படுத்தும் விஷயத்திற்கு இடம் தராமல் கண்காணிப்புடன் செயல்பட வேண்டும்.

மிக உயர்ந்த உணர்வு நிலை

படைப்பு திறனுக்கான வழிமுறைகள், செயல் முறைகள் ஆகிய அனைத்தையும் பின்பற்றி ஒரு நடிகர் தனது சக்தி முழுவதையும் இழந்துவிடும்போது, மனித நினைவு மனதால் எட்ட முடியாத ஒரு நிலை வந்துவிடுகிறது. இங்குதான் மனதால் எட்ட முடியாத ஆனால், உணர்வுகளால் எட்ட முடிகிற, நினைவு மனதிற்கு அப்பாற்பட்ட உணர்வு நிலை மற்றும் உள்ளுணர்வின் ஆளுகைப் பகுதி ஆரம்பமாகிறது. இந்தப் பகுதியை எண்ணங்களால் நெருங்க முடியாது. ஆனால், ஆக்கத் திறன் உணர்ச்சிகளால் நெருங்க முடியும். ஒரு நடிகரின் மெருகேற்றப்படாத வழிமுறைக்கு அப்பாற்பட்டது, இது. அவரின் கலை சார்ந்த இயல்பால் மட்டுமே இந்தப் பகுதியை எட்ட முடியும்.

துரதிர்ஷ்டவசமாக, நினைவு மனதிற்கு அப்பாற்பட்ட இந்த உணர்வு நிலை, பெரும்பாலும் நடிப்புக் கலையில் புறக்கணிக்கப் படுகிறது. பெரும்பாலான நடிகர்கள், மேலோட்டமான உணர்வுகளோடு தங்களைக் குறுக்கிக்கொள்கின்றனர். ரசிகர்களும் புறக் காட்சிகளோடு திருப்தியடைந்துவிடுகின்றனர். ஆனாலும் கலையின் ஆதார மையம், படைபாற்றலின் ஊற்றுக்கண் ஆகியவை மனித ஆன்மாவின் அடி ஆழத்தில் உறைந்துள்ளன. நமது ஆன்மீக இருப்பின் மையமாகவும், நம்மால் எட்ட முடியாத மிக உயர்ந்த உணர்வு நிலையின் ஆளுகைப் பகுதியாகவும் அமைந்துள்ள அந்த இடத்தில்தான் புதிரான நமது 'நான்', அதன் இருப்பை அமைத்துக்கொண்டுள்ளது. மிக முக்கியமான நமது ஆன்மீகத்தின் அடித்தளமும் அதுதான்.

இது, கண்களுக்குப் புலப்படாதது; நமது நினைவு மனதிற்கு அப்பாற்பட்டது; இதனை வார்த்தைகளால் விவரிக்க முடியாது; பார்க்க முடியாது; கேட்க முடியாது; நமது புலன்களால் அறிய

முடியாது. மனித ஜீவனின் புலப்படாத நுட்பங்களை, உதாரணமாக 'ஹேம்லட்' போன்ற சிக்கலான, குழப்பமான ஒரு ஆன்மாவின் நுட்பங்களை, நினைவு மனதிற்கு உட்பட்ட வழிமுறைகள் மூலம் ஒருவரால் எப்படி அறிந்துகொள்ள முடியும்? அதன் திரைகள், உருவமற்ற தோற்றங்கள், உணர்ச்சிகளின் தடயங்கள் ஆகியவை நினைவு மனதிற்கு அப்பாற்பட்ட, சிருஷ்டி உள்ளுணர்வுக்கு மட்டுமே புலப்படும்.

அப்படியானால் அதை எப்படி எட்டுவது? ஒரு கதாபாத்திரம், ஒரு நடிகர் அல்லது ரசிகரின் அடி ஆழத்தை எப்படி அனுபவத்தில் அறிந்துகொள்வது? இயற்கையின் உதவியுடன் மட்டுமே இதை சாதிக்க முடியும். சிருஷ்டித் தன்மை நிறைந்த, மிக உயர்ந்த உணர்வு நிலையின் ரகசிய இடங்களுக்கான திறவுகோல்கள், ஒரு மனித ஜீவனாக உள்ள நடிகரின் இயல்பிடம் கொடுக்கப் பட்டுள்ளன. அந்த ரகசிய இடங்களை அடைவதற்கான மர்மமான வழிகளை இயற்கை மட்டுமே அறிந்துள்ளது. இயற்கையால் மட்டுமே அற்புதங்களை நிகழ்த்த முடியும். இயற்கையின் உதவி கிடைக்காத கதாபாத்திரம் ஜீவனற்றதாக முடங்கிவிடும். சுருக்கமாக சொல்வதென்றால், **உயிர்கொடுக்கும் திறன் படைத்த, உலகத்தின் ஒரே படைப்பாளி, இயற்கைதான்!**

உணர்வு என்பது எந்தளவுக்கு மிகவும் நுணுக்கமாக இருக்கிறதோ அந்தளவுக்கு, மிக உயர்ந்த உணர்வு நிலைக்கும் இயல்புக்கும் மிக நெருக்கமாக வந்துவிடுகிறது. நினைவு மனதிலிருந்து வெகுதூரம் விலகிவிடுவதால் அங்கிருந்து அகற்றப் படுகிறது. யதார்த்தம் முடிவடைகிற இடத்தில், மனதின் கட்டுப் பாட்டிலிருந்து, மரபுகளிலிருந்து, பாரபட்சமான செயல்களி லிருந்து, பலத்திலிருந்து இயற்கை விடுபடுகிற இடத்தில், மிக உயர்ந்த உணர்வு நிலை தொடங்குகிறது. இந்த வகையில் நினைவு மனதிற்கு அப்பாற்பட்ட நிலையை எட்டும் இயற்கையான அணுகுமுறை, நினைவு மனதின் மூலம் மேற்கொள்ளப்படுகிறது. யதார்த்தம் அல்லாத மிக உயர்ந்த உணர்வு நிலைக்கான ஒரே அணுகுமுறையை யதார்த்த நிலை மூலமாகத்தான் மேற்கொள்ள

முடியும். அதாவது, இயற்கை மற்றும் அதன் இயல்பான, திணிக்கப்படாத, ஆக்கத் திறன் வாய்ந்த வாழ்க்கை மூலமாக இந்த அணுகுமுறை அமைக்கப்பட்டுள்ளது.

ஆழ்மனம் மற்றும் மிக உயர்ந்த உணர்வு நிலை மூலமாக அதிசயங்களை நிகழ்த்தும் சக்தி படைத்த இந்திய யோகிகளிடம் இது தொடர்பான நடைமுறை அறிவுரைகள் ஏராளமாக உள்ளன. நினைவு மனதிற்கு உட்பட்ட வழிமுறைகள் மூலம், நினைவு மனதிற்கு அப்பாற்பட்ட நிலைக்கும், உடல் சார்ந்த நிலையிலிருந்து தெய்வீக நிலைக்கும், யதார்த்த நிலையிலிருந்து யதார்த்தமற்ற நிலைக்கும், இயற்கைத் தன்மையிலிருந்து அருவ நிலைக்கும் இந்த யோகிகள் செல்கின்றனர். அவர்கள் சொல்லும் ஆலோசனைகள் இதோ:

ஒரு சில எண்ணங்களைத் தேர்ந்தெடுத்துக்கொள்ளுங்கள். உங்களுடைய ஆழ்மனதுக்குள் அவற்றைப் போட்டுவிட்டு, 'அவற்றைப் பற்றி கவலைப்படுவதற்கு எனக்கு நேரமில்லை, எனவே நீங்கள் (என்னுடைய ஆழ்மனம்) அவற்றை கவனித்துக் கொள்ளுங்கள்' என்று சொல்லிவிட்டு உறங்கச் சென்றுவிடுங்கள். கண் விழித்ததும் 'அவை தயாராகிவிட்டதா?' என்று கேளுங்கள். 'இன்னும் இல்லை' என்ற பதில்தான் கிடைக்கும். வேறு சில எண்ணங்களைத் தேர்ந்தெடுத்து, அவற்றை மீண்டும் அதே ஆழ்மனதுக்குள் போட்டுவிடுங்கள். காலாற நடந்துவிட்டுத் திரும்பி வாருங்கள். 'அது தயாராகி விட்டதா?' என இப்போது கேளுங்கள். 'இன்னமும் இல்லை' என்றுதான் பதில் வரும். இப்படியே தொடருங்கள். இறுதியில், உங்களுடைய ஆழ்மனம், 'அது தயாராக உள்ளது' எனக் கூறும். பிறகு, அதனிடம் நீங்கள் எதைக் கொடுத்தீர்களோ அது, திரும்பத் தரும்.

பெரும்பாலான சந்தர்ப்பங்களில் நாம் உறங்க செல்லும் போதோ அல்லது நடந்து செல்லும்போதோ ஏதாவது ஒரு ராகத்தை, ஒரு சிந்தனை, அல்லது அல்லது ஒரு பெயரை நினைவு படுத்திக் கொள்ள முடியாமல் தவிப்பதுண்டு. 'மாலை நேரத்தை விட காலை நேரம் சிறந்தது' என நமக்குள் சொல்லிக் கொள்வோம்.

காலையில் கண் விழித்ததும், நாம் எதைத் தேடினோமோ அது நமக்கு நினைவுக்கு வந்துவிடும். நமது ஆழ்மனம் மற்றும் மிக உயர்ந்த உணர்வு நிலை, பகலிலோ அல்லது இரவிலோ செயல் படாமல் இருப்பதில்லை. நமது உடல் மற்றும் நமது இருப்பு ஓய்வெடுத்துக்கொண்டிருந்தாலும், நமது எண்ணங்கள் மற்றும் உணர்வுகள் அன்றாட வாழ்க்கை நெருக்கடியில் சிதறடிக்கப் பட்டாலும், இந்த இரண்டும் செயல்படாமல் இருப்பதில்லை. ஆனால், நமது நினைவு மனதுக்கு அப்பாற்பட்ட நிலையில் இவற்றின் பணி இடைவிடாமல், தொடர்ந்துகொண்டிருப்பதை நாம் அறிவதில்லை.

மிக உயர்ந்த உணர்வு நிலையோடு ஏதாவது ஒருவிதமான தொடர்பை வலுப்படுத்திக்கொள்வதற்காக, ஒரு சில எண்ணங் களைத் தேர்ந்தெடுத்து, அவற்றை ஆழ்மனதிற்குள் போட்டு வைப்பது எப்படி என்பதை ஒரு நடிகர் தெரிந்து வைத்திருக்க வேண்டும். மிக உயர்ந்த உணர்வு நிலைக்கும் சிருஷ்டித் தன்மைக்கும் தேவையான விஷயங்கள், இந்த 'ஒரு சில எண்ணங்களில்' பொதிந்துள்ளன. இந்த எண்ணங்களில் எவை அடங்கியுள்ளன? அவை எங்கிருந்து வந்தன?

அறிவு, தகவல், அனுபவம் ஆகியவற்றின் கலவையான இவை அனைத்தும் ஒன்று திரட்டப்பட்டு நமது நினைவுகளில் சேமித்து வைக்கப்பட்டுள்ளன. எனவேதான், ஒரு நடிகர், ஆய்வு செய்தும், படித்தும், கிரகித்தும், பயணம் செய்தும், அன்றாட சமூக, மத, அரசியல் மற்றும் வாழ்க்கையோடு தொடர்புடைய அனைத்து நிகழ்வுகளையும் தெரிந்து வைத்துக்கொண்டு, அவற்றை தனது நினைவுச் சுரங்கத்தில் இடைவிடாமல் நிரப்பிக்கொள்ள வேண்டும். இந்த ஒரு சில சிந்தனைகளுக்காக அவர் தனது ஆழ்மனதை நாடும்போது, அவசர கதியில் செயல்படக் கூடாது. பொறுமையுடன் எப்படிக் காத்திருப்பது என்பதை அவர் அறிந்திருக்க வேண்டும். அவர் பொறுமையை இழந்துவிட்டால், யோகிகள் சொல்வது போல் நிலத்தில் விதையைப் பதித்துவிட்டு, அரை மணி நேரத்துக்கு ஒரு தடவை மண்ணைத் தோண்டி அந்த

விதை முளைத்து வேர்விட்டிருக்கிறதா என்று காணத் துடிக்கும் முட்டாள்தனமான குழந்தையின் நிலைக்கு ஆளாகிவிடுவார்.

உயிரோட்டமான உணர்ச்சிப் பெருக்கின் ஊற்றுக்கண் திறந்து, அது மேன்மேலும் பெருக்கெடுப்பதற்கான களத்தையும், மிக உயர்ந்த உணர்வு நிலையின் அடி ஆழத்தில், உறைந்துள்ள உத்வேகத்தை தூண்டிவிடுவதற்கான களத்தையும் தயார் செய்வதைக் குறிக்கோளாகக் கொண்டுதான், நமக்காகவும் (நடிகர்கள்) நமது கதாபாத்திரங்களுக்காகவும் நாம் இத்தனை பணிகளையும் மேற்கொள்கிறோம். நடிகரின் செயல்கள் எப்படி இருந்தாலும், உத்வேகம் என்பது தானாகவே வெளிப்பட்டு, அதன் ஆக்கத் திறன் படைத்த அக நிலையை உருவாக்கித் தருகிறது என சிலர் நம்புகின்றனர். ஆனால் தயாராக உள்ள சூழ்நிலைகளில் மட்டுமே அது வெளிப்படும். அந்த சூழ்நிலைகள் திசை மாறினால், அச்சமடையும் உத்வேகம், மிக உயர்ந்த உணர்வு நிலையின் மர்மப் பகுதிக்குள் தன்னை மறைத்துக்கொண்டுவிடும்.

மிக உயர்ந்த உணர்வு நிலை, உத்வேகம் ஆகியவை குறித்து நினைத்துப் பார்ப்பதற்கு முன்னரே முறையான ஓர் அக நிலையை ஒரு நடிகர் தனக்குள் வலுவாக உருவாக்கிக் கொள்ள வேண்டும். வேறு எதற்கும் இடம் கொடுக்காமல் இதில் அவர் உறுதியாக இருந்தால்தான், இந்த அக நிலை அவரது இரண்டாவது இயல்பாக மாறும். மேலும், தனது கதாபாத்திரத்துக்கான சூழ்நிலைகளை, தனது சொந்த சூழ்நிலைகளாக ஏற்றுக்கொள்வதற்கு அவர் கற்றுக்கொள்ள வேண்டும். அப்போது மட்டுமே அவரது நுட்பமான உத்வேகம் அதன் ரகசியக் கதவுகளைத் திறந்து கொண்டு, தங்குதடையின்றி வெளிவந்து, அவரது ஒட்டுமொத்த படைப்பாற்றல் முனைப்புகளை வசப்படுத்திக்கொள்ளும்.

ஒரு கதாபாத்தரத்திற்கான முன் தயாரிப்பு குறித்த இரண்டாவது பெரிய காலகட்டத்தின் முடிவுக்கு வந்துள்ளோம். நாம் எதை சாதித்துள்ளோம்? ஆய்வு காலகட்டமான முதற் பகுதியில் ஆக்கத்

திறன் வாய்ந்த ஆசை முளைவிடுவதற்கான அகக் களத்தை நாம் உருவாக்கியுள்ள நிலையில், இந்த இரண்டாவது பகுதியான உணர்ச்சிபூர்வ அனுபவத்தின் காலகட்டம், ஆக்கத் திறன் வாய்ந்த ஆசையைக் கிளை விரிக்க வைத்துள்ளது. இது, லட்சிய தாகத்தையும் ஆக்கத் திறன் வாய்ந்த நடிப்புக்கான அக உந்துதலையும் வெளிப்படுத்தி, புற நடவடிக்கை, உடல் சார்ந்த செயல்பாடு மற்றும் ஒரு கதாபாத்திரத்தின் நிஜ வடிவத்திற்கு நடிகர்களைத் தயார்ப்படுத்தியுள்ளது.

அத்தியாயம் 3
உடல் சார்ந்த வெளிப்பாட்டின் காலகட்டம்

சிருஷ்டித் தன்மையின் மூன்றாவது காலகட்டம், உடல் சார்ந்த வெளிப்பாடு. முதல் காலகட்டத்தை, காதலர்களாகக் கைகோக்க உள்ள இரண்டு ஜீவன்களின் முதல் சந்திப்பு என்று சொன்னால், இரண்டாவது காலகட்டத்தை, அவர்களின் திருமணம் மற்றும் கர்ப்பமடைதலை சொல்லலாம். மூன்றாவது காலகட்டத்தை, குழந்தை பிறப்பு, அதன் வளர்ச்சி ஆகியவற்றோடு ஒப்பிடலாம்.

இப்போது நமது ஆசைகள், குறிக்கோள்கள், லட்சியங்கள் ஆகியவற்றை உருவாக்கிக்கொண்டுள்ளோம். அவற்றுக்கு உள் முகமாக மட்டுமல்லாமல், வெளிமுகமாகவும் செயல் வடிவம் கொடுக்க வேண்டும். வார்த்தைகள், உடல் அசைவுகள் மூலமாக நமது சிந்தனைகளையும் எண்ணங்களையும் வெளிப்படுத்த வேண்டும். நமது குறிக்கோள்களை நிஜ வடிவத்தில் நிறைவேற்ற வேண்டும்.

சாட்ஸ்கி கதாபாத்திரம் எனக்குக் கொடுக்கப்பட்டுள்ளதாக வைத்துக்கொள்வோம். ஏற்கெனவே விவரிக்கப்பட்டுள்ளபடி, அடுத்தடுத்த முன் தயாரிப்பு அமர்வுகள் முடிவடைந்த பிறகு,

ஏற்பாடு செய்யப்பட்டுள்ள ஒத்திகைக்காக நாடக அரங்கிற்குள் நான் சென்றுகொண்டிருக்கிறேன். நடைபெறவுள்ள அந்த ஒத்திகையை நினைத்துப் பரவசமடைந்துள்ளேன். அதற்காக என்னைத் தயார்ப்படுத்திக்கொள்ள விரும்புகிறேன். எப்படி அதை ஆரம்பிப்பது? 'நான் நானல்ல...! நான் அலெக்ஸாண்டர் சாட்ஸ்கி' என்று எனக்கு நானே உறுதி செய்துகொள்ள வேண்டுமா? அது வீண் முயற்சியாகிவிடும். இப்படிப்பட்ட பட்டவர்த்தனமான ஏமாற்று, நடவடிக்கைக்கு எனது உடலோ ஆன்மாவோ இடமளிக்காது. இந்தச் செயல் எனது நம்பிக்கையை நாசமாக்கிவிடும். என்னைத் திசை திருப்பி, எனது ஆர்வப் பெருக்கை முடக்கிவிடும். வேறு யாராகவும் என்னை நான் மாற்றிக் கொள்ள முடியாது. உருவ மாற்றத்திற்கு வாய்ப்பே இல்லை.

மேடையில் சித்தரிக்கப்படும் வாழ்க்கைக்கான சூழ்நிலைகளை ஒரு நடிகரால் மாற்றிக்கொள்ள முடியும். ஒரு புதிய, மிக உயர்ந்த குறிக்கோளில் நம்பிக்கை கொள்வதற்காக அந்த வாழ்க்கையை தனக்குள்ளே தேடிக் கண்டுபிடிக்க முடியும். உணர்ச்சிகளை நினைவுகூர்ந்து அவற்றை ஒன்று திரட்டிக்கொண்டு, நாடகக் காட்சிகளுக்கு ஏற்றவாறு அவரால் வெளிப்படுத்த முடியும். தனது சுபாவத்தில் இல்லாத ஆனால், கதாபாத்திரத்தின் பழக்க வழக்கங்களையும் அவரால் உருவாக்கிக் கொள்ள முடியும். தனது நடை, உடை, பாவனைகளை, தனது வெளித் தோற்றத்தை அவரால் மாற்றிக்கொள்ள முடியும். இந்த மாற்றங்கள் காரணமாக, அந்த நடிகர் ஏற்கும் வெவ்வேறு கதாபாத்திரங்களில் மாறுபட்டவராக ரசிகர்களுக்கு அவர் தோன்றுவார். ஆனால், அவர் எப்போதுமே அவராகத்தான் இருப்பார். தான் ஏற்றிருக்கும் கதாபாத்திரத்தைப் போலவே உடல் மற்றும் உள்ள ரீதியாக தனக்கு அவர் மறுவடிவம் கொடுத்துக்கொண்டாலும்கூட, மேடையில் அவர், அவருக்கு உண்மையாகத்தான் நடிக்கிறார்.

இப்போது, எனது காரில் அமர்ந்திருக்கும் நான், சாட்ஸ்கி போன்று எனக்கு மறு வடிவம் கொடுத்துக்கொள்ள விரும்புகிறேன். ஆனாலும், நான் நானாகத்தான் இருக்கிறேன்.

நிஜத்திலிருந்து விலகிச் செல்லக்கூட முயற்சி செய்ய மாட்டேன். எனது ஆக்கத் திறன் முனைப்புகளுக்காக நிஜத்தை பயன்படுத்திக் கொள்வது என்பது மிகையான ஒன்று. அதே சமயத்தில், ஒரு கற்பனையான ஆனால், வாழ்க்கையில் உள்ளது போன்ற சூழ்நிலைகளை எடுத்துக்கொண்டு அவற்றை நிஜ வாழ்க்கையோடு இரண்டறக் கலந்துகொண்டால், அதற்கு ஒருவிதமான ஜீவன் கிடைத்துவிடுகிறது. இது, பெரும்பாலான சந்தர்ப்பங்களில், யதார்த்தத்தைவிட ஈர்ப்பு நிறைந்ததாகவும் கலையம்சம் சார்ந்ததாகவும் மாறிவிடுகிறது.

ஒரு காரில் உட்கார்ந்துகொண்டு, எனது தற்போதைய சூழ்நிலைகளுக்கும் எனது கதாபாத்திரத்தின் கற்பனை சூழ்நிலை களுக்கும் இடையேயான தொடர்பை என்னால் எப்படிக் கண்டு பிடிக்க முடியும்? அன்றாட யதார்த்தத்துக்கிடையே எனது வேலையை எப்படித் தொடங்குவது? எனது கதாபாத்திரத்தின் வாழ்க்கையோடு என்னை எப்படித் தொடர்புபடுத்திக் கொள்வது? முதலில், 'நான்' என்ற நிலையை நான் உறுதிப்படுத்திக் கொள்ள வேண்டும். இப்போது இதனை நான் எனது கற்பனையில் அல்லாமல் நிஜ வாழ்க்கையில் மேற்கொள்ள வேண்டும். கற்பனையான வாமசு வீட்டில் அல்லாமல் எனது காரில், நான் இதில் ஈடுபட வேண்டும்.

நீண்ட காலத்துக்குப் பிறகு வெளிநாட்டிலிருந்து நான் இன்றுதான் திரும்பி வந்துள்ளேன் என்பதை என்னை நானே ஏற்றுக்கொள்ள வைப்பதற்கு, முயற்சி செய்வது வீண் வேலையாகி விடும். இதில் எனக்கு நம்பிக்கை ஏற்படாது. என் மீதோ அல்லது எனது கற்பனை மீதோ எதையும் திணித்துக்கொள்ளாமல், எதிர்பார்க்கப்படும் நிலையில் என்னை இருத்திக்கொள்வதற்கு நான் வேறுவிதமான அணுகுமுறையைப் பின்பற்ற வேண்டும். வெளிநாட்டிலிருந்து, சொந்த ஊர் திரும்பும் சம்பவத்தின் உள்ளடக்கத்தை அலசிப் பார்க்க நான் முயல்கிறேன். இதற்காக, என்னை நானே பின்வருமாறு கேட்டுக்கொள்கிறேன்.

நீண்ட காலத்திற்குப் பிறகு சொந்த நாடு திரும்புவது என்றால் என்ன என்பதை நான் புரிந்துகொண்டிருக்கிறேனா? (உண்மையில் உணர்ந்துள்ளேனா?) இந்தக் கேள்விக்குப் பதில் அளிக்க வேண்டும் என்றால், சொந்த ஊர் திரும்பும் அந்த சம்பவத்தை என்னால் முடிந்த வரையில் ஆழமாகவும் விரிவாகவும் நான் முதலில் மறு மதிப்பீடு செய்து பார்க்க வேண்டும். எனது சொந்த அனுபவம் மூலமாக, எனக்கு நன்கு பரிச்சயமான நிகழ்வுகளுடனும், எனது சொந்த வாழ்க்கையில் நிகழ்ந்த இதே போன்ற சம்பவங்களுடனும் இதனை ஒப்பிட்டுப் பார்க்க வேண்டும். எனது சகாக்களை, நாடக அரங்கை, ரஷ்ய மக்களை நான் பார்க்கப் போவதையும், எனது சொந்த மொழி பேசப்படுவதைக் கேட்கப் போவதையும், கிரெம்ளின் மாளிகையை பார்க்கப் போவதையும் நினைத்து நான் எவ்வளவு சந்தோஷமடைவது என்பதை நினைவு கூர்கிறேன். எனது தந்தை தேசத்துக் காற்றை சுவாசிக்கப் போவதையும் எனது ஊர் கார் டிரைவருடன் பேசப்போவதையும் நினைத்துப் பார்ப்பதே எவ்வளவு சந்தோஷமாக உள்ளது?

தனது இறுக்கமான மாலை நேர உடைகளையும், லெதர் ஷூக்களையும் கழற்றிவிட்டு சௌகரியமான மேலங்கியையும் மென்மையான செருப்புகளையும் அணிந்துகொள்ளும் ஒருவருக்கு ஏற்படும் மகிழ்ச்சியைப் போன்று, நெருக்கடி நிறைந்த வெளி நாட்டு நகரங்களிலிருந்து விருந்தோம்பல் நிறைந்த மாஸ்கோவுக்கு திரும்பி வரும் ஒருவர் அனுபவிக்கும் சந்தோஷத்தைப் போன்று ஆனந்தம் ஏற்படுகிறது.

உறங்கும் வசதி கொண்ட, வசதியான காரில் வராமல், குதிரை வண்டிப் பயணத்தில் சொந்த ஊர் வந்து சேர்ந்த ஒருவரால்தான் பேரமைதியான ஓர் உணர்வை மிக ஆழமாக அனுபவிக்க முடியும். இப்படிப்பட்ட ஒரு பயணத்தை நான் நினைத்துப் பார்க்கிறேன். மக்கள் நெருக்கடி, வாடகைக் குதிரைகள், வண்டி ஓட்டுபவர்கள், காத்திருப்புகள், உறக்கம் இல்லாத இரவுகள், அற்புதமான சூரிய உதயங்கள், தாங்க முடியாத பகல் நேர வெயில் அல்லது உறைய வைக்கும் குளிர் என அருமையான, அதே சமயத்தில் பயங்கரமான

அனுபவங்களை, குதிரை வண்டிப் பயணத்தில் எதிர்கொள்ள முடியும். நான் மேற்கொண்ட ஒரு வாரப் பயணமே கடுமையாக இருந்ததென்றால், சாட்ஸ்கி போன்று மாதக் கணக்காக மேற்கொண்ட பயணம் எப்படி இருந்திருக்கும் என்பதைக் கற்பனை செய்து பாருங்கள்.

திரும்பி வந்ததும் எந்தளவுக்கு சந்தோஷம் கரை புரண்டிருக்கும்? இப்போது எனது காரில் அமர்ந்துகொண்டு நாடக அரங்கிற்கு செல்லும் வழியில் அதை என்னால் உணர முடிகிறது. என்னை அறியாமலேயே சாட்ஸ்கியின் அந்த வரிகள் என் நினைவில் பளிச்சிடுகின்றன.

.. என்னைத் தவிர,
இரண்டு பகலும் இரவும் கழிந்தன.
கண்களை மூடவே இல்லை.
காற்றிலும் புயலிலும்
பல நூறு மைல் தொலைவை
விரைந்து கடந்து வந்தேன்...

இந்த வார்த்தைகளின் உணர்ச்சிமயமான தாக்குதலை இப்போது நான் உணர்கிறேன். இந்த வரிகளை எழுதியபோது, கிரிபாயதவ் எப்படிப்பட்ட உணர்வுக்கு ஆளாகி இருப்பார் என்பதையும் நான் புரிந்துகொள்கிறேன்; உணர்கிறேன். தொலை தூரம் பயணம் செய்து, சொந்த நாடு திரும்பும் ஒருவரின் உயிரோட்டமான உணர்ச்சிகள் அந்த வார்த்தைகளில் பிரதிபலிப்பதை நான் உணர்கிறேன். எனவேதான் அவை, மிகவும் இதமாகவும், ஆழமாகவும், அர்த்தம் நிறைந்தவையாகவும் உள்ளன.

இந்த தேச பக்தனின் உணர்வுப் பெருக்கால் சூழப்பட்ட நான், எனக்கு நானே வேறொரு கேள்வியை எழுப்பிக்கொள்ள முயல்கிறேன். வாமசு, சோஃபியா ஆகிய இருவரையும் காண வேண்டும் என்ற ஆவலோடு சென்றிருந்தால் அலெக்ஸாண்டர் சாட்ஸ்கிக்கு என்ன உணர்வு ஏற்பட்டிருக்கும்? அவனது நிலையில்

என்னை நிறுத்திக்கொள்வதில் ஏற்கெனவே நான் ஒரு தடுமாற்றத்தை உணர்ந்துள்ளேன். எனது சம நிலையை இழப்பது போன்ற உணர்வுக்கு ஆளாகினேன். வேறொருவரின் உணர்வு களை ஒருவரால் எப்படி யூகிக்க முடியும்? அவரது தோலுக்குள் சென்று எப்படி அவரது இடத்தில் பொருத்திக் கொள்ள முடியும்? நான் கேட்க நினைத்த இந்தக் கேள்வியை வேக வேகமாக மாற்றிக் கொண்டு, பின்வரும் வேறொரு கேள்வியை எழுப்புகிறேன்?

காதல் வயப்பட்ட மனிதர்கள், நீண்ட காலத்திற்குப் பிறகு தங்கள் காதல் தேவதையைக் காண விரைந்து செல்லும்போது என்ன செய்கின்றனர்? இந்தக் கேள்வி என்னை அதிர்ச்சி அடைய வைக்கவில்லை. இது, ஒரு பொத்தாம்பொதுவான, மேலோட்ட மான கேள்வியாக இருப்பதால், ஒரு வலுவான நிலைப்பாட்டை உருவாக்க முனைகிறேன். இப்போது காரில் பயணிக்கும் நான், நாடக அரங்குக்கு செல்லாமல் அவளை -அவள் சோஃபியாவோ அல்லது வேறு யாராக இருந்தாலும் சரி- பார்க்கச் செல்கிறேன் என்றால் நான் என்ன செய்வேன்?

இந்த இரண்டு விதமான கேள்விகளுக்கு இடையே உள்ள வித்தியாசத்தை வலியுறுத்திக் கூற விரும்புகிறேன். முதல் கேள்வியில் மற்றொரு நபர் என்ன செய்வார் எனக் கேட்கிறேன். இரண்டாவது கேள்வியிலோ எனது சொந்த உணர்வுகள் சம்பந்தப்பட்டுள்ளன? இப்படிப்பட்ட ஒரு கேள்வி எனக்கு மிக நெருக்கமாக இருப்பதால், அது மிகவும் உயிர்ப்புடன் உள்ளது. உணர்வோடும் இரண்டறக் கலந்துள்ளது. நான் அவளைப் பார்க்கச் செல்கிறேன் என்றால், நான் என்ன செய்ய வேண்டும் என்பதை இப்போது தீர்மானிப்பதற்காக, அவளது வசீகரத்தால் கவர்ந்திழுக்கப்படும் உணர்வு நிலைக்கு என்னை நான் உட்படுத்திக்கொள்ள வேண்டும்.

ஒவ்வொரு மனிதனுக்கும் ஒரு 'அவள்' இருக்கிறாள். சில சமயங்களில் பொன்னிறக் கூந்தலுடனும், சில சமயங்களில் கோதுமை நிறக் கூந்தலுடனும், சில சந்தர்ப்பங்களில் அன்பாகவும், சில நேரங்களில் ஆவேசமாகவும் அவள் இருக்கிறாள். ஆனாலும்,

எப்போதுமே அற்புதமானவளாகவும், வசீகரமானவளாகவும் அவள் இருப்பதால், எந்தத் தருணத்தில் வேண்டுமானாலும் யாரும் அவள் மீது காதல் கொண்டு விடுவார்கள். எல்லோரையும் போலவே நானும் என் காதல் தேவதையை நினைத்ததுமே எனக்குள் பரிச்சயமான உணர்ச்சிகளும் அக உந்துதல்களும் பெருக்கெடுப்பதை நான் காண்கிறேன்.

இப்போது, மாஸ்கோவில் 1820களில் இருந்த வாமசு வீட்டின் சுற்றுப்புற சூழ்நிலைகளில் அவளை இடம் பெறச் செய்வதற்கு முயற்சி செய்கிறேன். சோஃபியா வாமசுவாக இருக்கும் அதே நேரத்தில், சாட்ஸ்கி கற்பனை செய்திருந்த பெண்ணாகவும் ஏன் அவள் இருக்கக் கூடாது? அப்படி இருக்கிறாளா என்பதை யார் சோதனை செய்வது? எனவே, நான் விரும்புகிறபடியே இருக்கட்டும். தந்தை, மகள் ஆகிய இருவர் குறித்தும் எனது இதய தேவதைக்காக நான் இப்போது, ஏற்படுத்த நினைக்கும் சூழ்நிலைகள் குறித்தும் சிந்திக்கத் தொடங்குகிறேன். எனது கதாபாத்திரத்தின் உணர்ச்சிமயமான பாணியை உருவாக்கு வதற்காக, நான் ஏற்கெனவே சேகரித்து வைத்திருந்த ஏராளமான விஷயங்களை எனது நினைவு சுலபமாக மீண்டும் உருவாக்குகிறது. வாமசு வீட்டு வாழ்க்கையின் பழக்கமான புற மற்றும் அகச் சூழ்நிலைகள், அனைத்துப் பக்கங்களில் இருந்தும் எனக்குள் இரண்டறக் கலப்பதற்காக மீண்டும் சீரமைக்கப்படுகின்றன. ஏற்கெனவே நான் அவற்றின் மையத்தில் இருப்பதாக உணர்கிறேன். அவற்றில் நான் இருப்பதற்குத் தொடங்குகிறேன். நான் ஏற்கெனவே அந்த நாள் முழுவதும், ஒவ்வொரு மணி நேரமும் எப்படி இருக்க வேண்டும் என்பதைத் தீர்மானித் துள்ளேன். வாமசு வீட்டுக்கு செல்வதற்கான அர்த்தத்தையும் நியாயத்தையும் ஏற்படுத்திக்கொண்டுள்ளேன்.

ஆனாலும், இந்த வேலையில் நான் ஈடுபடும்போது, ஒரு குறிப்பிட்ட தடுமாற்றத்திற்கு நான் ஆளாவதை உணர்கிறேன். வாமசு வீட்டில் அவளைக் காண்பதை, ஏதோ ஒன்று தடுக்கிறது என்பதை என் கற்பனையில் நம்புகிறேன். அது என்ன? அதற்குக்

காரணம் என்ன? ஒரு பக்கம் பார்த்தால் நானும் இங்கே இருக்கிறேன், அவளும் இங்கே இருக்கிறாள். நவநாகரிக ஆணும், பெண்ணும் இருக்கிறோம்; நவீனமான கார், நவீன வசதிகளுடன் கூடிய தெருக்கள் என காட்சியளிக்கின்றன. இன்னொரு பக்கம் பார்த்தால், 1820களில் வாமசு மற்றும் அவர் மகள் வாழ்ந்த நாட்களின் சூழ்நிலைகள், தெளிவாகக் காட்சியளிக்கின்றன. ஆனாலும் சாசுவதமான காதல் உணர்ச்சியின் கண்களில் அந்தக் காலகட்டத்தின் வாழ்க்கை என்பது அவ்வளவு முக்கியமானதா? அந்த நாட்களின் வண்டிகளின் இருந்த குறைந்த வசதிகள், சீராக அமைக்கப்படாத சாலைகள், அன்றைய மக்கள் அணிந்திருந்த வேறு விதமான உடைகள் என்பவை எல்லாம் முக்கிய மானவையா? அன்றைய கட்டடக் கலை சிறப்பாக இருந்ததும், அவற்றின் எழிலும் கலை அழகும் இன்று காணாமல் போய் விட்டதும் முக்கியமானவையா?

நான் இப்போது காரில் சென்றுகொண்டிருக்கும் தெருவில் உள்ள பழைய வீடுகள் இன்றும் மாறாமல் அந்த நாட்களில் இருந்தது போன்றே காணப்படுகின்றன. அன்றைய அதே கவித்துவமான சூழ்நிலையும், பரபரப்பு இல்லாத நிலையும், அதே அமைதியும் இப்போதும் நிலவுகிறது. காதல் வயப்பட்ட ஒரு மனிதனின் உணர்வுகளைப் பொருத்தவரை, தெருக்களோ, உடுத்தும் உடைகளோ அல்லது கடந்து செல்லும் மக்களோ முக்கியமல்ல. எத்தனை நூற்றாண்டுகள் ஆனாலும் காதல் உணர்வில் ஒரே மாதிரியான கூறுகள்தான் இடம் பெற்றுள்ளன.

வாமசு வீட்டு சூழ்நிலைகளில் அவள் வாழ்ந்து கொண்டிருந்தால், அவளை சந்திக்க செல்லும் நான், என்ன செய்ய வேண்டும் என்ற கேள்விக்கான விடையைத் தீவிரமாகத் தேடும் போது, எனது உள் உணர்வுகளில் இந்த விடையைத் தேடிக் கண்டுபிடிப்பதற்காக எனக்குள்ளேயே உற்று நோக்குகிறேன். காதல் வயப்பட்ட ஒருவரின் பரவசத்தையும் பொறுமையின்மை யையும் அவை எனக்கு நினைவூட்டுகின்றன. இந்தப் பரவசமும் பொறுமையின்மையும் அதிகமானால் என்னால் அமைதியாக

உட்கார்ந்திருக்க முடியாது என்பதை உணர்கிறேன். காரில் டிரைவருக்கும் எனக்கும் இடையே உள்ள தடுப்பை, என் கால்களால் உதைத்துத் தள்ளி, டிரைவரை விரைந்து செல்லும்படி வற்புறுத்துவேன் என்பதையும் உணர்கிறேன். எனக்குள் ஒரு சக்தி வேகமெடுக்கும், உடல் ரீதியான உணர்வு ஏற்படும். அந்த சக்தியை சரியான திசையில் செலுத்தி, ஏதாவது ஒரு செயலாக மாற்ற வேண்டும் என்பதை நான் உணர்வேன். எனது அக வாழ்க்கையின் முக்கிய ஊக்க சக்திகள், எனது பின்வரும் கேள்விகளுக்குப் பதில் தருவதற்கான வேலையில் ஈடுபடுவதை இப்போது உணர்கிறேன். நான் அவளை எப்படி சந்திப்பது? நான் என்ன பேசுவது? இந்த சந்திப்பை மறக்க முடியாத நிகழ்வாக அமைத்துக் கொள்வதற்கு நான் என்ன செய்ய வேண்டும்?

அவளுக்காக மலர்க் கொத்து கொண்டு செல்லலாமா? இனிப்புகள் கொண்டு செல்லலாமா? முதல் தடவையாக செல்லும் போது, பூக்கள் மற்றும் இனிப்புகளை கொண்டு செல்ல அவள் என்ன விலைமாதுவா? என்ன அற்பத்தனமான யோசனை? வெளிநாட்டிலிருந்து கொண்டு வந்த ஏதாவது பரிசுப் பொருள்? அது இன்னமும் மோசம். முதல் தடவையாகப் பார்க்கும்போது பரிசுப் பொருட்களைக் கொண்டு செல்ல நான் ஒன்றும் விற்பனைப் பிரதிநிதி அல்ல. இப்படிப்பட்ட மட்டமான சிந்தனைகள் ஏற்படுவது எனக்கே வெட்கமாக இருக்கிறது. ஆனாலும், அவளை நான் பார்க்கும்போது, நவ நாகரிக முறையில் அவளிடம் எப்படி நலம் விசாரிப்பது? என் இதயத்தை அவளுக்குக் கொடுத்து என்னையே நான் அவள் காலடியில் அர்ப்பணிப்பேன். 'பொழுது இன்னும் புலரவில்லை, உன்னைக் காண ஓடோடி வந்துள்ளேன்.' என்ற சாட்ஸ்கின் சொந்த வார்த்தைகள் எனக்குள் வெடித்துக் கிளம்பின. அவளிடம் நலம் விசாரிப்பதற்கு இதைவிடச் சிறந்த வழி எனக்குத் தெரியவில்லை.

ஆரம்பத்தில் சாட்ஸ்கி கதாபாத்திரத்தின் இந்த வார்த்தைகள் எனக்குப் பிடிக்கவில்லை. திடீரென்று, அவை இன்றியமையா தவையாக மாறிவிட்டன. மேடையில் வழக்கமாக சாட்ஸ்கி மண்டியிடுவதுகூட, நாடக பாணியிலான விஷயமாகத் தோன்றாமல்

மிகவும் இயற்கையான நிகழ்வாகத் தோன்றுகிறது. இந்த சம்பவத்தில் உணர்ச்சிபூர்வமான ஒன்றை, அக உந்துதல்களை நான் உணர்கிறேன். இந்த அக உந்துதல்கள்தான், கிரிபாயதவை அந்த வரிகளை எழுத வைத்தன.

ஆனாலும், அவளது மென்மையான பாதங்களில் நான் மண்டியிடுகிறேன் என்றால், அவளுக்குத் தகுதியானவன் என்று நான் உணர வேண்டும். என்னையே நான் அவளுக்குக் கொடுக்கும் அளவுக்கு நான் நல்லவனா? எனது காதல், எனது விசுவாசம், எனது தேவதையை இடைவிடாது நான் பூஜிப்பது என்ற இவை அனைத்தும் தூய்மையானவை; அவளுக்கு ஏற்றவை. ஆனால், நான் எப்படிப்பட்டவன்? நான் வசீகரமானவனோ கவித்துவம் கொண்டவனோ அல்லன். நான் இன்னும் சிறந்தவனாக, மேலும் பண்பட்டவனாக இருந்திருக்க வேண்டும் என்று ஆசைப்படுகிறேன். இப்போது, என்னை அறியாமலேயே மிடுக்குடன் காட்டிக்கொள்ள விரும்புகிறேன். முகத்தைக் கவர்ச்சியாகவும் உடல் தோற்றத்தை வசீகரமாகவும் காட்டிக் கொள்ள முயல்கிறேன். மற்றவர்களைவிட நான் மோசமானவன் அல்லன் என என்னை நானே தேற்றிக்கொள்கிறேன். இதற்காக, என்னைக் கடந்து செல்பவர்களுடன் என்னை ஒப்பிட்டுப் பார்க்கிறேன். நான் பார்த்தவர்கள் அனைவருமே அவலட்சணமாக இருந்தது என் அதிர்ஷ்டம்தான்.

தெருவில் சென்றுகொண்டிருந்த மக்கள் மீது என் கவனத்தைத் திருப்பிய நான், என்னை அறியாமலேயே எனது முந்தைய குறிக்கோளிலிருந்து விலகிச் சென்றுள்ளேன். மேற்கத்திய நாடுகளின் பழக்க வழக்கங்களில் ஊறிப்போன ஒருவரின் கண்ணோட்டத்திலிருந்து எனக்குப் பரிச்சயமான காட்சியை கவனிக்கத் தொடங்கினேன். வாயிலில் இருந்த நபர், ஒரு மனிதராக எனக்குத் தோன்றவில்லை. குளிரிலிருந்து பாதுகாக்கும் உடை அணிந்திருந்ததால், மிருக ரோமங்களின் குவியலாக காட்சியளித் தார். அவர் வேறு யாரும் இல்லை. மாஸ்கோவின் வாயிற்காப் பாளர். கடவுளே...! என்ன காட்டுமிராண்டித்தனமான சிந்தனை

இது? சாட்ஸ்கியின் வார்த்தைகள் அனைத்தும் எனக்குள் உணர்ச்சி பூர்வமான ஒரு தாக்கத்தை ஏற்படுத்தியுள்ளதைக் காண்கிறேன். உங்களுக்கு மிகவும் பழக்கமான ஒரு விஷயத்தை உன்னிப்பாக நீங்கள் ஆராயத் தொடங்கும்போது, அலுப்புத் தட்டி, அது உங்கள் பார்வையிலிருந்து மறைந்துவிட்டாலும். திடீரென, புதிய மற்றும் எதிர்பாராத விஷயங்களைவிட மிகவும் அழுத்தமான ஒரு தாக்கத்தை அது ஏற்படுத்திவிடும். நானும் இப்போது அந்த நிலையில்தான் இருக்கிறேன்.

நாடக அரங்கிற்கு செல்லும் வழியில் நான் எதிர்கொண்ட விஷயங்களை எவ்வளவு ஆழமாக கிரகித்துக்கொண்டேனோ அந்தளவுக்கு வெளிநாட்டிலிருந்து திரும்பிய ஒருவரின் கண்ணோட்டத்தில் அவற்றை வடிகட்டி தெளிவாகப் புரிந்து கொண்டேன். ஓர் தேச பக்தனாக எனது உணர்வுகளுக்கு இந்த செயல் மேலும் வலுவூட்டியது. இது கசப்புணர்வால் ஏற்பட்டதல்ல என்பதையும் இது ஓர் ஆன்மாவின் ஏக்கம், ரஷ்யா மீதான நேசம், அவளிடம் இருந்த விலை மதிப்பிட முடியாத விஷயம் என்ன? அவள் எதில் பின்தங்கியிருக்கிறாள் என்ற ஆழமான புரிதல் என்பதையும் உணர்கிறேன். இந்தப் புரிதல்தான், தங்கள் வாழ்க்கையை யார் சீரழிக்கின்றனர், அவள் முன்னேற்றத்தை யார் தடுக்கின்றனர் என்பதை சாட்ஸ்கிக்கு தெள்ளத் தெளிவாக புலப்படுத்தியது.

'இன்றைய நாள் இனிய தினமாக அமையட்டும்' என இயந்திர கதியில் தலைதாழ்த்தி நான் என்ன செய்கிறேன் என்பதை நினைத்துக்கூடப் பார்ப்பதற்கு நேரம் எடுத்துக்கொள்ளாமல், யாரோ ஒருவருக்கு வாழ்த்துத் தெரிவிக்கிறேன்.

யார் அவர்? 'ஓ...! அவர் பிரபலமான விமானி... கார் பந்தைய வீரர்.

இது முற்றிலும் கால முரண்பாடாகத் தோன்றலாம். எனது பிரமை அப்போதே சுக்குநூறாகியிருக்க வேண்டும். இல்லவே இல்லை. நான் மீண்டும் சொல்கிறேன்: இது காலம் தொடர்பான

தல்ல; வாழ்க்கை முறை தொடர்பானதல்ல; சொந்த நாடு திரும்பிய, நாட்டுப் பற்றுடைய ஒருவனின் உணர்வுகளோடும் காதல் வயப்பட்ட ஒருவனின் உணர்ச்சிகளோடும் மட்டுமே தொடர்புடையது, இது. காதல் வயப்பட்ட ஒருவருக்கு, விமானி ஒருவர் உறவினராக இருக்க முடியாதா? நாடு திரும்பும் ஒரு தேச பக்தர், கார் பந்தைய வீரரை சந்தித்திருக்க முடியாதா?

ஆனாலும் ஒரு விஷயம் மட்டும் விந்தையாக உள்ளது, நான் அவருக்கு வாழ்த்துக் கூறிய எனது பாணி எனக்கே அந்நியமாகத் தோன்றியது. சாட்ஸ்கி இப்படித்தான் வாழ்த்து சொல்லியிருப்பாரோ?

இன்னொரு புதிரான விஷயம். அந்த மனிதரை வெகு இயல்பாக நான் வாழ்த்தியபோது, ஒருவிதமான கலை சார்ந்த திருப்தியை நான் ஏன் உணர்ந்தேன்? எப்படி இது நிகழ்ந்தது? மிகவும் சரியான முறையில் என்னை அறியாமலே எனது கைகள் தானாக இயங்கின. அல்லது ஒருவேளை எனது கை அசைவு மற்றும் பாவம் குறித்து சிந்தித்துப் பார்க்க எனக்கு நேரம் இல்லாததால், நேரடியான ஓர் அக உந்துதலின் விளைவாக அது சரியாக அமைந்ததா?

என்னை அறியாமல் நிகழ்ந்த இப்படிப்பட்ட ஒரு பாவனையை நினைவுபடுத்தி அதை என் ஞாபகத்தில் பதியவைத்துக் கொள்வதற்கு முயல்வது பயனற்ற வேலையாகிவிடும். அது இனி எப்போதுமே நிகழாது; அல்லது தானாகவே என்னை அறியாமல் அது நிகழும். அடிக்கடி இப்படி நிகழ்ந்தால், அது பழக்கமாக மாறி எனது கதாபாத்திரத்தின் ஒரு பகுதியில் நிரந்தரமாக நிலைத்துவிடும். அதாவது, இந்த நிகழ்வை மீண்டும் வெளிப்படுத்துவதற்கு, அந்த உடலசைவை மட்டுமே நான் நினைவுபடுத்திப் பார்க்க முயலக் கூடாது. ஒரு வெளித் தோற்றத்தை, ஒரு நொடி நேரம் வரையில் மட்டுமே இருந்தாலும், அந்த வெளித் தோற்றத்தை ஏற்படுத்திய, நான் இருந்த அந்தப் பொதுவான நிலையை நினைவு படுத்திப் பார்க்க வேண்டும். இந்த வெளித் தோற்றம் எனக்குள் ஏற்கெனவே

வடிவம் கொண்டு, அது வெளிப்படுவதற்கான வழிமுறையை தேடிக்கொண்டிருந்திருக்கலாம்.

மறந்துபோன ஒரு சிந்தனையை அல்லது ராகத்தை நான் நினைவுபடுத்திப் பார்க்கும்போது இதுதான் நிகழ்கிறது. நான் மிகவும் தீவிரமான பிடிவாதத்துடன் அதைத் தேடும்போது, அது தன்னை மறைத்துக்கொள்கிறது. ஆனால், அந்தக் குறிப்பிட்ட இடத்தை, சூழ்நிலைகளை, அப்போதைய பொதுவான நமது மனநிலையை, அந்த சிந்தனை முதல் தடவையாக உருவான தருணத்தை, நம்மால் தெளிவாக நினைவுபடுத்திக்கொள்ள முடிந்தால், அது தானாகவே நமது நினைவில் மீண்டும் பளிச்சிடும்.

எனது கார் நாடக அரங்கின் நுழைவாயில் அருகே நின்றதும், உள்முகமாக நான் ஈடுபட்டிருந்த பணியில் தடை ஏற்பட்டது. காரிலிருந்து கீழே இறங்கி, ஏற்கெனவே நான் ஒத்திகைக்குத் தயாராகிவிட்ட உணர்வோடு நாடக அரங்குக்குள் சென்றேன். எனது கதாபாத்திரமாக என்னை நான் உணர்ந்தேன்.

நாடக அரங்கில் உள்ள ஒத்திகை அறையில் ஒரு பெரிய மேஜை அருகில் நாங்கள் அமர்கிறோம். கதை வாசிப்பு தொடர்கிறது. முதற் பகுதி வாசித்து முடிக்கப்பட்டது. இயக்குனர் புருவங்களை உயர்த்துகிறார். தங்களிடம் உள்ள புத்தகங்களில் பார்வையைப் பதித்தவாறு சுற்றிலும் அமர்ந்துள்ளோம். வியப்பு, தவிப்பு, குழப்பம் மற்றும் அதிருப்தி நிலவுகிறது. இனியும் வாசிப்பதற்குத் தேவையில்லை, அது உங்களைத் தொல்லைப்படுத்தும். தலையைக் கவிழ்த்தவாறு வாசித்துக்கொண்டிருப்பதற்கு எந்த முக்கியமான காரணமும் இல்லை. இப்போது நாங்கள் தண்ணீருக்குள் தள்ளிவிடப்பட்டதைப் போல உணர்ந்தோம்.

இத்தனை நாட்களாக நாங்கள் எதைத் தேடிக்கொண்டிருந்தோம்? இவ்வளவு கடுமையாக முயன்று, உறக்கமில்லாத இரவுகளைக் கழித்து நாங்கள் ஆய்வு செய்ததெல்லாம் எதற்காக? என்னையே உதாரணமாக எடுத்துக்கொண்டால், நான் சித்தரிக்க வேண்டிய மனிதரின் அக வடிவத்தை உணர்ச்சிபூர்வமாகவும் உடலளவிலும்

உணர்ந்தேன். எனது கதாபாத்திரத்தின் அக வாழ்க்கை முழுவதையும் நான் அறிந்துகொண்டேன். அந்த அனைத்து உணர்வுகளுக்கும் என்ன நிகழ்ந்தது? அவை சிறு சிறு துண்டுகளாக உடைக்கப்பட்டுவிட்டன. அவற்றைக் கண்டுபிடித்து எனக்குள் மீண்டும் ஒன்றுதிரட்ட வாய்ப்பே இல்லாதது போலத் தோன்றுகிறது. இதைவிட மோசமான நிலை என்னவென்றால், நான் திரட்டி வைத்திருந்த ஆக்கத் திறன் வாய்ந்த மேன்மையான விஷயங்களை வெளிப்படுத்துவதற்கு மாறாக, நடிகரின் மலிவான தந்திரங்கள், பழக்க வழக்கங்கள், காலாவதியாகிவிட்ட நடை முறைகள், ஒடுங்கிவிட்ட குரல், வலுகட்டாயமாக ஏற்படுத்திக் கொண்ட உச்சரிப்புகள் ஆகியவற்றைத்தான் என்னால் வெளிப் படுத்த முடிகிறது. எனது வீட்டில் முன் தயாரிப்பு வேலைகளில் நான் ஈடுபட்டிருந்தபோது, நான் உணர்ந்த ஒத்திசைவான ஒழுங்கைப் பறிகொடுத்துவிட்டு, இப்போது தசை அசைவுகளின் ஆதிக்கத்திற்குள் சிக்கிக்கொண்டேன். என்னால் அதைக் கட்டுப்படுத்த இயலவில்லை. மிகக் கடுமையாக முனைந்து நான் உருவாக்கிக்கொண்ட குணாம்சத்தைப் பறிகொடுத்துவிட்டதாக உணர்ந்தேன்.

மீண்டும் நான் ஆரம்பத்திலிருந்து தொடங்க வேண்டும். முதல் முறையாக, நாடகம் வாசித்துக் காட்டப்பட்டபோது, பயிற்சி பெற்ற ஓர் ஆசான் போல உணர்ந்தேன். இப்போதோ நிராதரவான ஒரு பயிற்சி மாணவன் போல உணர்கிறேன். திரும்பத் திரும்ப ஒரே மாதிரியாக நடிக்க முடியும் என நம்பிக்கை கொண்டிருந்ததால் எனது கலையில் நான் ஒரு நிபுணன் போன்று உணர்ந்தேன். இப்போதோ எனது கதாபாத்திரத்திற்கு வடிவம் கொடுப்பதில் தயக்கத்துடன் முயலும்போது, ஒரு மாணவன் போல உணர்கிறேன். ஏன் அனைத்தும் இப்படி ஆகிவிட்டன?

கவலை தரும் இப்படிப்பட்ட கேள்விகளுக்கான பதில், தெளிவானது; சுலபமானது. ஒரு நடிகர், எவ்வளவு நீண்ட காலமாக மேடையில் நடித்தாலும் தனது கதாபாத்திரத்துக்கு உயிர் கொடுக்கும் தருணத்தில், பிரசவ வேதனை போன்ற

இப்படிப்பட்ட நிராதரவான தருணங்கள் தவிர்க்க முடியாதவை. அவர் எத்தனை கதாபாத்திரங்களை ஏற்றிருந்தாலும், நாடக வாழ்க்கையில் எவ்வளவு நீண்ட கால அனுபவம் பெற்றிருந்தாலும், இப்போது நாங்கள் அனுபவித்துக்கொண்டுள்ள இப்படிப்பட்ட ஆக்கத் திறன் சார்ந்த சந்தேகங்கள் மற்றும் மன உளைச்சலிலிருந்து தப்பிக்கவே முடியாது. இந்த நிராதரவான நிலையை திரும்பத் திரும்ப ஒரு நடிகர் எத்தனை தடவை எதிர்கொண்டிருந்தாலும், மீண்டும் இந்த மனநிலை ஏற்படும்போது, பீதியில் சிக்கிக் கொள்வதாகவும், நிராதரவான நிலைக்குத் தள்ளப்படுவது போலவும்தான் தோன்றும்.

ஒரு கதாபாத்திரத்தை உணர்ச்சிபூர்வமாக அனுபவித்து, பிறகு நடிப்பு மூலம் அதற்கு உயிர் கொடுக்கும் ஆக்கத் திறன் வாய்ந்த பணியை எடுத்த எடுப்பில் உடனடியாக சாதிக்க முடியாது; படிப்படியாக, மெல்ல மெல்லத்தான் அதில் வெற்றி பெற முடியும் என்பதை எந்த ஓர் அனுபவம், எந்த ஒரு முனைப்பு மூலமும் நடிகர்களை ஏற்றுக்கொள்ள வைக்க இயலாது. இந்த நிலவரத்தை சற்று முன்னர் பார்த்தோம். நடிகர், மனதுக்குள் தனது கதாபாத்திரத்தை அனுபவிக்கிறார், தூக்கத்தைத் தொலைத்த அந்த இரவுகளில், ஒரு கற்பனையான தோற்றத்தில் அதைப் பதிய வைத்துக்கொள்கிறார். பின்னர், வாசிப்பு அறையின் அமைதியில் முழு நினைவுடன், தனக்குத் தானே நடத்திக்கொண்ட ஒத்திகை களில், பின்னர் ஒரு சில ரசிகர்கள் முன்னிலையில் நடத்திக் கொண்ட ஒத்திகைகளில், அதைத் தொடர்ந்து உரிய ஆடை, அணிகலன்களுடன் நடத்திய ஒத்திகைகளில், இறுதியாக, எண்ணற்ற மேடைக் காட்சிகளில், அந்தக் கதாபாத்திரத்தை உணர்ச்சிபூர்வமாக அனுபவித்துள்ளார். அதே வேலையில் ஒவ்வொரு தடவை ஈடுபடும்போதும் ஆரம்பத்திலிருந்தே தொடங்க வேண்டியுள்ளது.

வீட்டிலேயே நாங்கள் ஆயத்தம் செய்துகொண்ட கதாபாத்திரத்தை, எங்களுக்குள்ளே நடத்திக்கொள்ளும் ஒத்திகைகளில், மீண்டும் எப்படி உருவாக்கிக்கொள்ள முடியும் என்ற கேள்வி எழுகிறது. கிரிபாயதவ் எழுதிய அசல் வசனங்களுக்கு

நாங்கள் இன்னும் தயாராகவில்லை என்பதை சிரித்துக்கொண்டே இயக்குனர் அறிவிக்கிறார். முன்கூட்டியே குழப்பிக்கொண்டு, இந்த நாடக வசனங்களில் கவனம் செலுத்துவது சரியல்ல. எனவே, நாடக வாசிப்பைத் தொடர வேண்டாம் என இயக்குனர் கூறிவிடுகிறார்.

ஒரு நாடகத்தின் வசன வரிகளில், அதிலும் குறிப்பாக ஒரு மேதை எழுதிய வரிகளில், துல்லியம், நுட்பம், புலப்படாத சிந்தனைகள் மற்றும் நாடக ஆசிரியரின் உணர்வுகளை வெளிப்படுத்தும் வலுவான ஆற்றல் ஆகிய அனைத்தும் அடங்கி இருக்கும். ஒவ்வொரு வார்த்தைக்குள்ளும் ஓர் உணர்ச்சி, அந்த வார்த்தையை சிருஷ்டித்த ஒரு சிந்தனை, அது அங்கு இடம்பெற்றுள்ளதற்கான நியாயம் ஆகியவை பொதிந்துள்ளன. வெற்று வார்த்தைகள் என்பவை உயிரினம் இல்லாத மேலோடுகள் போன்றவை. அவற்றால் எந்தப் பலனும் இல்லை. சொல்லப் போனால் அவை ஊறு விளைவிக்கக் கூடியவை. அவை ஒரு கதாபாத்திரத்தின் முக்கியத்துவத்தை குறைத்து, குழப்பத்தை ஏற்படுத்துவதால் அவற்றைக் குப்பையைப் போல தூக்கி எறிய வேண்டும். நாடக வசனத்தில் உள்ள ஒவ்வொரு வார்த்தைக் குள்ளும் தனது உயிரோட்டமான உணர்ச்சிகளை நடிகரால் செலுத்த முடியாவிட்டால், அவரது கதாபாத்திர வசனங்களில் ஜீவன் இருக்காது.

ஒரு மேதையின் படைப்பில், தேவையற்ற ஒரு தருணம் அல்லது உணர்வுகூட இடம் பெற்றிருக்காது. அதனால், ஒரு நடிகர் தனது கதாபாத்திரத்திற்காக ஏற்படுத்திக்கொண்ட குணாம்சத்தில், மிக உயர்ந்த குறிக்கோளையும் அதை எட்டுவதற்கான அடுத்தடுத்த நடவடிக்கைகளையும் மேற்கொள்வதற்குத் தேவையான உணர்வுகள் மட்டுமே இடம் பெற்றிருக்க வேண்டும். ஒரு நடிகர், இப்படிப்பட்ட ஒரு குணாம்சத்திற்கும் அகத் தோற்றத்திற்கும் தன்னைத் தயார்ப்படுத்திக்கொள்ளும் தருணத்தில்தான், நாடக வரிகள் அவருடைய படைப்பாற்றலுக்கு முற்றிலும் பொருத்தமாக அமைகின்றன. ஒரு மேதை படைத்த நாடகத்திற்கு மிகவும்

பொருத்தமான ஒரு குணாம்சம், ஒரு எதிர்வினை தேவைப்படுகிறது. அது உருவாக்கப்படும் வரை, மிக அதிக அல்லது மிகக் குறைந்த வார்த்தைகள், மிக அதிக அல்லது மிக்க குறைந்த உணர்ச்சிகள் இடம் பெறுகின்றன.

Woe from Wit நாடகத்தில் பல வார்த்தைகள் தேவையற்றதாகத் தோன்றினால், நடிகரின் குணாம்சம் இன்னமும் முழுமையடைய வில்லை என்றுதான் அர்த்தம். ஒரு நாடகத்தின் ரகசியத்தை, அதன் சிந்தனையை மற்றும் உணர்வுகளை தேடிக் கண்டுபிடிப்பது மட்டும் போதாது. நடிகர், அவற்றை உயிரோட்டமாக மாற்றும் திறன் கொண்டவராக இருக்க வேண்டும். ஒரு சிறந்த கதை சுருக்கமாக இருந்தால், அது ஆழமாகவோ, அர்த்தம் நிறைந்ததாகவோ இருக்காது என முடிவு கட்டிவிடக் கூடாது. அதனுடைய புற வடிவமும், அதன் வழிமுறைகளும் அதற்குப் பொருத்தமாக இருக்க வேண்டும், அதன் குணாம்சம் வலிமையாக இருக்க வேண்டும். அது உருவாக்கும் வடிவம் தெளிவாகவும் துல்லியமாகவும் சாரம் நிறைந்ததாகவும் இருக்க வேண்டும்.

நடிகர் தனது படைப்புத் திறன் மூலம் ஒரு சிறந்த கதையை மதிப்பிடும்போது, அவரது கதாபாத்திரத்தின் வார்த்தைகள் தலைசிறந்தவையாகவும், மிகுந்த முக்கியத்துவம் வாய்ந்தவை யாகவும் மாறுகின்றன. வெகு சுலபமாக அவற்றுக்கு வடிவம் கொடுக்க முடிவதால், தனது உள்ளார்ந்த குணாம்சம் மூலம், தனக்கே உரித்தான ஆக்கத் திறன் உணர்ச்சிகளை அவரால் வெளிப்படுத்த முடியும். இன்னொருவரின் அதாவது, நாடக ஆசிரியரின் வார்த்தைகள் நடிகரின் சொந்த வார்த்தைகளாக மாறுகின்றன. ஒட்டுமொத்தக் கதையும் நடிகருக்கான சிறந்த குணாம்சமாக மாறுகிறது. இதனால், கிரிபாயதவின் அசாதாரண வரி வடிவங்களும், லயங்களும் கேட்பதற்கு மட்டுமே சுகமளிக் காமல், நடிகரின் குணாம்சத்தில் இடம் பெற்றுள்ள உணர்ச்சிகளை கச்சிதமாக வெளிப்படுத்துவதையும்கூட அனுபவிக்க வைக்கும்.

நடிகர் தனக்குள் ஒன்றுதிரட்டிக்கொண்ட உள்முக விஷயங்கள் அனைத்தும், அடுத்தடுத்த திட்டவட்டமான தருணங்களில்

வடிகட்டப்பட்டு, தெளிவடைந்த நிலையில், தனது உணர்ச்சிகளை வெளிப்படுத்துவதற்கான உடல் சார்ந்த வழிமுறையை அவர் உருவாக்கிக்கொள்ளும், அந்த ஆக்கத் திறன் சார்ந்த முன் தயாரிப்புகளின் இறுதி கட்டத்தின்போது மட்டுமே, நாடக வரிகள் அவருக்கு மிகந்த முக்கியத்துவம் வாய்ந்தவையாக மாறுகின்றன.

எங்களால், இந்தத் தருணத்தை இன்னும் எட்ட முடியவில்லை. எங்களது தற்போதைய கட்டத்தில் எளிமையான இந்த நாடகக் கதை ஒரு தடையாக உள்ளது. அந்தக் கதையை முழுமையாக அல்லது ஆழமாக அல்லது விரிவாக, இன்னமும் நடிகரால் மதிப்பிட முடியவில்லை. உடல் சார்ந்த வெளிப்பாட்டுக்கான வழிமுறையைத் தேடிக் கொண்டிருக்கும் கட்டத்தில்தான் அவரது கதாபாத்திரம் இன்னமும் உள்ளது. அவரது குணாம்சம், மேடையில் இதுவரை பரிசோதித்துப் பார்க்கப்படவில்லை. தேவையற்ற உணர்வுகளையும் அவற்றை வெளிப்படுத்துவதற்கான வழிமுறையையும் இன்னும் தவிர்க்க முடியவில்லை. நாடக ஆசிரியரின் அசல் கதை மிகவும் சுருக்கமாகத் தோன்றுகிறது. நடிகர்கள்தான் தங்கள் சொந்த வார்த்தைகளையும், 'ஆதலால்', 'இப்போது' போன்ற இடைச் செருகல்களையும் கொண்டு நிரப்பிக் கொள்கின்றனர்.

உடல் சார்ந்த வெளிப்பாட்டுக்கான தொடர் நடவடிக்கைகளின் தொடக்கத்தில் ஒரு நடிகர், அதீதமாகவும் மிகையாகவும் செயல்படுகிறார். தனது ஆக்கத் திறன் வாய்ந்த உணர்ச்சிகளை வெளிப்படுத்துவதற்காக வார்த்தைகள், குரல், உடல் பாவம், உடலசைவு, நடிப்பு, முக அசைவு என்ற அனைத்து வழிமுறைகளையும் மிதமிஞ்சிப் பயன்படுத்துகிறார். இந்தக் கட்டத்தில், தனக்குள் இருக்கும் உணர்வுகளை எப்படியாவது வெளிப்படுத்த வேண்டும் என்பதற்காக, எந்த வழிமுறையையும் அவர் விட்டு வைப்பதில்லை. ஒவ்வொரு தனித்தனியான தருணத்திற்கும் வடிவம் கொடுப்பதற்கு அதிகளவிலான வழிமுறைகளைப் பயன்படுத்தினால், வெளி வடிவம் வெகு சிறப்பாகவும் முக்கியத்துவம் வாய்ந்ததாகவும் அமையும் என்று அவருக்குத்

தோன்றுகிறது. ஆனால், இந்தத் தேடுதல் காலகட்டத்தில் முழுமையடையாத குணாம்சத்தின் உணர்ச்சிகளை வெளிப்படுத்து வதற்கு, நாடக ஆசிரியரின் வார்த்தைகள் மட்டுமே அந்நியமாகி விடவில்லை. நடிகரின் சொந்த வார்த்தைகளும்கூட தேவைக்கு அதிகமாக உள்ளன.

அந்த வாசிப்பு அமர்வை நாடக இயக்குனர் நிறுத்தியது, சரியான முடிவுதான். நாங்கள் தெரிவு செய்த 'தீம்'களை ஏதாவது ஒரு வகையில் மேம்படுத்துமாறு அவர் கூறினார். உணர்வுகள், எண்ணங்கள், செயல்கள் எங்கள் கதாபாத்திரத்திற்கு ஏற்ற வடிவங்கள் ஆகியவற்றை உடல் ரீதியில் வெளிப்படுத்துவதற்கான வழிமுறைகளைக் கண்டறிவதற்கு இது ஆரம்ப கட்டப் பயிற்சியாக அமைந்தது. இந்தப் பயிற்சியின் உதவியாலும், புதிய சூழ்நிலைகளை மேலும் அமைத்துக்கொண்டதாலும், ஒவ்வொரு உணர்ச்சியின் இயல்பை, அவற்றின் உள்ளடக்கப் பகுதிகளை, அவற்றின் காரண, காரியங்கள் மற்றும் தொடர்ச்சியை எங்களால் உணர முடிகிறது. எங்களை மேம்படுத்திக்கொள்ளும் பணியை நாங்கள் தொடங்கியபோது, எங்களுக்குள் குடி கொண்டிந்த சாதாரண ஆசைகள் மற்றும் குறிக்கோள்கள் அனைத்திற்கும் செயல் வடிவம் கொடுப்பதுதான் முக்கியமாக இருந்தது.

ஆரம்பத்தில், இந்த ஆசைகளையும் குறிக்கோள்களையும் நாடகத்தில் இடம் பெற்றுள்ள சம்பவங்களிலிருந்து கிரகித்துக் கொள்ளக்கூடாது. ஒத்திகையின்போது, நடிகரை சூழ்ந்திருந்த நிஜ சூழ்நிலைகளிலிருந்துதான் இவற்றை கிரகித்துக்கொள்ள வேண்டும். நடிகரின் அக உந்துதல்கள் தாமாகவே மெருகேற்றிக்கொண்டு, மிகவும் அவசியமான மற்றும் மிக உயர்ந்த குறிக்கோளை மேம்படுத்திக்கொள்வதற்கும் தூண்டுகின்றன. ஆனாலும், இந்தப் பணியில் ஈடுபடும் நடிகர், நாடக ஆசிரியர் குறிப்பிட்டுள்ள சூழ்நிலைகளை மறந்துவிடக்கூடாது. தனது கதாபாத்திரத்தை உணர்ச்சி பூர்வமாக அனுபவித்த முந்தைய காலகட்டத்தில், இந்த

சூழ்நிலைகள் அவருக்கு மிகவும் நெருக்கமாக இருந்ததால், தனது விருப்பம் இல்லாமலேயே அவர், அவற்றின் ஒரு பகுதியாக மாறிவிட்டார்.

நடிகர் தற்போது தனது நிஜ சூழ்நிலைகளுக்கு இடையே இருக்கத் தொடங்குகிறார். இந்தச் சூழ்நிலைகள் கற்பனையானவை அல்ல; நிஜமானவை. அதே சமயத்தில், அவரது கதாபாத்திரத்தின் கடந்த காலம், நிகழ்காலம் மற்றும் எதிர்காலத்தின் தாக்கத்திற்கு அவை கட்டுப்பட்டவை. அவர் சித்தரிக்கும் கதாபாத்திரத்தின் சுபாவத்துக்கு உகந்த அக உந்துதல்களும் இந்தச் சூழ்நிலைகளில் நிரம்பியுள்ளன.

இதனை எப்படி மேற்கொள்வது? எனது நிஜ சூழ்நிலைகளுக்கும் – மாஸ்கோ ஆர்ட் தியேட்டர் தாழ்வாரத்தில் ஒத்திகை நடந்தபோது - 1820களில் மாஸ்கோவில் இருந்த வாமசு வீட்டின் சூழ்நிலைகள் மற்றும் சாட்ஸ்கியின் வாழ்க்கை சூழ்நிலைகளுக்கும் இடையே நான் ஒரு தொடர்பை ஏற்படுத்திக்கொள்ள வேண்டும். நாடக ஹீரோவின் கடந்த காலம், நிகழ்காலம் மற்றும் எதிர் காலத்துடன் இணைந்த அவரது வாழ்க்கை நிலவரங்களுக்குள் எனது சொந்த வாழ்க்கையை நான் அமைத்துக்கொள்ள வேண்டும். மனப்பூர்வமாகவும் உணர்ச்சிபூர்வமாகவும் அவரது வாழ்க்கை சூழ்நிலைகளைக் கற்பனை செய்து பார்த்தது, ஆரம்பத்தில் அவ்வளவு கஷ்டமாக இருக்கவில்லை.

ஆனால், இங்கே சம காலத்திய வாழ்க்கை மற்றும் இன்றைய யதார்த்தங்களுக்கு இடையே என்னால் அதை எப்படிச் செய்ய முடியும்? மாஸ்கோ ஆர்ட் தியேட்டரில் எனது இப்போதைய நிலைக்குள் எப்படி அதை அறிவு பூர்வமாக இடம் பெறச்செய்ய முடியும்? இங்கே, இந்த ஒத்திகையில் என்னைச் சுற்றிலும் உள்ள சூழ்நிலைகளுக்கான ஓர் அடிப்படையை நான் எப்படிக் கண்டுபிடிப்பது? இங்கே, இந்த அறையில் எனது இருப்பை என்னால் எப்படி நியாயப்படுத்த முடியும்? சாட்ஸ்கியின் வாழ்க்கையோடு பொருந்துகிற ஒரு வாழ்க்கையுடன் எனக்குள்ள

நெருக்கமான பிணைப்பை, என்னால் எப்படித் துண்டித்துக் கொள்ளாமல் இருக்க முடியும்?

எனது அக வாழ்க்கையின் ஊக்க சக்திகளான எனது உறுதி, மனம், உணர்வு ஆகியவற்றை இந்தப் புதிய படைப்பாற்றல் குறிக்கோள், முதலில் செயல்படவைத்து, எனது கற்பனையைத் துண்டிவிடுகிறது. அது ஏற்கெனவே செயல்படத் தொடங்கி விட்டது.

''சாட்ஸ்கியின் வாழ்க்கை சூழ்நிலைகளில்கூட, மாஸ்கோ ஆர்ட் தியேட்டரில் உள்ள நடிகர்களில் எனக்கு நண்பர்கள் இருக்கக்கூடாதா? '' எனது கற்பனை கேள்வி எழுப்பியது.

''அப்படி நண்பர்கள் இல்லாமல் இருந்தால் அது விந்தையான விஷயம்தான், சாட்ஸ்கி போன்றவர்களுக்கு கலையில் ஆர்வம் இல்லாமல் இருக்கலாம். சாட்ஸ்கி 1820களிலும் 1930களிலும் வாழ்ந்திருந்தால், ரஷ்ய அறிவு ஜீவிகள் இயக்கத்தைச் சேர்ந்த ஸ்லாவோஃபைல்கள், தேச பக்தர்கள் அடங்கிய குழுக்களில் இடம் பெற்றிருந்திருப்பார். அவர்களில் மிகைல் ஷெப்கின் உள்ளிட்ட நடிகர்கள்கூட இருந்தார்கள். சாட்ஸ்கி இப்போது உயிருடன் இருந்திருந்தால், சந்தேகமே இல்லாமல் அவர் அடிக்கடி நாடக அரங்கங்களுக்குச் சென்று வருவார். நடிகர்களிடையே அவருக்கு நண்பர்களும் இருந்திருப்பார்கள்'' என்று என் மனம் சொல்கிறது.

''இவர்கள் அனைவரும் யார்?'' எனது உணர்வுகள் கேள்வி எழுப்புகின்றன.

''நிஜ வாழ்க்கையில் இருப்பவர்கள் போன்றே அவர்கள் எல்லாம் மாஸ்கோ ஆர்ட் தியேட்டரின் நடிகர்கள்'' என்று என் கற்பனை விளக்கமளிக்கிறது.

''இல்லை... எனக்கு எதிரே உட்கார்ந்திருக்கும், மனிதன் நடிகன் அல்லன். ஆனால், குச்சிக் கால்களைக் கொண்ட அந்தக் கருப்பு மனிதன்தான் நடிகன் என்று நினைக்கிறேன்'' என்று கூறும் எனது

உணர்வுகள், ''சரிதான், இவன் அப்படித்தான் இருக்கிறான்'' என்று தங்களுக்குள் உறுதி செய்கின்றன.

அந்த மனிதன், என் உணர்வுகள் சொல்வதைப் போன்றே இருப்பதை நான் தெரிந்துகொண்டதும் சந்தோஷமடைந்தேன். ஏனென்றால், எனக்கு எதிரே உட்கார்ந்திருந்த நடிகன் பெரிதாக ஒன்றும் என்னைக் கவரவில்லை, சாட்ஸ்கி இங்கு இருந்திருந்தால், நான் எனது சக நடிகனைப் பாப்பது போன்றுதான் அந்தக் கருப்பு மனிதனைப் பார்த்திருப்பார்.

இந்த உணர்வு எனக்குள் கிளைவிடத் தொடங்கி, சாட்ஸ்கியோடு என்னைத் தொடர்பு படுத்தியதால், வெளிநாட்டு நாடகக் கலைஞர்கள் சந்திப்பின்போது, பண்பட்ட சாட்ஸ்கி நடந்துகொள்வது போன்று அந்தக் கருப்பு மனிதனை வாழ்த்துவதற்காக அவசரமாக விரைந்து செல்கிறேன்.

ஆனால், இந்த அவசரமும் பொறுமையின்மையும் என்னை மோசமாக தண்டித்துவிடுகிறது. அலுப்புத் தட்டும் ஒரே மாதிரியான நாகரிக நடைமுறைகளும் பண்புகளும் என்னை அறியாமலேயே எனக்குள் இருந்து தாவி குதிக்கக் காத்திருக்கின்றன. கைகுலுக்குவதற்காக என் கை சடாரென்று வேகமாக நீண்டதால் அது ஒரு பக்கமாகத் திரும்பிக்கொள்கிறது. அனைத்து வார்த்தை களையும் தெளிவில்லாமல் பேசுகிறேன். தட்டுத் தடுமாறி நடக்கிறேன். நாடக பாணியிலான அற்பமான விஷயங்கள் எல்லாம் அனைத்து திசைகளில் இருந்தும் என் இருப்பைச் சூழ்ந்து கொள்கின்றன.

அவமானத்தால் வாயடைத்துப் போன எனக்கு, சக நடிகர்கள் மீது வெறுப்பாக இருக்கிறது; என் மீதும் வெறுப்பு ஏற்படுகிறது. நீண்ட நேரம் ஆடாமல் அசையாமல் உட்கார்ந்துள்ள நான், பின்வருமாறு என்னைத் தேற்றிக்கொள்கிறேன். ''கவலைப்பட வேண்டாம். இதெல்லாம் சாதாரணமாக நடப்பதுதான். அவசர கதியில் செயல் பட்டால் என்ன நடக்கும் என்பது எனக்குத் தெரிந்திருக்க வேண்டும். ஆயிரம் ஆயிரம் சிலந்தி வலைகள்

போன்ற ஆக்கத் திறன் வாய்ந்த ஆசைகள், ஒன்றிணைந்து உறுதியான கேபிள் ஒயராக மாறும் வரையில் காத்திருக்காமல், அவசர கதியில் நான் செயல்பட்டதால், எனது தசைகள் முறுக்கிக் கொண்டு ஒத்துழைக்க வில்லை. எனது ஆக்கத் திறன் வாய்ந்த முனைப்பு வலுவடைந்து, எனது ஒட்டுமொத்த உடலும் அதற்குக் கட்டுப்படும் வரை நான் காத்திருக்கத்தான் வேண்டும்.''

எனது அவசர கதி நடவடிக்கைக்கான காரண காரியங்களை நான் இப்படி ஆராய்ந்து கொண்டிருந்தபோது, என் சகாவான அந்தக் கருப்பு மனிதன், ஏதோ ஒரு குறிக்கோளுடன் செயல் படுவது போன்று பைத்தியக்காரத்தனமாக மிகையாக நடந்து கொள்கிறான். கட்டுப்படுத்த முடியாத தசைகளின் பயங்கரமான விளைவுகளை வெளிப்படுத்திக்கொண்டிருக்கிறான்.

என்னைக் குற்றம் சாட்டுவது போன்று பேரார்வத்துடனும், சுய உறுதியுடனும், புத்திசாலித்தனத்துடனும் நடிப்பதாகக் காட்டிக் கொண்டு, நான் செய்த அனைத்தையும் செய்து காட்டுகிறான். நாங்கள் இருவரும் திடீரென ஒரு மூன்றாம் தர நாடக மேடையில் இருப்பது போன்று தோன்றுகிறது. தர்ம சங்கடம், அவமானம் மற்றும் பயத்தில் நான் உறைந்து போய் விட்டேன். யாரையும் நேருக்கு நேர் பார்க்கும் துணிவில்லை. அவனிடமிருந்து எப்படி என்னை விடுவித்துக்கொள்வது என்று எனக்குத் தெரியவில்லை. ஏதோ சாதித்தவிட்டது போன்ற அவனது கர்வத்திலிருந்து எப்படி விலகிச் செல்வது என்பதும் தெரியவில்லை.

ஆனால், அவனது நடவடிக்கைகள் மேலும் மோசமடை கின்றன. என் எதிரே குச்சியான அந்தக் கால்களை இழுத்தவாறு சந்தோஷமாகச் சுற்றி வந்து நடனமாடுகிறான், ஒரு மோசமான நடிகனைப் போன்று நடந்துகொள்கிறான். அவனது முட்டாள் தனமான செயல்கள் அதிகரிக்க அதிகரிக்க, அவனது உளறல்களும் இடைவிடாமல் தொடர்கின்றன. அந்தக் கருப்பு மனிதன் மீது, எனது கசப்புணர்வு இதுவரை இல்லாத அளவுக்கு அதிகமாகிறது. அவன் மீதான வெறுப்புணர்வை கொட்டித் தீர்ப்பதற்காக நான் ஏங்குகிறேன்.

ஆனால் இதை எப்படிச் செய்வது? வார்த்தைகளாலா? அது அவனைப் புண்படுத்துமே? எனது கைகளாலா? உடல் அசைவுகளாலா? செயல்களாலா? அவனோடு என்னால் கைகலப்பில் இறங்க முடியாது. எனது கண்களும், எனது முகமும் மட்டுமே எஞ்சியுள்ளன. கண்கள், ஆன்மாவின் கண்ணாடி என்று சொல்லப்படுவதில் அர்த்தம் இல்லாமல் இல்லை. நமது உடலில் மிகுந்த பதில் விளைவை வெளிப்படுத்தும் அங்கம் கண்கள்தான். அக மற்றும் புற வெளிப்பாடுகளுக்கு முதலில் எதிர்வினை ஆற்றுவதும் கண்கள்தான். கண்களின் மொழி, மிகவும் சரளமானது; நுட்பமானது; நேரடியானது; அதே சமயத்தில் வலுவில்லாதது. மேலும், அது மிகவும் வசதியான மொழி. வார்த்தைகளைவிடக் கண்களால் எதையும் அதிகக் கடுமையுடன் சொல்ல முடியும். கண்கள் பேசும் கடுமையான மொழி யாரையும் காயப்படுத்துவதில்லை. ஒரு பொதுவான மனநிலையை, உணர்வுகளின் பொதுவான குணாம்சத்தை கண்கள் வெளிப்படுத்துகின்றன. ஆட்சேபமான, கடுமையான சிந்தனை களையோ, வார்த்தைகளையோ கண்கள் வெளிப்படுத்துவது இல்லை.

தசைகளின் ஆதிக்கத்தால் ஏற்படும் சேதத்திற்கு காரணமாகி விடக் கூடாது என்பதையும், செயல், உடல் அசைவுகள், வார்த்தைகள் ஆகியவற்றை முடிந்த அளவுக்குத் தவிர்க்க வேண்டும் என்பதையும் உணர்ந்துள்ளதால், இப்போது நான் கண்களின் உதவியை நாடுகிறேன். எனது உணர்வுகளுக்கு அடிபணிந்து அவற்றை உடல் ரீதியில் வெளிப்படுத்தாமல், அவற்றுக்கு ஒரு வடிகாலை இப்படி நான் தேடிக் கொண்டதும், எனது தசை இறுக்கத்திலிருந்து நான் விடுபட்டதாக உணர்கிறேன். மிகுந்த அமைதி அடைந்துவிட்டேன். எதாவது ஒரு செயலில் ஈடுபடும் இயந்திர நிலையில் இருந்து விடுபட்டு, மனித நிலைக்குத் திரும்பி உள்ளேன். என்னைச் சுற்றிலும் உள்ள அனைத்துமே அதன் இயல்பான, இயற்கையான நிலைக்குத் திரும்பி உள்ளன. இப்போது நான் அமைதியாக உட்கார்ந்துகொண்டு, அந்தக் கருப்பு மனிதனின் கோமாளித்தனங்களைப் பார்த்து, உள்ளுக்குள்

சிரித்துக் கொள்கிறேன். எனது உணர்வுகளை மறைக்க விரும்பாமல், அவற்றைத் தடையின்றி வெளியேற விடுகிறேன்.

இந்த கட்டத்தில்தான் ஒத்திகை பாதியிலேயே நிறுத்தப்பட்டது. வெளியே செல்வதற்கான வழியை நோக்கி சென்ற அந்தக் கருப்பு மனிதனுக்குப் பின்னால் அவசரமாக செல்கிறேன். சாட்ஸ்கியைப் போன்று அந்த மனிதனைப் பார்த்து சிரிக்க விரும்புகிறேன். ஆனால், செல்லும் வழியில், முட்டாள்தனமான 'தீம்'கள் குறித்து நீண்ட நெடிய தத்துவங்களைப் பொழிவதில் ஆசையுள்ள எனது சகா ஒருவர் குறுக்கிடுகிறார்.

''உங்களுக்குத் தெரியுமா?'' என என் காது கிழிவது போன்று உரத்த குரலில் கேட்டவாறு பின்வரும் விளக்கத்தைக் கொடுத்தார்: ''எனக்கு இப்போதுதான் இந்தக் காரணம் பிடிபட்டது, நாடகத்தில் நான் ஏற்றுள்ள, ஸ்கலாஸுப் (உன் பல்லைக் காட்டு) கதாபாத்திரத்திற்கு நாடக ஆசிரியர் ஏன் அந்தப் பெயர் சூட்டினார் என்பதற்கு ஒரு காரணம் இருக்கிறது. அவனுக்கு அந்தப் பழக்கம் இருந்திருக்க வேண்டும். உங்களுக்கு தெரியாதா... அதைப்....?

''..... அவன் பல்லைக் காட்டுவதுதானே?'' என நான் குறுப்பிட்டேன்.

கலைத் துறையில் அர்த்தமற்ற தமாஷ்களை என்னால் சகித்துக் கொள்ள முடியாது. எரிச்சலான, கிட்டத்தட்ட கடுமையான சில வார்த்தைகள் என் நாக்கு நுனி வரை வந்துவிட்டன. ஆனால், மீண்டும் நான் சாட்ஸ்கியை நினைத்துப் பார்க்கிறேன். இந்த விசித்திர ஜீவனை அவர் மாறுபட்ட முறையில் பார்த்திருப்பார் என எனக்குத் தோன்றியது. எனவே, என்னை நானே கட்டுப்படுத்திக்கொள்கிறேன்.

''எனக்கு அது தோன்றவில்லை'' என்று மென்மையாகப் பதில் அளித்த நான், பின்வருமாறு தொடர்கிறேன்.

''அப்படித்தான் இருக்கும். கிரிபாயதவ் கதாபாத்திரங்களின் தன்மைக்கேற்ப பெயர் சூட்டும்போது, ஸ்கலாஸுப்புக்கு

மட்டுமல்லாமல், மற்றவர்களுக்கும் அப்படித்தான் பெயர் இட்டுள்ளார். உதாரணமாக, கிளியோஸ்தோவா (தாக்குபவர்) என பெயர் சூட்டப்பட்டுள்ள பெண் கதாபாத்திரம் யாரையும் குத்தலாக பேசுபவள். டகுகாவ் (மந்தமான காதுகள்) என்ற கதாபாத்திரத்திற்கு காது சரிவரக் கேட்காது. இப்படித்தான் ஒவ்வொரு கதாபாத்திரத்திற்கும் பெயரிடப்பட்டுள்ளது.

என்னை மறந்துவிடாதீர்கள். கிரிபாயதவ் நான் ஏற்றுள்ள கதாபாத்திரத்திற்கு சாட்ஸ்கி என பெயரிட்டுள்ளதை நினைத்துப் பாருங்கள். நான் அந்த அர்த்தமற்ற தமாஷை உதிர்த்த என் நண்பரை விட்டு விலகிச் செல்லும்போது, இந்த விஷயம் குறித்து அவர் ஆழமாக சிந்திக்கத் தொடங்கியதாக எனக்குத் தோன்றியது. என்னைவிட சாட்ஸ்கி அதிக ஹாஸ்ய உணர்வுடன் பேசியிருப்பார் என்பதில் சந்தேகமே இல்லை.

அதே நேரத்தில் எனக்குள் ஒரு சிந்தனை தோன்றுகிறது. என்னை அறியாமலேயே சாட்ஸ்கியின் நிலையில் இருந்தவாறு மிகவும் எளிமையாகவும், புண்படுத்தாத விதத்திலும் நான் பேசினேன். அரை மணி நேரத்திற்கு முன்பு எனது கதாபாத்திரத்தின் உண்மையான வார்த்தைகள் எனக்கு எந்தப் பலனையும் தரவில்லை. ஏன் அப்படி?

நமது சொந்த வார்த்தைகளுக்கும் இன்னொருவரின் வார்த்தைகளுக்கும் இடையே உள்ள தொலைவு அளவிட முடியாத அளவுக்கு இருப்பதுதான் அந்த ரகசியம். நமது சொந்த வார்த்தைகள், நமது உணர்வுகளின் நேரடி வெளிப்பாடாக உள்ளன. ஆனால், மற்றொருவரின் வார்த்தைகள், நாம் அவற்றை நமக்கு சொந்தமாக ஆக்கிக்கொள்ளும் வரையில் அந்நியமாக உள்ளன. ஒரு கதாபாத்திரத்தின் உடல் சார்ந்த வெளிப்பாட்டின் முதற் கட்டத்தின்போது, நமது சொந்த வார்த்தைகள்தான் தேவைப் படுகின்றன. ஏனென்றால், இதுவரை வெளிப்படாமல், நமக்குள்ளே இருக்கும் உயிரோட்டமான உணர்வுகளை, சிறப்பான முறையில் நமது சொந்த வார்த்தைகளால்தான் வெளிக்கொணர முடியும்.

★ ★ ★

கண்கள், முகம் மற்றும் குரல் வாயிலாக, ஒரு கதாபாத்திரம் தன்னை வெளிப்படுத்துவதற்கு வெகு சுலபமாக வழி காண்கிறது. கண்களால் வெளிப்படுத்த முடியாதவற்றை, வார்த்தைகள், பேச்சு, தொனியின் மூலம் குரல் வெளிப்படுத்துகிறது. நடிகரின் உணர்வுகள் மற்றும் சிந்தனையை, சைகைகள் மற்றும் உடல் அசைவுகள் வலுப்படுத்தி ஒரு தெளிவான விளகத்தை அளிக்கின்றன. உடல் சார்ந்த இந்த நடவடிக்கைகள், நடிகரின் படைப்புத் திறன் முனைப்பின் விளைவாக, இறுதியில் நிகழ்வாக முடிசூட்டப்படுகின்றன.

உணர்ச்சிகள், எண்ணங்கள் மற்றும் உணர்வுகளை, புலப்படக் கூடிய தசை அசைவுகள் இல்லாமல், கண்களும் முகமும் பேசும் மிகவும் நுட்பமான மொழி, வெளிப்படுத்துகிறது. தசைகள், முழுமையாகவும் நேரடியாகவும் உணர்வுக்குத் துணை நிற்க வேண்டும். தன்னிச்சையாகவோ, இயந்திர கதியிலோ கண்கள் மற்றும் முகத்தின் தசைகள் – கோபம், பரவசம் அல்லது நடுக்கம் அல்லது திணிக்கப்படும் வேறுவிதமான உணர்வுகள் காரணமாக – இறுக்கமடையும்போது, நுட்பமான, புலப்படாத 'அந்த மொழி' சிதைந்துவிடுகிறது.

எனவே, நுணுக்கமான பார்வை மற்றும் முக பாகங்களை தசைகளின் ஒழுங்கும் கட்டுப்பாடும் இல்லாத அசைவுகளிலிருந்து பாதுகாத்துக்கொள்வதற்காக முறையான பயிற்சிகளை மேற்கொள்ள வேண்டும். இந்தப் பாதுகாப்பு நடவடிக்கையில் ஒரு நடிகர் முதலில் முக்கியகவனம் செலுத்த வேண்டும்.

கண்களுக்கு அடுத்தபடியாக, உணர்வுகளை வெளிப்படுத்தும் நடிப்பின் மையமாக இருப்பது, முகமும் அதன் பாவனைகளும். முகம் கண்களைவிட குறைந்த அளவு நுட்பமாக இருந்தாலும், மிகவும் வலுவானவை. ஆழ்மனம் மற்றும் மிக உயர்ந்த உணர்வு நிலையின் தகவல்களை முகம் தங்குதடையின்றி வெளிப் படுத்துகிறது. முக பாவனைகள் கட்டுப்பாட்டை மீறக்கூடிய ஆபத்தும் உள்ளது. முக இறுக்கம், செயற்கைத் தன்மை ஆகியவை ஓர் உணர்ச்சியை அடையாளம் தெரியாத அளவுக்கு

சிதைத்துவிடும். இந்த ஆபத்தை எதிர்த்துப் போராட வேண்டியது மிகவும் முக்கியமானது.

முக வெளிப்பாடு, அக உணர்ச்சிகளோடு நேரடித் தொடர்பு கொண்டு அவற்றை துல்லியமாகவும், நெருக்கமாகவும் வெளிப்படுத்தும். நுட்பமான வெளிப்பாடுகளுக்காக முடிந்த அளவுக்கு கண்கள் மற்றும் முகத்தை பயன்படுத்திக்கொண்ட பிறகு, குரல், ஒலிகள், வார்த்தைகள், தொனி, பேச்சு ஆகியவற்றை ஒரு நடிகர் பயன்படுத்தத் தொடங்க வேண்டும். முக பாவம், கண்கள் மற்றும் வார்த்தைகள், உச்சரிக்கப்படாத உளவியல் ரீதியிலான இடைவெளித் தருணங்கள் ஆகியவற்றின் உதவியுடன், வார்த்தைகளுக்குள் மறைந்தும், வார்த்தைகளுக்கு இடையேயும் வெளிப்படுத்தக் கூடிய விஷயங்கள் ஏராளமாக உள்ளன. ஆனாலும் இவற்றை வெளிப்படுத்துவதற்கு உறுதியான, திட்ட வட்டமான, உணர்வுடன் ஒன்றிய, தனிப்பட்ட வார்த்தைகள், இன்றியமையாதவை. ஒரு குறிப்பிட்ட வடிவத்தில் சிந்தனை களையும் யோசனைகளையும் வெளிப்படுத்த வேண்டிய நிலையில் உள்ளவருக்கு வார்த்தைகள் முக்கியமானவை.

குரல் மற்றும் பேச்சு மூலம் வெளிப்படுத்துவதில் பதற்றத்தையும் சலிப்பூட்டும் தன்மையையும் தவிர்க்க முடியாத ஆபத்தும் உள்ளது. குரலில் ஏற்படும் பதற்றம், அதன் ஒலி, உச்சரிப்பு, ஏற்ற இறக்கம், சரளம் ஆகியவற்றை உருக்குலைத்து விடுகிறது. இந்த சிக்கல்கள் வேரறுக்கப்பட்டால்தான் குரலும் பேச்சும் அக உணர்வுகளை முற்றிலுமாக சார்ந்தும் அவற்றின் நேரடியான, துல்லியமான, வெளிப்படாகவும் அமையும்.

தனித்தனியான குறிக்கோள்கள், உட் பிரிவுகள் இறுதியில் ஒட்டுமொத்த குணாம்சங்கள் ஆகியவை தெளிவாக்கப்பட்டதை அடுத்து, ஆசைகளுக்கும் லட்சியங்களுக்கும் செயல் வடிவம் கொடுப்பதற்கான இயற்கையான உந்துதல் பிறக்கிறது. இதைத் தெரிந்துகொள்ளமலேயே நடிகர், நடிக்கத் தொடங்குகிறார். நடிப்பதற்கு ஒட்டுமொத்த உடல் அசைவும் தேவைப்படுகிறது. முதலில், கண்களும் முகமும் நடிப்புக்கு இன்றியமையாதவையாக

இருப்பதைப் போலவே, உடலும் முக்கியத் தேவையாக உள்ளது. நுட்பமான, சிறிதும் புலப்படாத அக உணர்வுகளுக்குத் தகுந்தவாறு அவற்றைத் தங்குதடை இல்லாமல், உடல் வெளிப்படுத்த வேண்டியுள்ளது.

தன்னிச்சையான உந்துதல் மற்றும் தசை இறுக்கத்திலிருந்தும்கூட உடல் பாதுகாக்கப்பட வேண்டும். கதாபாத்திரத்தின் உள் அம்சங்கள் முழுமையாக மேம்படுத்தப்பட்டு, கண்கள், முக வெளிப்பாடு மற்றும் குரல் மட்டும் அல்லாமல் உடலையும்கூட கட்டுப்படுத்தும் அளவுக்கு வலுவடையும் தருணமான நமது இறுதி கட்டப் பணி முடிவடையும்வரையில், கதாபாத்திரத்தின் உடல் சார்ந்த வெளிப்பாட்டு நிறுத்தி வைக்கப்பட வேண்டும் என்று சொல்வது, இந்தப் பாதுகாப்பைக் கருத்திற் கொண்டுதான். உடல், அக உணர்வுகளின் நேரடிக் கட்டுப்பாட்டில் இருப்பதால், திரும்பத் திரும்ப மேற்கொள்ளப்படும் சலிப்பூட்டும் நடிப்பின் மந்த நிலை தடுக்கப்படுகிறது.

அனுபவிக்கப்பட்ட உணர்ச்சிகளின் ஆழமான அக அடித் தளத்தையும், தான் உருவாக்கியுள்ள உள்முகக் குறிக்கோள் களையும் உடல் உணரும் தருணத்தில், அதனை கட்டுப்படுத்தி வைக்க வேண்டிய அவசியம் இல்லாத அந்தத் தருணத்தில், உடல், நடிப்பு வேலையைத் தொடங்கட்டும். அதனை அடுத்து, நடிப்பை வெளிப்படுத்தும் ஆக்கத் திறன் முனைப்புகளை மேற்கொள் வதற்கான இயற்கையான உந்துதல், உடலின் எதிர்பார்ப்புக்கு ஏற்ப உருவாகிறது.

செயற்கைத் தன்மை மற்றும் பதற்றங்களுடன் உடல் நடத்தும் மோதலின்போது, தடைகளை விதிப்பதால் எதையும் சாதித்துவிட முடியாது என்பதை ஒரு நடிகர் நினைவிற் கொள்ள வேண்டும். உடல், சில குறிப்பிட்ட விஷயங்களை மேற்கொள்வதைத் தடுக்க முடியாது. ஆனால், அழகான, புற வெளிப்பாடு நடவடிக்கை களுக்கு ஏற்ற வகையில், அதை வழிக்குக் கொண்டு வர முடியும். தடைகளை விதிக்க முயன்றால், ஒரே மாதிரியான ஒரு செயல், ஒரு

குறிப்பிட்டவிதமான பதற்றம் ஆகியவை தவிர்க்கப்படுவதற்கு பதிலாக பத்து செயல்கள், பத்து விதமான பதற்றங்கள் ஏற்படும்.

உடற்பயிற்சி செய்த உடல் மற்றும் அதன் தசைகளின் இயந்திர கதியிலான பழக்கங்கள் மிகவும் வலுவானவை; உறுதியானவை. அவை, கட்டளைக்கு அடி பணியக் காத்திருக்கும் முட்டாள் தனமான அடிமை போன்றவை. ஒரு எதிரியைவிட மிகவும் ஆபத் தானவை. புற வழி முறைகளையும் இயந்திரத்தனமான செயற்கைத் தன்மைகளையும் அசாதாரண வேகத்தில் ஈர்த்துக்கொண்ட உடல், அவற்றை நீண்ட காலத்திற்குத் தக்க வைத்துக்கொள்கிறது. உடல் அசைவு அடிப்படையிலான மனிதர்களின் நினைவுத் திறன், குறிப்பாக ஒரு நடிகருக்கு கைவந்த கலையாகிவிடுகிறது. இதற்கு மாறாக, உணர்ச்சி அடிப்படையிலான நினைவு, நுண்ணுர்வுகளின் நினைவு, உணர்சிபூர்வ அனுபவங்களின் நினைவு ஆகியவை எல்லாம் மிகவும் பலவீனமானவை.

நடிகரின் உடலுக்கும் உள்ளத்துக்கும் இடையே விரிசல் ஏற்பட்டால், அக நடவடிக்கைக்கும் புறச் செயல்களுக்கும் இடையே வேறுபாடு இருந்தால், நடிகரின் நிலை பரிதாபமாகி விடும். நடிகரின் உணர்வுகளை, உடல் உறுப்புகள் தவறாக வெளிப்படுத்தினாலும் அவர் பாதிக்கப்படுவார். ஒரு கீதத்தை ஒரு வாத்தியத்தில் அபஸ்வரத்தில் இசைத்தால், எப்படி இருக்குமோ அதுதான் நடிகருக்கும் ஏற்படும்.

ஒரு கதாபாத்திரம் மற்றும் ஓர் உணர்ச்சிப் பெருக்கின் உடல் சார்ந்த வெளிப்பாடு அப்படியே துல்லியமாக மட்டுமே அமையாமல், அழகாகவும், வசீகரமாகவும், வண்ணமயமாகவும் ஒத்திசைவாகவும் இருக்க வேண்டும். பெருமையான ஒரு விஷயத்தை அற்பமான வழிமுறைகள் மூலமோ அல்லது உன்னதமான ஒன்றை கீழ்த்தரமான வழிமுறைகள் மூலமோ அல்லது அழகான ஒரு விஷயத்தை அவலட்சணமான வழியிலோ ஒருவரால் எப்படி வெளிப்படுத்த முடியும்? தெருவிலே சுற்றித் திரிந்து, மோசமாக ஃபிடில் இசைக்கும் ஒருவருக்கு ஸ்டாடி வாரியஸ் வயலின் தேவையில்லை. அவரது உணர்வுகளை

வெளிப்படுத்துவதற்கு சாதாரண வயலினே போதும். ஆனால், இசை மேதை நிக்கோலோ பகானினிக்கு ஸ்டாடிவாரியஸ் வயலின் மிகவும் இன்றியமையாதது.

ஒரு நடிகனின் உள்ளார்ந்த படைப்பாற்றல் எவ்வளவு அதிகமாக ஊற்றெடுக்கிறதோ அந்தளவுக்கு அவரது குரல் மிகவும் இனிமையாக இருக்க வேண்டும்; பேசும் அவரது பாணி மிகவும் கச்சிதமாக இருக்க வேண்டும்; அவரது முக அசைவுகள் வார்த்தையற்ற மொழியை மிக ஆழமாக வெளிப்படுத்த வேண்டும்; அவரது உடல் அசைவுகள், மிகவும் வசீகரமாக இருக்க வேண்டும்; அவரது ஒட்டுமொத்த உடலும் வெகு லகுவாக இயங்க வேண்டும்.

ஒரு கதாபாத்திரத்தின் உள்ளார்ந்த குணாம்சம், அதன் அடித்தளத்தைத் தன்னகத்தே கொண்டிருக்கும் தோற்றம் ஆகியவற்றின் வடிவத்தை வெளிப்படுத்துவதற்கான வழிமுறைகள் குறித்து, இதுவரை ஆராய்ந்தோம். உயிருள்ள ஒவ்வொரு ஜீவனுக்கும் வெளி வடிவம் உள்ளது. ஒப்பனையைப் பயன் படுத்திக்கொள்ளும் உடல், குறிப்பிட்ட விதமான குரல், பேசும் பாணி, குரலின் ஏற்ற இறக்கங்கள், தனக்கே உரித்தான நடை, சுபாவங்கள் உடல் அசைவுகள் முதலானவை ஒவ்வொரு மனிதனுக்கும் உண்டு.

கற்பனை, அகக் கண், காது முதலியவற்றின் உதவியுடன் ஒரு வெளித் தோற்றத்தை அறிவுபூர்வமாக உருவாக்கிக்கொள்ளும் நிலையிலிருந்து, ஒரு கதாபாத்திரத்தை வெளிப்படுத்துவதற்கான வழிமுறைகள் தொடங்குகின்றன. நடை, உடை, பாவனை, அங்க அசைவுகள் முதலிய வெளி விஷயங்களை ஒரு நடிகர், தனது அகக் கண்ணின் உதவியுடன் பார்ப்பதில் வெகு முனைப்புடன் ஈடுபடுகிறார். தனது நினைவுகளில் பொதிந்துள்ள மாதிரிகளை மனதுக்குள் அவர் தேடுகிறார். தனக்குத் தெரிந்துள்ள மனிதர்களின் தோற்றத்தை நினைவு கூர்கிறார். சிலரிடமிருந்து ஒரு குறிப்பிட்ட குணங்களையும் வேறு சிலரிடமிருந்து வேறு மாதிரியான குணங்களையும் அவர் இரவல் பெறுகிறார். இவை அனைத்தையும்

ஒன்று சேர்த்துக் கொண்டு, தனது மனதில் கற்பனை செய்துள்ளபடி வெளித் தோற்றத்தை உருவாக்குகிறார்.

ஆனாலும், தனக்குள்ளோ அல்லது தனது நினைவு மூலமாகவோ தேவையான விஷயத்தை அவரால் கண்டறிய முடியாவிட்டால், அதை அவர் தேடிப் பார்க்க வேண்டும். வீதியில் அல்லது நாடக அரங்கில், வீட்டில் அல்லது ராணுவத்தினர், நிர்வாக வர்க்கத்தினர், வியாபாரிகள், பிரபுக்கள், விவசாயிகள் முதலிய குறிப்பிட்ட பிரிவு மக்கள் காணப்படும் அனைத்து இடங்களிலும், தனது தேவைக்கு ஏற்ப ஒரு மனித 'மாடலை' ஓர் ஓவியர் அல்லது சிற்பி போன்று அவர் தேடிப் பார்க்க வேண்டும்.

ஒவ்வொரு நடிகரும், தனது கதாபாத்திரத்தின் வெளித் தோற்றத்தை உருவாக்கிக்கொள்ள உதவும், தனது கற்பனையை விரிவுபடுத்துவதற்குத் துணை நிற்கும் பொருட்களையும், ஒப்பனை மற்றும் முழு உருவத்திற்கான ஆடை அணிகலன்கள் முதலிய பொருட்களையும் இடைவிடாது சேகரித்துக்கொண்டிருக்க வேண்டும். இதற்காக அனைத்துவிதமான புகைப்படங்கள், ஓவியங்கள், ஒப்பனை மற்றும் பொருத்தமான முகங்களுக்கான ஓவியங்கள் உள்ளிட்டவற்றை பெருமளவில் அவர் சேகரிக்க வேண்டும். அவரது கற்பனை வறண்டுவிடும் சமயங்களில் இந்த பொருட்கள், கற்பனையைத் தூண்டிவிட்டு, ஆக்கபூர்வமான ஆலோசனைகளை வழங்கும். அவருக்கு மிகவும் பரிச்சயமான ஆனால், நினைவிலிருந்து நழுவிவிட்ட விஷயங்களையும் நினைவுபடுத்தும்.

இந்தப் பொருட்களால் எந்தப் பலனும் கிடைக்காமல் போனால், உறங்கிக் கிடக்கும் தனது கற்பனையைத் தட்டி எழுப்ப வேறு வழிமுறைகளில் அந்த நடிகர் முயன்று பார்க்க வேண்டும். தான் தேடிக்கொண்டிருக்கும் முகம் அல்லது உருவத்தை மிக கவனமாக அவர் ஓவியமாகத் தீட்ட முயற்சி செய்யலாம். வாய், கண், புருவங்கள், முகச் சுருக்கங்கள், உடலின் புற வடிவம், ஆடைகளின் பாணி ஆகியவற்றை அவர் வரைய வேண்டும். இப்படிப்பட்ட ஓர் ஓவியத்தை ஒரு சில வரிகளில் வடித்ததும், அந்த

முயற்சி கிட்டதட்ட முழு வடிவமாக மாறி, நடிகரின் வெளித் தோற்றத்துக்குப் பொருத்தமான பல அம்சங்களை அவருக்குப் புலப்படுத்தும்.

வடிவம் கொடுக்கும் இந்தப் பணியை முடித்ததும் கோட்டு உருவத்திற்குள் தனது முகத்தையும் உடலையும் நடிகர் பொருத்திக்கொள்கிறார்.

பொதுவாக, இந்த உருவத்தை நடிகர் தனக்குள்ளே காண்கிறார். பல்வேறு முறைகளில் தனது சிகையை அலங்கரித்துக்கொள்கிறார். பல்வேறு கோணங்களில் புருவங்களை அசைத்தும், உடல் மற்றும் முகத் தசைகளை வெவ்வேறு விதமாகச் சுருக்கியும், கண்களை பல்வேறு முறைகளில் அசைத்தும், தனது கதாபாத்திரத்திற்கு மெருகேற்றும் முயற்சியில் ஈடுபடுகிறார். நடப்பது, வெவ்வேறு தொனியில் பேசுவது, உடலை வளைத்துக் குனிவது, கை குலுக்குவது என அனைத்துச் செயல்களிலும் இந்த முயற்சியைத் தொடர்கிறார். இந்தப் பரிசோதனை, ஒப்பனையுடன் மேலும் தொடர்கிறது. அனைத்துவிதமான 'விக்'குகளையும் பொருத்திக் கொள்ள வேண்டும். அனைத்து வகையான தாடி, மீசைகளை ஒட்டிக்கொள்ள வேண்டும். வண்ணப் பசைகளைப் பயன்படுத்தி முக சுருக்கங்கள், துல்லியமான நிறம், முகத் தோற்றம் முதலிய வற்றை உருவாக்கிக்கொள்ள வேண்டும். தான் தேடிக் கொண்டிருப்பதை வசப்படுத்திக்கொள்ளும் வரை இந்த முயற்சியை அவர் தொடர்கிறார். இந்தத் தேடல் அவரை வியப்பில் ஆழ்த்துகிறது. வெளி வடிவம் உயிர் பெற்றதும், அகத் தோற்றம், அதன் உடல், நடை, உடை, பாவனை ஆகியவற்றை அடையாளம் கண்டுகொள்கிறது. உடைகளைத் தேர்வு செய்வதிலும் இதே போன்று செயல்பட வேண்டும்.

தன்னை பாதித்துள்ள, காட்சிகளாக நினைவில் பதிந்துள்ள விஷயங்களில், முதலில் இதற்கான தேடலை ஆரம்பிக்கிறார். பின்னர், ஓவியங்கள், புகைப்படங்கள், அதனை அடுத்து, தன் சொந்த வாழ்க்கையில் இந்தத் தேடலைத் தொடங்குகிறார். தனக்கான உடைகளை வரைந்து பார்க்கிறார்; வெவ்வேறு

விதமான உடைகளை அணிந்து பார்த்து, தனக்குப் பொருத்தமான வகையில் மாற்றி அமைக்கிறார். எதிர்பாராத விதமாகவோ அல்லது தனது உணர்வுக்கு உட்பட்டோ தான் தேடிக் கொண்டிருந்ததை அல்லது தன்னால் கண்டுபிடிக்க முடியும் என நினைத்துக்கூட பார்த்திராத ஒன்றை காணும் வரையில், இதற்கான தேடலில் அவர் ஈடுபடுகிறார்.

நடிகர், தனது உடலை, தனது உணர்வுகளின் முழுமையான கட்டுப்பாட்டில் வைத்துக்கொள்ளும் திறன்தான், ஒரு கதாபாத்திரத்தை வெளிப்படுத்துவதற்கான புற வழிமுறையில் முக்கியமான அம்சமாகும். ஆனாலும், கதாபாத்திரத்திற்கு கச்சிதமாகப் பொருந்தும் உடலால்கூட, சூட்சுமமான, மிக உயர்ந்த உணர்வு நிலையில் உள்ள, புலப்படாத உணர்வுகளை வெளிப்படுத்த முடிவதில்லை. இந்த உணர்வுகள், நேரடியாக மனதிலிருந்து மனதுக்கு தெரியப்படுத்தப்படுகிறது. தங்களுக்கு இடையே, கண்ணுக்குப் புலப்படாத உள்முக எண்ண ஓட்டங்கள், மனதின் அதிர்வலைகள் ஆகியவற்றின் மூலம் தொடர்பு கொள்ளும் திறன் வாய்ந்த மக்களும் உள்ளனர். இந்த உள்முகத் தொடர்புகள், மேடையில் நேரடியான, உடனடியான, வலுவான தாக்கத்தை ஏற்படுத்துகின்றன. வார்த்தைகளாலோ அல்லது உடல் அசைவுகளாலோ மேடையில் வெளிப்படுத்த முடியாதவற்றை இவை, வெளிப்படுத்துகின்றன. உணர்ச்சிபூர்வமான ஒரு நிலையை அனுபவிக்கும் நடிகர், உள்முகமாக அவரோடு தொடர்பு கொண்டுள்ள ஒருவரையும் இதே நிலைக்கு ஆளாக்குகிறார்.

விசாலமான நாடக அரங்கில் ரசிகர்கள் கண்களாலும், காதுகளாலும் அனுபவிக்கும் காட்சிகள்தான் அருமையானவை என நடிகர்கள் நம்புவது, அவர்கள் இழைக்கும் பெரும் தவறு. பொதுமக்களின் கண்களுக்கும் காதுகளுக்கும் விருந்து படைப்பதற்காக மட்டுமா நாடக அரங்கங்கள் உள்ளன? நமது ஆன்மாவிலிருந்து வெளி வரும் அனைத்தும், வார்த்தைகள்,

ஒலிகள் மற்றும் உடல் அசைவுகளுக்குள் மட்டுமே அடங்கிவிடுமா என்ன?

மன உறுதி மற்றும் உணர்வுகளின் கண்ணுக்குத் தெரியாத அதிர்வலைகள் மூலம் ஏற்படும் நேரடி தொடர்புக்குள்ள ஆற்றலும், விரைவாக ஊடுருவும் தன்மையும் அபாரமானவை. இந்த ஆற்றல் மக்களை வசியப்படுத்துவதற்கும் காட்டு விலங்குகள் அல்லது ஆவேசம் கொண்ட கும்பலை கட்டுப்படுத்துவதற்கும் பயன்படுகிறது. இந்த ஆற்றல் மூலம் யோகிகளால் ஒருவரின் உயிரைப் போக்க முடியும்; உயிர் கொடுக்கவும் முடியும். நடிகர்களால் தங்கள் உணர்ச்சிகளின் கண்ணுக்குத் தெரியாத அதிர்வலைகளை நாடக அரங்கம் முழுவதும் நிரப்ப முடியும்.

பகிரங்கமாக இப்படிப்பட்ட சூழ்நிலைகளை உருவாக்குவது ஒரு தடையாக அமையும் என சிலர் கருதுகின்றனர். ஆனால், இப்படிப்பட்ட உள் முகத் தொடர்பு வரவேற்கப்பட வேண்டிய ஒன்றாகும். ஏனென்றால், ரசிகர்கள் கூட்டத்தின் பரவச உணர்வுப் பெருக்கில் மூழ்கடிக்கப்பட்டுள்ள நாடக அரங்கின் சூழ்நிலை, ஒரு நடிகரின் ஆக்கத் திறனை வெளிப்படுத்தும், மிகுந்த திறன் வாய்ந்த சாதனமாகத் துணை நிற்கிறது. ரசிகர்கள் கூட்டத்தின் ஒட்டுமொத்த உணர்வுப் பெருக்கு நடிகரின், உணர்வுக்குள் மின்சாரமாகப் பாய்ந்து நாடக அரங்கின் சூழ்நிலைக்கு மேலும் வலுவூட்டுகிறது. உள்முக ஊற்றுப் பெருக்கையும் அதிகப்படுத்துகிறது. நடிகர், அமைதியாக இருந்தாலும், அசைவற்று இருந்தாலும், இருட்டில் இருந்தாலும் வெளிச்சத்தில் இருந்தாலும், அறிந்தோ அறியாமலோ தனது உணர்ச்சிகளின் கதிர்வீச்சு அதிர்வலைகளைப் பொங்க வைக்க முடியும். நாடக ஆசிரியரால் வார்த்தைகள் மூலம் வெளிப்படுத்த இயலாத மிக முக்கியமான, மிக உயர்ந்த நிலையில் உள்ள கண்ணுக்குத் தெரியாத விஷயங்களை வெளிப்படுத்தும், மிகவும் திறன் வாய்ந்த, ஓயாத, நுட்பமான, சக்தி வாய்ந்த வழிமுறைகள் இவைதான் என்பதில் நடிகர் நம்பிக்கைகொள்ள வேண்டும்.

பகுதி இரண்டு

ஷேக்ஸ்பியரின் ஒதெல்லோ

ஒதெல்லோ நாடகத்தை அடிப்படையாகக் கொண்டு, 1930-ஆம் ஆண்டுக்கும் 1933-ஆம் ஆண்டுக்கும் இடைப்பட்ட காலகட்டத்தில் ஸ்தனிஸ்லாவ்ஸ்கி பின்வரும் ஆய்வை மேற் கொண்டார். இந்த ஆய்வின்போது, **ஒரு நடிகர் உருவாகிறார்**, **ஒரு கதாபாத்திரத்தை வடிவமைத்தல்** ஆகிய படைப்புகளில் அவர் பயன்படுத்திய, ஒரு பிரத்யேகப் பாணியை உருவாக்கிக் கொண்டார். ஒதெல்லோ நாடகத்தின் பிரபலமான கதாபாத்திரங்களும், **தி இன்ஸ்பெக்டர் ஜெனரல்** நாடக ஆய்வும் இந்தப் பகுதியில் இடம் பெறுகின்றன. Woe from Wit நாடகம் தொடர்பான அடிப்படை கருத்தாக்கங்களும் இந்தப் பகுதியில் தொடர் ஆய்வாக இடம் பெறுகின்றன. ஆனால், ஒரு கதாபாத்திரத்தின் புற வாழ்க்கையை முதலில் உருவாக்கிக் கொண்டதை அடுத்து, அதன் அக வாழ்க்கையை வெளிப்படுத்து வதற்கான புதிய மற்றும் முற்றிலும் எதிர்பார்த்திராத வழிமுறைக்கு இந்த ஆய்வில் முக்கியத்துவம் கொடுக்கப்பட்டுள்ளது.

அத்தியாயம் 4

முதல் அறிமுகம்

தத்ஸோவ் தனது அமர்வை பின்வரும் விளக்கத்துடன் தொடங்கினார்:

“மேடையில் ஆக்கத் திறன் நிலை எப்படிப் பலன் தருகிறது என்பதை இப்போது நீங்கள் அறிந்துகொள்வீர்கள். இதை அறிந்துகொண்டால்தான் ஒரு கதாபாத்திரத்திற்குத் தயாராவது குறித்த, நமது இரண்டாவது கட்ட நிகழ்ச்சிக்குச் செல்ல முடியும். இதற்காக ஒரு குறிப்பிட்ட அலுவல் திட்டத்தை நாம் வகுத்துக் கொள்ள வேண்டி உள்ளது. இந்தத் திட்டத்தை சிறப்பாக அமைத்துக்கொள்வதற்காக ஒரு நாடகத்தை முழுமையாக ஆய்வு செய்ய வேண்டும். அப்போதுதான் அதில் நீங்கள் அனைவரும் உங்களுக்கான பங்களிப்பை வழங்க முடியும். எனவே, ஒரு நாடகத்தைத் தெரிவு செய்வதிலிருந்து இந்த ஆய்வைத் தொடங்குவோம். எதை நாம் நடித்துக் காட்டுவது என்பதை முடிவு செய்வோம் அல்லது இதுவரை நாம் கற்றுக்கொண்டுள்ள விஷயங்களை நடிப்பில் எப்படி கொண்டு வருவது என்பதை முடிவு செய்வோம்.”

கதாபாத்திரங்களைத் தெரிவு செய்தல், தனித்தனியான காட்சிகளைத் தேர்வு செய்தல், நாங்கள் பங்கேற்க உள்ள

ஒட்டுமொத்தமான ஒரு நாடகத்தை இறுதி செய்தல் ஆகியன குறித்து, இந்த அமர்வின் தொடக்கத்தில் விரிவாக அலசி ஆராயப்பட்டது.

ஒதெல்லோ நாடகத்தை தத்ஸோவ் முடிவு செய்தது, எனக்குப் பெரும் மகிழ்ச்சியாக இருந்தது. இது பற்றி நான் விரிவாக சொல்லப் போவதில்லை. தவிர்க்க முடியாத நீண்ட விவாதங்களை அடுத்துதான் இந்த முடிவு மேற்கொள்ளப்பட்டது. தொடக்க நிலையில் உள்ள இளைஞர்களுக்கு இந்த முடிவு மிகக் கஷ்டமான தாகவும் ஆபத்தாகவும் இருந்தாலும், தத்ஸோவ் இந்த நாடகத்தை தேர்ந்தெடுத்ததற்கான அடிப்படைக் காரணங்களை விளக்கமாகக் கூறுகிறேன்.

அவரது காரணங்கள் பின்வருமாறு: ‘‘உங்கள் அனைவரின் ஆர்வத்தை தூண்டும் வகையிலான ஒரு நாடகம் நமக்குத் தேவைப்படுகிறது. அந்த நாடகத்தில் கிட்டத்தட்ட உங்கள் அனைவருக்கும் பொருத்தமான கதாபாத்திரங்களை நாம் கண்டறிய வேண்டும். ஒதெல்லோ நாடகத்தில் அனைவரும் பங்கேற்க முடியும். கதாபாத்திரங்களும் மிக நேர்த்தியாக பகிர்ந்தளிக்கப்பட்டுள்ளன: ப்ரோபானிட்டோ-லியோ; ஒதெல்லோ-கோஸ்திய; இயாகோ-க்ரிஷா; டெஸ்டெமோனா-மரியா; ரோடெரிக்கோ-வன்ய ; கேஸியோ-பால்; எமிலியா-தஷா; டயஜ்-நிக்கோலஸ். கதாபாத்திரம் அளிக்கப்படாத ஒருவர் வாஸ்ய மட்டுமே.

‘‘ஒதெல்லோ மிகவும் பொருத்தமான ஒரு தேர்வு. ஏனென்றால், இதில் சிறு சிறு கதாபாத்திரங்கள் நிறைய இடம் பெற்றுள்ளன. மக்கள் கூட்டம் நிரம்பியுள்ள காட்சிகளும் உள்ளன. நாடகக் குழுவில் இடம்பெற்றுள்ள சில பயிற்சிக் கலைஞர்களுக்கு இந்தக் கதாபாத்திரங்களைப் பகிர்ந்தளிக்க உள்ளேன். முன்பு போலவே நமது வழிமுறைகளை மேலும் விரிவுபடுத்திக்கொள்வதற்காக இந்தக் கலைஞர்களுடன் நாம் இணைந்து பணியாற்ற வேண்டும்.

நான் முன்பு சொல்லியிருப்பது போலவே ஷேக்ஸ்பியரின் இந்தத் துயர காவியம், ஆரம்ப கட்ட கலைஞர்களுக்கு மிகவும்

சிரமமாக இருக்கும். அது மட்டுமல்லாமல், மேடையில் கதாபாத்திரங்களுக்கு உயிர் கொடுப்பதும் மிகவும் சிக்கலான விஷயம். அந்தத் துயரத்தை நடித்துக் காட்ட வேண்டும் என நான் உங்களைக் கட்டாயப்படுத்தப் போவதில்லை. இந்த நாடகத்தை ஆய்வுக்காக மட்டுமே நாம் எடுத்துக்கொண்டுள்ளோம். கலைக் கண்ணோட்டத்தோடு பார்த்தால், இதன் முதன்மையான தரம் குறித்து கேள்விக்கே இடமில்லை. மேலும், இந்தத் துயரம் மிகவும் கச்சிதமான கட்டமைப்புடனும் அதன் தனித் தனியான பகுதிகளுடனும், தொடர் நிகழ்வுகள், துயர உணர்ச்சிகளுக்கான தர்க்க நியாயங்கள் ஆகியவற்றுடனும் உருக்கமாக சித்தரிக்கப் பட்டுள்ளது.

இந்த நாடகத்தை முடிவு செய்ததற்கு யதார்த்தமான இன்னொரு காரணமும் உள்ளது. ஆரம்ப கட்ட கலைஞர்களாகிய உங்களை இந்த நாடகத்திற்குள் இழுத்துக்கொண்டு வந்துள்ளேன். பெரும்பாலும் நீங்கள் எல்லாம் துயரத்தின் பிரச்சினைகளையும் அதன் ஆழங்களையும் முழுமையாக இன்னமும் அறிந்திருக்க மாட்டீர்கள். அவற்றை முடிந்த அளவுக்கு விரைவாகவும் நெருக்க மாகவும் நீங்கள் கற்றுக்கொள்ள வேண்டும். அப்போதுதான் எதிர்காலத்தில் எந்த யோசனையும் இன்றி ஆபத்தான தூண்டுதல்களில் சிக்கிக்கொள்ள மாட்டீர்கள்.

ஒரு கதாபாத்திரத்தை உருவாக்குவதிலும் படைப்புப் பணியை நிறைவேற்றுவதற்கான தனது சொந்தத் திட்டத்தை அமைத்துக் கொள்வதிலும், ஒவ்வொரு இயக்குனரும் அவருக்கே உரித்தான அணுகுமுறையைப் பின்பற்றுகிறார். இதில், நிர்ணயிக் கப்பட்ட விதிமுறைகள் இவைதான் என்று ஏதுமில்லை. ஆயினும், அடிப்படை கட்டமைப்புகளையும் உளவியல் அடிப்படையிலான வழிமுறைகளையும் இந்தப் பணியில் உறுதியாகப் பின்பற்ற வேண்டும். இந்த அணுகுமுறைகளை நீங்கள் அறிவீர்கள், அவற்றை நேரடியாக உங்களுக்கு நான் விளக்கிக் காட்ட வேண்டும். நீங்களாகவே அவற்றை உணர வேண்டும்; சோதித்துப் பார்க்க வேண்டும். ஒரு கதாபாத்திரத்தை உருவாக்குவதற்கான அனைத்து

கட்டங்களின் ஒரு மாதிரி வடிவத்தை இப்போது நாம் காணப்போகிறோம்.

இந்தப் பணிக்கான அனைத்து அணுகுமுறைகளையும் ஒரு வரம்புக்குள் கட்டுப்படுத்திக்கொள்வதையும் நீங்கள் அறிந்து கொள்ள வேண்டும்; புரிந்துகொள்ள வேண்டும்; கற்றுக்கொள்ள வேண்டும். ஏனென்றால், நாடக இயக்குனர் தேவைகளுக்கு ஏற்ப அந்த அணுகுமுறைகளை மாற்றி அமைத்துக்கொள்வார். இந்தப் படைப்புப் பணி மெருகூட்டப்படும்போது, அதன் சூழ்நிலை களுக்கு ஏற்ப நடிகர்களின் தனிப்பட்ட திறன்களுக்கு ஏற்ப, இந்த அணுகுமுறைகளில் இயக்குனர் மாற்றங்களைக் கொண்டு வருவார். இந்த அணுகுமுறைகளையும் நான் உங்களுக்கு செயல் விளக்கங்கள் மூலம் காட்ட வேண்டும். எனவேதான், ஒதெல்லோ நாடகத்தின் பல காட்சிகளை, வெவ்வேறு மாறுபட்ட முறைகளில் நான் விளக்கிக் காட்ட உள்ளேன். இந்த நாடகத்தின் அடிப்படையான, அற்புதமான திட்டத்தின்படியே முதலில் எனது செயல் விளக்கம் அமையும். அதனை அடுத்து காட்சி அமைப்புகளில் புதிய மாற்றங்களுடன் அடுத்தடுத்த விளக்கங்களை அளிக்க உள்ளேன். இந்தப் புதிய மாற்றங்களை அறிமுகப்படுத்தும் போது முன்கூட்டியே அவை குறித்து உங்களுக்கு விளக்குகிறேன்.''

★ ★ ★

எங்களது வகுப்புத் தொடங்கியதும், ''இப்போது ஒதெல்லோவை வாசிப்போம்'' என தத்ஸோவ் கூறினார்.

''எங்களுக்கு ஏற்கெனவே அது தெரியும், நாங்கள் அதை வாசித்துள்ளோம்'' என்று பல மாணவர்கள் சொன்னார்கள்.

''ரொம்ப நல்லது. அப்படி என்றால், நாடகத்தின் பிரதிகளை ஒருவர் எடுத்துச் செல்லுங்கள். நான் சொல்லும் வரையில் யாருக்கும் அதைத் திருப்பிக் கொடுக்கக்கூடாது. வேறு ஒருவரின் புத்தகத்தை நாங்கள் வாங்கிப் பார்க்க மாட்டோம் என நீங்கள் அனைவரும் உறுதி அளிக்க வேண்டும். சரி... நாடகம் உங்களுக்கு

ஏற்கெனவே தெரிந்துள்ளதா? அதன் உள்ளடக்கங்களை சொல்லுங்கள் பார்க்கலாம்." என்றார்.

நாங்கள் அனைவரும் மௌனமாக இருந்தோம்.

"சிக்கலான உளவியல் அடிப்படையிலான ஒரு நாடகத்தின் உள் அடக்கங்களை சொல்வது என்பது சிரமமான விஷயம்தான். எனவே, சாதாரணமான அதன் வெளி வடிவத்தை சம்பவங்கள் வரிசையில் யாராவது சொல்ல ஆரம்பிக்கலாமே?"

தத்ஸோவ் இப்படி கூறியதற்கு, யாருமே எந்தப் பதிலும் சொல்லவில்லை.

"சரி, நீங்கள் ஆரம்பியுங்கள்" என க்ரிஷாவை தத்ஸோவ் வற்புறுத்தினார்.

"அதற்கு நாடகம் முழுவதும் நன்றாகத் தெரிந்திருக்க வேண்டும்" என்று நழுவலாகப் பதிலளித்தார்.

"ஆனால், உங்களுக்குத் தெரியும் என்று சொன்னீர்களே!"

"தயவு செய்து எங்களை மன்னிக்க வேண்டும், ஒதெல்லோ கதாபாத்திரம் முழுவதும் எனக்கு மனப்பாடமாகத் தெரியும். ஏனென்றால், நானும் அவனைப் போன்றவன்தான். ஆனால், மற்ற கதாபாத்திரங்களை எல்லாம் நான் மேலோட்டமாகத்தான் படித்திருக்கிறேன்" என்று ஒப்புதல் வாக்குமூலம் அளித்தார், க்ரிஷா.

"அப்படியா? ஒதெல்லோவுடன் உங்கள் முதல் அறிமுகத்தை நீங்கள் இப்படித்தான் அமைத்துக்கொண்டிருக்கிறீர்கள். இது மிகவும் மோசமானது" என்று கூறிய தத்ஸோவ், க்ரிஷாவுக்குப் பக்கத்தில் உட்கார்ந்திருந்த வன்யாவைப் பார்த்து இந்த நாடகத்தின் உள் அடக்கங்களை உங்களால் சொல்ல முடியும் என்று நினைக்கிறேன்" என்றார்.

"என்னால் சொல்ல முடியாது. நான் அதை வாசித்திருக்கிறேன்; ஆனால் முழுமையாக இல்லை. நிறையப் பக்கங்கள் அந்தப் புத்தகத்தில் காணாமல் போய்விட்டன."

''நீங்கள் என்ன சொல்கிறீர்கள்?'' என பாலிடம் வினவினார், தத்ஸோவ்.

''முழு நாடகத்தையும் என்னால் நினைவுபடுத்திப் பார்க்க முடியவில்லை. சில வெளிநாட்டு நட்சத்திரங்கள் பங்கேற்ற அந்த நாடகத்தைதான் நான் பார்த்தேன். அதில் நிறையக் காட்சிகளை அவர்கள் தவிர்த்துவிட்டார்கள். அதாவது, அவர்களது கதாபாத்திரங்களுடன் நேரடியாகத் தொடர்பில்லாத பகுதிகளைத் தான் அவர்கள் நீக்கி இருந்தார்கள்'' என்று பால் பதில் அளித்தார்.

தத்ஸோவ் தனது தலையை ஆட்டிக்கொண்டார். நிக்கோலஸ் இந்த நாடகத்தை ஒரு சிறிய நகரத்தில் பார்த்திருக்கிறார். அதுவும், மிக மோசமாக நடத்தப்பட்ட நாடகத்தை. அதை அவர் பார்க்காமல் இருந்திருந்தாலே நன்றாக இருந்திருக்கும்.

ஒரு ரயிலில் சென்றுகொண்டிருந்போது, வாஸ்ய இந்த நாடகத்தை வாசித்திருக்கிறார். அதன் முக்கியமான காட்சிகளை மட்டுமே அவரால் நினைவுக்கு கொண்டு வர முடிந்தது.

ஒதெல்லோ நாடகம் குறித்த இலக்கிய ரீதியிலான விமர்சனங்கள் லியோவுக்கு அத்துப்படியாக உள்ளன. ஆனால், நடிப்பு அல்லது அடுத்தடுத்த காட்சிகள் இடம் பெற்றுள்ள எந்த சம்பவங்களையும் அவரால் விளக்கமாக எடுத்துச் சொல்ல முடியவில்லை.

''இது மிகவும் மோசமான நிலவரம். ஒரு கவிஞரின் படைப்புடன் நிகழும் முதல் அறிமுகம் என்ற ஒரு முக்கியமான நிகழ்வு, எங்கோ ஓர் இடத்தில் நடைபெற்றுள்ளது. அதுவும் ஒரு ரயிலில், ஒரு காரில் அல்லது ஒரு டிராம் வண்டியில்! இந்த நாடகத்தைத் தெரிந்துகொள்ள வேண்டும் என்பதற்காக மட்டுமே அதை நீங்கள் வாசிக்கவில்லை என்பதுதான் இன்னும் மோசமான நிலவரம். உங்களுக்கு சாதகமான கதாபாத்திரங்களைப் பொறுக்கி வைத்துக்கொண்டு, ஏதோ பிதற்றுவதற்காக இந்த நாடகத்தை வாசித்திருக்கிறீர்கள்.

தலைசிறந்த இலக்கிய படைப்புகளுடன் நடிகர்களின் முதல் அறிமுகம் இப்படித்தான் ஏற்படுகிறது. நாளடைவில், இந்தப் படைப்புகளின் கதாபாத்திரங்களை அவர்கள் ஏற்று நடிக்க உள்ளதுதான் விந்தையான விஷயம். இன்றோ அல்லது நாளையோ தங்களை ஐக்கியப்படுத்திக்கொள்ளக்கூடிய ஒரு கதாபாத்திரத்தை அவர்கள் இப்படித்தான் அணுகுகிறார்கள்!

ஒரு கதாபாத்திரத்துடன் உங்களுடைய முதல் சந்திப்பு ஏன் மறக்க முடியாத தருணமாக அமைய வேண்டும்?

மனதில் ஏற்படும் இந்த முதல் பதிவுகளுக்கு நான் மிகுந்த முக்கியத்துவம் கொடுப்பதை நீங்கள் அறிவீர்கள். முதல் வாசிப்பின்போது இந்தப் பதிவுகள் முறையாக உள்வாங்கிக் கொள்ளப்படுவதுதான், எதிர்கால வெற்றிக்கான முக்கியமான அளவுகோலாகும். இந்தத் தருணத்தைப் பறிகொடுத்துவிட்டால், அது ஈடுசெய்ய இயலாத இழப்பாகும். படைப்பாற்றல் உள்ளுணர்வுப் பகுதியில், இரண்டாவது வாசிப்பின்போது பிரமிக்கவைக்கும் அம்சங்கள் அவ்வளவு ஆழமாகப் பதியாமல் போய்விடும். முதல் தடவையில் ஒரு பதிவை ஏற்படுத்திக் கொள்வதைவிட, சிதைக்கப்பட்ட பதிவை சீரமைத்துக்கொள்வது என்பது மிகவும் சிக்கலான காரியம்.

ஒரு கவிஞனின் படைப்பை, தவறாக அணுகுவதன் மூலம் அந்த முக்கியமான தருணத்தை உருக்குலைப்பது மிகவும் ஆபத்தானது. ஏனென்றால் இந்தத் தவறான அணுகுமுறை, நாடகம் அல்லது கதாபாத்திரம் குறித்த தவறான கண்ணோட்டத்தை அளித்துவிடலாம். மேலும் பாரபட்சமான கண்ணோட்டம் வந்துவிடும். இது இன்னும் மோசமான நிலவரம்."

மாணவர்கள் கேள்வி எழுப்பியதை அடுத்து, இது குறித்து, தத்ஸோவ் மேலும் தெளிவாக விளக்கினார்:

"பாரபட்சமான நிலைப்பாடு என்பதில் பல அம்சங்கள் அடங்கியுள்ளன. அது ஏதாவது ஒன்றுக்கு ஆதரவாகவும் அல்லது எதிராகவும் உள்ளது. உதாரணத்திற்கு க்ரிஷா, வன்யா ஆகியோரின்

நிலைப்பாட்டை எடுத்துக்கொள்வோம். ஒதெல்லோவுடன் அவர்களுக்கு முழுமையான அறிமுகம் கிடைக்கவில்லை. ஒருவர் ஒதெல்லோ கதாபாத்திரத்தை மட்டுமே வாசித்துள்ளார். இன்னொருவரோ, தனது நாடகப் பிரதியிலிருந்து காணாமல் போன பகுதியில் அடங்கியுள்ள விஷயங்களை அறியாமல் உள்ளார்.''

''ஒட்டுமொத்த நாடகத்தையும் தெரிந்துகொள்ளாமல், மிக முக்கியமான ஒரே ஒரு கதாபாத்திரத்தை மட்டுமே தெரிந்து வைத்துள்ளதில் சந்தோஷப்பட்டுக்கொள்ளும் க்ரிஷா, ஏதோ நம்பிக்கையில் மற்ற கதாபாத்திரங்களை எடைபோடுகிறார். ஒதெல்லோ போன்ற ஒரு மகத்தான இலக்கியப் படைப்பை ஒருவர் ஆய்வு செய்வது என்பது மிகப் பெரிய விஷயம்தான். ஆனால், மிக முக்கியமான கதாபாத்திரங்கள் இடம் பெற்றுள்ள *Keene, Louis the Eleventh, Igomar, Don Cesar de Bazan* ஆகிய பல மோசமான நாடகங்கள் உள்ளன. வன்யா, கிழிந்துபோய்விட்ட தனது நாடக பிரதி பக்கங்களுக்குள் தனக்கு விருப்பப்பட்ட எதை வேண்டு மானாலும் சேர்த்துக்கொள்ள வாய்ப்பு உள்ளது. தனது கற்பனையில் உதயமான உள்ளடக்கங்களில் அவர் நம்பிக்கை வைத்தார் என்றால், ஷேக்ஸ்பியரின் சிந்தனைகளுக்கு முரணான ஒரு பாரபட்சமான நிலைப்பாட்டுக்கு இந்த நம்பிக்கை அடித்தளமாக அமைந்துவிடும்.

மற்றவர்களின் விமர்சனங்கள் மற்றும் கருத்துக்களை லியோ தனது தலைக்குள் நிரப்பிக்கொண்டுள்ளார். இந்த விமர்சனங்கள் சரியானவையாக இருக்க முடியுமா? இப்படிப்பட்ட கருத்துக்களில் பெரும்பாலானவை சாரமற்ற பிதற்றல்களாகத்தான் இருக்கும். இவற்றை நீங்கள் அலசி ஆராய்ந்தால், இவைதான், நாடகத்தை நேரடியாக அணுகுவதற்கு தடையாக உள்ள பாரபட்சமான ஒரு நிலைப்பாட்டை உருவாக்குகின்றன என்பதைத் தெரிந்துகொள்ள முடியும். வாஸ்ய ரயில் பயணத்தின்போது, நாடகத்தைப் படித்து, தனது பதிவுகளை அவசர கதியில் உருவாக்கிக்கொண்டுள்ளார். இப்படிப்பட்ட பதிவுகளும், ஒரு பாரபட்சமான நிலைப்பாட்டை

செழித்து வளர வைக்கின்றன. நிக்கோலஸ், சிறிய நகரத்தில் தான் பார்த்த ஒதெல்லோ நாடகக் காட்சிகளை நினைவுபடுத்திப் பார்ப்பதற்கு எந்தக் காரணங்களுமே இல்லாமல் பயப்படுகிறார்.

"ஒரு திரைச்சீலையில் அழகாக வரையப்பட்டுள்ள ஓர் உருவத்தை நீங்கள் கத்தரித்து எடுப்பதாக அல்லது ஓர் அருமையான ஓவியத்திலிருந்து துண்டிக்கப்பட்ட பல்வேறு பகுதிகளை உங்களிடம் யாராவது காட்டுவதாகக் கற்பனை செய்து பாருங்கள். உங்களால் அந்த முழுமையான வடிவத்தை மதிப்பிட முடியுமா? தெரிந்துகொள்ள முடியுமா? ஒதெல்லோவில் இடம் பெற்றுள்ள தனித்தனியான அதன் அனைத்துப் பகுதிகளும் மிகவும் கச்சிதமான கலைப் படைப்பாக அமைந்துள்ளது, அதிர்ஷ்டம்தான்.

இதே வேறு மாதிரியாக இருந்தால், அதாவது நாடகத்தின் பிரதான கதாபாத்திரம் மட்டும் மிகச் சிறப்பாக சித்தரிக்கப்பட்டு, மற்ற கதாபாத்திரங்கள் அந்தளவுக்கு சிறப்பாக அமைக்கப்படாமல் இருந்து, இந்த நாடகத்தின் பிரதான கதாபாத்திரத்தை மட்டுமே அடிப்படையாகக் கொண்டு ஒட்டுமொத்த நாடகத்தையும் சிறப்பான படைப்பாக நடிகர் மதிப்பிட்டால், அது பாரபட்சமான கருத்தாகத்தான் அமையும். இதனை ஆக்கபூர்வமான பாரபட்ச நிலைப்பாடு என்று கூறலாம். இதற்கு நேர்மாறான ஒரு நிலவரத்தையும் பார்ப்போம். ஒரு நாடக ஆசிரியர், ஹீரோவின் கதாபாத்திரம் தவிர, மற்ற அனைத்து கதாபாத்திரங்களையும் மிக அருமையாக சித்தரித்திருந்தால், தவறான கருத்துகள்தான் மனதில் பதியும். எதிர்மறையான பாரபட்ச நிலைப்பாடு உருவாகும்.

இப்படிப்பட்ட ஒரு சம்பவத்தை உங்களுக்கு விளக்குகிறேன்.

மிகவும் பிரபலமான ஒரு நடிகை அவரது இளம் பருவத்தில் Woe from Wit அல்லது தி இன்ஸ்பெக்டர் ஜெனரல் நாடகத்தைப் பார்த்ததே இல்லை. தனது இலக்கிய பாடங்கள் வாயிலாக மட்டுமே இந்த நாடகங்களை அவர் அறிந்துள்ளார். இந்த நாடகங்கள், முழுமையாக அவர் நினைவில் பதியவில்லை. ஆனால், அவ்வளவாகத் திறமை இல்லாத ஓர் ஆசிரியரின் விமர்சனக் கண்ணோட்டத்தில் விவரிக்கப்பட்ட பகுதிகள் மட்டுமே அந்த

நடிகையின் நினைவில் உள்ளன. அவரது வகுப்பறையில் ஏற்பட்ட பதிவுகள், இந்த இரண்டு நாடகப் படைப்புகளும் அற்புத மானவை... அதே சமயத்தில் அலுப்புத் தட்டுபவை என்ற கருத்தை அவருக்குள் வேரோட வைத்துவிட்டன.

அதிர்ஷ்டவசமாக, பின்னர் இந்த இரண்டு நாடகங்களிலும் அந்த நடிகை நடித்தார். ஆனால், பல வருடங்களுக்குப் பிறகுதான் தனது கதாபாத்திரங்களுக்குள் அவரால் முழுமையாகவும் வலுவாகவும் பிரவேசிக்க முடிந்தது. தனக்குத் தானே வளர்த்துக் கொண்ட பாரபட்ச நிலைப்பாட்டின் முட்களை இறுதியில் அவரால் பிடுங்கி எறிய முடிந்தது. இப்போதோ இந்த இரண்டு தலைசிறந்த காமடி நாடகங்களுக்கு அவரைவிடத் தலைசிறந்த ரசிகர் வேறு யாருமே இல்லை. இப்போது தனது இலக்கிய வகுப்பு ஆசிரியர் பற்றி அவர் என்ன நினைக்கிறார் என்பதை அவரிடம் நீங்கள் கேட்க வேண்டும்!

ஒதெல்லோவை தவறாக அணுகி, இப்படிப்பட்ட நிலைக்கு நீங்கள் ஆளாகாமல் பார்த்துக்கொள்ள வேண்டும்.

நாங்கள் இந்த நாடகத்தை வகுப்பில் படித்ததில்லை, எங்கள் மனங்களில் வேறு யாருமே அந்நியமான கருத்துகளை விதைத்த தில்லை என நாங்கள் எங்களை நியாயப்படுத்திக்கொண்டோம்.

பாரபட்சமான கருத்துகளை, வகுப்புகளுக்கு வெளியேயும் கூட உருவாக்கிக்கொள்ள முடியும்'' என தத்ஸோவ் பதிலளித்தார்.

உதாரணமாக, ''இந்த நாடகத்தை நீங்கள் வாசிப்பதற்கு முன்பே, அனைத்துவிதமான, நியாயமான மற்றும் தவறான கருத்துக்களை நீங்கள் கேட்டிருப்பீர்கள். நல்ல விமர்சனங்களையும், மோசமான விமர்சனங்களையும் கேள்விப்பட்டிருப்பீர்கள். பிறகு, நீங்களே இந்த நாடகத்தை விமர்சிக்கத் தொடங்குவீர்கள். ஒரு கலைப் படைப்பை மதிப்பிடுவதற்கும் புரிந்துகொள்வதற்கும், அதில் உள்ள குற்றம் குறைகளைக் கண்டுபிடிக்க வேண்டும் என்பதில், நம்மில் பலரும் நம்பிக்கை கொண்டுள்ளோம். எந்த ஒரு படைப்பின் சிறப்புகளைக் கண்டறிவதற்கு, எந்தெந்த விஷயங்கள்

மிக அருமையாக இடம் பெற்றுள்ளன என்பதை அலசி ஆராயக் கற்றுக்கொள்வதுதான் எல்லாவற்றையும்விட மிகவும் முக்கிய மானது."

ஒரு படைப்பு குறித்த உங்களுடைய சுய கண்ணோட்டத்திற்கு கடிவாளம் போட்டுக்கொண்டால், பாரம்பரியப் பெருமை வாய்ந்த ஒரு மகத்தான படைப்பை, பொதுவாக அனைவரும் ஏற்றுக்கொண்டுள்ளதைப் போல் உங்களால் ஏற்றுக்கொள்ள முடியாது. இந்தத் தவறான கண்ணோட்டம், ஒதெல்லோ குறித்த 'பிறர் கருத்தை' உங்கள் கருத்தாக நீங்கள் ஏற்றுக்கொள்ளத்தான் வேண்டும் என உங்களுக்குள் திணித்துவிடும்.

ஒரு நாடகத்தை வாசிப்பதற்கு யார் தயாராக முன் வருகின்றனரோ அவர்களிடம்தான் பொதுவாக அந்த வேலை ஒப்படைக்கப்படுகிறது. உரத்த குரலிலும் தெளிவாகவும் வாசிக்கத் தெரிந்திருந்திருப்பதுதான் அவரிடம் உள்ள ஒரே திறமை. மேலும், தனது வாசிப்பைத் தொடங்குவதற்கு ஓரிரு நிமிடங்களுக்கு முன்னர்தான் நாடகக் கதை அவரிடம் கொடுக்கப்படுகிறது. எதிர்பாராமல் வந்த இந்த வாசிப்பாளர், நாடகத்தின் உட்கருவை எந்த விதத்திலும் புரிந்துகொள்ளாமல் இருப்பதில் ஆச்சரியம் என்ன உள்ளது?

ஒரு சம்பவம் எனக்கு நினைவுக்கு வருகிறது. இப்படிப்பட்ட ஒரு வாசிப்பாளருக்கு நாடகத்தின் பிரதான கதாபாத்திரம் கொடுக்கப்பட்டது. அந்த ஹீரோவுக்கு 'வயதான மனிதர்' என்ற பட்டப் பெயர் கொடுக்கப்பட்டுள்ளதை அறியாத நடிகர், உண்மையிலேயே வயதான மனிதருக்குள்ள நடுக்கமான குரலில் வசனங்களைப் பேசினார். கதையின்படி ஹீரோ இளைஞர்தான். வாழ்க்கையில் விரக்தி அடைந்து துயரத்தில் மூழ்கிவிட்டதால், அவருக்கு அந்தப் பட்டப் பெயர் கொடுக்கப்பட்டது. இப்படிப் பட்ட ஒரு தவறு ஒட்டு மொத்த நாடகத்தையும் சிதைத்துவிடும்.

மிகவும் திறமையான, மிகவும் சிறந்த, மிகவும் தெளிவான மாதிரி வாசிப்பில், வாசிப்பாளரின் சொந்தக் கற்பனைக்கு ஏற்ற விளக்கமும் இடம் பெறுகிறது. இது இன்னொரு விதமான

பாரபட்சமான நிலவரத்தை உருவாக்கிவிடுகிறது. உதாரணமாக, வாசகரின் புரிதல், நாடக ஆசிரியரின் அடிப்படை நோக்கத்திலிருந்து வேறுபடக் கூடும். ஆனாலும், வாசிப்பில் மூழ்கிப் போய் மிகவும் திறமையாக அதில் ஈடுபடுவதால், நடிகரும் அவரால் ஈர்க்கப்படுகிறார். இதில் சாதகமான பாரபட்ச நிலை உருவாகியுள்ளது. ஆனால், இதனுடன் போராடுவது சிக்கலான விஷயம். இப்படிப்பட்ட தருணங்களில் நடிகர், ஓர் இக்கட்டான நிலையில் சிக்கிக்கொள்கிறார். ஒரு பக்கம் தன்னை வசீகரித்த வாசகரின் விளக்கத்திலிருந்து அவரால் விடுவித்துக்கொள்ள முடியவில்லை. இன்னொரு பக்கம் வாசிப்பாளரின் விளக்கம் நாடகத்தின் ஓட்டத்தோடு பொருந்துவதில்லை.

வேறு மாதிரியான நிலவரத்தையும் பார்ப்போம். பல நாடக ஆசிரியர்கள் தங்களுடைய சொந்தப் படைப்புகளை வாசிப்பதில் மகா நிபுணர்கள். இப்படிப்பட்ட வாசிப்புகள் பெரும்பாலும் அவருடைய நாடகங்களுக்கு பெருமளவில் விளம்பரத்தைத் தேடித் தருகின்றன. நாடக ஆசிரியரைப் பாராட்டி முடித்த உடனே நாடகம், தடபுடலாக நாடகத் தயாரிப்பாளரிடம் ஒப்படைக்கப்படுகிறது. இதனால், உற்சாகப் பெருக்கில் திளைக்கும் அந்த நாடக நிறுவனம், தயாரிப்புப் பணிகளுக்குத் தயாராகிவிடுகிறது. இரண்டாவது தடவையாக அந்த நாடகம் வாசிக்கப்படும்போது தான், தாங்கள் எவ்வளவு தந்திரமாக, எந்தளவுக்கு ஏமாற்றப் பட்டுள்ளோம் என்பதை நாடகக் குழுவினர் உணர்கின்றனர். நாடகத்தின் சிறப்பான பகுதி, தங்களின் ஆர்வத்தைப் பெருக் கெடுக்க வைத்த விஷயங்கள் எல்லாம் அந்த வாசிப்பாளரின் சாமர்த்தியம் என்பதும், அந்த விஷயங்கள் எல்லாம் அவருடனேயே காணாமல் போய்விட்டதும் தெரிகிறது. நாடக ஆசிரியரின் சாரமில்லாத, மோசமான பகுதிகள் மட்டுமே அந்த நாடகத்தில் எஞ்சியுள்ளன. இப்படிப்பட்ட வசீகரமான, கவர்ச்சியான வலையிலிருந்து ஒருவர் எப்படி விடுபடுவது?

இந்த விஷயத்தில் பாரபட்சமான நிலை என்பது மிகவும் சக்தி வாய்ந்ததாகவும் அதிலிருந்து யாரும் தப்பிக்க முடியாத வகையிலும்

அமைந்துள்ளது. ஏனென்றால், நாடக ஆசிரியர், அந்தளவுக்கு அருமையாகவும், காந்தமாகக் கவரும் வகையிலும் நாடகத்தை வாசித்து வழங்கியுள்ளார். கேட்பவர்களைவிட வாசிப்பாளர் மிகவும் ஆற்றல் வாய்ந்தவராக உள்ளார். அவரைப் பொறுத்த வரையில் அவரது ஆக்கத் திறன் வேலை முடிந்துவிட்டது. நாடகக் குழுவினரோ, இனிமேல்தான் பணியை ஆரம்பிக்க உள்ளனர். வாசிப்பாளர் மற்றவர்களை வெற்றிகண்டதில் ஆச்சரியம் எதுவு மில்லை. அவர் தங்கள் மீது ஏற்படுத்திய தாக்கத்தின் முன்பு, இவர்கள் எந்த நிபந்தனையும் இல்லாமல் சரணடைந்து விட்டனர்.

வீட்டிலோ, அறையிலோ ஒருவர் தனியாக இருக்கும்போது கூட ஒரு நாடகத்தை எப்படி அணுகுவது என்பதைத் தெரிந்திருக்க வேண்டும். எப்படிப்பட்ட முன் முடிவான கருத்துக்கும் இடம் அளிக்கக் கூடாது. இது எப்படி ஏற்படுகிறது? எங்கிருந்து இந்தக் கருத்து வருகிறது என நீங்கள் கேட்கலாம். நாடகத்தோடு எந்த விதத்திலும் தொடர்பில்லாத கவலை தரும், தனிப்பட்ட மனப் பதிவுகள், தனிப்பட்ட கஷ்டங்கள், ஒரு மோசமான தமாஷ், எல்லாமே தவறாகத் தோன்றும் ஒரு மனநிலை அல்லது சோம்பலான, மந்தமான மனநிலை அல்லது தனிப்பட்ட வேறுவிதமான காரணங்கள் ஆகியவைதான் முன் முடிவான கருத்தை உருவாக்குகின்றன.

பல நாடகங்களை, அவற்றின் உயிரோட்டத்தைப் புரிந்து கொள்வதற்காக விரிவாகவும், திரும்பத் திரும்பவும் படிக்க வேண்டியுள்ளது. ஏனென்றால், அவற்றின் உட்கருத்து சுலபமாகப் பிடிபடாது; அது மிகவும் சிக்கலாக இருக்கும்; அல்லது குழப்பத்தை ஏற்படுத்தும். இப்ஸன், மெய்ட்டர்லிங்க் முதலிய நாடக ஆசிரியர்கள், யதார்த்த பாணியிலிருந்து விலகி, பொதுமைப் படுத்துதல், நவீனத்துவம், வேடிக்கை ஆகியவற்றை அடிப்படை யாகக் கொண்ட நாடக ஆசிரியர்கள் அல்லது நவீனக் கலை சார்ந்த அனைத்துவிதமான மரபுகளைப் பின்பற்றும் நாடக ஆசிரிகயர்கள் ஆகியோரின் படைப்புகள் இப்படிப்பட்டவை. இந்தப் படைப்புகளின் மறைபொருட்கள் விளக்கப்பட வேண்டும். ஒரு புதிரை விடுவிப்பது

போன்று இந்த நாடகங்களை அணுக வேண்டும். அதே சமயத்தில், அறிவுக்கூர்மை அடிப்படையிலான நடைமுறைகளை, முதல் வாசிப்பில் பின்பற்றி அதை ஒரு சுமையாக மாற்றிவிடக்கூடாது. இந்த நிலவரம், குறிப்பிட்ட ஒரு நாடகத்தை அலுப்புத் தட்டும் படைப்பாக கருதும், ஆபத்தான ஒரு பாரபட்ச நிலவரத்தை, சுலபமாக உருவாக்கிவிடும்.

எந்தளவுக்கு மூளையை மிகவும் கசக்கி, மிக நுணுக்கமாக ஒரு நாடகத்தை அணுகுகிறோமோ அந்தளவுக்கு ஆக்கத் திறன் அனுபவத்திலிருந்து அது உங்களை விலக வைத்துவிடும். இதனால், அறிவுத் திறன் சார்ந்த நடிப்பு அல்லது மிகை நடிப்புக்கு மட்டுமே வழிவகுத்துவிடும். குறியீடுகள் மூலம் விளக்கப்படும் நாடகங்கள் மற்றும் யதாத்த பாணியிலிருந்து மாறுபட்ட நாடகங்களுடன் முதல் அறிமுகம் நிகழும்போது, மிகுந்த எச்சரிக்கையுடன் செயல்பட வேண்டும். ஏனென்றால், இப்படிப்பட்ட நாடகங்களில் பெரும் பகுதிகள் உள்ளுணர்வு மற்றும் ஆழ்மனதுக்கு எட்டக்கூடியவையாக இருப்பதால், இந்தக் குறியீடுகள் சுலபமான புரிதலுக்கு அப்பாற்பட்டவையாக உள்ளன. குறியீடுகள், யதார்த்த பாணிக்கு மாறுபட்ட அணுகுமுறை அல்லது வேடிக்கை அடிப்படையிலான படைப்புகளை, அவற்றின் உட்கரு, கலை வடிவம் ஆகியவற்றை முழுமையாக உணர்ந்துகொண்டு அணுக வேண்டும். இந்த அணுகுமுறையில் அறிவுபூர்வமான நடவடிக்கைக்கு எந்த முக்கியத்துவமும் இல்லை. கலை சார்ந்த உள்ளுணர்வு என்பது மட்டுமே மிகுந்த முக்கியத்துவம் வாய்ந்தது. இந்த உள்ளுணர்வு சிறிதளவுகூட வலுவில்லாதது என்பது உங்களுக்குத் தெரியும்.

பாரபட்சமான அணுகுமுறைகளுடன் இதனை மேலும் பீதியில் ஆழ்த்திவிடக்கூடாது. என்றார் தத்ஸோவ்

"ஆனாலும்கூட, ஒரு நடிகர் அவருடைய கதாபாத்திரத்தின் மிக நுணுக்கமான விஷயங்களுடன் உடனடியாக சாதித்துள்ளது குறித்தும், முதல் தடவையாக அந்த நாடகத்துடன் அறிமுகம் ஏற்பட்ட போதே அது அவரை முற்றிலுமாக ஆட்கொண்டு விட்டது குறித்தும் நான் படித்திருக்கிறேன். இப்படிப்பட்ட

உத்வேகம் பீறிட்டுக் கிளம்பும் நிகழ்வுகள்தான், ஆக்கத் திறன் வாய்ந்த மேடைக் கலையில் என்னை மிகவும் ஈர்த்துள்ளன. மேதைகள், அப்படிப்பட்ட ஒரு பரவசத்துடன் இந்த உந்துதல்கள் மூலம் பிரகாசமாக ஜொலிக்கின்றனர்'' என நான் எனது மறுப்பைத் தெரிவித்தேன்.

''நானும் அப்படித்தான் நினைக்க வேண்டும். அதனால்தான், கற்பனைக் கதைகளில், இந்தப் பரவசம் குறித்து பலரும் எழுதுகின்றனர்'' என தத்ஸோவ் பதிலடி கொடுத்தார்.

''அப்படி என்றால், இதற்கு வாய்ப்பில்லை என்று சொல்கிறீர்களா?''

''அப்படி இல்லை, அது முற்றிலுமாக சாத்தியம்தான். ஆனால், அந்த நிலவரம் விதிவிலக்கான ஒன்று'' என தத்ஸோவ் விளக்க மளித்தார்.

கலையின் காதலி போன்றே ஒரு ஈர்ப்பு உடனடியாக பீறிட்டுக் கிளம்பும். மேலும், அது உடனடியாக ஊற்றெடுப்பது மட்டுமல்ல, அதே வேகத்தில் உடனடியாக நிறைவையும் எட்டிவிடுகிறது.

கலையில் என் வாழ்க்கை (My life in Art) என்ற நாடகத்தில் இரண்டு நடிகர்கள் சம்பந்தப்பட்ட ஓர் உதாரணத்தை சொல்கிறேன். ஒரு புதிய நாடகத்தில் அவர்கள் இருவருக்கும் பிரதான கதாபாத்திரங்கள் கொடுக்கப்பட்டன. முதல் வாசிப்பு நிகழ்ந்த அந்த அறையிலிருந்து அவர்கள் வெளியே சென்றபோது, தங்களின் புதிய கதாபாத்திரங்களாக மாறிவிட்ட நிலையில்தான் சென்றனர். தங்கள் கதாபாத்திரங்களை அப்போதே உணர்ந்ததோடு மட்டும் அல்லாமல் உடல் ரீதியாகவும் எதிர்வினை ஆற்றினார்கள். நிஜ வாழ்க்கையில் நடந்ததைப் போன்ற டஜன் கணக்கான சம்பவங்கள் நாடகத்திலும் இடம் பெற்றிருந்ததால் தாங்கள் உடனடியாகப் பயன்படுத்திக் கொள்வதற்கான ஆக்க பூர்வமான விஷயங்கள் அவர்களுக்குத் தயாராகக் காத்திருந்தன. இன்னும் சொல்லப்போனால், அந்த இரண்டு கதாபாத்திரங்களில் அவர்கள்தான் நடிக்க வேண்டும் என இயற்கை ஏற்கெனவே தீர்மானித்துவிட்டது போலத் தோன்றியது.

ஒரு நடிகர், தனது கதாபாத்திரத்தில் புதிரான வழிமுறைகள் மூலம் உடனடியாக இரண்டறக் கலந்துவிடுவது ஒரு கொண்டாட்டமாக அமைகிறது. முன்கூட்டிய முடிவுகளுக்கு எந்த இடமும் அளிக்காத, நேரடியான, உள்ளுணர்வு அடிப்படையிலான அணுகுமுறைக்கு இது ஓர் உதாரணம். இப்படிப்பட சந்தர்ப்பங்களில் வழிமுறைகளை அலட்சியப்படுத்திவிட்டு, தனது ஆக்கத் திறன் இயல்பிடம் தன்னை முற்றிலுமாக ஒப்படைத்து விடுவது நடிகருக்கு சாலச் சிறந்தது.

ஆனால், துரதிர்ஷ்டவசமாக இப்படிப்பட்ட நிகழ்வுகள் அரிதிலும் அரிதாகத்தான் நிகழ்கின்றன. ஒரு நடிகரின் ஆய்வுக் காலத்தில் ஒரு தடவைதான் இப்படி நிகழும். இதை ஒரு விதியாக எடுத்துக்கொள்ள முடியாது.

எதிர்பாராமல் நடைபெறுவது, நமது பணியில் முக்கியப் பங்கு வகிக்கிறது. உதாரணமாக, ஒரு குறிப்பிட்ட நாடகம் அல்லது ஒரு குறிப்பிட்ட கதாபாத்திரம் ஏன் ஒரு நடிகரிடம் வெறுப்பை ஏற்படுத்துகிறது. அந்தக் கதாபாத்திரத்திற்காகவே அவர் பிறந்திருப்பதாக அவரது குணாம்சங்கள் உணர்த்தினாலும்கூட, அந்தக் கதாபாத்திரத்தை ஏற்று நடிப்பது தன்னால் முடியவே முடியாது என ஏன் அவர் முடிவு கட்டினார் என்பதை உங்களால் விளக்க முடியுமா? இதற்கு நேர் எதிரான நிலவரத்தையும் பார்ப்போம். இன்னொரு கதாபாத்திரம் அவருக்குக் கொஞ்சம்கூட பொருத்தம் இல்லாமல் இருந்து அதன் மேல் எந்த ஈர்ப்பும் ஏற்படவில்லை என்று தோன்றினாலும்கூட, அதில் அவர் பிரமாதமாக ஜொலிப்பது எப்படி? இப்படிப்பட்ட நிகழ்வுகளில் ஏதோ ஒரு சாதகமான அல்லது பாதகமான, முற்றிலும் எதிர்பார்த்திராத, உணர்வு நிலைக்கு அப்பாற்பட்ட பாரபட்சமான நிலவரம் அந்த நடிகரை இயக்குகிறது. புரிதலுக்கு அப்பாற்பட்ட ஏதோ ஒன்று நல்லதற்கோ அல்லது கெட்டதற்கோ அவரை வழிநடத்துகிறது.

ஒரு நடிகர் ஒரு நாடகம் குறித்து முன் முடிவுகளுக்கு வந்திருந்தாலும், அதன் அடி அழமான உட்கருத்துகளை உணர்ந்து

கொள்வதிலும் அவற்றை மேடையில் வெளிப்படுத்துவதிலும் எந்தத் தடைக்கும் ஆளாகாத சந்தர்ப்பங்களும் உண்டு.''

மறுபடியும் தத்ஸோவ் கலையில் என் வாழ்க்கை நாடகத்தை மேற்கோள் காட்டி ஓர் இயக்குனரை உதாரணமாகச் சொல்லி விளக்கமளித்தார். அந்த இயக்குனர் புது பாணியிலான ஒரு நாடகத்துக்கு அற்புதமான தயாரிப்புத் திட்டத்தை எழுதினார். ஆனால் அவரால் அந்த நாடகம் அவருக்குப் புரியாமல் போனது மட்டுமில்லை... அவருக்கு அது பிடிக்கவும் இல்லை என்பதுதான் விந்தை. கலைத் திறன் அடிப்படையிலான அந்த இயக்குனரின் ஆழ்மனம் வழியாக வெளிப்பட்ட அந்தத் திட்டத்திற்கு ஆக்கத் திறன் உந்துதல்கள்தான் அடித்தளமாக இருந்தன. இயக்குனரின் நினைவு மன உணர்வுகள் எப்படி இருந்தாலும், அந்த நாடகத்தின் புதிய பாணி, அவருக்குள் ஊடுருவி, உயிர்ப்புடன் வெளிவந்து, நாடக அரங்கின் சூழ்நிலையில் இரண்டறக் கலந்துவிட்டது.

''ஒரு கதாபாத்திரத்துடன் ஏற்படும் முதல் அறிமுகத்துக்கு வழக்கமாகக் கொடுக்கப்படுவதைவிட மிகுந்த முக்கியத்துவம் அளிக்க வேண்டும் என்பதை நான் கூறிய இந்த அனைத்து உதாரணங்களும் விளக்குகின்றன. ஆனால், துரதிர்ஷ்டவசமாக, இந்த எளிய உண்மையை நீங்கள் உட்பட நடிகர்கள் உணர்வதில்லை. நீங்கள் மிகவும் பாதகமான சூழ்நிலைகளில் ஒதெல்லோவை தெரிந்துகொண்டிருக்கிறீர்கள். ஏற்கெனவே இந்தத் துயர காவியம் குறித்த மிகவும் தவறான எண்ணங்கள் உங்களுக்குள் பதிந்திருக்க வாய்ப்புள்ளது. இதனால், முன்கூட்டிய முடிவுகளும் உங்களுக்குள் உருவாகி இருக்கலாம்.'' என்றார் தத்ஸோவ்.

அப்போது குறுக்கிட்ட க்ரிஷா, பின்வரும் கேள்வியை எழுப்பினார். ''நீங்கள் சொல்வதை வைத்துப் பார்த்தால், ஒரு நடிகர் ஒரு காவியத்தையோ அல்லது வேறு எந்த நாடகத்தையோ, முதல் அறிமுகம் எந்த விதத்திலும் பாதிக்கப்பட்டுவிடக் கூடாது என்ற பயத்தில் படிக்கவே கூடாது. காரணம், உடனடியாகவோ அல்லது பிறகோ அவர் அந்தக் கதாபாத்திரத்தில் நடிக்கக் கூடிய வாய்ப்புக் கிடைக்கலாம். ஒரு நடிகர், விமர்சனங்களை அல்லது

நாடகம் குறித்த விளக்கங்களை, அவை நன்றாக இருந்தாலும் படிக்கக் கூடாது என்று சொல்கிறீர்களா? அப்படிப் படித்து விட்டால்தான் தவறான முன் முடிவான கருத்துகள் அவருக்குள் புகுந்துவிடுமே! தயவு செய்து என்னை மன்னித்துவிடுங்கள். மற்றவர்களின் கருத்துக்களிலிருந்து உங்களால் உங்களைப் பாதுகாத்துக்கொள்ள முடியாது. பழைய அல்லது புதிய நாடகங்கள் குறித்து அவர்கள் பேசும்போது உங்கள் காதுகளில் பஞ்சை வைத்து அடைத்துக் கொள்ள முடியாது. எந்த நாடகத்தில் விரைவிலோ அல்லது பிறகோ நடிக்கப் போகிறீர்கள் என்று உங்களால் சொல்ல முடியாது."

"நீங்கள் சொல்வதை முழுமையாக ஒப்புக்கொள்கிறேன். ஏனென்றால், பாரபட்சமான கருத்துகளிலிருந்து பாதுகாத்துக் கொள்வது என்பது ஒருவருக்கு மிகவும் கஷ்டமான விஷயம். எப்படி அவற்றைத் தவிர்ப்பது அல்லது அவற்றின் தாக்கங்களை எப்படித் தடுப்பது என்பதை கற்றுக்கொள்வது மிகவும் முக்கியம்." தத்ஸோவ் அமைதியாக இப்படிப் பதிலளித்தார்.

"இதை எப்படிக் கற்றுக்கொள்வது?" என நான் கேட்டேன்.

"முதல் முறையாக ஒரு நாடகத்துடன் அறிமுகம் ஏற்படும் போது, நாம் என்ன செய்ய வேண்டும், எங்கள் மனநிலையை எப்படி வைத்துக்கொள்ள வேண்டும்?" என மற்ற மாணவர்களும் கேட்டனர்.

தத்ஸோவ் பின்வருமாறு விளக்கம் அளித்தார்:

"அதைப் பற்றி உங்களுக்கு சொல்கிறேன். முதலில், உங்களால் முடிந்தளவுக்கு பல நாடகங்களை வாசிக்க வேண்டும், விமர்சனங்கள், விளக்கங்கள், கருத்துகள் உள்ளிட்ட அனைத்தையும் கவனமாகக் கேட்க வேண்டும். இதனால், உங்களுக்கு ஆக்கபூர்வமான விஷயங்கள் நிறையக் கிடைக்கும். அதே சமயத்தில், முன் முடிவுகளில் சிக்கிக் கொள்ளாமல், உங்கள் சுதந்திரத்தைப் பாதுகாத்துக்கொள்வதையும் நீங்கள் கற்றுக் கொள்ள வேண்டும். பிறர் கருத்துக்களை அப்படியே ஒப்புக்

கொள்ளாமல், உங்களுடைய சொந்த அபிப்பிராயங்களை நீங்கள் உருவாக்கிக்கொள்ள வேண்டும். எதிலும் சிக்கிக்கொள்ளாமல் இருப்பது எப்படி என்பதையும் நீங்கள் தெரிந்துகொள்ள வேண்டும். இது ஒரு கஷ்டமான கலை. அறிவுத் திறன் மற்றும் அனுபவத்தின் மூலம் நீங்கள் இதில் தேர்ச்சி பெறுவீர்கள். இவற்றை ஏதோ ஒரு குறிப்பிட்ட விதிமுறை மூலம் வசப்படுத்திக் கொள்ள முடியாது. கோட்பாடு சார்ந்த அறிவுத் திறன் மற்றும் யதார்த்தமான பாணி ஆகியவை இரண்டறக் கலந்த ஒரு கலை உத்தி மூலம்தான் இதில் தேர்ச்சி பெற முடியும். நீண்ட கால பயிற்சியின் மூலமாகவும் ஆதார அம்சங்களை அறிந்துகொள்வதன் வாயிலாகவும் குறிப்பாகத் தனிப்பட்ட பிரதிபலிப்பின் உதவியுடனும் இதில் கைதேர்ந்தவராக மாற முடியும்.

நாடகப் பயிற்சிப் பள்ளியில் உங்கள் நேரத்தைப் பயன்படுத்தி உங்கள் அறிவியல் அறிவை விசாலப்படுத்திக்கொள்ளுங்கள். நாடகம் மற்றும் கதாபாத்திரங்களை நீங்கள் அணுகும்போது, கோட்பாட்டை நடைமுறையில் செயல்படுத்துவதற்குக் கற்றுக் கொள்ளுங்கள்.

ஒரு புதிய நாடகம் குறித்த உங்களுடைய மனப் பதிவுகளை பகுத்துப் பார்ப்பதில் படிப்படியாக முன்னேறி, ஒரு நிபுணராக மாற வேண்டும். உண்மை அல்லாத, அதீதமான, முக்கியமற்ற விஷயங்களை எப்படி நிராகரிப்பது என்பதையும் நீங்கள் கற்றுக் கொள்ள வேண்டும். அடித்தளத்தை எப்படிக் கண்டுபிடிப்பது? மற்றவர்கள் கருத்தையும் உங்களுடைய கருத்தையும் எப்படி கவனித்துக் கேட்பது? பிறர் கருத்துகளுக்கு இடையே உங்களுடைய சொந்த வழிமுறையை எப்படிக் கண்டறிவது என்பதை எல்லாம் நீங்கள் கற்றுக்கொள்ள வேண்டும்.

உலக இலக்கியத்தை ஆய்வு செய்வது, இந்தத் தொடர் நடவடிக்கைகளில் பேருதவியாக அமையும். உயிருள்ள ஜீவனைப் போன்றே ஒவ்வொரு நாடகத்திலும் எலும்பும் தோலுமான கட்டமைப்பு, கைகள், கால், தலை, இதயம், மூளை ஆகியவை அடங்கி உள்ளன. இலக்கியப் பயிற்சி பெற்ற ஒருவர், உடற்கூறு

நிபுணரைப் போன்று கட்டமைப்பு, ஒவ்வொரு எலும்பு மற்றும் மூட்டு ஆகியவற்றின் அமைப்பை ஆய்வு செய்து, அவற்றின் உட்கூறுகளை அறிந்துகொள்ள வேண்டும். இந்தப் பணியை பல்வேறு கூறுகளாகப் பகுத்துப் பார்த்து அதன் இலக்கிய அல்லது சமூக முக்கியத்துவத்தை மதிப்பிட்டு, அவற்றின் தவறுகளையும் தேடிப் பார்க்க வேண்டும். பிரதான 'தீம்' வலுவடைவதை எது தடுக்கிறது? எந்த இடத்திலிருந்து திசை மாறுகிறது என்பதை எல்லாம் அலசி ஆராய்ந்து பார்க்க வேண்டும். நாடகத்தின் புதிய மற்றும் அசல் மாற்றங்கள், அக மற்றும் புற குணாம்சங்கள், ஊடும் பாவுமாக கலந்துள்ள விஷயங்கள், கதாபாத்திரங்களுக்கு இடையேயான தொடர்புகள், சம்பவங்கள், நிகழ்வுகள் ஆகியவற்றை நடிகர், புரிந்துகொள்ள வேண்டும்.

இந்த ஒட்டுமொத்த அறிவும் திறனும் அனுபவமும், ஒரு படைப்பை மதிப்பிடுவதற்கு மிக மிக முக்கியமானவை. இவை அனைத்தையும் நினைவில் கொண்டு, உங்களுடைய பாடங்களை ஆர்வத்துடன் பயன்படுத்திக்கொண்டு, உங்களால் முடிந்த அளவுக்கு ஆழமாகவும் முழுமையாகவும் இந்தப் பள்ளியில் கற்றுக் கொடுக்கப்பட்டுள்ள மொழி, வார்த்தைகள், இலக்கியம் ஆகியவற்றை நீங்கள் ஆய்வு செய்ய வேண்டும்.

ஆனால், மற்றொரு விஷயத்தையும் நீங்கள் நினைவில் கொள்ள வேண்டும். நமது பிரச்சினைகளுக்கு, குறிப்பாக நடிகர்களாகவும் இயக்குனர்களாகவும் நாம் எதிர்கொள்ளும் பிரச்சினைகள் குறித்த கேள்விகளுக்கு இலக்கிய மேதைகளால் எப்போதுமே பதில் அளிக்க இயலாது. அனைத்து நாடகங்களும் ஓர் இலக்கியப் படைப்பு போல அருமையாக அமையாமல் போகலாம். மேடை ஏற்றுவதற்கு ஏற்றதாக இல்லாமலும் போகலாம். மேடையின் தேவைகள் குறித்து ஆய்வு செய்ய முடிந்தாலும் அவற்றை எந்த விதிமுறைகள் மூலமும் வரையறுக்க முடியாது. எனவே, ஒரு புதிய படைப்பை நீங்கள் முதல் தடவையாக மதிப்பிடும்போது, அறிஞர்கள் போன்று உள்ள சகாக்களின் உதவி இல்லாமல் செயல்பட வேண்டும். இங்கு கற்றுக்கொடுக்கப்பட்டுள்ள

நடைமுறை வழிமுறைகளின் அடிப்படையில், இந்த மதிப்பீட்டை மேற்கொள்ள வேண்டும். இது தொடர்பாக, நீங்கள் ஏற்கெனவே தெரிந்துள்ள அல்லது விரைவில் தெரிந்துகொள்ளப் போகும் விஷயங்களைவிட வேறு எதை என்னால் கூடுதலாக சொல்ல முடியும்? ஒவ்வொரு புதிய நாடகத்தை நீங்கள் வாசிக்கும்போதும் அதனுடனான உங்கள் முதல் அறிமுகத்தை நினைவில் கொள்ள வேண்டும் என்பதையும், தவறான அல்லது பாரபட்சமான கண்ணோட்டத்திற்கு இடம் கொடுக்காமல் உங்களை நீங்கள் பாதுகாத்துக்கொள்ள வேண்டும் என்பதையும்தான் என்னால் சொல்ல முடியும்.''

★ ★ ★

''ஒதெல்லோவுடனான உங்களுடைய முதல் தொடர்பு எந்தளவுக்கு துரதிர்ஷ்டமாக இருந்தாலும், அதில் இருந்து மீண்டு வந்து, நமது அடுத்தடுத்த கட்டப் பணிகளில் அந்த முதல் தொடர்பு நமக்கு ஊக்கமளிக்கும் அளவுக்கு, அதைப் பயன்படுத்திக்கொள்ள நாம் கடமைப்பட்டுள்ளோம்.

இந்த நாடகத்தை முதல் தடவையாக வாசித்ததில் இன்னமும் உங்கள் நினைவில் நீடித்துள்ள விஷயங்களைத் துல்லியமாக மீண்டும் ஞாபகப்படுத்திப் பார்க்க முயற்சி செய்யுங்கள். ஒரு கதாபாத்திரத்தைச் செதுக்கும்போது, அந்த முதல் தடவை வாசிப்பில் உங்களுக்குள் ஆழமாகப் பதிந்துள்ள விஷயங்களுடன் உங்களைத் தொடர்புபடுத்திக்கொள்ள வேண்டும். உங்கள் உணர்வுகளில் இரண்டறக் கலந்துவிட்ட ஏதாவது சில விஷயங்களில் உங்களுடைய எதிர்கால கதாபாத்திரத்திற்கான கூறுகளும், நிஜ வாழ்க்கையில் மகத்தான அம்சங்களும் ஒருவேளை இடம் பெற்றிருக்கலாம். கோஸ்திய..! இந்த நாடகம், அதன் பல்வேறு கதாபாத்திரங்கள் தொடர்பாக உங்கள் நினைவுக்கு வரும் அனைத்தையும் நீங்கள் சொல்ல வேண்டும் என விரும்புகிறேன். உங்கள் நினைவில் எவை பெரும் தாக்கத்தை ஏற்படுத்தியுள்ளன? உங்களுக்குள் ஆழமான பதிவுகளை எது

உருவாக்கியுள்ளது? எதை உங்கள் மனக்கண் தெள்ளத் தெளிவாகப் பார்க்கிறது? உங்களுடைய அகச் செவி எதைக் கேட்கிறது என்பதை எல்லாம் விளக்கமாகச் சொல்ல வேண்டும்.''

நான் மீண்டும் நினைவுபடுத்திப் பார்த்து எனக்குள்ளேயே ஆய்வு செய்யத் தொடங்கும்போது பின்வருமாறு கூறினேன்: ''இந்த துயரத்தின் ஆரம்பத்தைப் பொறுத்தவரை... எனக்கு மறந்துவிட்டது... சில சுவாரஸ்யமான நிகழ்வுகளை, கடத்தல், ஒன்று சேர்தல், துரத்திச் செல்லுதல் ஆகியவற்றை என்னால் இப்போது உணர முடிகிறது. இல்லை... அப்படி இல்லை. எனது உணர்வுகளைவிட மனதின் மூலம்தான் இந்த நிகழ்வுகளை என்னால் தெளிவாக நினைத்துப் பார்க்க முடிகிறது. அவை தொடர்பானவற்றை நான் அறிந்துள்ளேன். ஆனால், அவற்றை எனது அகப் பார்வை மூலம், நான் காணவில்லை. ஒதெல்லோகூட இந்த நாடகத்தின் கதாபாத்திரமாக எனக்குத் தெளிவாகப் புலப்படவில்லை.

அவன் தோற்றம், செனட் சபை அவனை வெளியேற்றுவது, அவன் புறப்படுவது, செனட் சபை ஆகியவை எல்லாம் மேலோட்டமாக நினைவுக்கு வருகின்றன. செனட் சபையில் ஒதெல்லோவின் பேச்சு முதலில் தெளிவாகப் பதிந்தது. ஆனால், பின்னர் அதுவும் மறைந்துவிட்டது. சைப்ரஸுக்கு வருவது, மது அருந்தும் காட்சி, காஸியோவுடன் தகராறு செய்வது ஆகிய காட்சிகள் எல்லாம் மறந்து போய்விட்டன. காஸியோவின் வேண்டுகோள், தளபதி வருகை, டெஸ்டெமோனா உடனான காதல் ஆகிய அடுத்தடுத்த காட்சிகளை என்னால் நினைவுபடுத்திப் பார்க்க முடியவில்லை. அதை அடுத்து ஒரு பிரகாசமான பகுதி தெரிகிறது. சொல்லப்போனால் அனைத்துமே விரிவடைகின்றன. பின்னர் முற்றிலுமாக மறைந்துவிடுகின்றன. ஒரு சோகப் பாடலை மட்டும் என்னால் கேட்க முடிகிறது. டெஸ்டெமோனா, ஒதெல்லோ ஆகியோரின் மரணங்கள் எனது உணர்வுகளை நெகிழ வைக்கின்றன. இவைதான் எனக்குள் பதிந்துள்ள விஷயங்கள் என நான் நினைக்கிறேன்.''

''இந்த அளவுக்கு சொன்னதற்கு நாங்கள் நன்றி சொல்ல வேண்டும். நீங்கள் உணரும் இந்த தனித்தனியான தருணங்களைப் பயன்படுத்தி, அவற்றை வலுப்படுத்திக்கொள்ள வேண்டும்'' என்று தத்ஸோவ் கூறினார்.

''அவற்றை வலுப்படுத்திக்கொள்வது என்றால் என்ன அர்த்தம்?'' என நான் கேட்டேன்.

''உங்கள் ஆன்மாவின் சிறு மூலையில் இந்த உணர்வுகளின் தடயங்கள் இன்னும் நீடிக்கின்றன. நாடகத்துடன் உங்களுக்கு நெருக்கம் ஏற்படும்போது, இவை மேலும் வீரியம் அடையும். இந்த நிலவரம், சாரளங்கள் எல்லாம் அடைக்கப்பட்டு, இருள் சூழ்ந்த அறையில் ஏதாவது ஒரு விரிசலோ துவாரமோ இல்லாவிட்டால் அந்த இருள் நீடிப்பதைப் போன்றது.

ஆனாலும், ஏதாவது ஒளிக் கீற்றுகள் அகலமாக அல்லது குறுகியதாக இருந்தாலும், பிரகாசமாக அல்லது மங்கலாக இருந்தாலும், அந்த இருளைத் துளைத்துக்கொண்டு வெவ்வேறு வடிவங்களில் வெளிச்சப் புள்ளிகளாகத் தெரியும். இவை, இருளை மட்டுப்படுத்தும். இருட்டில் உள்ள எந்தப் பொருளையும் உங்களால் பார்க்க முடியாவிட்டாலும், அவற்றின் வடிவத்தை ஓரளவுக்கு ஊகம் செய்ய முடியும்.

ஒளி உட்புக இடமளித்த அந்தத் துவாரங்களை உங்களால் பெரிதாக்க முடிந்தால், ஒளிக் கீற்று மேன்மேலும் பெரிதாகி மங்கலான வெளிச்சம் பிரகாசமாக மாறும். இறுதியில், அந்த இடம் முழுவதும் ஒளி பரவி, இருள் மறைந்துவிடும். அந்த இடத்தின் மூலைகளில் ஆங்காங்கே தெரியும் நிழல்களைத் தவிர எந்தப் பகுதியும் இருட்டாக இருக்காது.

ஒரு நாடகத்தை நடிகர் முதலில் வாசித்த பிறகும், அடுத்தடுத்த வாசிப்புகளுக்குப் பிறகும் அவரது அக நிலை பற்றி இப்படித்தான் நான் கற்பனை செய்துள்ளேன்.

ஒதெல்லோவுடன் முதல் அறிமுகம் ஏற்பட்ட பிறகும், உங்களுக்குள் இதே விஷயம்தான் நிகழ்கிறது. வெவ்வேறு

இடங்களில், தனித்தனியான தருணங்கள் மட்டுமே உங்களுடைய உணர்வுகளிலும் நினைவிலும் நிலைக்கின்றன. மற்றவை எல்லாம் இருளால் சூழப்பட்டு உங்கள் உணர்ச்சிகளுக்கு எட்டாமல் போய்விடுகின்றன. ஆங்காங்கே தென்படும் சில அறிகுறிகள் மூலம் அவற்றை மீட்டுக்கொள்வதற்கு நீங்கள் வீண் முயற்சி செய்கிறீர்கள். இப்படிப்பட்ட மேலோட்டமான பதிவுகளும் உணர்வின் அடையாளங்களும், இருளில் தென்படும் மெல்லிய ஒளிக் கீற்று போன்று நாடகம் முழுவதும் சிதறிக் கிடக்கின்றன.''

பின்னர், இந்த நாடகத்தை நீங்கள் மிகவும் ஆழமாக அறிந்து கொள்ளும்போது, இந்தத் தருணங்கள் வலுவடைந்து, விரிவடைந்து, ஒன்றுடன் ஒன்று தொடர்பு ஏற்படுத்திக்கொண்டு, இறுதியில், கதாபாத்திரம் மற்றும் நாடகம் முழுவதும் நிரம்பிவிடும்.

வலுவடையும் உணர்வுகளின் தருணங்கள் நிறைந்த இப்படிப் பட்ட ஆக்கத் திறன் வாய்ந்த தொடக்கம், அனைத்துக் கலை வடிவங்களிலும் காணப்படுகிறது.

"*The Cherry Orchard* நாடகத்தை எழுதுவதற்காக செக்கோவ் ஆன்டன் தயாரானதற்கு முன்பு இதே போன்று அவருக்கு நிகழ்ந்தது குறித்த ஒரு விளக்கம் கலையில் என் வாழ்க்கை நூலில் இடம்பெற்றுள்ளது. அருகே உள்ள ஒரு குளத்தில் யாரோ மீன் பிடித்துக் கொண்டிருந்ததையும், ஒருவர் குளித்துக் கொண்டிருந்ததையும் முதலில் அவர் பார்த்தார். பின்னர், பில்லியர்ட்ஸ் விளையாடுவதில் மிகவும் ஆசை கொண்ட, பரிதாபமாகத் தோற்றம் அளிக்கும் ஒரு கனவான் நினைவில் பளிச்சிடுகிறார். அதையடுத்து, அகலமாகத் திறந்துவைக்கப் பட்டிருந்த ஜன்னல் வழியாக, பூத்துக் குலுங்கும் செர்ரி மரத்தின் ஒரு கிளை எட்டிப் பார்த்ததை அவர் உணர்ந்தார். முழுமையான செர்ரிப் பழத் தோட்டம் தெரிகிறது...

செக்கோவுக்கு அது அழகாகத் தோன்றினாலும், ரஷ்ய மக்களின் வாழ்க்கையோடு ஒட்டாத தேவையற்ற ஆடம்பர மாகவும் அவருக்குத் தெரிகிறது. இதில், தர்க்க ரீதியிலான எந்தத் தொடர்பை உங்களால் பார்க்க முடிகிறது. பரிதாபமான

பில்லியர்ட்ஸ் விளையாட்டு வீரருக்கும், பூத்துக் குலுங்கும் செர்ரி மரக் கிளைக்கும், நிகழவுள்ள ரஷ்யப் புரட்சிக்கும் ஏதாவது சம்பந்தம் உள்ளதா?

உண்மையிலேயே சிருஷ்டியின் பாதைகள், வெளிப்படை யாகத் தெரிவதில்லை.''

எனது விளக்கத்தை அடுத்து வன்ய, இந்த நாடகத்தில் தனக்கு நினைவுக்கு வரும் விஷயங்களை விளக்கினார். ஒரு படைப்பை அரைகுறையாகப் படிப்பது எவ்வளவு ஆபத்தானது என்பதை அவரது விளக்கம் வெளிப்படுத்தியது. ஒதெல்லோவுக்கும் காஸியோவுக்கும் இடையே ஏற்படாத ஒரு மோதல்தான் அவரது நினைவு முழுவதையும் ஆக்கிரமித்துக்கொண்டிருந்தது.

ரஷ்யாவுக்கு வந்த வெளிநாட்டு நாடகக் கலைஞர்களின் நடிப்பு மூலம்தான் ஒதெல்லோ நாகடத்தை பால் அறிந்திருந்தார். அந்த நாடகத்தில் இடம் பெற்ற முக்கியமான காட்சிகளை நினைவு கூர்ந்தார். முதலில் இயாகோவின் கழுத்தையும் பின்னர் டெஸ்டெமோனாவின் கழுத்தையும் ஒதெல்லோ நெறிப்பது, தனக்கு அவள் கட்டிவிட்டிருந்த கைகுட்டையை அவன் கிழித்தெறிவது, தன் மனம் கவர்ந்தவள் மீது கொண்டிருந்த காதல், வெறுப்பாக மாறியது ஆகிய காட்சிகள் அவருக்கு நினைவுக்கு வந்தன. அடுத்தடுத்த காட்சி வரிசைகளையும் ஒதெல்லோவின் அடுத்தடுத்த நடை, உடை, பாவனைகளையும் பால் மறக்க வில்லை.

முக்கியமான காட்சியில் ஒதெல்லோ தனது பொறாமையை எப்படி வெளிப்படுத்துகிறான்?

தரையில் விழுந்து வலிப்பு நோய் வந்தவன் போல எப்படி விழுந்து புரள்கிறான்? கடைசியில் கத்தியால் குத்திக்கொண்டு எப்படித் தற்கொலை செய்துகொள்கிறான் என்பதெல்லாம் அவருக்கு நன்கு நினைவுள்ளன. மேடையில் சுழன்ற விளக்கொளி பிரதிபலிப்பு காரணமாக இந்தக் காட்சிகள் எல்லாம் பால் மனதில் பதிந்து விட்டதாக நான் கருதினேன். அடுத்தடுத்த நிகழ்வுகள்

அல்லது கதாபாத்திரத்தின் உணர்ச்சிகள் எல்லாம் அடுத்தடுத்த காட்சிகளாக நாடகத்திற்கு எப்படி வலுவூட்டியது என்பதை பால் அறியவில்லை என்றே நினைக்கிறேன். வெளிநாட்டு கலைஞர்கள் ஒதெல்லோ நாடகத்தை சிறப்பாக நடித்தனர் என்பதை அறிந்துள்ள பால், இந்த நாடகத்தை முழுமையாக அறிந்திருக்கவில்லை என்றும் எனக்குத் தோன்றியது. அதிர்ஷ்டவசமாக, பால் ஏற்கவிருந்த காஸியோ கதாபாத்திரத்தை அவரால் முழுமையாக நினைவுக்கு கொண்டு வர முடியவில்லை. மூன்றாம் தர நடிகர்கள் அனைவரும் பொதுவாக இந்தக் கதாபாத்திரத்தில் மோசமாக நடிப்பார்கள்.

மற்ற மாணவர்களுக்குள்ளும் ஏற்பட்டுள்ள மனப் பதிவுகள், இதே போன்று அலசி ஆராயப்பட்டதில், நாடகத்தின் பல்வேறு முக்கியத் தருணங்கள் வெளிப்பட்டன. உதாரணமாக, செனட் சபையில் ஒதெல்லோவின் பேச்சு, இயாகாவுடன் ஒதெல்லோ தோன்றும் பெரிய காட்சி, அவன் மரணம் போன்றவை கிட்டதட்ட அனைவரிடமும் ஒரே மாதிரியான தாக்கத்தை ஏற்படுத்தின. இந்த அறிதல், பல கேள்விகளுக்கு வித்திட்டன.

இந்த நாடகத்தின் சில இடங்கள் உணர்வைக் கொப்பளிக்க வைத்த நிலையில், அறிவுபூர்வமான சில இடங்கள் ஏன் அந்தத் தாக்கத்தை ஏற்படுத்தவில்லை? நாடகத்தின் சில பகுதிகள் தெளிவாகவும் உடனடியாகவும் உணர்ச்சிகளைப் பீறிட வைத்து, உணர்ச்சி சார்ந்த நமது நினைவில் தாக்கத்தை ஏற்படுத்தும்போது, வேறு சில பகுதிகள், இப்படிப்பட்ட தாக்கத்தை ஏற்படுத்தாமல், அறிவுபூர்வமான ஒரு நிகழ்வாக மட்டுமே நமக்கு ஏன் தோன்றியது? உணர்ச்சிக்கும் சிந்தனைக்கும் இடையேயான நெருக்கத்தை தத்ஸோவ் விளக்கினார். சில அனுபவங்கள் இயல்பாகவே நம்மிடையே ஆழமான தாக்கத்தை ஏற்படுத்து கின்றன. வேறு சில அனுபவங்கள் நமக்கு அந்நியமாகப் போய் விடுகின்றன.

‘‘ஓர் அசல் கவிஞர் தனது திறமையில் விளைந்த முத்துக்களை நாடகம் முழுவதும் வாரி இறைந்திருப்பார். பரவசத்தைப் பொங்க

வைப்பதற்கும் உத்வேகத்தை ஊற்றெடுக்க வைப்பதற்கும், இந்தத் திறமைதான் மிகச் சிறந்த தூண்டு சக்தி.''

"ஓர் மேதையின் படைப்பில் மிளிரும் அழகிய அம்சங்கள், அந்தப் படைப்பின் வெளிவடிவத்திலும் கண்ணுக்குத் தெரியாத அடி ஆழங்களிலும் ஊடுருவி, அந்தப் படைப்பு முழுவதிலும் இரண்டறக் கலந்துவிடுகின்றன. ஆக்கத் திறன் ஆர்வப் பெருக்குக்கான தூண்டு சக்தியை நாடக ஆசிரியர் தனது படைப்பில் மேலோட்டமாக இடம் பெற வைத்திருந்தால், நடிகர்களின் ஆர்வமும் உணர்வுகளும் மேலோட்டமாகத்தான் இருக்கும். ஆனால், உணர்ச்சி அடிப்படையிலான அந்த அரிய செல்வம், நாடக ஆசிரியரின் ஆழ்மனப் பகுதியிலும் அந்த நாடகத்திற் குள்ளும் ஆழமாகப் பதிந்தோ அல்லது மறைந்தோ இருந்தால், ஆக்கத் திறன் ஆர்வமும் உயிரோட்டமான எதிர்வினையும், மிகவும் ஆழமாக அமைந்திருக்கும். மேலும் ஆழமடைய ஆழமடைய கதாபாத்திரத்தின் மனித இயல்புக்கும் நடிகர்களுக்கும் மேலும் மேலும் இவை நெருக்கமாகிவிடும்.

ஒரு நாடகத்துடன் ஒருவருக்கு ஏற்படும் முதல் தொடர்பில் பிறக்கும் ஆர்வம்தான், நடிகருக்கும் அவரது கதாபாத்திரத்தின் பல்வேறு அம்சங்களுக்கும் இடையேயான உள்ளார்ந்த உறவை முதன்முதலில் உணர்த்துகிறது. இந்த உறவு, மிகவும் உன்னத மானது. ஏனென்றால், இது நேரடியாக, உள்முகமாக, இயல்பாக உருவாக்கப்படுகிறது.''

★ ★ ★

"ஒதெல்லோவுடன் உங்களுக்கு ஏற்பட்டுள்ள முதல் அறிமுகம், உங்கள் மனதில் குறிப்பிட்ட பதிவுகளையும் தடயங்களையும் உருவாக்கியுள்ளது. இவற்றை விசாலப்படுத்தி, ஆழப்படுத்துவதற்கான பல்வேறு கட்ட வழிமுறைகளை இப்போது நாம் மேற்கொள்ள வேண்டும்.

முதலில், ஒட்டுமொத்த நாடகத்தையும் நாம் கவனமாக வாசிக்க வேண்டும். இந்த வாசிப்பில் ஈடுபடும்போது, நாடகத்துடன்

உங்களுக்கு முதல் தொடர்பு ஏற்பட்டபோது நீங்கள் இழைத்த தவறுகளை நாம் தவிர்த்துவிட வேண்டும்.

ஒரு நாடக ஆசிரியரின் எந்த ஒரு படைப்பையும் படிக்கும் போது, அதற்கென்று வகுக்கப்பட்டுள்ள விதிகளை இந்த வாசிப்பின்போது நாம் பின்பற்ற முயல வேண்டும்.

இரண்டாவது வாசிப்பை முதல் வாசிப்புபோல நினைத்துக்கொண்டு மேற்கொள்ள வேண்டும். நேரடியான, மற்றும் நம்மை பாதிக்கக்கூடிய நிறையத் தாக்கங்களை நாம் ஏற்கெனவே இழந்துவிட்டோம். அவற்றை மீட்க முடியாது என்பது உண்மைதான். ஆனாலும், ஒருவேளை சில உணர்வுகள் இன்னும்கூட உங்களுக்கு உத்வேகம் அளிக்கலாம். இந்தத் தடவை நமது வாசிப்பு, விதிமுறைப்படிதான் தொடர வேண்டும்."

"இந்த விதிமுறைகளில் என்னென்ன விஷயங்கள் உள்ளன?" என நான் கேள்வி எழுப்பினேன்.

"முதலில், இந்த வாசிப்பை எங்கே, எப்போது தொடங்குவது என்பதை நாம் முடிவு செய்ய வேண்டும்" என்று கூறிய தத்ஸோவ், பின்வருமாறு மேலும் விளக்கமளித்தார்:

"எங்கே, எப்படி வாசித்தால் மிகச் சிறந்த பதிவுகளைப் பெற முடியும் என்பதை அனுபவம் வாயிலாக நாம் அனைவரும் அறிந்திருக்கிறோம். ஒருவருக்குத் தனது அறையில் அமைதியாக அமர்ந்து நாடகத்தை வாசிப்பது பிடிக்கிறது. மற்றொருவருக்கோ தமது குழுவைச் சேர்ந்த அனைவரின் முன்னிலையில் வேறு யாராவது ஒருவர் உரத்து வாசிப்பதைக் கேட்பது பிடித்துள்ளது.

இரண்டாவது வாசிப்பை எந்த இடத்தில் நீங்கள் ஆரம்பித் தாலும், நாடகத்தின் கலையம்சம் சார்ந்த பதிவுகளை, கொண்டாட்டமாக கிரகித்துக்கொள்வதற்கான உணர்ச்சிகளின் ஊற்றுக்கண்ணைத் திறப்பதற்கு ஏற்ற ஒரு சூழ்நிலையை அமைத்துக்கொள்வதுதான் மிகவும் முக்கியமான விஷயம். எதுவுமே உங்களது உள்ளுணர்வின் உந்துதலுக்குத் தடையாக இருக்கக் கூடாது. உயிரோட்டமான உணர்வுகள் ஊற்றெடுப்

பதைத் தடுத்துவிடக் கூடாது. நாடக ஆசிரியரின் ஆக்கபூர்வமான உந்துதலின் அடிப்படையை ஒட்டியே நடிகர்களை வாசிப்பாளர் வழிநடத்த வேண்டும். ஒட்டுமொத்த நாடகத்தின், ஒவ்வொரு பாத்திரத்தின் ஜீவனையும் மனித வாழ்க்கையையும் வெளிப்படுத்தும், ஆசிரியரின் பிரதானக் கருத்திலிருந்து துளிகூட விலகாமல், வாசிப்பாளர் நடிகர்களை வழிநடத்த வேண்டும். ஒரு கதாபாத்திரத்தின் ஆன்மாவுக்குள் தன்னில் ஒரு சிறு பகுதியையும் தனது சொந்த ஆன்மாவின் ஒரு சிறு பகுதியையும் உடனடியாகக் கண்டுபிடிப்பதற்கு வாசிப்பாளர் நடிகருக்கு உதவ வேண்டும். இதைக் கற்றுக்கொள்வதற்கு, நடிகரின் கலையை உணர்ந்து கொள்ளவும் புரிந்துகொள்ளவும் நான் உங்களுக்குக் கற்றுக் கொடுக்க வேண்டும்.

நாடகத்துடன் அடையாளப்படுத்திக்கொள்வதில் முழுமையான வெற்றி கிடைக்காவிட்டாலோ அல்லது நடிகருக்கும் அவரது கதாபாத்திரத்திற்கும் இடையேயான உணர்ச்சிபூர்வமான, பொதுவான தொடர்பு அமையாவிட்டாலோ அந்த ஆர்வத்தை வரவழைத்துக்கொள்வதற்காகக் கடுமையான முயற்சியில் ஈடுபட வேண்டும்.

கலை சார்ந்த ஆர்வம்தான் ஆக்கத் திறனுக்கான ஓர் உந்து சக்தி. ஆர்வம் இரண்டறக் கலந்த பரவச உணர்வு என்பது நுட்பமான ஒரு விமர்சகர்; கூர்மையான கேள்விகளைத் தொடுக்கும் நிபுணர். அதுமட்டுமல்லாமல், நினைவு மனம் சார்ந்த அணுகுமுறையால், எட்டவே முடியாத உணர்வுகளின் ஆழங்களுக்குள் அழைத்துச் செல்லும் தலைசிறந்த வழிகாட்டி.

ஒரு நாடகத்துடன் முதல் அறிமுகம் ஏற்பட்ட பிறகு, தங்களது கலை சார்ந்த ஆர்வம் பெருக்கெடுக்க, நடிகர்கள் தடையின்றி இடம் அளிக்க வேண்டும். இந்த ஆர்வப் பெருக்கு, ஒருவரிடமிருந்து இன்னொருவருக்குப் பரவட்டும். நாடகத்தை முழுமையாகவோ அல்லது பகுதி பகுதியாகவோ வாசித்தும், திரும்பத் திரும்ப வாசித்தும் அதற்குள் நடிகர்கள் முற்றிலுமாக மூழ்கித் திளைக்கட்டும். அவர்களுக்கு விருப்பமான குறிப்பிட்ட

இடங்களில், நாடக வாசிப்பில் ஆழ்ந்து ஈடுபடட்டும். புதிது புதிதாகக் கண்டுபிடிக்கும் மகத்தான, அழகான விஷயங்களை ஒருவருக்கு ஒருவர் மகிழ்ச்சியுடன் பகிர்ந்துகொள்ளட்டும். விவாதங்கள் உரத்து ஒலிக்கட்டும். தங்களது கதாபாத்திரங்கள், மற்றவர்களின் கதாபாத்திரங்கள், ஒட்டுமொத்தத் தயாரிப்பு ஆகியவை குறித்தும் கனவு காணட்டும். நாடகம் மற்றும் ஒருவரின் கதாபாத்திரத்திற்குள் திளைக்க வைக்கும் ஆர்வம்தான், அந்தப் படைப்பு அல்லது கதாபாத்திரத்தோடு இரண்டறக் கலப்பதற்கும் முழுமையாகப் புரிந்துகொள்வதற்கும் அறிந்துகொள்வதற்குமான தலைசிறந்த வழி.

இந்த வகையில் வெளிப்பட்ட நடிகரின் ஆக்கத் திறன் உணர்வுகள், அவரை அறியாமல் ஒரு கதாபாத்திரத்தை அலசி ஆராய்ந்து, கண்களுக்குப் புலப்படாத, செவிகளால் கேட்க முடியாத, பகுத்தறிவுக்கு எட்டாத, உணர்வின் ஆழங்களுக்குள் ஊடுருவிச் செல்கின்றன. இந்த ஆக்கத் திறன் உணர்ச்சிகளை ஒரு நடிகர், தன்னை அறியாமலேயே தனது கலையம்சம் சார்ந்த உணர்ச்சிப் பெருக்கு மூலம் ஊகிக்க முடியும். தனது உணர்வுகளை, தனது மன உறுதியை, தனது மனதை எழுச்சி அடைய வைக்கும் நடிகரின் திறன் - அவரது திறமையில் இது ஒரு முக்கியமான அம்சம் – அவரது உள்ளார்ந்த வழிமுறையின் தலையாய ஒரு குறிக்கோளாகும்.''

தத்ஸோவ் இப்படி விளக்கமளித்த பிறகு ஒரு முக்கியமான கேள்வி எழுப்பப்பட்டது. ஒதெல்லோ நாடகத்தை அனைவருமே அறிந்துள்ளதால், முதல் அறிமுகத்திற்கான ஒரு செயல் விளக்கத்திற்கு இந்த நாடகம் பொருத்தமானதா? முதல் அறிமுகத்திற்கான படைப்பு என்றால் அது உலகம் முழுவதும் அனைவருக்கும் தெரிந்திருக்கக் கூடாது. க்ரிஷா தலைமையிலான மாணவர்களின் இந்த ஆட்சேபணைகளின் அடிப்படையில், ஒதெல்லோ சரியான தேர்வு அல்ல என எனக்கு ஏமாற்றம் அளிக்கும் வகையில் முடிவெடுக்கப்பட்டது.

ஆனால், தத்ஸோவ் மாறுபட்ட கருத்து கொண்டிருந்தார். மோசமானவையாக அமைந்தவிட்ட முதல் பதிவுகள் மிகவும்

சிக்கலாக இருக்கும் என்பதால், இந்த நாடகத்துக்குப் புதுப்பிக்கப் பட்ட ஓர் அறிமுகம் தேவை என அவர் கருதினார். அதே சமயத்தில், இந்தப் பிரச்சினைக்கான தீர்வு மிகவும் நுட்பமாக இருக்கும் என்றும் நினைத்தார். இதனால்தான், இப்படிப்பட்ட ஒரு சூழ்நிலையில், இந்த உத்தியை ஆய்வு செய்வது யதார்த்தமாகவும் தெளிவூட்டுவதாகவும் இருக்கும் என முத்தாய்ப் பாகக் கூறினார். அதாவது, அறிந்திராத புதிய நாடகத்தை விடுத்து, உலகளவில் புகழடைந்துள்ள ஒதெல்லோ நாடகம் இந்த ஆய்வுக்காக எடுத்துக்கொள்ளப்பட்டதை அவரது விளக்கம் உணர்த்தியது.

தத்ஸோவின் ஒதெல்லோ வாசிப்பை நான் என்னவென்று சொல்வது? எப்படி விளக்குவது? கலையம்சம் சார்ந்த எந்தக் குறிக்கோளையும் அவர் நிர்ணயித்துக்கொள்ளவில்லை. அதற்கு மாறாக, தனது தனிப்பட்ட விளக்கத்தை, தனது தனித்தன்மையை, வாசிப்பைக் கேட்பவர்கள் மீது திணிப்பதை அல்லது சாதகமாக அல்லது பாதகமாக எந்த முன் முடிவுகளுக்கும் வந்துவிடுவதைத் தவிர்ப்பதற்காக, அந்தக் குறிக்கோள்களை எல்லாம் வகுத்துக் கொள்ளவில்லை. அவரது வாசிப்பை 'அறிக்கை வாசிப்பு' என என்னால் கூற முடிவதில்லை. ஏனென்றால், பொதுவாக அறிக்கை பாணியில் வாசிப்போரின் வார்த்தைகளில் ஜீவன் இருக்காது. ஆனாலும், இந்த நாடகம் குறித்த ஒரு விளக்கத்தை எங்களுக்கு அளித்தார். ஆம், ஒட்டுமொத்தப் படைப்பிலும், தான் முக்கியத்துவம் வாய்ந்ததாக கருதும் இடங்கள் வரும்போது, தனது வாசிப்பை நிறுத்திவிட்டு, விளக்கமளித்தார்.

அவரால், முடிந்த அளவுக்கு மிகச் சிறப்பாக, இந்த நாடகத்தின் கட்டமைப்பையும் உட்கருத்தையும் தெளிவாக எடுத்துரைத்ததாக எனக்குத் தோன்றியது. இதற்கு முன்பு கவனத்தில் கொள்ளாமல் விடப்பட்ட பல காட்சிகளும் இடங்களும் இப்போது உயிர் பெற்று, அவற்றின் உண்மையான நிலையையும் முக்கியத்து வத்தையும் பெற்றுள்ளன. வாசிக்கும்போது அவர் நெகிழ்ச்சி அடையவில்லை. ஆனாலும், உணர்ச்சிபூர்வமாக அணுக வேண்டிய இடங்களை அவர் கோடிட்டுக் காட்டினார்.

நாடகக் கதையின் இலக்கிய அழகுகளை கவனமாகச் சுட்டிக் காட்டினார். வாசிக்கும்போது சில இடங்களில் நிறுத்திக்கொண்டு, பதங்களை அல்லது பாவங்களை, ஒப்பீடுகளை அல்லது தனித்தனி வார்த்தைகளைத் திரும்பச் சொன்னார். ஆனாலும், அவர் எதிர்பார்த்த அனைத்தும் பூர்த்தியடையவில்லை. உதாரணமாக, நாடக ஆசிரியர் இந்தப் படைப்பை உருவாக்கியதற்கான காரணத்தை வெளிப்படுத்துவதில் அவர் வெற்றி பெறவில்லை. ஒதெல்லோ நாடகத்தை உட்கார்ந்து எழுத ஷேக்ஸ்பியருக்கு உந்து சக்தியாக எது இருந்தது என்பதை நான் புரிந்துகொள்ளவில்லை. ஒதெல்லோ கதாபாத்திரத்துக்குள் என்னை நான் கண்டறிவதற்கு தத்ஸோவ் உதவவில்லை. ஆனாலும் ஒருவர் கவனிக்க வேண்டிய ஏதோ ஒன்றை நான் நழுவவிட்டதாக உணர்கிறேன்.

நாடகத்தின் முக்கியக் கட்டங்களை அவர் தெளிவாகச் சுட்டிக்காட்டினார். தொடக்கக் காட்சியின் முக்கியத்துவத்தை நான் இதற்கு முன்பு எப்போதுமே உணர்ந்ததில்லை. ஆனால், இப்போது அவரது வாசிப்பு மற்றும் அவர் அளித்த பல்வேறு விளக்கங்களின் உதவியால், ஆரம்பக் காட்சி எப்படிப்பட்ட திறமையுடன் கட்டமைக்கப்பட்டுள்ளது என்பதைப் புரிந்து கொண்டேன். பொதுவாக, திறமைக் குறைவான கதாசிரியர்கள், ஒரு சமையற்காரர் மற்றும் வேலைக்காரி இடம் பெறும் வகையிலோ அல்லது நாட்டுப்புற ஆசாமிகள் இரண்டு பேர் சந்தித்துக்கொள்வது போன்ற செயற்கையான நிகழ்வுகளையோ ஆரம்பக் காட்சியாக அமைப்பதுண்டு.

ஷேக்ஸ்பியர் அந்தக் காட்சி முழுவதையும் சுவாரஸ்யமான ஒரு நிகழ்வாக, அந்த நாடகத்தின் முக்கிய அம்சமாக படைத்துள்ளார். ஒரு கலகத்தைத் தூண்டிவிடுவதற்கு இயாகோ தயாராகிறான். ஆனால், ரோட்ரிகோ தயங்குகிறான். அவனை ஒப்புக்கொள்ள வைக்க வேண்டும், இதற்காகப் பயன்படுத்தப்பட்ட உள் நோக்கம், நாடகத்திற்குள் உங்களை ஈர்த்துவிடுகிறது. ஒரே கல்லில் இரண்டு மாங்காய்கள்! சலிப்புத் தட்டும் காட்சி தவிர்க்கப்பட்டது. திரை

உயர்ந்தவுடனேயே விறுவிறுப்பான காட்சிகள் தொடங்கி விட்டன.

கதை தொடரும்போது, செனட் சபையிலிருந்து வெளியேறுவது, அங்கு வருவது தொடர்பான காட்சிகள் கலை அழகுடன், கச்சிதமாக சித்தரிக்கப்பட்டன. அந்தக் காட்சி முடிவில், இயாகோ தீட்டிய பயங்கர சதித் திட்டம் எனக்கு இப்போதுதான் தெளிவாகப் புரிந்தது. மேலும், இது போன்ற ஒரு காட்சியை, சைப்ரசில் நடைபெற்ற விருந்து நிகழ்ச்சியில் இயாகோ, காஸியோ வுடன் பேசியபோது, இந்த சதித் திட்டம் வலுவடைந்த தொடர்ச்சியான காட்சியை நான் இப்போதுதான் கண்டறிந்தேன். கலகம் அதன் உச்சகட்டத்தில் நடத்தப்பட்டபோது, தோற்கடிக்கப் பட்ட மக்களின் கூக்குரல்கள் உரத்து ஒலித்த பயங்கரமான தருணத்தில், காஸியோவின் குற்ற உணர்வு தீவிரமாகிறது. தத்ஸோவ் இந்தக் காட்சியை வாசிக்கும்போது, குடி போதையில் இருந்த இரண்டு மனிதர்களுக்கு இடையே நடைபெறும் வெறும் ஒரு தகராறு என யாரும் உணரவில்லை. ஆனால், மிகப் பெரிய ஏதோ ஒன்றை தாங்கள் பொங்கி எழக்கூடிய கலகத்தின் அறிகுறியைத்தான் அந்த மக்கள் உணர்ந்தார்கள். இதற்கு முன்பு வரை என்னிடம் எந்தத் தாக்கத்தையும் ஏற்படுத்தாத இடங்களும் காட்சிகளும் இப்போது, மிகப் பெரிய பரிமாணத்தில் எனக்குள் ஆழமான தாக்கத்தை ஏற்படுத்தின.

இரு துருவங்களான, ஒதெல்லோ, இயாகோ ஆகிய இரண்டு முக்கிய கதாபாத்திரங்களை நான் தெளிவாக அறிந்துகொண்டதை, இந்த வாசிப்பில் எனக்குக் கிடைத்த மிக முக்கியமான பலன் என்று உணர்ந்தேன். இதற்கு முன்பு வரை காதல் மற்றும் பொறாமை என்ற ஒரே ஒரு 'தீம்' மட்டுமே எனக்குப் புரிந்திருந்தது. இயாகோவின் கதாபாத்திரத்தில் இப்போது விளக்கப்பட்ட தெளிவான எதிர் நடவடிக்கையை நான் புரிந்துகொள்ளாமல் இருந்திருந்தால், நாடகத்தில் எனது முந்தைய 'தீம்' இப்போது பெற்றுள்ள முக்கியத்துவத்தை அது இழந்திருக்கும். இந்த

துயரத்தின் முடிச்சு மிகவும் வலுவாக இறுக்கப்பட்டுள்ளதையும் நான் உணர்ந்தேன்.

இந்த வாசிப்பில் இன்னொரு முக்கியமான பலனும் கிடைத்தது. இந்த நாடகத்தில் சிறப்பாக நடிப்பதற்கான வாய்ப்புகள் நிறைய உள்ளதை இந்த வாசிப்பு எனக்கு உணர்த்தியது. இதுவரை நான் அதை உணர்ந்ததில்லை. நாடக ஆசிரியரின் வார்த்தைகளுக்குள் புதைந்துகிடக்கும் அவரது உள்ளார்ந்த, உச்சகட்ட இலக்கை நான் இதுவரை புரிந்துகொள்ளாமல் இருந்தது இதற்குக் காரணமாக இருக்கலாம்.

இந்த வாசிப்பு பலன் அளித்ததால், தத்ஸோவ் மகிழ்ச்சி அடைந்தார்.

''நான் வலியுறுத்தியுள்ள அனைத்தையுமே மேற்கொள்ள வேண்டும் என்ற அவசியம் இல்லை. ஆனாலும், உங்களுடைய முதல் வாசிப்பில் நீங்கள் தெரிந்துகொள்வதைவிட, கூடுதலான விஷயங்கள் இப்போது உங்களுக்குப் புரிந்துள்ளன. உங்களது பார்வை ஓரளவுக்கு விரிவடைந்துள்ளது.

இந்த வாசிப்பை அடுத்து, இப்போது உங்களிடம் சில விஷயங் களைக் கேட்கப் போகிறேன். இந்தத் துயரக் கதையின் அடுத்தடுத்த நிகழ்வுகளை முறையாக வரிசைப்படுத்தி சொல்லுங்கள்'' என்று சொன்ன தத்ஸோவ், என் பக்கம் திரும்பி ''எங்களது நிரந்தர சுருக்கெழுத்தாளரான நீங்கள் ஒவ்வொருவர் சொல்வதையும் குறிப்பெடுத்துக்கொள்ளுங்கள்'' என்றார்.

''முதலில் இந்த நாடகத்தை நீங்கள் முழுமையாகப் புரிந்துகொண்டால்தான் அதன் 'தீம்' உங்களுக்குப் பிடிபடும். இதுதான் எந்த ஒரு நாடகத்திற்கும் உயிர்நாடியாக உள்ளது. ஒவ்வொரு நாடகமும் அதற்கான கட்டமைப்பைக் கொண்டுள்ளது. மனித உடலில், சதைகளை எலும்புக்கூடு ஒன்றிணைத்துக் கொண்டுள்ளது போல இந்த கட்டமைப்புதான் நடிகர்களை நாடகத்துடன் ஒன்றிணைத்துக்கொள்கிறது. ஒரு நாடகத்தின் கட்டமைப்பை எப்படிக் கண்டுபிடிப்பது? நான் ஒரு வழிமுறையை

முன்வைக்கிறேன். எனது இந்தக் கேள்விக்கு பதில் சொல்லுங்கள். எந்த விஷயம், எந்த சூழ்நிலைகள், எந்த நிகழ்வுகள், எந்த அனுபவங்கள் இல்லாமல் போனால் இந்த நாடகம் உருவாக்கப் பட்டிருக்காது?''

''டெஸ்டெமோனாவை ஒதெல்லோ காதலிக்காமல் இருந்திருந்தால்...''

''வேறு என்ன....?''

''இரண்டு இனங்களுக்கு இடையே பிளவு ஏற்படாமல் இருந்திருந்தால்...''

''அது உண்மைதான், ஆனால் அது முக்கியமான விஷயம் அல்ல...''

''இயாகோவின் கபடமான சதித் திட்டம் இல்லாமல் இருந்திருந்தால்...''

''அப்புறம்....?''

''இயாகோவின் பயங்கரமான சூழ்ச்சி, வஞ்சம், பேராசை மற்றும் கோபக் கொந்தளிப்பு இல்லாமல் இருந்திருந்தால்...?

''அப்புறம்...?''

''அந்த காட்டுமிராண்டி கொண்டிருந்த நம்பிக்கை இல்லாமல் இருந்திருந்தால்...''

''இப்போது உங்களது பதில்களை தனித்தனியாக ஆராய்ந்து பார்ப்போம். எது இல்லாமல் போயிருந்தால், ஒதெல்லோவுக்கும் டெஸ்டெமோனாவுக்கும் இடையே காதல் ஏற்பட்டிருக்காது?''

என்னால் இதற்குப் பதில் சொல்லமுடியவில்லை.

தத்ஸோவ் எனக்காகப் பதிலளித்தார்: ''அழகான ஓர் இளம் பெண்ணுக்கு காதல் மோகம் ஏற்டாமல் இருந்திருந்தால்; போர்க்களங்களில் நிகழ்த்தப்பட்ட அசாத்திய சாதனைகள் குறித்த மூரின் வெற்றிக் கதைகள் சொல்லப்படாமல் இருந்திருந்தால்; சம

அந்தஸ்து இல்லாத இருவரிடையே நடைபெற்ற திருமணத்தில், புரட்சிகரமான எண்ணம் கொண்ட இளம் பெண்ணின் உணர்ச்சிகளை கிளறிவிட்ட எண்ணற்ற தடைகள் குறுக்கிடாமல் இருந்திருந்தால்; நாட்டைக் காப்பாற்றுவதற்காக, ஒரு மூருக்கும் பிரபு வம்சத்தைச் சேர்ந்த பெண்ணுக்கும் நடைபெற்ற திருமணத்திற்கு அங்கீகாரம் அளிக்க வேண்டிய கட்டாயத்தை ஏற்படுத்திய திடீர் யுத்தம் மூளாமல் இருந்திருந்தால்..."

"எது இல்லாமல் போயிருந்தால் இரண்டு இனங்களுக்கு இடையே பிளவு ஏற்பட்டிருக்காது?"

"வெனிஸ் வாசிகளின் மூர்க்கத்தனம் இல்லாமல் இருந்திருந்தால்... பிரபு வம்சத்தின் கௌரவம் இல்லாமல் இருந்திருந்தால்... தோற்கடிக்கப்பட்ட மக்களை (ஒதெல்லோவும் இதே இன மக்களைச் சேர்ந்தவன்) வெனிஸ்வாசிகள் சிறுமைப்படுத்தாமல் இருந்திருந்தால்... கருப்பு இனத்துடன் வெள்ளையர் ரத்தம் கலப்பது அவமானம் என்பதில் அசைக்க முடியாத நம்பிக்கை இல்லாமல் இருந்திருந்தால்..."

"எது இல்லாமல் போயிருந்தால், நாடகமோ அதன் கட்டமைப்போ உருவாகி இருக்காதோ அந்த உயிர்நாடியான விஷயம் அனைத்து கதாபாத்திரங்களுக்கும் இன்றியமையாதது என நீங்கள் நினைக்கிறீர்களா என்பதைச் சொல்லுங்கள்."

"அது இன்றியமையாததுதான் என்பதில் சந்தேகமே இல்லை" என ஒப்புக்கொள்வதைத் தவிர எங்களுக்கு வேறு வழியில்லை.

"அப்படியானால் நல்லது. உங்களுக்கு வழிகாட்டியாக அமைய வேண்டிய பல்வேறு வழிமுறைகள் இப்போது உங்கள் முன் வைக்கப்பட்டுள்ளன. நாடக ஆசிரியர் உத்தேசித்திருந்த அனைத்து சூழ்நிலைகளும், உங்கள் அனைவரிடமும் ஆரம்பத்திலிருந்து ஒரு தாக்கத்தை ஏற்படுத்தி, உங்கள் கதாபாத்திரத்தின் குணாம்சங்களில் ஆழமாகப் பதிய வேண்டும். எனவே, இவற்றை எல்லாம் உங்கள் மனதில் உறுதியாகப் பதிய வைத்துக் கொள்ளுங்கள்.

அத்தியாயம் 5

ஒரு கதாபாத்திரத்தின் நிஜ வாழ்க்கையை உருவாக்குதல்

"ஒரு நாடகம் மற்றும் ஒரு கதாபாத்திரத்தை முழுமையாகப் புரிந்துகொள்ளத் துணை நிற்கும் நேரடியான, இயல்பான ஓர் அக அணுகுமுறையைக் கண்டறியும் நமது தொடர் தேடலின் போது, ஒரு புதிய, எதிர்பாராத வழிமுறையை நாம் எதிர் கொள்கிறோம். இதில் நீங்கள் கவனம் செலுத்த வேண்டும். எனது வழிமுறை, அக மற்றும் புற குணாம்சங்களுக்கு இடையேயான நெருக்கமான உறவின் அடிப்படையில் அமைக்கப்பட்டுள்ளது. உங்களுடைய கதாபாத்திரத்துக்கு ஒரு நிஜ வாழ்க்கையை உருவாக்கிக் கொள்வதன் மூலம், நீங்கள் அதை உணர்வதற்கு உதவும் வகையில் இந்த வழிமுறையை வகுத்துள்ளேன். அடுத்தடுத்த பாடங்களில் நேரடி விளக்கமாக அமையவுள்ள நடைமுறை உதாரணம் மூலம் இதை உங்களுக்கு விளக்க உள்ளேன். இதன் ஆரம்ப கட்டமாக, இப்போது க்ரிஷாவும் வன்யாவும் மேடைக்குச் சென்று, ஒதெல்லோவின் முதல் காட்சியான ப்ரோபானிட்டோவின் மாளிகையின் முன்பு ரோட்ரிகோவும் இயாகாவும் சந்தித்துக் கொள்வதை நடித்துக் காட்டுங்கள்" என்று தத்ஸோவ் கூறினார்.

"ஸ்கிரிப்ட் அல்லது தயாரிப்பு இல்லாமல் அவர்களால் எப்படி நடிக்க முடியும்?" என்று அனைத்து மாணவர்களும் ஆச்சரியத்துடன் கேள்வி எழுப்பினார்கள்.

"அவர்களால் அந்தக் காட்சி முழுவதையும் நடித்துக் காட்ட முடியாது. ஆனால், ஓரளவுக்கு செய்ய முடியும். உதாரணமாக, ரோட்ரிகோவும் இயாகாவும் நுழைவதிலிருந்து அந்தக் காட்சி தொடங்குகிறது. இதைச் செய்ய வேண்டும். பின்னர் அந்த இரண்டு பேரும் எச்சரிக்கைக் குரல் எழுப்ப விரைந்து செல்கின்றனர். இதையும் நடித்துக் காட்ட வேண்டும்."

"ஆனால், இது நாடகத்தை நடித்துக் காட்டுவதாக ஆகாதே."

"நீங்கள் அப்படி நினைப்பது தவறு, நாடகத்தில் உள்ளபடிதான் அவர்கள் நடிக்கப் போகின்றனர். இதை மிகவும் மேலெழுந்த வாரியாகத்தான் செய்ய முடியும் என்பதில் சந்தேகம் இல்லை. ஆனாலும், இது சிரமமானது. சொல்லப்போனால், ஒரு நிஜ மனிதனைப் போன்று சாதாரண உடல் சார்ந்த குறிக்கோளை மேற்கொள்வது என்பது மிகவும் சிரமமாக இருக்கலாம்.

க்ரிஷாவும் வன்யாவும் சற்றுத் தடுமாற்றத்துடன் சென்று மேடையின் முன் பக்கத்தில் தோன்றினார்கள். விடுபடும் வசனங்களை நடிகர்களுக்கு நினைவூட்டும் நபரின் 'பூத்' அருகே தயக்கத்துடன் நின்றனர்.

"இதுதான் தெருவில் நடந்து செல்லும் முறையா?" என தத்ஸோவ் வினவினார். "நடிகர்கள் மேடையில் இப்படித்தான் தோன்ற வேண்டும். ஆனால், இயாகாவும் ரோட்ரிகோவும் நடிகர்கள் அல்லர். எதையாவது வெளிப்படுத்திக் காட்டுவதற்காக அல்லது ரசிகர்களை மகிழ்ச்சிப்படுத்துவதற்காக அவர்கள் வரவில்லை. எல்லோரும் தூங்கிக்கொண்டிருப்பதால் வீதியே வெறிச்சோடிக் கிடக்கிறது. அவர்கள் இரண்டு பேரையும் தவிர அந்த இடத்தில் யாருமே இல்லை."

க்ரிஷாவும் வன்யாவும் மீண்டும் நடந்துசென்று மேடையின் முன்புறம் தோன்றி அங்கேயே நின்றார்கள்.

"ஆரம்பத்திலிருந்து அனைத்தையும், எப்படி நடந்துசெல்வது, எப்படி நிற்பது எப்படி உட்கார்வது என்ற ஒவ்வொன்றையும் நீங்கள் கற்றுக்கொள்ள வேண்டியுள்ளது என நான் சொன்னது எவ்வளவு சரியானது? நீங்கள் இப்போது எங்கே இருக்கிறீர்கள் என்பது உங்களுக்குத் தெரிகிறதா" என தத்ஸோவ் கேட்டார். ப்ரோபானிட்டோவின் மாளிகை எங்கிருக்கிறது? ஏதாவது ஒரு திட்டத்தை, உங்களுக்கு என்ன தோன்றுகிறதோ அதைக் கற்பனை செய்யுங்கள்."

"அந்த மாளிகை.. இதோ இந்த இடத்தில்... அந்த இடத்தில்... தெருவில் உள்ளது" என கூறிய வன்யா, சில நாற்காலிகளை நகர்த்தி வைத்து, அந்த இடத்தில் அந்த மாளிகை அமைந்திருப்பது போன்று உணர்த்தினார்.

"இப்போது, மீண்டும் அந்த மாளிகைக்குச் செல்வதை நிகழ்த்திக் காட்டுங்கள்" என தத்ஸோவ் உத்தரவிட்டார். அவர் உத்தரவை நிறைவேற்றினார்கள். ஆனாலும், மிகுந்த முனைப்புடன் அதில் ஈடுபட்டபோது, அந்தக் காட்சி மிகவும் செயற்கையாகத் தோன்றியது.

"நீங்கள் ஏன் மறுபடியும் ஊர்வலம் போவது போல சென்று, மேடையின் முன் பக்கத்தில் எங்களைப் பார்த்தவாறும், மாளிகைக்கு உங்கள் பின்பக்கத்தைக் காட்டியவாறும் நிற்கிறீர்கள்? என எனக்குப் புரியவில்லை."

"நாங்கள் அப்படி நிற்காவிட்டால், எங்களின் பின்பக்கத்தை ரசிகர்களுக்கு காட்ட வேண்டியது வருமே?" என க்ரிஷா விளக்கமளித்தார்.

"அப்படியெல்லாம் செய்யக்கூடாதே?" வன்யாவும் இதை ஆமோதித்தார்.

"மேடையின் மேற்பகுதியில் மாளிகையை அமைத்துக் கொள்ளும்படி உங்களிடம் யார் சொன்னது?"

"வேறு எந்த இடத்தில்?"

"முடிந்தளவுக்கு மேடையில் முன் பகுதியில் வலது அல்லது இடது பக்கத்தில். மாளிகை கட்டடத்தை நீங்கள் பார்த்தவாறும் உங்களுடைய முகத்தைப் பக்கவாட்டில் திருப்பியவாறும், நீங்கள் காட்சியளிக்க வேண்டும். நீங்கள் மேடையின் மேற்பகுதியை நோக்கி கொஞ்சம் நகர்ந்தாலும் உங்களுடைய முக்கால்வாசி முகம் எங்களுக்குத் தெரிய வேண்டும்." என தத்ஸோவ் விளக்கினார்.

"மேடை விதிமுறைகளை எப்படிக் கையாள்வது? அதில் நிபுணராவது எப்படி என்பதை நீங்கள் தெரிந்துகொள்ள வேண்டும். தனது முகத்தை ரசிகர்கள் பார்க்கும்படியான இடத்தில்தான் ஒரு நடிகர் நிற்க வேண்டும். இதில் எந்த மாற்றமும் இல்லை. நடிகர் முடிந்தளவுக்கு ரசிகர்கள் பக்கம் திரும்ப வேண்டி இருந்தாலும், தனது 'பொசிஷனை' மாற்றிக்கொள்ளக் கூடாது. அந்தச் சம்பவத்திற்கு ஏற்ப, காட்சி அமைப்புக்கான பொருட்களை மாற்றி அமைத்துக்கொள்ள வேண்டும்."

இதை அடுத்து மேடையின் வலது பக்கத்துக்கு அந்த நாற்காலிகள் நகர்த்தப்பட்டதும், "இப்போது சரியாக உள்ளது" என தத்ஸோவ் ஏற்றுக்கொண்டார். "ஒவ்வொரு நடிகரும் அவருடைய சொந்த இயக்குனராக இருக்க வேண்டும் என நான் பல தடவை சொல்லியுள்ளதை நினைவில் கொள்ளுங்கள். இந்த சம்பவம், என் கூற்றை உறுதிபடுத்தியுள்ளது.

இப்போது, எதற்காக நின்றுகொண்டு நாற்காலிகளை உற்றுப் பார்த்துக்கொண்டிருக்கிறீர்கள்? அவை ப்ரோபானிட்டோவின் மாளிகையை அடையாளப்படுத்துகின்றன, அவ்வளவுதான். இந்த இடத்திற்கு நீங்கள் வருவதற்கான ஒரு குறிக்கோளாக இது அமைந்துள்ளது. நீங்கள் உற்றுப் பார்ப்பதற்காகத்தான் அவை உள்ளனவா? நீங்கள் கவனம் செலுத்த வேண்டிய விஷயத்தின் மீது எப்படி ஆர்வம் செலுத்த வேண்டும் என்பதைக் கற்றுக்கொள்ள வேண்டும். அதனோடு தொடர்புடைய ஒரு குறிக்கோளை எப்படி கண்டுபிடிப்பது என்பதையும் கற்றுக்கொள்ள வேண்டும். இந்தக் குறிக்கோள் ஏதாவது ஒரு விதத்தில் உங்களுடைய ஏதாவது செயலுக்கான உந்து சக்தியாக இருக்க வேண்டும். இதற்காக

உங்களை நீங்களே என்ன கேட்டுக்கொள்ள வேண்டும்? இந்த நாற்காலிகள் மாளிகையின் சுவர்களாக இருந்து, நான் எச்சரிக்கை செய்வதற்காக வந்திருக்கிறேன் என்றால் நான் என்ன செய்ய வேண்டும்?''

''அனைத்து ஜன்னல்களையும் பார்க்க வேண்டிய கடமை உள்ளது. எங்காவது, ஏதாவது வெளிச்சம் தெரிகிறதா என்று பார்க்க வேண்டும். யாராவது விழித்துக்கொண்டுள்ளார்களா எனப் பார்க்க வேண்டும். அதாவது, ஜன்னல் வழியாக சத்தம் போட வேண்டும்'' என வன்யா கூறினார்.

''இது அறிவுபூர்வமாக உள்ளது'' என வன்யாவை ஊக்கப்படுத்தி தத்ஸோவ், ''ஜன்னல் உள்ள இடம் இருட்டாக இருந்தால் என்ன செய்வீர்கள்?'' என்று கேட்டார்.

''வேறொரு ஜன்னல் இருக்கும் இடத்தைத் தேட வேண்டும். ஒரு கல்லை வீசி எறிந்து சத்தத்தை ஏற்படுத்தி மற்றவர்களை விழித்துக்கொள்ளச் செய்ய வேண்டும். இல்லை என்றால், கதவைப் பலமாகத் தட்டலாம்.''

''இப்போது எத்தனை நடவடிக்கைகளை அடுக்கடுக்காக சொல்லி இருக்கிறீர்கள்? உடல் சார்ந்த சாதாரண நடவடிக்கைகள் எத்தனை வந்துள்ளன? இந்த வகையில் உங்களுடைய கதாபாத்திரங்களின் எதிர்வினைக்கான அறிவுபூர்வமான தொடர் நிகழ்வுகள் உருவாகியுள்ளன'' என தத்ஸோவ் ஒப்புதலுடன் கூறினார்.

''ஒன்று: நீங்கள் அங்கு செல்கிறீர்கள். சுற்றும் முற்றும் பார்க்கிறீர்கள்; யாரும் உங்களைப் பார்க்கவில்லை; உங்களை கவனிக்கவில்லை என்பதை உறுதிப்படுத்திக்கொள்கிறீர்கள்.

இரண்டு: அந்த மாளிகையின் அனைத்து ஜன்னல்களையும் ஆராய்ந்து பார்க்கிறீர்கள். எந்த ஒரு ஜன்னல் வழியாகவும் வெளிச்சம் தெரியவில்லையா? அந்த மாளிகையில் யாராவது இருப்பதற்கான அறிகுறி ஏதும் தெரியவில்லையா? ஜன்னலுக்குப் பக்கத்தில் யாராவது ஒருவர் இருப்பதற்கான லேசான அறிகுறி

தெரிந்தாலும்கூட, அவர்கள் கவனத்தை உங்கள் பக்கம் திருப்ப முயற்சி செய்வீர்கள். இதற்காக நீங்கள் சத்தம் போட்டால் மட்டும் போதாது. கொஞ்சம் நகர்ந்து செல்ல வேண்டும். உங்கள் கைகளை ஆட்ட வேண்டும். வெவ்வேறு இடங்களில், வெவ்வேறு ஜன்னல்களுக்கு முன்னால் நின்று கொண்டு இதே போல செய்ய வேண்டும். நீங்கள் மேற்கொள்ளும் இந்த அனைத்து நடவடிக்கைகளும் உண்மையானவை என நீங்கள் நிஜமாக உணரும் அளவுக்கு எளிய முறையிலும் மிகவும் யதார்த்தமாகவும், இயல்பாகவும் நீங்கள் ஈடுபட வேண்டும். பல்வேறு முயற்சிகள் மேற்கொள்ளப்பட்ட பிறகும் யாருமே உங்கள் சத்தத்தை கேட்கவில்லை என்பதை நீங்கள் உறுதி செய்துகொண்டதும் இன்னும் வலுவான, உறுதியான பல நடவடிக்கைகளை மேற்கொள்ள வேண்டும்.

மூன்று: சிறிய கற்களை நிறைய எடுத்துக்கொண்டு ஜன்னலின் மீது வீசி எறியுங்கள். ஒரு சில கற்களைக் குறிபார்த்து எறிய வேண்டும். ஏதாவது ஒரு கல், ஜன்னலில் மோதியதும் யாராவது ஜன்னலை நோக்கி வருகிறார்களா என்பதை கவனமாகப் பாருங்கள். நீங்கள் செய்ய வேண்டியதெல்லாம், ஒரே ஒருவரை எழுப்ப வேண்டியது மட்டுமே. அந்த நபர், வீட்டில் உள்ள மற்றவர்களை எழுப்பிவிடுவார். இந்த முயற்சியில் உங்களுக்கு முதலில் வெற்றி கிடைக்காமல் போனால், மற்ற ஜன்னல்கள் மீது கற்களை வீசி எறிய முயற்சி செய்ய வேண்டும். இன்னமும்கூட உங்களது முயற்சிளுக்குப் பலன் கிடைக்காவிட்டால், மேலும் வலுவான வழிமுறைகளை நீங்கள் கண்டுபிடிக்க வேண்டும்.

நான்கு: உரத்த குரலில் சத்தம் போட்டு கதவைத் தட்ட முயற்சி செய்யுங்கள். கைகளை பலமாகத் தட்டி ஓசை எழுப்புங்கள். வாசற்படியில் உங்கள் பாதத்தை ஓங்கி மிதித்து, சத்தம் எழுப்புங்கள். அல்லது நவீன காலத்தின் அழைப்பு மணிக்கு பதிலாக, கதவருகே வைக்கப்பட்டிருக்கும் சிறிய சுத்தியலை எடுத்து, அந்த உலோகத் தட்டை பலமாக அடியுங்கள். அல்லது கதவின் கைப்பிடியைத் திருகியும் இழுத்தும் ஓசை எழுப்புங்கள்.

அல்லது கையில் கிடைக்கும் குச்சியை எடுத்து, உங்கள் கண்களில் படும் ஏதாவது இடத்தில் அடியுங்கள். இந்தச் செயலும்கூட உங்களின் இந்த நடவடிக்கைகளை வலுப்படுத்தும்.

ஐந்து: உங்கள் கண்களைப் பயன்படுத்துங்கள். ஜன்னல்கள் வழியாகவோ அல்லது கதவின் சாவித் துவாரம் வழியாகவோ உற்றுப் பாருங்கள். உங்கள் காதுகளைப் பயன்படுத்துங்கள். கதவிலோ அல்லது ஜன்னல் விரிசலிலோ உங்கள் காதை வைத்து கவனமாகக் கேளுங்கள்.

ஆறு: மேலும் பல நடவடிக்கைகளைத் தூண்டிவிடக்கூடிய ஒரு முக்கியமான அம்சத்தை மறந்துவிடாதீர்கள். இந்த இரவு நேர எச்சரிக்கையைக் கேட்க வேண்டிய முக்கிய நபர், ரோட்ரிக்கோ என்பதுதான் முக்கியமான விஷயம். ஆனால், அவன் இயாகோ மீது கோபம் கொண்டுள்ளான். இயாகோ பேச்சைக் கேட்க அவன் தயாராக இல்லை. எனவே, மிகக் கடுமையாகக் கோபம் கொள்ளும் அளவுக்கு ரோட்ரிகோவை தூண்டிவிடும் வேலையை, க்ரிஷா செய்ய வேண்டியுள்ளது. இப்போது இது, உடல் சார்ந்த குறிக் கோள் அல்ல. உள்ளம் சார்ந்த சாதாரண குறிக்கோளாக அமைந்துவிடுகிறது.

இந்த செயல்களில், சிறிய மற்றும் பெரிய குறிக்கோள் நடவடிக்கைகளிலிருந்து, உடல் சார்ந்த சிறிய மற்றும் பெரிய உண்மைகளைத் தேடவேண்டும். நீங்கள் இவற்றை உணர்ந்திருக்கும்போது மட்டுமே, உங்களுடைய உடல் சார்ந்த செயல்களின் நிஜத்தன்மை மீதான, உங்களுடைய சிறிய, பெரிய நம்பிக்கை தானாகவே பிறக்கும். நமது பணியில் நம்பிக்கை என்பது உணர்வுகளை கவர்ந்திழுக்கும் மிகவும் சக்தி வாய்ந்த காந்தங்களாக செயல்படுகின்றன. இந்த உணர்வுகளை நாம் உள்முகமாக அனுபவித்து அறிவதற்கும் நம்பிக்கை உதவி செய்கிறது. உங்களுக்கு நம்பிக்கை பிறக்கும்போது, உங்களுடைய குறிக்கோள்களும் செயல்களும், நிஜமானவையாகவும் ஜீவனுள்ளவையாகவும் அர்த்தமுள்ளவையாகவும் மாறுவதை நீங்கள் உணர்வீர்கள். இப்படிப்பட்ட குறிக்கோள்கள் மற்றும்

செயல்களிலிருந்து துண்டிக்கப்பட முடியாத ஒரு பிணைப்பு உருவாக்கப்படுகிறது. எவ்வளவு சிறியவையாக இருந்தாலும், ஒரு சில குறிக்கோள்கள் மற்றும் செயல்களை இறுதிவரை நம்ப வேண்டும் என்பதுதான் முக்கியமான விஷயம்.

நீங்கள் மேடைக்குப் போய், அந்த நாற்காலிகளை உற்றுப் பார்த்தவாறு அவற்றின் பின்பக்கம் நின்று கொண்டு மட்டுமே இருந்தீர்கள் என்றால், மிக மோசமான செயற்கைத் தனத்தில் சிக்கிக் கொண்டு விடுவீர்கள்.

மறுபடியும் மேடைக்குச் செல்லுங்கள். உங்களால் முடிந்தளவுக்கு வெகு சிறப்பாக, நாம் இப்போது முடிவு செய்துள்ளபடி அடுத்தடுத்த குறிக்கோள்களையும் செயல்களையும் நிறைவேற்றுங்கள்.''

ஒரு நிமிடம் கழித்து க்ரிஷாவும் வன்யாவும் மேடைக்குச் சென்றார்கள். அந்த நாற்காலிகளின் முன்னால் மேலும் கீழுமாக சென்று, ஒரேயடியாக அமர்க்களம் செய்தனர். மேல்தளத்தைப் அண்ணாந்து பார்ப்பதுபோல கைகளை கண்களுக்கு மேலே உயர்த்தியவாறு, நுனிக் காலில் நடந்துசென்றனர். இந்த செயல்கள் அதீதமான பரபரப்புடனும் நாடக பாணியிலும் இருந்ததால், தத்ஸோவ் அவர்கள் இருவரையும் நடிப்பதை நிறுத்தச் சொன்னார்.

''உங்களது அனைத்து அசைவுகளிலும் செயல்களிலும், உண்மை என்பது துளிகூட இல்லை. எல்லாமே போலியாக இருந்தன. வழக்கமான மேடை சம்பிரதாயங்கள், சலிப்பூட்டும் விஷயங்கள், அறிவுபூர்வமற்ற மற்றும் தொடர்பற்ற நடவடிக்கைகள்தான் இடம் பெற்றிருந்தன.''

''முதல் தவறு, அதீதமான பரபரப்பும் ஆரவாரமும்தான். ஒரு குறிப்பிட்ட குறிக்கோளை நிறைவேற்றும் நோக்கம் எதுவும் இல்லாமல் எங்களை மகிழ்விக்க வேண்டுமே என்ற பெரிய கவலை காரணமாகத்தான் இப்படி நடந்துகொண்டீர்கள். நிஜ வாழ்க்கையில், வேகமான, பதற்றமான செயல் என்பது, மேடையில் நடிகர்கள் சித்தரிக்கும் பாணியில் இருந்து முற்றிலுமாக வேறுபட்டதாக

இருக்கும். அந்த செயல், அவசர கதியில் நிகழாது. ஒவ்வொரு செயலுக்கும் எவ்வளவு நேரம் தேவைப்படுமோ துல்லியமாக அந்த வரையறைக்குள்தான் அது நிகழும். ஒவ்வொரு சிறிய குறிக்கோளையும் நிறைவேற்றி, அடுத்த குறிக்கோளை எட்டும் நேரத்தில் ஒரு நொடிகூட விரயமாகாது. நீங்கள் மேற்கொண்ட ஒவ்வொரு செயலுக்கு முன்னரும் பின்னரும் நீங்கள் ஒரேயடியாக பரபரப்பாகக் காணப்பட்டீர்கள். இதனால், நாடக பாணியிலான செயலைத்தான் பார்க்க முடிந்தது. உயிரோட்டமான நடிப்பைக் காண முடியவில்லை."

"நிஜ வாழ்க்கையில் ஆற்றல் நம்மைத் துல்லியமாக செயல்பட வைக்கும்போது, மேடையில் ஏன் ஒரு நடிகர், நாடக பாணியை விட்டு விலகாமல், தனது குறிக்கோளில் தெளிவில்லாமலும் தன்னைக் குழப்பிக்கொண்டும் நடிக்கிறார்? ஏனென்றால், வெறும் நடிப்பை மட்டுமே பிரதிபலிக்கும் ரகத்தைச் சேர்ந்த நடிகர், எந்த ஒரு குறிக்கோளின் அவசியத்தையும் உணர்வதில்லை. நாடக ஆசிரியரும் இயக்குனரும் குறிப்பிட்ட செயல்களை நடிப்பில் வெளிப்படுத்த வேண்டும் என்று எதிர்பார்ப்பதால், நடிகரின் ஆர்வம் எல்லாம் ரசிகர்களை மகிழ்விப்பதில் மட்டுமே உள்ளது. விளைவுகளைப் பற்றி அவர் சிறிதும் பொருட்படுத்தாமல் நடிக்க வேண்டுமே என்பதற்காக மட்டுமே செயல்படுகிறார்.

இயாகோவுக்கும் ரோட்ரிகோவுக்கும் தங்கள் வெற்றி என்பது ஒரு சாதாரண நோக்கத்தை அடிப்படையாகக் கொண்டதல்ல. மாறாக அது வாழ்வா சாவா என்ற பிரச்சினை. எனவே, ஜன்னல்கள் வழியாக வெளிச்சம் தெரிகிறதா என்று பாருங்கள். நாற்காலிகளைத் தேவையில்லாமல் சுற்றி வருவதற்கு மட்டுமே முக்கியத்துவம் கொடுக்காமல், உள்ளே இருக்கும் மக்களுடன் நெருக்கமான தொடர்பை ஏற்படுத்திக் கொள்ள வேண்டும் என்ற அசலான குறிக்கோளை நிறைவேற்ற வேண்டும் என்பதற்காக, சத்தம் போட்டுக் கூப்பிடுங்கள். கதவைத் தட்டிக் கூக்குரலிடுவது எங்களையோ பார்வையாளர்களையோ அல்லது உங்களையோ கூட எழுப்பிவிடுவதற்காக அல்ல. ப்ரோபானிட்டோவை –

லியோவைத்தான் நீங்கள் விழித்தெழச் செய்ய வேண்டும். அந்த மாளிகையின் உறுதியான சுவர்களுக்குப் பின்னே உறங்கிக் கொண்டிருப்பவர்களை உங்கள் இலக்காக வைத்துக் கொள்ளுங்கள். உங்களது மன உறுதி, அந்த வலுவான சுவர்களைத் துளைத்துக் கொண்டு செல்ல வேண்டும்.''

தத்ஸோவ் அறிவுரைப்படி அவர்கள் நடிக்கும்போது, பார்வையாளர்களான எங்களுக்கு அவர்கள் நடிப்பில் உண்மையிலேயே நம்பிக்கை பிறந்தது. ஆனால், நீண்ட நேரம் அது நீடிக்கவில்லை. ஏனென்றால் பார்வையாளர்களின் ஈர்ப்பு சக்தி, க்ரிஷா மற்றும் வன்யாவின் கவனத்தை மீண்டும் திசைதிருப்பிவிட்டது. அவர்களது கவனத்தை மேடையில் நிலைத்திருக்கச் செய்ய, அனைத்து வழிமுறைகள் மூலமும் தத்ஸோவ் முயற்சி செய்தார்.

"உங்களது இரண்டாவது தவறு, உங்களை நீங்களே அதீதமாக வெளிப்படுத்துகிறீர்கள். மேடையில் ஒரு நடிகர் தனக்கான வரையறை உணர்வை சுலபமாக இழந்துவிடுகிறார் என்பதைப் பல தடவை உங்களுக்கு நான் சொல்லியிருக்கிறேன். அதிக எண்ணிக்கையில் ரசிகர்கள் திரண்டிருக்கும் நிலையில், தான் நடிப்பது மிகவும் குறைவாகத் தோன்றுவதால், மிக அதிகளவில் நடிப்பை வெளிப்படுத்த வேண்டும் என ஒரு நடிகர் நினைத்துக் கொள்கிறார்.

உண்மையில், இதற்கு நேர் மாறாக அவர் செயல்பட வேண்டும். மேடையின் தனித்தன்மையை தெரிந்துகொண்டுள்ள ஒரு நடிகர், எப்போதுமே தனது செயல்பாட்டை அதிகப்படுத்தக் கூடாது என்பதை நினைவில் கொள்ள வேண்டும். அந்த செயல்பாட்டில் முக்காவாசியைக் குறைத்துக்கொள்ள வேண்டும். ஒரு செயலை வெளிப்படுத்துவதற்காக, நீங்கள் உடலை அசைக்கிறீர்கள். அடுத்த முறை இந்த உடலசைவில் எழுபத்தைந்து சதவிகிதத்திலிருந்து தொண்ணூறு சதவிகிதம் வரை குறைக்க வேண்டும். முந்தைய வகுப்புகளில் உங்களது தசைகளை தளர்த்திக் கொள்ளும் நடைமுறைகளை கற்றுக்கொண்டீர்கள். எவ்வளவு

அதிக இறுக்கத்தோடு இருந்தீர்கள் என்பதை அறிந்து, வியப்பில் மூழ்கினீர்கள்.

நீங்கள் இழைத்த மூன்றாவது தவறு, உங்களது செயல்கள் அறிவுபூர்வமாகவோ அல்லது தொடர்ச்சியாகவோ அமைய வில்லை. இதனால், முழுமை இல்லாமலும் கட்டுப்பாடற்ற வகையிலும் அவை இருந்தன.''

க்ரிஷாவும் வன்யாவும் மீண்டும் அந்தக் காட்சியை ஆரம்பத்திலிருந்து நடத்துக் காட்டினார்கள். தத்ஸோவ் கவனமாக அவர்களைக் கண்காணித்தார். தங்கள் மீது அவர்களுக்கு நம்பிக்கை உள்ள அளவுக்கு, அவர்களது உடல் சார்ந்த செயல்கள் அமைந்திருந்தனவா என்பதை நுணுக்கமாக கவனித்துப் பார்த்தார். தவறான திசைகளில் அவர்களின் நடிப்பு திரும்பும்போதெல்லாம், அவர்களை தடுத்து நிறுத்தி, அந்தத் தவறுகளை சரிசெய்தார்.

''வன்யா... உங்கள் கவனம் மேடையில் இல்லாமல், நாடக அரங்கில் மையம் கொண்டுள்ளது'' என அவர் எச்சரித்தார். ''க்ரிஷா... உங்களைப் பற்றியே நீங்கள் நினைத்துக் கொண்டிருக் கிறீர்கள்; அதைக் கைவிட வேண்டும்; உங்களை நீங்களே போற்றிப் புகழ்ந்துகொள்ள வேண்டாம். இவ்வளவு அவசரம் தேவையில்லை; அது தவறானது. மாளிகைக்குள் என்ன நடை பெறுகிறது என்பதை இந்தளவுக்கு சீக்கிரமாக உங்களால் பார்க்கவோ அல்லது கேட்கவோ முடியாது. அதிக நேரமும் அதிக கவனமும் உங்களுக்குத் தேவைப்படும்.

நீங்கள் நடந்துசெல்லும் முறை, இயற்கையாக இல்லை. அதீத நடிப்பாகத்தான் உள்ளது. அதை வெகு சாதாரணமாக, இயல்பாக வைத்துக்கொள்ளுங்கள். ஒரு குறிக்கோளுடன் நடந்து செல்லுங்கள். உங்களுக்காகவோ, எனக்காகவோ அல்லாமல் லியோவுக்காக, ப்ரோபனிட்டோவுக்காக அதில் ஈடுபடுங்கள். உங்கள் தசைகளைத் தளர்த்திக்கொள்ளுங்கள். இந்தளவுக்கு சிரமப்பட வேண்டாம். கனிவு வேண்டாம், 'போஸ்' கொடுக்கத் தேவையில்லை, நிஜமான செயல்களுடன் 'ரப்பர் ஸ்டாம்ப்'

அசைவுகளைக் கலக்க வேண்டாம். உங்கள் குறிக்கோளுக்கு முற்றிலும் பொருத்தமான விதத்தில் ஒவ்வொரு செயலையும் மேற்கொள்ளுங்கள்.''

பழக்கங்கள் மூலம் தேவையான நுணுக்கங்களை மனதில் ஆழமாகப் பதிய வைப்பதுதான் தத்ஸோவின் நோக்கமாக இருந்தது. பயிற்சி அளிப்பதன் மூலம் எங்களது கதாபாத்திரத்தின் குணாம்சங்களுக்கான சரியான நகல்களை உருவாகிக் கொண்டிருப்பதாக அவர் சொன்னார். நகல்கள் என்ற வார்த்தையை அவர் பயன்படுத்தியதைக் கேட்டு நாங்கள் வியப்பை வெளியிட்டதும், நகல்களாக இருக்கும் தன்மையை நாங்கள் வசப்படுத்திக் கொள்ள வேண்டும் என்று பின்வருமாறு வலியுறுத்தினார்.

''நகல்கள் அல்லது திரும்பத் திரும்ப வெளிப்படும் செயல்களில் நல்லனவையும் உள்ளன; மோசமானவையும் உள்ளன. ஆழமாக வேரோடியுள்ள, அருமையான ஒரு பழக்கம், ஒரு கதாபாத்திரம் அதற்கான திசையிலிருந்து பிறழாமல் இருப்பதற்கு உதவுகிறது. நடிப்பதற்காக நீங்கள் நாடக அரங்கிற்கு வந்தவுடன், மேற்கொள்ள வேண்டிய அனைத்து விஷயங்களையும் மாறாத பழக்கமாக நீங்கள் அமைத்துக்கொள்ள வேண்டும். உங்களுடைய கதாபாத்திரத்தின் குணாம்சம் முழுவதிலும் இடம்பெற்றுள்ள உங்களுடைய குறிக்கோள்கள், மிக உயர்ந்த இலக்கு, அவற்றுக்கான அடுத்தடுத்த வழிமுறைகள் ஆகியவற்றை புதுப்பித்துக்கொள் வதற்கான பயிற்சிகளை நீங்கள் திரும்பத் திரும்ப மேற்கொள்ள வேண்டும்.

இதில் எந்தத் தவறும் இல்லை. உங்களுடைய கதாபாத்திரங் களின் குணாம்சத்தை வெகு துல்லியமாக, அச்சு அசல் போன்ற நகல் வடிவத்தில் வெளிபடுத்த, உங்களை நீங்கள் தயார்படுத்திக் கொண்டிருந்தால், அதை நான் மறுக்க மாட்டேன். ஒரு கதாபாத்திரத்தின் நிஜமான, உண்மையான உணர்வை வெளிப் படுத்தும் ஒரு நகலுக்கு நான் எதிரானவன் இல்லை.

நீண்ட நேரம் பெரும் பாடுபட்டு எச்சரித்து, கூக்குரல் எழுப்பும் அந்தக் காட்சி கடைசியில் ஒருவழியாக சரிவர அமைந்தது என்று எங்களுக்குத் தோன்றியது. ஆனால், தத்ஸோவ் திருப்தி அடைய வில்லை. ஒவ்வொரு செயலிலும் அசைவிலும், மேலும் அதிக உண்மைத் தன்மையையும் இயற்கையான எளிமையையும் கொண்டு வர அவர் முயன்றார். முட்டாள்தனமாகவும் போலியாகவும் அமைந்திருந்த க்ரிஷா நடந்துசெல்லும் பாணியை சரிசெய்வதுதான், எல்லாவற்றையும்விட அவருக்குப் பெரும் போராட்டமாக இருந்தது.

"மேடையில் நடந்துசெல்வது, குறிப்பாக மேடையில் பிரவேசிப்பது, கஷ்டமான காரியம்தான். அதற்காக நாடக பாணியில் வழக்கமான சம்பிரதாய முறையில் நடிப்பதை நியாயப்படுத்த முடியாது. அந்தப் போலித்தனம் உங்களைவிட்டு நீங்காத வரையில் உங்களுடைய சொந்த செயல்களில் எந்த நம்பிக்கையையும் உங்களால் ஏற்படுத்திக்கொள்ள முடியாது. லேசாகக்கூட, திணிக்கப்படும் எதையும் நமது உடல் இயல்பு ஏற்றுக்கொள்ளாது. தசைகள் கட்டளைகளுக்குக் கீழ்ப்படியும். ஆனால், தேவைப்படும் ஆக்கத் திறன் சார்ந்த நிலைக்கு அவை உத்தவாதம் அளிக்காது. உண்மைக்கு மாறான ஒரு சிறிய விஷயம் எஞ்சிய அனைத்தையும் அடியோடு சீரழித்துவிடும். அனைத்து செயல்களும் அசலாக இருந்து, ஒரே ஒரு போலித்தனமான விஷயத்திற்கு நம்மை அறியாமல் இடம் அளித்துவிட்டால், பேரழிவு ஏற்பட்டுவிடும். நடிப்பின் ஒட்டுமொத்த நோக்கமும் நாடக பாணியிலான போலித்தனமாக தடம் புரண்டுவிடும்."

கலையில் என் வாழ்க்கை நூலில் பின்வரும் உதாரணம் இடம் பெற்றுள்ளது. ஒரு ரசாயனக் குடுவையில், இயற்கையான திரவ வடிவ மூலக்கூறு ஏதாவதை சிறிதளவு எடுத்துக் கொள்ளுங்கள். பிறகு, வேறு ஏதாவது இயற்கையான மூலப்பொருள் திரவத்தை ஊற்றுங்கள். இரண்டும் ஒன்றோடு ஒன்றாகக் கலந்துவிடும். ஆனால், ஒரே ஒரு துளி செயற்கையான ரசாயன மூலப் பொருளைத் தெளித்தால், அந்தக் கலவை முற்றிலுமாக இறுகிக்

கெட்டியாகி, பின்னர் படிமமாகப் படர்ந்து அதை அடுத்து மெல்லிய துண்டுகளாக மாறி, தனித்தனியாக சிதைந்துபோகும் அறிகுறிகள் தோன்றும். செயற்கையான ஒரு பாணியோ அல்லது உடல் அசைவோ, செயற்கையான ஒரு துளி ரசாயனப் பொருளைப் போன்றது. அது நடிகரின் அனைத்து செயல்களையும் சிதைத்து, சின்னாபின்னமாக்கிவிடும். இதனால் அவர், தான் மேற்கொண்டுள்ள செயல்களின் உண்மைத் தன்மையில் நம்பிக்கை இழந்துவிடுவார். ஆக்கத் திறன் வாய்ந்த அவரின் அக நிலைக்கு ஊறு விளைவிக்கும் பல்வேறு கேடுகள் இந்த அவநம்பிக்கை காரணமாக மண்டிவிடுகின்றன. வழக்கமான, ‘ரப்பர் ஸ்டாம்ப்’ நடிப்புக்கான மனநிலைக்கு அந்த நடிகரை உட்படுத்தி விடுகின்றன.

கால்களை விறைப்பாக வைத்துக் கொண்டு, இழுத்து இழுத்து நடக்கும் க்ரிஷாவை அதிலிருந்து தத்ஸோவால் மீட்க முடிய வில்லை. உடல் ரீதியான இந்தக் குறைபாடு, வேறு பல போலித் தனமான நாடக பாணி பழக்கங்களுக்குக் காரணமாக இருந்தன. இதனால், க்ரிஷாவால் நம்பிக்கையுடன் தனது செயல்களில் ஈடுபட முடியவில்லை.

‘‘நீங்கள் இப்படி நடப்பதை அடியோடு நிறுத்துவதைத் தவிர எனக்கு வேறு எந்த வழியுமே தெரியவில்லை’’ என்று தத்ஸோவ் ஒரு முடிவுக்கு வந்தார்.

‘‘நீங்கள் என்ன சொல்கிறீர்கள்? தயவு செய்து மன்னிக்க வேண்டும். என்னால் ஓரிடத்தில் சும்மா நிற்க முடியாது. ஒரு கற்சிலைபோல் என்னால் நிற்க முடியாது’’ என க்ரிஷா எதிர்ப்பு தெரிவித்தார்.

‘‘வெனிஸ் மக்கள் அனைவரும் கற்களில் செதுக்கப்பட்ட சிலைகள் என நீங்கள் சொல்ல வருகிறீர்களா? ஆனாலும் அவர்களில் பெரும்பாலோர் குறிப்பாக, ரோட்ரிகோ போன்ற பணக்கார இளைஞர்கள், நடப்பதை விடுத்து, படகுகளில் அல்லவா பயணம் செய்கின்றனர்? எனவே நீங்கள் இப்போது

பெருமிதத்தில் திளைத்தவாறு மேடையைச் சுற்றிலும் நடந்து வருவதற்கு பதிலாக, கால்வாயில் படகில் செல்லுங்கள். அப்போது கற்சிலையாக நிற்பதற்கு உங்களுக்கு நேரம் இருக்காது.''

"இந்த யோசனையை வன்யா ஆர்வத்துடன் ஏற்றுக் கொண்டார்.

"இனி காலால் ஒரு அடி கூட எடுத்துவைக்கப் போவதில்லை,'' என்று தெரிவித்த அவர், குழந்தைகள் விளையாடுவதைப் போல சில நாற்காலிகளை எடுத்துப் போட்டு, ஒரு படகு போல அமைத்துக்கொண்டார்.

ஒரு சிறிய வட்டத்துக்குள் அடங்கிவிட்டது போன்று இருந்ததால், அந்தப் படகுக்குள் அந்த இரண்டு நடிகர்களும் மிகவும் இயல்பாக உணர்ந்தார்கள். அது மட்டுமல்லாமல், அவர்கள் செய்ய வேண்டிய ஏராளமான விஷயங்களைக் கண்டு பிடித்தனர். உடல் ரீதியான, பல சிறிய குறிக்கோள்கள் அவர்களது கவனத்தை அரங்கிலிருந்து திசைதிருப்பி மேடை மீது நிலைகொள்ள வைத்தன. க்ரிஷா, படகோட்டி ஸ்தானத்தை ஏற்றுக்கொண்டார். ஒரு சிறிய மரத் துண்டு துடுப்பாகப் பயன் படுத்தப்பட்டது. சுக்கான் உள்ள இடத்தில் வன்யா உட்கார்ந்து கொண்டார். அவர்கள் படகில் சென்றனர். படகை நிறுத்தி கரையோரம் கொண்டு வந்து, கட்டி வைத்தனர். பிறகு மீண்டும் கயிற்றை அவிழ்த்துவிட்டனர். இந்தச் செயல்களில் அவர்கள் இரண்டு பேரும் உணர்ச்சிபூர்வமாக ஈடுபட்டிருந்ததால், முதலில் நடிப்பு என்ற அளவிலேயே இவற்றில் ஈடுபட்டனர். ஆனால், தத்ஸோவ் உதவியுடன் பின்னர் தங்களை மாற்றிக்கொண்டனர்.

படகில் தாங்கள் மேற்கொண்ட அந்த நடவடிக்கைகள் இரவு நேரத்தில் எச்சரித்து, உஷார்ப் படுத்த வேண்டும் என்ற கதையின் ஒரு முக்கியமான கட்டத்துடன் மிக நெருங்கிய தொடர்பு கொண்டவை என்பதை உணர்ந்துகொண்டதால், இந்த மாற்றம் அவர்களுக்குள் ஏற்பட்டது. உடல் சார்ந்த அந்தச் செயல்களை திரும்பத் திரும்ப தத்ஸோவ் அவர்களை மேற்கொள்ள வைத்து,

அவர்களுக்குள் அந்தப் பாணியை ஆழமாகப் பதிய வைத்தார். அதையடுத்து, அந்தக் காட்சியின் அடுத்தடுத்த நடவடிக்கைளை விரிவுபடுத்தத் தொடங்கினார். ஆனால், கற்பனையில் உருவாக்கப் பட்டிருந்து அந்த ஜன்னலில், லியோ தோன்றிய தருணத்தில், க்ரிஷாவும் வன்யாவும் அடுத்து என்ன செய்வது என்று தெரியாமல் மௌனத்தில் உறைந்துவிட்டனர்.

''என்ன ஆயிற்று உங்களுக்கு?'' தத்ஸோவ் கேட்டார்.

''நாங்கள் என்ன சொல்வது? எங்களிடம் எந்த வசனமும் கொடுக்கப்படவில்லையே!'' க்ரிஷா விளக்கமளித்தார்.

''ஆனால், உங்களுடைய சொந்த வார்த்தைகளோடு இரண்டறக் கலக்க வேண்டிய சிந்தனைகளும் உணர்வுகளும் உங்களிடம் உள்ளதே? வார்த்தைகள் என்பது முக்கியமல்ல. வசனங்களின் அடிநாதமான அந்த மறை பொருளிலிருந்துதான் கதாபாத்திரத்தின் அடுத்தடுத்த செயல்கள் தொடர வேண்டும். கதை- வசனத்தி லிருந்து அல்ல. ஆனால், அந்த மறை பொருளை நடிகர்கள் தோண்டி எடுக்க முனையாமல், சோம்பேறித்தனமாக இருந்து விடுகின்றனர். நுனிப்புல் மேய்வதில்தான் நாட்டம் கொண்டுள்ளனர். வார்த்தைகளுக்குள் பொதிந்துள்ள அவற்றின் உட்கருத்தைத் தேடிக் கண்டுபிடிப்பது குறித்து, துளியும் அலட்டிக்கொள்ளாமல் வெறும் வார்த்தைகளை இயந்திர கதியில் உச்சரிப்பதைத்தான் தங்கள் வேலையாக கொண்டுள்ளனர்.''

''தயவு செய்து என்னை மன்னிக்க வேண்டும், எனக்குப் பரிச்சயம் இல்லாத ஒரு கதாபாத்திரத்தில், எந்த வரிசையில் எனது சிந்தனைகளை வெளிப்படுத்துவது என்பதை என்னால், நினைவுக்கு கொண்டு வர முடியவில்லை.''

''நினைவுக்கு வரவில்லை என்றால் என்ன அர்த்தம்? இப்போதுதான் ஒட்டுமொத்த நாடகத்தையும் நான் வாசித்துக் காட்டினேன். அதற்குள் உங்களுக்கு மறந்துபோய்விட்டதா?''

''பொதுவான 'அவுட்லைன்' மட்டும் நினைவில் உள்ளது. டெஸ்டமோனாவைக் கடத்திச் சென்றதை அறிவித்த இயாகோ,

தப்பிச் சென்ற அவர்களைப் பிடிப்பதற்கான நடவடிக்கைகளை மேற்கொள்ள, தான் தயாராக இருப்பதாகவும் கூறியது என் நினைவுக்கு வருகிறது" என் க்ரிஷா விளக்கமளித்தார்.

"அப்புறம் என்ன? அது போலவே அறிவிப்பை வெளியிட வேண்டியதுதானே? வேறு எதுவுமே தேவை இல்லை" என்றார், தத்ஸோவ்.

அதே காட்சியை அவர்கள் மீண்டும் நடித்து காட்டியபோது, அடுத்தடுத்த சிந்தனைகளை மிக நன்றாக நினைவுக்கு கொண்டு வந்தார்கள். நாடக வசனத்திலிருந்து நினைவுகூர்ந்து, சில வார்த்தை களை அப்படியே கூறினார்கள். நாடக ஆசிரியர், அமைத்திருந்த வரிசைப்படி அச்சு அசலாக அப்படியே இல்லாவிட்டாலும் அந்தக் காட்சியை மிகச் சரியாக நடித்துக் காட்டினார்கள்.

இது தொடர்பாக, தத்ஸோவ் பின்வருமாறு சுவாரஸ்யமாக விளக்கமளித்தார்:

"எனது வழிமுறையின் ரகசியத்தை உங்களுடைய நடிப்பில் நீங்கள் தெளிவாக வெளிப்படுத்தினீர்கள். கதை-வசனப் புத்தகத்தை உங்களிடமிருந்து நான் எடுத்துக் கொள்ளாமல் இருந்தால், அச்சு வடிவத்தில் உள்ள அந்த எழுத்துகளை உச்சரிப்பதற்காக மிகவும் கஷ்டப்பட்டு உழைத்திருப்பீர்கள். உங்களுடைய கதாபாத்திரத்தை மெருகேற்றும் அந்த எழுத்துகளின் உள் அர்த்தங்களுக்குள் ஊடுருவிச் செல்லாமல், மேலோட்டமாகத் தான் அந்த வசனங்களைப் பேசியிருப்பீர்கள். அப்படி நீங்கள் செய்திருந்தால், அதன் தவிர்க்க முடியாத பின் விளைவான செயற்கையான முறையில் சிக்கிக் கொண்டிருப்பீர்கள். இதனால், பாதிக்கப்படுவது நீங்கள்தான்.

அந்த வார்த்தைகள், தங்களின் உயிரோட்டமான அர்த்தத்தை இழந்து, உங்கள் நாக்குக்கு ஒரு பயிற்சியாக அமைந்து, அந்தப் பயிற்சியில் கிடைத்த சத்தங்களாகத்தான் வெளிப்பட்டிருக்கும். அப்படி நிகழக்கூடாது என்பதில் நான் உறுதியாக இருந்தேன். அதனால்தான் தற்காலிகமாக, கதை-வசனப் புத்தகத்தை

உங்களிடமிருந்து வாங்கிக்கொள்ளச் சொன்னேன். கதாசிரியரின் மகத்துவம் வாய்ந்த வார்த்தைகள், மிக சிறந்த முறையில் பயன்படுத்தப்படும் தருணம் வரும்வரை, அந்தப் புத்தகத்தை உங்களுக்குத் தர வேண்டாம் என நான் முடிவு செய்தேன். அப்போதுதான் அந்த வார்த்தைகள் கிளிப்பிள்ளை போல பயன்படுத்தப்படாமல், அடிப்படையான ஒரு குறிக்கோளை நிறைவேற்றுவதற்காகப் பயன்படுத்தப்படும்.

நான் அனுமதிக்கும் வரை நாடகக் கதைப் புத்தகத்தை திறக்காதீர்கள். எனது இந்த உத்தரவைக் கண்டிப்பாகப் பின்பற்ற வேண்டும். கதை-வசனத்தின் உட்கருத்தை உங்களுக்குள் ஆழமாகப் பதிய வைத்துக்கொள்ளும் பழக்கத்தை ஏற்படுத்திக்கொண்டு, உங்களுடைய கதாபாத்திரத்தை மெருகேற்றிக்கொள்ளும் வரை போதிய நேரம் எடுத்துக்கொள்ளுங்கள். வார்த்தைகள் உங்களின் செயல்களோடு இரண்டறக் கலப்பதற்கான ஒரு சாதனமாக மட்டுமே அமையட்டும். உங்கள் கதாபாத்திரத்தின் உட்கருத்தை வெளிப்படுத்துவதற்கான ஒரு புற வழிமுறைதான் வார்த்தைகள். உங்களுடைய குறிக்கோளைச் சிறப்பாக நிறைவேற்றுவதற்கு வார்த்தைகள் தேவைப்படுகிற அந்தத் தருணம் வரை காத்திருங்கள்.

அந்தத் தருணம் கனியும்போது, கதாசிரியரின் வார்த்தைகள் உங்களின் முதன்மையான தேவையாக அமையும். உங்களுடைய கதாபாத்திரத்தின் நிஜமான குறிக்கோளோடு, உங்களை நீங்களே எப்போது அடையாளப்படுத்திக்கொள்வீர்கள் என்பதை வெகு விரைவில் நீங்கள் புரிந்துகொள்வீர்கள். அந்தத் தருணத்தில் உங்கள் குறிக்கோளை எட்டுவதற்கு ஷேக்ஸ்பியரின் மேதமையில் மலர்ந்த அந்த அற்புதமான வார்த்தைகளைக் காட்டிலும் வேறு எதுவும் சிறந்த வழிமுறையாக உங்களுக்குத் துணை நிற்காது. அந்த வார்த்தைகளை நீங்கள் ஆர்வத்துடன் பற்றிக்கொள்வீர்கள். உங்களுடைய கடுமையான முன் தயாரிப்பு முனைப்புகளின்போது, திரும்பத் திரும்பப் பயன்படுத்தப்பட்டு, கீறல் விழுந்த இசைத்தட்டு போல அல்லாமல், புத்தம் புதிய பொலிவுடனும் உயிர்ப்புடனும், அந்த வார்த்தைகள் உங்களை வசீகரிக்கும்.

நாடகக் கதை-வசன வார்த்தைகளை பொக்கிஷம் போல பாதுகாப்பதற்கு இரண்டு முக்கியமான காரணங்கள் உள்ளன. முதலாவது காரணம், அந்த வார்த்தைகள் ஈர்ப்பையும் வீரியத்தையும் இழந்துவிடக்கூடாது. இரண்டாவது காரணம், இயந்திர கதியில் மனப்பாடமாகத் திரும்பத் திரும்ப சொல்லப் படும் ஜீவனற்ற வார்த்தைகளை, நாடகத்தின் அடிநாதமான உட்கருவுக்குள் திணித்துவிடக்கூடாது.''

நாடகக் கதையின் மறைபொருளான உட்கருத்தையும் அது தொடர்பான அடுத்தடுத்த செயல்களையும் ஆழமாக வேரோட வைப்பதற்காக, உடல் சார்ந்த குறிக்கோள்கள், மற்றும் உள்ளம் சார்ந்த எளிய குறிக்கோள்கள், செயல்களின் வரிசைப்படி, அந்த ஒட்டுமொத்த காட்சியையும் க்ரிஷாவையும் வன்யாவையும் தத்ஸோவ் நடிக்க வைத்தார்.

ஆனாலும், சில விஷயங்களில் வெற்றி கிடைக்கவில்லை. அதற்கான காரணத்தை தத்ஸோவ் பின்வருமாறு விளக்கினார்.

''ஒரு விஷயத்தை ஒருவரை ஏற்றுக்கொள்ள வைப்பதில் இடம் பெற்றுள்ள இயல்பான தொடர் நடவடிக்கைகளை நீங்கள் இன்னமும் புரிந்துகொள்ளவில்லை. நீங்கள் உணர்ச்சிகளை வெளிப்படுத்தும்போது, அவற்றைப் புரிந்துகொள்ள வேண்டும். ஒரு தகவல், துயரத்தைக் கொண்டு வரும் என்றால், அதனால் ஏற்பட உள்ள பாதிப்பைத் தவிர்ப்பதற்காக, அந்தத் தகவலை கேட்கும் நபர், உள்ளுணர்வின் உந்துதலால், தனக்குள் முடிந்த அளவுக்குப் பல்வேறு தடுப்பு நடவடிக்கைகளை அமைத்துக் கொள்கிறார். ப்ரோபானிட்டோ விஷயத்திலும் இப்படித்தான் நிகழ்கிறது. அவரிடம் சொல்லப்படும் விஷயங்களை அவர் நம்ப விரும்பவில்லை. சுய பாதுகாப்பு உணர்வு காரணமாக, இரவு நேரத்தில் குடிபோதையில் இடையூறு செய்கிறார்களே என்ற காரணத்தைக் கற்பித்துக்கொண்டார். அவர்களைத் திட்டி, துரத்தியடிக்கிறார். அவரை ஒப்புக்கொள்ள வைப்பதற்காக சென்றவர்களுக்கு சிக்கலாகிவிடுகிறது.

அவருடைய நம்பிக்கையை எப்படிப் பெறுவது? அவருடைய தவறான கருத்தை எப்படிப் போக்குவது? கவலை அடைந்துள்ள தந்தையிடம் கடத்தல் நடந்தது உண்மைதான் என்பதை எப்படி உணர வைப்பது? உண்மையை எதிர்கொள்வது என்பது அவருக்குப் பயங்கரமான விஷயம். இந்தப் பேரதிர்ச்சியான தகவல், அவரது ஒட்டுமொத்த வாழ்க்கையையும் நிலைகுலைய வைத்துவிடும். உடனடியாக ஏற்றுக்கொள்ள முடியாத தகவல் அது. நடந்த சம்பவம் குறித்து எதுவுமே தெரியாமல் இருக்கும்போது, நடிகர் சந்தோஷத்தையும் அமைதியையும் வெளிப்படுத்துவார். அந்த செய்தியை கேட்க ஆரம்பித்த உடனேயே அதிர்ச்சியில் உறைந்துவிடுவார். ஆனால், நிஜ வாழ்க்கையில் இந்தச் சிக்கலான நிலை, அடுத்தடுத்த அறிவுபூர்வமான கட்டங்களில் உருவாகிறது. உளவியல் அடிப்படையிலான தொடர் கட்டங்கள், இந்தப் பயங்கரமான துயரத்தில் ஆழ்த்துகிறது."

ஒன்றுடன் ஒன்று தொடர்புடைய இந்த நடவடிக்கைகள் ஒன்றன் பின் ஒன்றாகத் தொடர்வதை தத்ஸோவ் பின்வருமாறு வரிசைப்படுத்தினார்.

1. முதலில் கோபப்பட்ட ப்ரோபானிட்டோ, குடிபோதையில் வந்து, அந்தத் தகவலைச் சொல்லி, தனது நிம்மதியான உறக்கத்தை குலைத்துவிட்ட அவர்களை வசைபாடுகிறார்.

2. தனது குடும்பத்தின் நற்பெயருக்குக் கேடு உண்டாக்கும் வகையில் இந்த நாடோடிகள் சொன்ன விஷயத்தால் அவருக்கு அவமானம் ஏற்பட்டது.

3. அந்தப் பயங்கரமான தகவலை எவ்வளவு முழுமையான உள்வாங்கிக் கொண்டாரோ அந்தளவுக்கு அதை நம்பாமல் இருப்பதற்காகத் தீவிரமாகப் போராடுகிறார்.

4. ஆனாலும்கூட, பல வார்த்தைகள் அவரது இதயத்தைத் துளைத்து, அவரது உணர்வுகளில் ஆழமான காயத்தை ஏற்படுத்துகிறது. அப்படி இருந்தாலும், நெருங்கிக்

கொண்டிருக்கும் துயரத்தை எதிர்கொள்ள மிகுந்த ஆவேசத்துடன் மறுக்கிறார்.

5. மிகவும் வலுவான ஆதாரம் கொடுக்கப்பட்டது. தன்னை ஸ்திரப்படுத்திக்கொள்ள, ஒரு புதிய தளத்தை அவர் தேட வேண்டும். ஒரு புதிய நிலைபாட்டை எடுக்க வேண்டும். அவரால் எப்படி உயிர் வாழ முடியும்? அவர் எங்கே போவார்? ஏதாவது செய்தாக வேண்டும். இப்படிப்பட்ட சூழ்நிலையில் செயலற்று இருப்பது மிகவும் வேதனையான விஷயம்.

6. இறுதியில், என்ன செய்ய வேண்டும் என்பதை முடிவு செய்தார். விரைந்து செயல்பட வேண்டும். அவர்களைத் தடுத்து நிறுத்த வேண்டும். தன் கையாலேயே பழிவாங்க வேண்டும். ஒட்டுமொத்த நகரத்தையும் விழித்தெழ வைக்க வேண்டும். பொக்கிஷமாகப் போற்றி வந்த தனது மகளைக் காப்பாற்ற வேண்டும்.

லியோ, இலக்கிய ஆர்வம் கொண்ட ஒரு நபர். அறிவுபூர்வமான சிந்தனைக்கு அப்பாற்பட்டதாக, ஆனால் உணர்வுகளுக்கு அப்பாற்படாத கதையின் உட்கருத்தை அவரால் புரிந்துகொள்ள முடியும். எனவே, அவருடன் வார்த்தைகள் குறித்து விவாதிக்க வேண்டிய அவசியம் இல்லை. கதையின் உள் அர்த்தத்தை அவர் உள்வாங்கிக் கொண்டதால், காட்சியின் முக்கிய நோக்கத்திற்குப் பொருத்தமான சிந்தனைகளை வெளிப்படுத்துவதற்கான தனது சொந்த வார்த்தைகளை, அவரால் சுலபமாகக் கண்டுபிடிக்க முடிந்தது. வார்த்தைகளைத் தேர்வு செய்வதில் ஒரு சில விதிவிலக்குகளைத் தவிர, கதை-வசன வரிகளுக்கும் அவருடைய வார்த்தைகளுக்கும் இடையே எந்த வித்தியாசமும் இல்லாததால், தத்ஸோவ் திருப்தி அடைந்தார். லியோவின் சொந்த வசனங்களைப் பின்பற்றி நடித்துக் காட்டுவது, க்ரிஷாவுக்கும் வன்யாவுக்கும் சுலபமாக இருந்தது.

எனவே, அந்தக் காட்சி சிறப்பாக போய்க்கொண்டிருந்தது. ஆனாலும் க்ரிஷாவால் அந்தக் காட்சியின் விறுவிறுப்பு பாதிக்கும்

நிலை ஏற்பட்டது. படகிலிருந்து கீழே குதித்த அவர், மீண்டும் பெருமித உணர்வுடன் நடைபோட ஆரம்பித்தார். தத்ஸோவ் உடனடியாக, அவரை நெறிப்படுத்தினார். எல்லோர் பார்வையிலும் படும்படி இயாகோ நடைபோடக் கூடாது என்பதை நினைவுபடுத்தினார். அவர், மறைவான இடத்தில் பதுங்கி இருந்து, குரல் எழுப்பினால்தான் யாராலும் அவரை அடையாளம் கண்டுகொள்ள முடியாது என எடுத்துச் சொன்னார்.

எங்கே அவர் மறைந்துகொள்வது? இது தொடர்பாக நீண்ட விவாதம் ஏற்பட்டது. படகுத் துறை, நடைமேடை, மாளிகையின் பிரதான நுழைவாயில் ஆகியவற்றை எப்படி அமைப்பது என இந்த விவாதத்தில் அலசி, ஆராயப்பட்டது. மறைந்துகொள்ள வசதியான மூலைகள் அல்லது தூண்கள் இருக்க வேண்டும் என நடிகர்கள் விரும்பினார்கள். க்ரிஷா மீண்டும் பெருமித நடை போட்டதால், யார் கண்ணிலும் படாமல் அவர் வெளியேறும் காட்சி மீண்டும் மீண்டும் பல தடவை ஒத்திகை பார்க்கப்பட்டது.

மக்கள் கூட்டம் திரண்டிருக்கும் காட்சிக்கான ஒத்திகைக்கு ஏற்பாடு செய்யப்பட்டிருந்தது. நாடக அரங்கில் முன்பு நடைபெற்ற ஒத்திகைகளில், பின் வரிசையிலிருந்து பார்த்து வந்த ஏராளமான பயிற்சி மாணவர்கள் முன் வரிசைக்கு வந்து அமர்ந்தனர். ஆரம்பத்திலிருந்து அவர்களிடம் காணப்பட்ட கட்டுப்பாடு எங்களை வியப்பில் ஆழ்த்தியது. தங்களது வேலை குறித்த அவர்களது பணிவான கண்ணோட்டமும் எங்களை ஆச்சரியப்படுத்தின. அவர்களுடன் இணைந்து செயல்படுவது தத்ஸோவுக்கு சுலபமாகவும் ஏற்புடையதாகவும் இருந்தது. ஏனென்றால் என்ன செய்ய வேண்டும் என்பதை அவர்கள் தெளிவாக அறிந்திருந்தனர். தவிர்க்க வேண்டிய தவறுகள் மற்றும் சலிப்படைய வைக்கும் செயல்களையும் அல்லது தக்க வைத்துக்கொள்ள வேண்டிய சிறந்த அம்சங்களையும் சுட்டிக்காட்டுவதுதான் இயக்குனர் அல்லது ஆசிரியரின் பணியாக இருந்தது. இந்தப் பயிற்சி மாணவர்கள், வீட்டிலேயே பயிற்சி செய்து பார்த்து, வகுப்பில் அது சரியாக

வந்துள்ளதா என சோதித்து, ஒப்புதல் பெறுவதில் ஆர்வமாக இருப்பவர்கள்.

"இந்த நாடகம் பற்றி உங்களுக்குத் தெரியுமா?" என தத்ஸோவ் அவர்களிடம் கேட்டார்.

"எங்களுக்குத் தெரியும்" என ராணுவ மிடுக்குடனும் உறுதியுடனும் அவர்கள் அளித்த பதில் அந்த அரங்கம் முழுவதும் எதிரொலித்தது.

"முதல் காட்சியில் எதை வெளிப்படுத்துவீர்கள்?"

"எச்சரிக்கைக் குரல் எழுப்புதல்; பின்தொடர்தல்"

"இந்த செயல்கள் மற்றும் அனுபவங்களின் தன்மையை அறிவீர்களா?"

"தெரியும்."

"சரி. அப்படியா?" என்ற தத்ஸோவ், பயிற்சி மாணவர் ஒருவரை நோக்கி, "இரவு நேரத்தில் எச்சரிக்கைக் குரல் எழுப்புவது மற்றும் பின்தொடர்வது தொடர்பான காட்சிக்கு அடிப்படையான உடல் சார்ந்த குறிக்கோள்கள் மற்றும் உள்ளம் சார்ந்த சதாரண குறிக்கோள்களும் செயல்களும் என்னென்ன?"

"அரைத் தூக்கத்தில் இருக்கும்போது என்ன நடந்தது என்பதை புரிந்துகொள்வது; தலையும் புரியாமல், வாலும் புரியாமல் குழப்பமாக இருப்பதைப் போக்குவதற்கு ஏதாவது விளக்கம் அளிப்பது; ஒருவரை ஒருவர் கேள்வி எழுப்பிக்கொண்டு, விவாதத்தில் ஈடுபடுவது; பதில்கள் திருப்தியாக இல்லாவிட்டால், ஒருவரின் சொந்தக் கருத்துக்களை ஓங்கிச் சொல்வது; ஒரு முடிவுக்கு வருவது; ஊர்ஜிதப்படுத்த முடியாத பேச்சு உண்மை தானா என ஆராய்வது அல்லது அதை நிரூபிப்பது என்பவை இந்தக் காட்சியில் இடம் பெற வேண்டும்.

வெளியே கூக்குரல் சத்தம் கேட்டதும் என்ன நடக்கிறது என்பதைப் புரிந்துகொள்வதற்காக, ஜன்னல் வழியாகப் பார்க்க

வேண்டும். முதலில் இதில் வெற்றி கிடைக்காது. கடைசியில் ஒரு வழியாகப் பார்க்க முடிகிறது. கூச்சல் போடுபவர்கள் என்னதான் சொல்கிறார்கள் என்பதை கவனித்துக் கேட்க வேண்டும். அவர்கள் எல்லாம் யார்? அவர்களுக்கு இடையே காரசாரமான விவாதம் நடைபெறுகிறது. வேறு யாரோதான் கடத்திச் சென்றிருக்கிறார்கள் என்று சிலர் வாதிடுகின்றனர். ரோட்ரிகோவை அடையாளம் காண முடிந்தது. அவன் சொல்வதைக் கேட்க வேண்டும். அவன் எதற்காக சத்தம் போடுகிறான் என்பதைப் புரிந்துகொள்ள முயல வேண்டும். டெஸ்டேமோனா, இப்படிப்பட்ட காரியத்தை செய்திருப்பாளா என்பதை ஆரம்பத்தில் நம்பவே முடியாது. இது ஒரு தந்திரம் அல்லது குடிகாரனின் உளறல் என மற்றவர்களை நம்ப வைக்க முயற்சி செய்கிறீர்கள். உங்கள் தூக்கத்தைக் கெடுத்ததால் சத்தம் போடுபவர்களைத் திட்டுகிறீர்கள். அவர்களை மிரட்டி, விரட்டி அடிக்கிறீர்கள். அவர்கள் சொல்வதில் உள்ள உண்மையை மெல்ல மெல்ல நம்ப ஆரம்பிக்கிறீர்கள். இந்த எண்ணத்தை அருகில் இருப்பவரிடம் பகிர்ந்துகொள்கிறீர்கள்.

இப்படி நடந்ததற்காக வேதனை அடைகிறீர்கள் அல்லது வருத்தப்படுகிறீர்கள். வெறுப்பு பொங்குகிறது. மூரை சபிக்கிறீர்கள். மிரட்டல் விடுகிறீர்கள். என்ன செய்ய வேண்டும்? எப்படி செய்ய வேண்டும் என்பது குறித்து விளக்குகிறீர்கள். அந்த சூழ்நிலையை சமாளிப்பதற்கான அனைத்து வழிமுறைகளையும் சிந்தனை செய்கிறீர்கள். உங்களது திட்டத்தில் உறுதியாக இருக்கிறீர்கள். மற்றவர்களின் திட்டங்களை குறை சொல்கிறீர்கள். தலைவர்களின் கருத்தை அறிவதற்காக முயற்சி செய்கிறீர்கள். கூக்குரல் எழுப்பு வோரிடம் பேசிக்கொண்டிருக்கும் ப்ரோபானிட்டோவுக்கு ஆதரவாக இருக்க வேண்டும். பழிவாங்கும்படி அவரைத் தூண்டிவிட வேண்டும். துரத்திப் பிடிப்பது தொடர்பான உத்தரவுகளைப் பிறப்பிக்க வேண்டும். அந்த உத்தரவுகளை உடனடியாக நிறைவேற்றுவதற்காக விரைந்து செல்ல வேண்டும்.''

அடுத்தடுத்த செயல்களைப் பட்டியலிட்ட அந்தப் பயிற்சி மாணவர் மேலும் தொடர்ந்தார். ''மேலும் பல குறிக்கோள்களும்

செயல்களும், அந்த மாளிகையில் இருந்த மக்களின் கடமை களுக்கும் கதாபாத்திரங்களின் குணாம்சங்களுக்கும் ஏற்றதாக அமைய வேண்டும். சிலர், ஆயுதங்களை எடுத்து வருவார்கள். மற்றவர்கள் அந்த அறைகளில் விளக்குகளை ஏற்றுவார்கள். கவசங்களைத் தரித்துக்கொள்வார்கள். தலைக் கவசங்களையும் வேறு சில ஆயுதங்களையும் எடுத்துக்கொள்வார்கள். ஒருவருக் கொருவர் உதவி செய்துகொள்வார்கள். தங்கள் வீட்டைச் சேர்ந்த ஆண்களைப் போருக்கு அனுப்ப வேண்டியுள்ளதால், பெண்கள் அழுவார்கள். படகோட்டிகள் தங்கள் படகுகள், துடுப்புகள், அந்தப் பயணத்திற்கான அனைத்து சாதனங்களுடன் தயாரா வார்கள்.

அணித் தலைவர்கள் பல்வேறு குழுக்களை அணி திரட்டி, செயல் திட்டத்தை விவரிப்பார்கள், தப்பி ஓடியவர்களைப் பிடிப்பதற்காக நாலா திசைகளிலும் வீரர்களை அனுப்புவார்கள், எங்கெங்கு செல்ல வேண்டும்? மறுபடியும் எங்கு சந்திக்க வேண்டும் என்பதெல்லாம் விளக்கப்படும். தலைவர்கள் தங்களுக்கு அடுத்த நிலையில் உள்ளவர்களிடம் பொறுப்பை ஒப்படைத்து எதிரிகளைப் பிடித்து வருமாறு உத்தரவிடுவார்கள். அனைவரும் கலைந்து செல்வார்கள். இந்தக் காட்சியை மேலும் நீட்டிக்க வேண்டும் என்றால், புதிய காரணங்களைக் கண்டு பிடித்து, அவர்களைத் திரும்ப வரவழைத்து புதிய குறிக்கோள்களை நிறைவேற்ற வைக்க வேண்டும்.

ஒரு சண்டைக் காட்சிக்கு வெகு சிலரே இருப்பதால், சுற்றிலும் நடமாடுமாறும் அங்குமிங்குமாக பரவலாக நடமாட வைத்தும், அந்தக் காட்சியை அமைக்க வேண்டும்.''

அப்போது தத்ஸோவ் அவசரமாக குறுக்கிட்டு, ''சுற்றிலும் நடமாடுவது' என்றால், ஒரு தரப்பினர் பல்வேறு குழுக்களாக தொடர்ந்து செயல்படுவதாகும்'' என்று விளக்கமளித்தார்.

அரண்மணையிலிருந்து ஒரு குழுவை வெளியே வரவைத்து, படைப் பிரிவாக அமைத்து, அவர்களை வலது பக்கத்தில் வெளியேற வைத்தார். இன்னொரு குழுவை அதே போன்று

அமைத்து, அந்தக் குழுவினரை இடது பக்கத்தில் வெளியேற வைத்தார். இரண்டு குழுவினரும் உடனடியாக மேடையின் பின்புறம் வழியாக நுழைய வைத்து, மீண்டும் அதே போன்று இயங்க வைத்தார். இப்போது தோன்றிய இவர்கள் அனைவரும் முதலில் அமைக்கப்பட்ட அதே இரண்டு குழுக்களில் இடம் பெற்றிருந்தவர்கள்தான். ஆனால், புதிய படைப் பிரிவுகளாக காட்சி அளித்தார்கள். அவர்கள் தோற்றத்தை மாற்றிக் காட்டு வதற்காக, ஆடை அலங்காரக் கலைஞர்களும் உதவியாளர்களும் மேடையின் பின்பக்கம் நிறுத்தப்பட்டிருந்தார்கள். ஆடைகள் மற்றும் ஆயுதங்களில், சுலபமாக கவனத்தை ஈர்ப்பவை மட்டும் (தலைக் கவசங்கள், தொப்பிகள், ஈட்டிகள், வாட்கள்) மாற்றப் பட்டன. பழைய ஆடைகள் ஆயுதங்களை மாற்றிவிட்டு, முற்றிலும் வேறுமாதிரியானவை கொடுக்கப்பட்டன.

அங்கும் இங்குமாக நடமாட வைப்பது குறித்து, தத்ஸோவ் பின்வருமாறு விளக்கினார்: "ஒரே திசையில் எல்லோரும் ஒன்று திரண்டு சென்றால், ஒரு குறிப்பிட்ட விதத்தில் அந்த செயல் முக்கியத்துவம் பெற்று அது, நன்கு திட்டமிடப்பட்ட ஒரு நடவடிக்கையாகத் தோன்றும். இரண்டு குழுக்களும் மீண்டும் சந்தித்துக்கொள்ளும் வகையிலும், அவர்களுக்குள் மோதிக் கொண்டு, காரசாரமாக விவாதித்துக் கொண்டு, தனித்தனியாகப் பிரிந்து, செல்லும் வகையிலும் வெவ்வேறு திசைகளில் அந்தக் குழுவினரை அனுப்பினால் நீங்கள் எதிர்பார்க்கும் குழப்பம், அவசரம், சந்தடி, இரைச்சல் ஆகிய தாக்கங்களை ஏற்படுத்த முடியும்.

ப்ரோபானிட்டோவிடம் பயிற்சி அளிக்கப்பட்ட எந்தப் படைப் பிரிவும் இல்லை. அவசரத் தேவைக்காக தனது வேலைக்காரர்களை ஒன்று திரட்டி, ஒரு குழுவை அமைத்துக்கொண்டார். எனவே அவர்களிடம் ராணுவக் கட்டுப்பாட்டை எதிர்பார்க்க முடியாது. அந்தத் தருணத்தில் என்ன தோன்றுகிறதோ அந்த அடிப்படையில் தான், எல்லாமே நடத்தப்படும். அறிவுபூர்வமான அணுகுமுறை இல்லாமல், குழப்பத்துடன்தான் அந்தக் குழுவினர் செயல்படு

வார்கள். 'அங்குமிங்குமாக' நடமாட வைப்பது, இப்படிப்பட்ட ஒரு சூழ்நிலையை உருவாக்க உதவியாக அமையும்.''

''இன்றைய ஒத்திகைக்கு உங்களை யார் தயார் செய்தது?'' என தத்ஸோவ் கேட்டார்.

''பெத்ரொனின்...! ரஹ்மானவ் எங்களை சரிசெய்து, திருத்தினார்.''

அவர்கள் இருவருக்கும் நன்றி தெரிவித்த தத்ஸோவ் செய்தித் தொடர்பாளரைப் பாராட்டினார். எந்த மாற்றமும் செய்யாமல் அந்த உத்தேசத் திட்டத்திற்கு ஒப்புதல் அளித்தார். பிறகு, பயிற்சி மாணவர்களை அழைத்து, எங்கள் (நடிகர்கள்)முன்பாக நடித்துக் காட்டச் சொன்னார்.

பயிற்சி மாணவர்கள் அனைவரும் ஒரே சமயத்தில் எழுந்து, எந்தத் தயக்கமும் இல்லாமல், அப்படி ஓர் ஒழுங்குடன் மேடைக்குச் சென்றார்கள்.

''நாம் செய்வது போல இல்லையே?'' என் அருகில் உட்கார்ந்திருந்த பாலிடம் கிசுகிசுத்தேன்.

''நன்றாக இருக்கிறது இல்லையா? கவனமாகப் பார். நமக்கு நடித்துக் காட்டுவதற்காக இது ஏற்பாடு செய்யப்பட்டுள்ளது'' என பால் பதிலளித்தார்.

''ஹஹ்ஹா... ஆனால், அவர்கள் சிறப்பாக செயல்படுகின்றனர். அவ்வளவு நேர்த்தியாகப் பயிற்சி பெற்றுள்ளனர்'' என வன்யா வியப்புடன் ஒப்புக்கொண்டார்.

மேடைக்குச் சென்ற பயிற்சி மாணவர்கள், தங்கள் குறிக்கோள்களில் சிறப்பாக வெற்றி அடைய வேண்டும் என்பதில் மனதை ஒருமுகப்படுத்திக்கொள்வதற்காக சற்று நேரம் எடுத்துக் கொண்டனர். மாளிகை போன்று காட்டுவதற்காக வைக்கப்பட்டுள்ள நாற்காலிகளின் முன்பக்கம் செல்லும்போதும், மாளிகைக்குள் அவர்கள் இருப்பது போன்று காட்டுவதற்காக பின்பக்கம் செல்லும்போதும், ஒரு பெரிய நோக்கத்துடன் நடந்து சென்றனர்.

தாங்கள் எதிர்பார்த்த குறிப்பிட்ட ஒரு செயலை வெளிப்படுத்த முடியாதபோது, நடிப்பதை நிறுத்திக்கொண்டு, சிந்தித்து வழிகண்டனர். சில மாற்றங்களை செய்தனர். முதலில், சரியாக வராத அதே செயலை மீண்டும் மேற்கொண்டனர். ஒரு கண்ணாடி பிரதிபலிப்பது போல, தான் செயல்படுவதாகக் கூறிய தாத்ஸோவ், தான் பார்த்த காட்சிகள் குறித்த தனது முடிவுகளைத் தெரிவித்தார்:

''பெஸ்பாலோ... நீதானா என்னால் நம்ப முடியவில்லை! டொண்டிக்... மிகவும் அருமை! வியர்ன்... நீ மிகைப்படுத்தி நடிக்கிறாய்...''

விடுபட்டதை நினைவுபடுத்தும் உதவியாளரின் துணை இல்லாமல், இந்தப் பயிற்சி மாணவர்கள் நடித்துக் காட்டியதைக் கண்டு நான் பிரமிப்பில் மூழ்கிவிட்டேன். அவர்கள் என்ன செய்கிறார்கள் என்பதையும் அவர்கள் கவனம் செலுத்த வேண்டிய விஷயங்கள் அல்லது அவர்கள் இன்னும் சிறப்பாக செய்ய வேண்டிய விஷயங்கள் எவை என்பதையும் நான் புரிந்து கொண்டேன். அவர்கள் ஒரு சிறு விஷயத்தைக்கூட அலட்சியப் படுத்தாமல் செயல்பட்டனர். ஒவ்வொன்றும் 'முழுமையாகப்' பயன்படுத்தப்பட்டன.

ஒரு பவித்திரமான சூழல், ஏறக்குறைய தேவாலயத்தில் இருப்பது போன்ற சூழல் மேடையிலும், அரங்கம் முழுவதிலும் நிறைந்திருந்தது. மேடையில் நடித்தவர்கள், தாழ்வான குரலில் பேசினார்கள். பார்வையாளர்கள், அசைவற்று மௌனமாக இருந்தார்கள்.

ஒரு சிறிய இடைவேளையின்போது, யார் யார் என்னென்ன வேடங்களில் நடித்தார்கள் என்பதை தத்ஸோவ் அவர்களைக் கூறும்படி சொன்னார். ஒவ்வொருவரும் மேடையின் முன் பக்கம் வந்து, தாங்கள் நடித்த வேடங்களை விளக்கினார்கள்.

ப்ரோபானிட்டோவின் சகோதரன்! விரட்டிப் பிடிக்கும் நடவடிக்கைக்கு ஏற்பாடு செய்தவன். அந்தத் திட்டத்தின் தலைமை தளபதி பொறுப்பில் செயல்பட்டவன். துடிதுடிப்பான,

கண்டிப்பான நபர்" என்று விடலைப் பருவத்தை தாண்டி வந்துள்ள, மிடுக்கான, வசீகரமான ஒரு இளைஞர் விளக்கினார்.

"நான்கு படகோட்டிகள்...!" நல்ல தோற்றம் கொண்ட இரண்டு இளைஞர்களும், சுமாரான தோற்றம் கொண்ட இரண்டு இளைஞர்களும் கூறினார்கள்.

"டெஸ்டமோனாவின் நர்ஸ்...!" வயதான குண்டுப் பெண்மணி கூறினார்.

"கடத்திச் செல்வதற்கு உதவிய இரண்டு வேலைக்காரப் பெண்கள்...! திருமணம் செய்துகொள்வதற்காக ரகசியமாக தப்பிச் செல்ல ஏற்பாடு செய்த காஸியோவின் திட்டத்தில் பங்கேற்ற வர்கள்."

"இப்போது எனக்கு முதல் காட்சியின் உடல் சார்ந்த நடவடிக்கைகளை நடித்துக் காட்டுங்கள். அந்தக் காட்சி எப்படி வருகிறது என்று பார்ப்போம்" என்றார் தத்ஸோவ்.

நாங்கள் அதை நடித்துக் காட்டினோம். ஓரிரு தவறுகளைப் பொருட்படுத்தாவிட்டால், அந்தக் காட்சி மிக நன்றாக, குறிப்பாக, பயிற்சி மாணவர்கள் நடித்துக் காட்டியதைப் போலவே அமைந்திருந்ததாகத் தோன்றிது.

தத்ஸோவ் தொடர்ந்து விளக்கமளித்தார்.

"நீங்கள் எப்போதுமே இது போன்று உங்கள் கதாபாத்திரங் களின் அடிப்படையைப் பின்பற்றி, உங்களுடைய ஒவ்வொரு உடல் சார்ந்த செயலிலும் உண்மையிலேயே நம்பிக்கை வைத்தால், விரைவிலேயே உங்கள் கதாபாத்திரங்களின் குணாம்சம் என்று சொல்லப்படும் நிஜ வாழ்க்கையை உருவாக்கிவிடுவீர்கள். இது குறித்து ஏற்கெனவே உங்களிடம் பேசியுள்ளேன். இப்போது உங்கள் சொந்த அனுபவத்திலேயே இதற்கு எப்படி வடிவம் கொடுப்பது என்பதைப் பார்க்கிறீர்கள். நீங்கள் ஒருமுகப் படுத்தப்பட்ட கவனத்துடன், முக்கியமான அடிப்படை குறிக் கோள்கள் மற்றும் செயல்களின் அடிநாதமான உட்கருத்தோடு

உங்களை ஒன்றிணைத்துக் கொண்டால், ஒதெல்லோ நாடகத்தின் முதல் காட்சிக்கான குணாம்சத்தை உங்களால் வெற்றிகரமாக உருவாக்கிக் கொள்ள முடியும்.

இந்த குணாம்சத்தை வெளிப்படுத்தும் நான்கு பிரிவுகளை குறிப்பிடப்போகிறேன்.

முதலாவது, அடிப்படைக் குறிக்கோள் மற்றும் செயல். இயாகோவுக்கு உதவுவதற்கு ரோட்ரிகோவை சம்மதிக்க வைப்பது.''

இரண்டாவது, ப்ரோபானிட்டோ மாளிகையில் உள்ள அனைவரையும் விழித்தெழ வைப்பது. (எச்சரிக்கை)

மூன்றாவது, விரட்டிப் பிடிக்க, அவர்களைத் தயார் செய்வது.

நான்காவது, குழுக்களை அமைத்து, தேடுதல் வேட்டையை முறையாக நடத்த ஏற்பாடு செய்வது.

முதல் காட்சியை நடிப்பதற்காக இப்போது நீங்கள் மேடைக்கு வந்ததும், இந்த அடிப்படைக் குறிக்கோள்கள் மற்றும் செயல்களை முடிந்த அளவுக்கு வெகு சிறப்பாக நிறைவேற்றுவதைத் தவிர வேறு எதையும் நினைக்கக்கூடாது. இந்த ஒவ்வொன்றையும் நாம் சரிசெய்துள்ளோம்; விவாதித்துள்ளோம்; உடல் சார்ந்த மற்றும் உள்ளம் சார்ந்த இயல்பின் கண்ணோட்டத்திலும், அறிவுபூர்வ மான மற்றும் அவற்றின் தொடர்ச்சி அடிப்படையிலான கண்ணோட்டத்திலும் இவற்றை நாம் அலசி, ஆராய்ந்துள்ளோம். எனவே, இப்போது குணாம்சத்தின் அல்லது எதிர்வினையின் ஏதாவது ஒரு கட்டத்தை நான் குறிப்பிடும்போது, உதாரணமாக, ப்ரோபானிட்டோ மாளிகையில் உள்ள அனைவரையும் விழித்தெழ வையுங்கள் என்று நான் சொன்னதும் நிஜ வாழ்க் கையில் எப்படி நடந்துகொள்வது? மேடையில் இதை எப்படி நடத்திக் காட்டுவது என்பது உங்களுக்குத் தெரியும்.

நாடகத்தின் பிரதான குறிக்கோளுக்கும் முக்கியக் கதாபாத்திரங்களுக்கும் பலன் தரும் வகையில் செயல்படுகிறீர்களா என்பதில் அக்கறை செலுத்துங்கள். இப்போதைக்கு நீங்கள் செய்ய

வேண்டியது எல்லாம் அதுதான். இப்போது நாம் தொடங்கியுள்ள வேலையை மட்டுப்படுத்திவிடக்கூடாது. நாள்தோறும் வந்து நமது பணியை ஆராய்ந்து பார்க்க வேண்டும். ஒரு காட்சி முழுவதையும் நம்மால் ஆய்வு செய்ய முடியாவிட்டாலும் குறைந்தபட்சம் அதன் அடிப்படை அம்சத்தையாவது அலசி, ஆராய்ந்து பார்க்க வேண்டும். இந்த அணுகுமுறை மூலம் அடிப்படை குறிக்கோள்களையும் செயல்களையும் மேன்மேலும் வலுப்படுத்தி, நமக்குள் ஆழமாக நிலைநிறுத்திக் கொண்டால், சாலைகளில் உள்ள திசைகாட்டும் கம்பங்களைப் போல் அவை வழிகாட்டும். ஒரு காட்சி தொடர் பான விவரங்கள், அவற்றின் சிறு சிறு பகுதிகள் ஆகியவற்றை நிறைவேற்றுவது குறித்து ஒரேயடியாகக் கவலைப்பட வேண்டாம். ஒவ்வொரு தடவையும் திட்டமிட்ட படியோ அல்லது ஒத்திகையைப் போன்றே செயல்பட வேண்டும் என்று அவசியம் இல்லை.

இது குறித்து நீங்கள் பயப்படத் தேவையில்லை. நிறைவேற்றத் தேவையான விஷயங்கள் உங்களிடம் ஏராளமாக உள்ளன. அதிக ஈர்ப்புள்ளவையாக அவற்றை மாற்றுவதற்காக இடைவிடாமல், நீங்கள் முழுமையாகவும் கூர்மையாகவும் பட்டைதீட்ட வேண்டும். சிறந்த குறிக்கோள்களும் செயல்களும் மட்டுமே ஒரு நடிகரைப் பரவசப்படுத்தி, ஆக்கத் திறன் வாய்ந்தவராகப் பிரகாசிக்க வைக்கும் உந்து சக்தியாக அமைந்துள்ளன. அடிப்படைக் குறிக்கோள்கள் மற்றும் செயல்களை மேம்படுத்தும் திட்டத்தின் ஆழத்திற்குள் நாம் செல்லும்போது, ஒரு வேடத்திற்கு உயிர் கொடுக்கும் புதிய கட்டத்தை எதிர்கொள்கிறோம்."

★ ★ ★

"ஒரு கதாபாத்திரத்தின் நிஜ வாழ்க்கையை உருவாக்குவதற்கு நாம் மேற்கொண்ட நமது சோதனை முயற்சியின் ஆரம்ப கட்டத்திற்கு நான் மீண்டும் வருகிறேன். ஒரு நாடகம் மற்றும் ஒரு கதாபாத்திரத்திற்கான, மிகவும் இயல்பான, நேரடியான, உள்ளுணர்வு சார்ந்த, அக அணுகுமுறைக்கு அடிப்படையான புதிய வழிமுறைகளை எப்படிக் கண்டுபிடிப்பது என்ற கேள்வி எழுகிறது.

ஒரு கதாபாத்திரத்தின் நிஜ வாழ்க்கையை அதாவது உடல் சார்ந்த வாழ்க்கையை உருவாக்குவது என்பது பாதி வேலை முடிந்தது போன்றது. ஏனென்றால், நம்மைப் போலவே ஒரு கதாபாத்திரத்திற்கு உடல் சார்ந்த இயல்புகள் என்றும் ஆன்மீகம் சார்ந்த இயல்புகள் என்றும் இரண்டு இயல்புகள் உள்ளன. நாடக மேடையில், நாம் என்ன செய்கிறோம் என்பதை விளக்கு வதற்காக, நமது கலையின் முக்கிய நோக்கம் மனித ஜீவனின் வாழ்க்கையை உருவாக்குவதில்தான் அடங்கியுள்ளது வெளி விஷயங்களில் இல்லை என்பது போலத் தோன்றுகிறது என்று நீங்கள் சொல்லலாம். இதை நான் முழுமையாக ஒப்புக் கொள்கிறேன். அதனால்தான், ஏதாவது ஒரு கதாபாத்திரத்தின் நிஜ வாழ்க்கையுடன் நமது வேலையைத் தொடங்குகிறேன்.

இந்த எதிர்பாராத முடிவுக்கு என்ன காரணம் என்பதையும் நான் விளக்குகிறேன். ஒரு நடிகருக்குள் ஒரு கதாபாத்திரம் தானாகவே வடிவம் பெறவில்லை என்றால், தலைகீழான அணுகு முறையை அதாவது, வெளியிலிருந்து ஆரம்பித்து உள்முகமாக அணுகுவதைத் தவிர வேறு வழியில்லை என்பது உங்களுக்குத் தெரியும். இதைத்தான் நானும் செய்கிறேன். உங்களுடைய கதாபாத்திரங் களை நீங்கள் உள்ளுணர்வு ரீதியாக உணரவில்லை. எனவேதான், அவற்றின் நிஜ (புற) வாழ்க்கையுடன் நான் எனது வேலையைத் தொடங்கினேன். இந்த வாழ்க்கை, ஒரு பொருள் போன்றது. இதைக் கண்ணால் பார்க்க முடிகிறது. உத்தரவுகள், பழக்கங்கள், கட்டுப்பாடு, பயிற்சி ஆகியவற்றுக்கு இது எதிர்வினையாற்றுகிறது. நழுவிச் செல்லும், தற்காலிகமான, அடிக்கடி மாறக்கூடிய உணர்வை கையாள்வதைவிட இதை சுலபமாகக் கையாள முடிகிறது. இதோடு முடிந்துவிடவில்லை.

எனது வழிமுறையில், மேலும் பல முக்கிய அம்சங்கள் இடம் பெற்றுள்ளன. உடலின் செயல்களுக்கு எதிர்வினை ஆற்றுவதைத் தவிர மனதிற்கு வேறு வழியில்லை. ஆனால் அந்தச் செயல்கள், உண்மையானவையாக, ஒரு குறிக்கோள் சார்ந்தவையாக, பலன் தரக்கூடியவையாக இருக்க வேண்டும். இந்த நிலவரம் குறிப்பாக, மேடையில் மிகவும் முக்கியத்துவம் வாய்ந்தது. ஏனென்றால், நிஜ

வாழ்க்கையில் நடைபெறும் செயலைவிட ஒரு கதாபாத்திரம், குறிப்பிட்ட குறிக்கோளை நிறைவேற்றுவதற்காக புற மற்றும் அகச் செயல் என்ற இரண்டு கட்டங்களையும் ஒன்றிணைக்க வேண்டும். ஒன்றுடன் ஒன்றைப் பொருந்திப் போக வைக்கும் நாடகம் என்ற ஒரே மையத்திலிருந்து இந்த இரண்டு கட்டங்களும் தோன்றியுள்ள தால் நடிப்பில் இது சாதகமான நிலையாக உள்ளது.

மேடையில் இதற்கு நேர் எதிரான ஒரு நிலவரத்தை ஏன் நாம் அடிக்கடிக் காண நேரிடுகிறது? பழக்கம் காரணமாக, இயந்திரக் கதியில் செயல்பட்டு, அற்பமான முன் முடிவுகளால், ஆக்கத் திறன் சார்ந்த நிலையில் இருந்து, திசைதிருப்பி விடப்படும் நடிகரின் தனிப்பட்ட தன்மை, ஒரு கதாபாத்திரத்தின் அகத் தன்மையை சிதைத்துவிடும் முரண்பாட்டை, நாம் ஏன் காண நேரிடுகிறது? நடிப்பு குறித்த சம்பிரதாயமான, ஜீவனற்ற மனோ பாவம்தான் இதற்குக் காரணம்.

ஒரு கதாபாத்திரத்திற்கான உடல் சார்ந்த அணுகுமுறை என்பது மின் சக்தி சேமித்து வைக்கப்பட்டுள்ள பேட்டரி போன்று செயல் படுவது. அக உணர்ச்சிகளும் உணர்வுகளும் மின் சக்தி போன்றவை. அவற்றை வெற்றிடத்தில் பரவச் செய்தால் அவை காணாமல் போய்விடும். உங்கள் கதாபாத்திரத்தின் வாழ்க்கை யுடன் உணர்வுகளை நிரப்பிக்கொண்டால், உணர்ச்சிகள் வெளிக் கிளம்பி, உங்களுடைய இருப்பிலும், நீங்கள் ஆழமாக உணரும் உங்களுடைய உடல் சார்ந்த செயல்களிலும் வேரோடி விடும். இந்த அணுகுமுறையின் பலனாக, தயாராக உள்ள ஒரு கதாபாத்திரத்தின் நிஜ வாழ்க்கை, அதன் உட்பொருளை உள்வாங்கிக் கொள்கிறது. ஒரு கதாபாத்திரத்தின் உடல் சார்ந்த மற்றும் ஆன்மீக அடிப்படையிலான இரண்டு இயல்புகளும் ஒன்றோடொன்று இரண்டறக் கலந்துவிடுகின்றன. புறச் செயல், அக அர்த்தத்தை கிரகித்துக்கொள்வதுடன் அக உணர்வின் அரவணைப்பையும் பெற்றுக்கொள்கிறது. அதையடுத்து, ஆன்மீக அடிப்படையிலான இயல்பு, உடல் சார்ந்த வெளிப்பாடு என்ற புற வடிவம் பெறுகிறது.

உடல் சார்ந்த கண்ணோட்டத்திலிருந்து நமது பணியை எதற்காகத் தொடங்கினேன் என்பதற்கு நடைமுறை அடிப்படையிலான மற்றொரு காரணமும் உள்ளது. நமது உணர்ச்சிகளின் மிகவும் வலுவான ஓர் ஈர்ப்பு, உண்மையிலும் அதன் மீது நமக்குள்ள நம்பிக்கையிலும் அடங்கியுள்ளது. மேடையில் ஒரு நடிகர் தனது செயல் அல்லது பொதுவான நிலையின் ஜீவனுள்ள உண்மையை, சொற்ப அளவில் அவர் உணரும் அந்தத் தருணத்திலேயே, அவரது உடல் சார்ந்த செயல்களின் உண்மைத் தன்மையில் உள்ள உள்ளார்ந்த நம்பிக்கைக்கு அவரது உணர்ச்சிகள் எதிர்வினையாற்றும். நம்மைப் பொறுத்தவரை, நமது ஆன்மீக இயல்பைவிட, உடல் சார்ந்த இயல்பின் பகுதிக்கு உண்மையையும் அதன் மீதான நம்பிக்கையையும் ஒப்பிட முடியாத அளவுக்கு மிக சுலபமாக வரவழைத்துக்கொள்ள முடியும்.

ஒரு நடிகருக்குத் தேவைப்படுவது தன் மீது அவர் நம்பிக்கை கொள்வது மட்டுமே. இதன் மூலம், அவரது ஆன்மாவின் கதவுகள் திறக்கப்பட்டு, அவரது கதாபாத்திரத்தின் அகக் குறிக்கோள்கள் மற்றும் உணர்ச்சிகள் அனைத்தும் வசப்படுகின்றன. ஆனால், அவர் தனது உணர்வுகளை வலுக்கட்டாயமாக வரவழைத்துக்கொள்ள முயன்றால், அவற்றின் மீது அவருக்கு எப்போதுமே நம்பிக்கை வராது. அந்த நம்பிக்கை இல்லாமல், அவரால் தனது கதாபாத்திரத்தை உண்மையாக உணரவே முடியாது.

உடல் சார்ந்த புறச் செயல்கள் ஒரு கதாபாத்திரத்தின் ஆன்மீக வாழ்க்கை என்ற அக ஆதார மையங்களுடன் இரண்டறக் கலக்க வேண்டும் என்றால், அதற்குப் பொருத்தமான சாதனம் உங்களுக்கு அவசியம் தேவை. இதை நாடகத்திலும் உங்கள் வேடங்களிலும் நீங்கள் கண்டுபிடிப்பீர்கள். எனவே, நாடகத்தின் உள்ளடக்கம் குறித்த ஆய்வில் இப்போது நாம் கவனம் செலுத்துவோம்.''

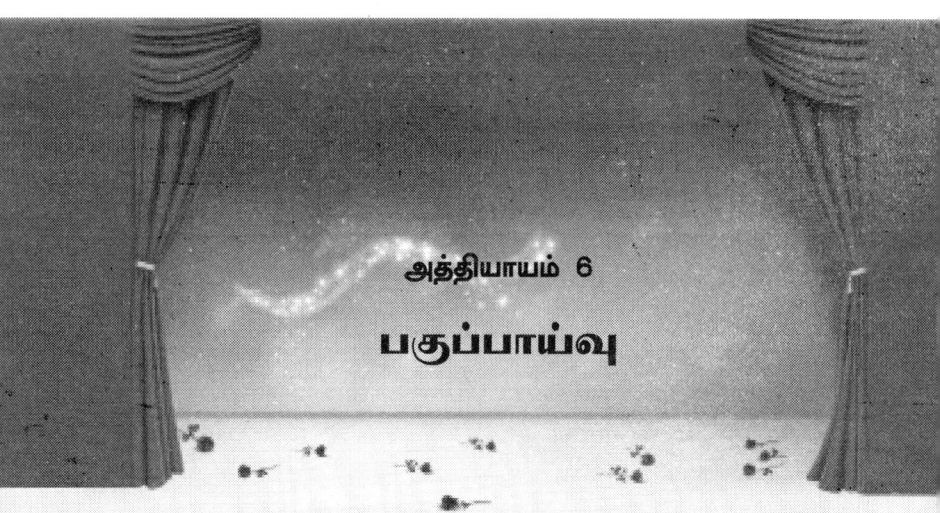

அத்தியாயம் 6
பகுப்பாய்வு

இன்றைய பாடம், நாடகம் மற்றும் கதாபாத்திரத்தை ஆய்வு செய்யும் கட்டங்கள் (பகுப்பாய்வு) என்ற தலைப்புடன் தொடங்கியதும் தத்ஸஸோவ் பின்வரும் நீண்ட விளக்கத்தை அளித்தார்.

"ஒரு நடிகருக்கு நிகழக்கூடிய தலைசிறந்த விஷயம், அவரது ஒட்டுமொத்த கதாபாத்திரமும் அவருக்குள் தானாகவே வடிவம் பெறுவதுதான் என்பதை மீண்டும் சொல்ல விரும்புகிறேன். இப்படிப்பட்ட சந்தர்பங்களில், 'வழிமுறைகள்', 'உத்திகள்' ஆகிய அனைத்தையும் ஒரு நடிகர் மறந்துவிட்டு, மாய சக்தி கொண்டுள்ள இயல்பின் ஆற்றலிடம் தன்னை முற்றிலுமாக ஒப்படைத்துவிட வேண்டும்.

ஆனால், உங்களில் யாருக்குமே இது நிகழவில்லை. உங்களுடைய ஒட்டுமொத்த கதாபாத்திரத்திற்கு இல்லா விட்டாலும் அதன் ஒரு பகுதிக்காவது, இயல்பான, நேரடியான, உள்ளுணர்வு சார்ந்த வாழ்க்கையை நீங்கள் அளிக்க வேண்டும் என்பதற்காக, உங்களுடைய கற்பனை வளத்தை மேம்படுத்தவும் உங்களுடைய உணர்வுகளை ஈர்க்கவும் சாத்தியமான அனைத்து

வழிமுறைகளையும் நாம் பயன்படுத்தி, முயற்சி செய்தோம். இவற்றில் சில முயற்சிகளுக்கு வெற்றி கிடைத்தன. நாடகத்தின் வெவ்வேறு பகுதிகளுக்கு ஜீவன் கொடுக்க முடிந்தது. இப்போது, ஷேக்ஸ்பியரின் இந்த மகத்தான படைப்பை, நேரடியான, உடனடியான, உள்ளுணர்வு சார்ந்த அனைத்து அணுகுமுறைகளின் வழியாக ஆய்வு செய்வோம். ஜீவனற்று காணப்படும் இடங்களில் புத்தொளி பாய்ச்சுவதற்கு நம்மால் என்ன செய்ய முடியும்? மேடையில், வெளிப்படுத்தப்படும் கதாபாத்திரங்களின் உள் உலகத்திற்கு மிக நெருக்கமாக, வலுக்கட்டாயமாக உங்களை எப்படிக் கொண்டு வருவது? இதற்கு பகுப்பாய்வு நடைமுறைகள் நமக்குத் தேவை.

இந்தப் பகுப்பாய்வில், அடங்கியுள்ள விஷயங்கள் எவை? இதன் நோக்கம் என்ன? நடிகரை ஈர்க்கும் ஆக்கத் திறன் சார்ந்த தூண்டு சக்தியைத் தேடிக் கண்டுபிடிப்பதுதான் இதன் நோக்கம். இந்த தூண்டு சக்தி இல்லாவிட்டால், நடிகரால் ஒரு கதாபாத்திரத்துடன் தன்னை அடையாளப்படுத்திக்கொள்ள முடியாது. ஒரு கதாபாத்திரத்தின் ஆன்மாவில் இடம் பெற்றுள்ள உட்கூறுகளையும் அதன் புற மற்றும் அக இயல்பையும் முக்கியமாக, மனித ஜீவன் போன்ற அதன் வாழ்க்கையைப் புரிந்துகொள்வதற்காக அந்த ஆன்மாவின் அடி ஆழத்திற்குள் உணர்ச்சிபூர்வமாக செல்வதும் பகுப்பாய்வின் முக்கிய நோக்கம்.

ஒரு கதாபாத்திரத்தின் நிஜ வாழ்க்கையின் புறச் சூழல்கள், நிகழ்வுகள் ஆகியவற்றைப் பகுப்பாய்வு அலசி, ஆராய்கிறது. நடிகருக்கும் கதாபாத்திரத்திற்கும் பொதுவான உணர்ச்சிகளுக்காக அவரது சொந்த ஆன்மாவுக்குள் பகுப்பாய்வு, ஒரு தேடலைத் தொடர்கிறது. பரபரப்பு உணர்வுகள், அனுபவங்கள், நடிகருக்கும் அவரது கதாபாத்திரத்திற்கும் இடையேயான உறவை வலுப்படுத்தும் கூறுகள், ஆகியவற்றுக்காகவும் இந்தத் தேடுதல் படலத்தை பகுப்பாய்வு நடத்துகிறது. ஆக்கத் திறன் மலர்வதற்கு உகந்த ஆன்மீகம் சார்ந்த அல்லது வேறு விஷயங்களையும் பகுப்பாய்வு தேடிப் பார்க்கிறது.

பகுப்பாய்வு, அக்கு வேறு ஆணி வேறாக அலசுகிறது; கண்டுபிடிக்கிறது; ஆராய்கிறது; அடையாளம் காண்கிறது; நிராகரிக்கிறது; உறுதிப்படுத்துகிறது. ஒரு நாடகம், ஒரு கதாபாத்திரம் ஆகியவற்றின் அடிப்படைப் போக்கு, மற்றும் சிந்தனை, மிக உயர்ந்த குறிக்கோள் மற்றும் அதை எட்டுவதற்கான அடுத்தடுத்த செயல் திட்டங்கள் ஆகியவற்றை இது புலப்படுத்து கிறது. கற்பனை, உணர்வுகள், சிந்தனை மற்றும் மன உறுதிக்கு இதுதான் அடித்தளமாக அமைந்துள்ளது.

பகுப்பாய்வு மூலம் நிறைவேற்றப்பட வேண்டிய பல திட்டங்கள் உள்ளதை நீங்கள் பார்க்கிறீர்கள். முதல் கட்டமாக, நமது வேலையின் தொடக்கத்தில், விலைமதிக்க முடியாத முத்துக்கள் போன்ற விஷயத்திற்கு உரிய முக்கியத்துவம் கொடுப் பதற்கான வழிமுறையைத் தேடிக் கண்டுபிடிக்கவும், அதைப் புரிந்துகொள்ளவும் பகுப்பாய்வு முயற்சி செய்கிறது. ஓர் எழுத்தாளரின், ஒரு மேதையின் படைப்பில் இடம் பெற்றுள்ள ஆக்கத் திறன் சார்ந்த தூண்டுசக்தி என்பதுதான் விலை மதிக்க முடியாத அந்த முத்துக்கள். நமது வழக்கமான முதல் அணுகு முறையின்போது, இவற்றைக் கவனிக்கத் தவறிவிட்டோம்.

ஒரு நடிகரின் திறமை, தொட்டாற்சுருங்கி போன்று உடனுக்குடன் வெகு சுலபமாக எதிர்வினையாற்றும். அனைத்து விஷயங்களுக்கும் இது எதிர்வினையாற்றும். அதனால் பரவா யில்லை. ஆக்கத் திறன் சார்ந்த தூண்டு சக்தி, நடிகருக்குள் இயல்பாக ஆக்கத் திறன் சார்ந்த பதில் விளைவை எழுப்புகிறது. இந்த பதில் விளைவு நாடகத்தில் இதுவரை புலப்படாமல் இருந்த இடங்களில் ஒளியூட்டி, உண்மையான நுண் உணர்வுகளை, குறுகிய நேரம் வரையிலாவது வெளிப்படுத்துகின்றன. தற்காலிக மான இந்த நுண் உணர்வுகள், கதாபாத்திரத்திற்கு நெருக்கமாக நடிகரை ஈர்க்க உதவுகிறது. இந்த வகையில், நடிகரை ஊக்கப் படுத்துவதற்காக நாடக ஆசிரியர் தனது படைப்பில் பொதித்து வைத்துள்ள, ஆக்கத் திறன் சார்ந்த தூண்டு சக்தியைத் தேடிக் கண்டுபிடிப்பதுதான் நமது முதல் குறிக்கோளாக அமைந்துள்ளது.

முதலில், காரண, காரிய அடிப்படையிலான பகுத்துக் காணும் அறிவை எடுத்துக்கொள்வோம். உணர்ச்சியைக்கூட கட்டுப்படுத்தி விடலாம். ஆனால் இதைக் கட்டுப்படுத்துவது அவ்வளவு சுலபமல்ல. பகுத்துக் காணும் அறிவு சார்ந்த ஒரு வேலையை முற்றிலுமாக அறிவுக்கூர்மை அடிப்படையிலான செயல் முறைகளால் நாம் மேற்கொள்வதில்லை. நமது மனதை முதலில் பயன்படுத்துகிறோம். இது முதலில் ஒரு முன்னோடி வழிகாட்டியாகச் சென்று துல்லியமாகத் தேடிக் கண்டுபிடிக்கிறது. நாடகம் மற்றும் தனித்தனி வேடங்களின் அத்தனை பகுதிகளையும், அனைத்து திசைகளையும், அனைத்து நிலைகளையும் பகுத்துக் காணும் அறிவு ஆராயத் தொடங்குகிறது. படைப் பிரிவின் முன்னணித் தளபதி போன்று செயல்படும் இது, பிரகாசமான புதிய தடங்களில் ஒளியைப் பாய்ச்சி, நமது உணர்வுகளை வழிநடத்துகிறது. பின்னர், ஆக்கத் திறன் சார்ந்த உணர்ச்சிகள், முன்னணி வழிகாட்டி உருவாக்கிய தடங்களைப் பின்பற்றிச் செல்கிறது.

இந்தத் தேடல் முடிவடைந்ததும் மனம் மீண்டும் வருகிறது. ஆனால் இப்போது குறுகிய புது வடிவத்தில், தன்னைச் சுருக்கிக் கொள்கிறது. பின்பக்க தளபதி போன்று செயல்பட்டு, கொண்டாட்ட உணர்ச்சிகளை ஒன்று திரட்டி, ஈட்டப்பட்டுள்ள விஷயத்துடன் வெற்றிக் கனியாக ஒன்றிணைக்கிறது.

எனவே, பகுப்பாய்வு என்பது அறிவுக்கூர்மை மட்டுமே சார்ந்த நடைமுறை அல்ல. ஒரு நடிகரின் சுபாவத்தில் கலந்துள்ள அனைத்துத் திறன்கள், தகுதிகள் ஆகிய பல்வேறு கூறுகள் பகுப்பாய்வில் இடம் பெற்றுள்ளன. இவை, தங்களை வெளிபடுத்திக் கொள்வதற்கு முடிந்தளவுக்கு விரிவான களம் கொடுக்கப்பட வேண்டும். ஒரு நாடகத்தைப் புரிந்துகொள்வதற்கு, உணர்வதற்கான ஒரு வழிமுறைதான் பகுப்பாய்வு. உண்மையான, உணர்ச்சிபூர்வ அனுபவம் மூலம் மட்டுமே ஒரு கதாபாத்திரத்தில் இடம் பெற்றுள்ள மனித சுபாவத்தின் ரகசியப் பகுதிகளுக்குள் ஊடுருவிச் செல்ல முடியும். கேட்கும் திறன், பார்வைத் திறன் அல்லது நினைவு மனம் சார்ந்த அணுகுமுறை ஆகியவற்றுக்கு

எட்டாமல் மனித ஆன்மாவுக்குள் மறைந்துள்ள விஷயங்களைத் தெரிந்துகொள்ளவும் உணரவும் முடியும்.

பகுத்துக் காணும் அறிவு வறண்டுவிடுவது, ஒரு துரதிர்ஷ்டமான நிலை. சில சமயங்களில், நினைவு மனதிற்கு அப்பாற்பட்ட உந்துதலை நேரடியாக வெளிக் கொணரும் இது, பல சமயங்களில் அதை அழித்துவிடவும் செய்கிறது. நினைவு மனம் சார்ந்த இதன் இயல்பின்படி, பல சந்தர்ப்பங்களில் இது வரம்பு மீறிச் செயல்பட்டு, ஆக்கத் திறனில் மகத்தான பங்கு வகிக்கும் உணர்வுகளை நசுக்கிவிடுகிறது. எனவே, பகுப்பாய்வு நடைமுறையில் ஒருவர் மனதை மிகுந்த கவனத்துடனும் எச்சரிக்கையுடனும் பயன்படுத்த வேண்டும்.

நான் பள்ளிக்கூடச் சிறுவனாக இருந்தபோது, வால்கா நதியை ஒட்டியுள்ள நகர்களின் பெயர்களை, மனப்பாடமாகத் தெரிந்து கொள்ள வேண்டும் என்ற நோக்கத்திற்காக மட்டுமே படிக்க வேண்டிவந்தது. அது எனக்குச் சலிப்பாக இருந்ததால், என் நினைவில் அந்தப் பெயர்களை பதிய வைத்துக்கொள்ள முடிய வில்லை. ஆனால், நான் பெரியவனான பிறகு, எனது பள்ளித் தோழர்களுடன் வால்கா நதி வழியாகப் படகுப் பயணம் சென்றோம். பெரிய நகரங்களின் பெயர்களை மட்டும் அல்லாமல், சிறு சிறு குடியிருப்புகள், நிலப் பகுதிகள், படகு நிறுத்தங்கள் ஆகியவற்றின் பெயர்களையும் தெரிந்துகொண்டோம். இவை எல்லாம் எங்கள் வாழ்நாள் முழுவதும் நினைவைவிட்டு நீங்காது.

இப்போதுகூட, அங்கு எந்த மக்கள் வசித்தார்கள், என்ன பொருட்களை வாங்க முடியும்? அங்கு என்ன உற்பத்தியாகும் என்பதையெல்லாம் நினைவுகூர முடியும். நாங்கள் விரும்பா மலேயே உள்ளூர் கிசுகிசுக்கள் மற்றும் சுவாரஸ்யமான விஷயங்கள் உள்ளிட்ட வாழ்க்கையின் மிக நெருக்கமான அம்சங்கள் எல்லாம் எங்களுக்குத் தெரிந்துள்ளன. நாங்கள் அறிந்துகொண்ட அனைத்தும், எங்கள் தரப்பில் எந்த முயற்சியும் மேற்கொள்ளப் படாமலேயே எங்கள் நினைவு அறையில் மிக கவனமாக பத்திரப்படுத்தப்பட்டுள்ளன.

அறிவை வளர்த்துக்கொள்வதற்காக எதையாவது படிப்பதற்கும், நடைமுறையில் பயன்படுத்திக்கொள்வதற்காக ஒன்றைப் படிப்பதற்கும் பெருமளவில் வித்தியாசம் உள்ளது. முதலாவது நிலையில், அந்த விஷயங்களைப்பத்திரப்படுத்தி வைப்பதற்கான எந்த இடமும் இல்லை. ஆனால், இரண்டாவது நிலையில், நீங்கள் தெரிந்துகொள்ளும் அனைத்தையும் உடனடியாக கிரகித்துக் கொள்வதற்கான இடம், பாய்ந்தோடி வரும் நீரைத் தேக்கி வைத்துக்கொள்ளக் காத்திருக்கும் ஒரு குளம் போலத் தயாராக உள்ளது.

ஒரு நாடகத்தைப் பகுப்பாய்வு செய்வதும் இது போன்றது தான். பரபரப்புக்காக மட்டுமே உணர்வுகளை அனுபவிக்கும் நோக்கத்தில் நாம் ஓர் ஆய்வை மேற்கொண்டால், அதற்கான இடத்தையும் காண முடியாது; அதைப் பயன்படுத்திக்கொள்ளவும் முடியாது. நமது கதாபாத்திரங்களை நியாயப்படுத்துவதற்கு அல்லது அவற்றின் மேலோட்டமான நிஜ வாழ்க்கைக்கு உயிரூட்டுவதற்குத் தேவைப்படும் ஏதாவது ஒரு விஷயம், ஆய்வு மூலம் கிடைத்தால், நாடகம் மற்றும் கதாபாத்திரங்களிலிருந்து கிரகிக்கப்பட்டுள்ள அந்தப் புதிய விஷயம், தனக்கான முக்கிய பயன்பாட்டைத் தானே கண்டுபிடித்துக்கொண்டு தான், மேலும் வளர்ச்சியடைவதற்கான வளமான தளத்தையும் உருவாக்கிக் கொள்ளும்.

ஒரு கதாபாத்திரத்தின் உடல் சார்ந்த வாழ்க்கைக்கான குணாம்சம் என்பது நமது பணியின் தொடக்கம் மட்டுமே. அதன் மிக முக்கியமான பகுதி, ஒரு கதாபாத்திரத்தின் ஆன்மீக வாழ்க்கை தொடங்குகிற அடி ஆழத்தில் உறைந்துள்ளது. இந்த ஆன்மிக வாழ்க்கையை உருவாக்குவதுதான் நமது கலையின் பிரதான குறிக்கோள். இந்தக் குறிக்கோள் மிக விரிவாக இப்போது உருவாக்கப்பட்டுள்ளது. அதை எட்டுவது அவ்வளவு கஷ்டமல்ல. முன் தயாரிப்போ அல்லது பக்கபலமோ இல்லாமல் நேரடியாக உணர்வுகளை நீங்கள் எட்ட முயன்றால், அதை கிரகிக்கவோ அல்லது தக்கவைத்துக்கொள்ளவோ முடியாது. ஆனால் இப்போது,

உங்களுடைய கதாபாத்திரத்தின் நிஜ வாழ்க்கைக்கான, தெளிவாகப் புலப்படும், ஒரு வலுவான ஆதரவு கிடைத்துள்ளது. நீங்கள் இனியும் அந்தரத்தில் ஊஞ்சலாட வேண்டியதில்லை. உங்களுக்காகத் தயாராக உள்ள ராஜபாட்டையில் நீங்கள் முன்னேறிச் செல்லலாம்.

ஒருவரின் உடல் சார்ந்த இருப்பு குறித்த அறிவு அற்புதமானது, வளர்ச்சிக்குத் துணை நிற்கும் வளமான தளம் அது. இந்த தளத்தில் விதைக்கப்படும் அனைத்து விஷயங்களுக்கும், பொருள் சார்ந்த உலகத்தில் ஸ்தூலமான ஓர் அடித்தளம் உள்ளது. இந்த அடித்தளத்தில் உருவான செயல்கள், ஒரு கதாபாத்திரத்தை நிலை நிறுத்துவதற்கு உதவுகின்றன. ஒருவர் மேடையில் மேற்கொள்ளும் செயல்கள் மீது அவருக்கு நம்பிக்கையை உருவாக்கும் பெரிய அல்லது சிறிய உண்மைகளை இந்தத் தளத்தில் சுலபமாக கண்டு பிடிக்க முடிவதால் இது சாத்தியமாகிறது. நம்பிக்கை, உண்மை ஆகியவை உங்களுடைய உணர்ச்சிகளை ஈர்க்கும் சக்தி வாய்ந்த காந்தங்கள் என்பதை நீங்கள் ஏற்கெனவே அறிந்திருக்கிறீர்கள்.

பின்னோக்கிச் சிந்தித்துப் பாருங்கள். உங்களுடைய கதாபாத்திரங்களில் உடல் சார்ந்த இருப்பில் நீங்கள் உண்மை யிலேயே வாழ்ந்தபோது, உங்களுடைய உணர்ச்சிகள் மாறாமல் நிலைத்திருந்தனவா? இந்த நிலையை, நீங்கள் ஆழமாக ஆராய்ந்து, அந்தத் தருணத்தில் உங்கள் ஆன்மாவில் என்ன நிகழ்ந்தது என்பதை கவனித்தால், மேடையில் உங்களுடைய உடல் சார்ந்த செயல்கள் மீதான நம்பிக்கையுடன் உணர்ச்சிகளை நீங்கள் உணர்ந்துகொள்வதைக் காண்பீர்கள். உங்கள் ஆன்மாவுடன் அறிவுபூர்வமான உறவை தக்கவைத்துக் கொண்டுள்ள, உங்கள் கதாபாத்திரத்தின் புற வாழ்க்கைக்கு மிகவும் பொருத்தமாக இந்த நிலவரம் அமைந்துள்ளது.

உடல், கட்டுப்பாட்டுக்கு உட்பட்டது. உணர்வுகளோ அடிக்கடி மாறக்கூடியது. எனவே, உங்கள் ஒரு கதாபாத்திரம் தானாகவே அதற்கான நிஜ வாழ்க்கையை அமைத்துக்கொள்ளும்படி உங்களால்

செய்ய முடியாவிட்டால், உங்கள் வேடத்தின் உடல் சார்ந்த இருப்பை உருவாக்குங்கள்."

"**ஒ**ரு நாடகத்தையும் அதன் கதாபாத்திரங்களையும் பகுப்பாய்வு செய்வதன் மூலம் கற்றுக்கொள்வதற்கான பல வழிமுறைகள் நம்மிடம் உள்ளன.

நாடகத்தின் உள்ளடக்கத்தை நாம் மறுபடியும் சொல்ல வேண்டும். ஆசிரியர் திட்டமிட்டுள்ள சூழ்நிலைகளையும் சம்பவங்கள் மற்றும் நிகழ்வுகளையும் பட்டியலிட வேண்டும். பல்வேறு பகுதிகளாக நாடகத்தைப் பிரித்து, பகுத்துப் பார்த்து, மேலும் பல்வேறு அடுக்குகளாகப் பிரித்துக்கொள்ள வேண்டும். கேள்விகளை யோசித்து, அதற்கான விடைகளையும் அளிக்க வேண்டும். நாடகத்தின் கதை, வசனத்தை, வார்த்தை, வார்த்தை களாக தேவையான இடைவெளி விட்டு, வாசிக்க வேண்டும். கதாபாத்திரங்களின் கடந்த காலம் மற்றும் எதிர்காலம் குறித்து கவனம் செலுத்த வேண்டும்.

பொதுவான கலந்துரையாடல்கள், உரையாடல்கள், விவாதங்கள், அமர்வுகள் ஆகியவற்றுக்கு ஏற்பாடு செய்ய வேண்டும். முக்கியமான பகுதிகளை உன்னிப்பாக ஆராய்ந்து பார்க்க வேண்டும். அனைத்து சம்பவங்களையும் சரியாக எடைபோட்டு மதிப்பிட வேண்டும், பிரிவுகள் மற்றும் குறிக்கோள்களின் பெயர் களைக் கண்டறிய வேண்டும். நடைமுறை சார்ந்த இந்தப் பல்வேறு வழிமுறைகள் அனைத்தும் பகுப்பாய்வு என்ற ஒற்றைச் செயல்முறையின் ஒரு பகுதியாகும். நாடகத்தையும் உங்கள் கதாபாத்திரத்தையும் நெருக்கமாக அறிந்துகொள்வதற்கான வழிமுறையின் ஒரு பகுதி என்றும் சொல்லலாம்.

உங்களுக்கு நடைமுறை உதாரணங்களைக் கொடுக்கப் போகிறேன். நாம் ஒத்திகை பார்த்துக்கொண்டிருக்கும் ஒரு காட்சியில், இவை அனைத்தையும் உடனடியாக மேற்கொள்ள முடியாது. அப்படிச் செய்தால், உங்களுக்குக் குழப்பமாகிவிடும்.

புரிந்துகொள்வதும் மிகவும் சிக்கலாகிவிடும். எனவே, பகுப்பாய்வின் நுட்பமான முறைகளைப் படிப்படியாக உங்களுக்கு அறிமுகப்படுத்தி, ஒவ்வொரு காட்சியிலும் அவற்றைப் பயன்படுத்தி விளக்கமளிக்கிறேன்.''

எங்கள் பாடம் முடிந்ததும், தத்ஸோவ் எங்களுக்கு ஒரு வேலை கொடுத்தார். ரஹ்மானவ் நடத்தும் வகுப்புக்குச் செல்லும்படி எங்களுக்கு உத்தரவிட்ட அவர், எங்களிடமிருந்து முன்னர் எடுத்துச் செல்லப்பட்ட ஓதெல்லோ நாடகப் பிரதிகளை எங்களுக்குத் திருப்பிக் கொடுப்பதற்கும் ஏற்பாடு செய்தார். நாங்கள் அனைவரும் வளாகத்தை விட்டு வெளியேறாமல் ஆசிரியரின் கட்டளையை நிறைவேற்ற வேண்டியிருந்தது. ஒருவர் பக்கத்தில் ஒருவர் அமர்ந்துகொண்டு, கதாபாத்திரங்களோடு தொடர்புடைய அனைத்து விஷயங்களையும் நகலெடுக்க வேண்டும் என்று எங்களிடம் கூறினார். கதாபாத்திரங்களுக்கு இடையேயான பரஸ்பர உறவு, இடம் பெற்றுள்ள சம்பவங்கள் குறித்த விவரங்கள், அதற்கான நியாயங்கள், சம்பவம் நடைபெறும் இடங்கள், உடைகள், அக உணர்ச்சிகள் குறித்த விளக்கங்கள் முதலிய அனைத்து விஷயங்களையும் அதாவது, நாடகக் கதை வசனத்திலிருந்து எங்களால் தோண்டி எடுக்க முடிந்த அனைத்தையும் நகலெடுக்கும்படி எங்களுக்கு உத்தரவிடப்பட்டது. நாங்கள் திரட்டிய இந்தத் தகவல்களிலிருந்து ரஹ்மானவ் அறிவுறுத்தியபடி ஒரு பொதுப் பட்டியலைத் தயாரித்தோம். இதன் நகல்கள் எங்கள் அனைவருக்கும் கொடுக்கப்பட இருந்தன. ஆனால் நாடகப் பிரதிகள் எங்களிடமிருந்து திரும்பப் பெறப்பட்டன.

"எனது பங்குக்கு, மேடையின் பின்னணி அமைப்புகள் மற்றும் உடை அலங்காரத்திற்கான படங்களை வரையும் ஓவியரை நான் பார்க்கப்போகிறேன். முதல் காட்சிக்கான பொதுவான தயாரிப்புத் திட்டம் குறித்து நான் யோசிக்க வேண்டும். ஆசிரியரின் குறிப்புகளுடன் சேர்த்து உங்களுக்கான அடுத்த பாடம் குறித்த எனது திட்டங்களையும் சொல்ல உள்ளேன். பிறகு, தேவையான

தகவல்கள் அனைத்தையும் நீங்கள், தயாரித்து உங்கள் கைவசம் வைத்துக்கொள்வீர்கள்.''

ரஹ்மானவ் நாடகத்தை எங்களுக்கு உரக்க வாசித்துக் காட்டினார். நடிகர்கள், அவர்களுக்கிடையேயான பரஸ்பர உறவுகள் அல்லது உளவியல், நாடகத் தயாரிப்பு, இயக்கம், 'செட்'கள் தொடர்பான ஆசிரியரின் குறிப்புகள் ஆகியவை சம்பந்தப்பட்ட இடங்கள் வரும்போது, அவரது வாசிப்பை நிறுத்தச் சொல்லி விளக்கம் கேட்டோம். இந்த அடிப்படையில் நாங்கள் தயாரித்த குறிப்புகள் பல பக்கங்களாக விரிந்தன. பின்னர், அந்தக் குறிப்புகளை தலைப்பு வாரியாக (செட்கள், உடைகள், ஆசிரியர் குறிப்புகள், கதாபாத்திர சித்தரிப்புகள், உளவியல், சிந்தனை முதலியவை) பிரித்து வகைப்படுத்தினோம். இதனை அடிப்படையாகக் கொண்டு நாங்கள் உருவாக்கிய ஒரு புதிய பட்டியலை, தத்ஸோவிடம் அடுத்த வகுப்பில் சமர்ப்பிக்க வேண்டியிருந்தது.

★ ★ ★

"ஆசிரியர், நாடகக் கதையில் விவரித்துள்ள அனைத்தையும் ஒன்றுவிடாமல் முழுமையாகத் திரட்டிக்கொள்வதற்காகவும் அவர் சூசகமாகக் குறிப்பிட்டுள்ள விஷயங்களை விளக்குவதற் காகவும், நடிகர் தனக்குத் தேவையான தகவல்களைப் பெற்றுக் கொள்வதற்காகவும் நான் வேறொரு நுட்பமான வழிமுறையை முன்வைக்கிறேன். ஒரு நாடகம் குறித்து சிந்திக்கும் நடைமுறைக் கட்டங்களில் இந்த வழிமுறையை நாம் பின்பற்றியிருக்கிறோம். அடுக்கடுக்கான கேள்விகள் மற்றும் பதில் வடிவத்திலான அணுகுமுறை இது. உதாரணத்திற்கு சில கேள்விகள்:

''இந்த சம்பவம் எப்போது நிகழ்ந்தது? பதினாறாவது நூற்றாண்டில், வெனிஸ் நாடு குடியரசாக மலர்ந்தபோது.

எந்தப் பருவகாலத்தில்? பகலிலா அல்லது இரவிலா? முதல் காட்சி, ப்ரோபானிட்டோ மாளிகை முன்பு, இலையுதிர் காலம் அல்லது குளிர்காலத்தில், கடலில் பெரும் புயல் உருவெடுத்த

நாளில் நிகழ்கிறது. வெனிஸ் நகரமே ஆழ்ந்த உறக்கத்தில் மூழ்கியிருந்த முன்னிரவுப் பொழுதில் இந்த சம்பவம் நிகழ்கிறது. ரசிகர்கள் அந்தக் குறிப்பிட்ட நேரத்தைத் தெரிந்துகொள்ள வேண்டும் என விரும்பினால், மணிக்கூண்டில் உள்ள கடிகாரம் பதினோரு தடவை அடிக்கும்படி செய்யலாம். ஆனால், இந்த 'எபெஃக்ட்' நாடகங்களில் அடிக்கடி பயன்படுத்தப்படுவதால், தவிர்க்க முடியாத தேவை ஏற்பட்டால் மட்டுமே மிகவும் கவனத்துடன் இந்த உத்தியைக் கையாள வேண்டும்.

இந்த சம்பவம் எங்கு நிகழ்கிறது? வெனிஸ் நகரில், கிரான்ட் கால்வாயை ஒட்டியுள்ள, கனவான்களின் மாளிகைகளுக்கு அருகில் அமைந்துள்ள மேல்தட்டு மக்கள் வசிக்கும் பகுதியில். மேடையின் பெரும் பகுதியை தண்ணீர் சூழ்ந்திருக்குமாறும், அந்த மாளிகைக்கு செல்வதற்கான சிறிய, குறுகிய பாதை மற்றும் மாளிகையின் நுழைவாயில் இருக்குமாறும் அமைக்க வேண்டும். ஏனென்றால், இந்த நகரம் தண்ணீர் மீது நிர்மாணிக்கப்பட்டுள்ள நகரமாகும். மேலும், மாளிகையின் மேல் பகுதியிலும் கீழ்ப் பகுதியிலும் ஜன்னல்கள் இருக்க வேண்டும். அப்போதுதான் மாளிகைக்குள் அந்த இரவு நேரத்தில் விளக்கு எரிவதையும், மாளிகையில் உள்ள அனைவரும் விழித்துக்கொண்டு, பரபரப் பாகவும் பதற்றத்துடனும் அங்கும் இங்குமாக விரைந்து செல்வதையும் பார்வையாளர்களால் காண முடியும்.''

தத்ஸோவ் இப்படிச் சொன்னதைக் கேட்ட மாணவர்களுக்கு நிஜமான தண்ணீர் சூழ்ந்திருக்கும் 'எஃபெக்டை' ஏற்படுத்துவது, கால்வாயில் படகுகள் செல்வது என்பதை எல்லாம் எப்படி தத்ரூபமாக கொண்டு வருவது எனச் சந்தேகம் ஏற்பட்டது. நாடக அரங்கில் இதற்கான வசதிகள் இருப்பதாக தத்ஸோவ் குறிப்பிட்டார். வெவ்வேறு வேகத்தில் சூழலக் கூடிய 'க்ரோமோட்ரோப்' என்ற இயந்திர சாதனம் பொருத்தப்பட்ட விசேஷமான ப்ரொஜக்டர் மூலம் நீரலைகள் போன்ற தோற்றத்தை ஏற்படுத்த முடியும் எனவும் அடுத்தடுத்து அலைகள் தோன்றுவதை காட்டுவதற்கான இயந்திர சாதனங்களும் உள்ளன என்றும் தத்ஸோவ் விளக்கினார்.

'The Flying Dutchman' நாடகத்தில் இரண்டு கப்பல்கள் வருவது போன்று காட்டப்பட்டதையும் அவர் சுட்டிக் காட்டினார்.

★ ★ ★

"நாடகத்தில் தெளிவாகப் புலப்படாத இடங்களை நீங்கள் முழுமையாகப் புரிந்துகொள்வதற்கு இப்போது நான் உதவ விரும்பிகிறேன். இதை எப்படித் தொடங்குவது?'

நாடகக் கதையை மீண்டும் ஆழமாகப் படிக்க வேண்டும். அதாவது முழுமையான கவனம் செலுத்தி மறுவாசிப்பைத் தொடங்க வேண்டும்'' என்று அவர் சொன்னதும் நான் எதிர்ப்புத் தெரிவித்தேன். ''நாங்கள் ஏற்கெனவே வாசித்துவிட்டோம்.. எங்களுக்குத் தெரியும்..!'' என்றேன்.

''ஆனால், நீங்கள் வாசித்திருந்தாலும் உங்களுக்குப் பிடிபடாத பல இடங்கள் இருப்பதை நான் நிருபிக்கிறேன் பாருங்கள்...

அது மட்டுமல்ல... சில இடங்களில் வசனங்களைப் பகுத்துப் பார்ப்பதில்கூட நீங்கள் வெற்றியடையவில்லை. மேலும், முக்கியமான இடங்கள் என நாம் குறிப்பிடும் விஷயங்கள் குறித்து, உங்களுக்கு ஒரு தோராயமான எண்ணம் மட்டுமே உள்ளது.

உதாரணத்திற்கு இந்த நாடகத்தில் வரும் ஒரு முக்கியமான இடத்தை – செனட் சபையில் ஒதெல்லோ பேசும் காட்சியை - சுட்டிக்காட்ட விரும்புகிறேன்.

பேராற்றல் படைத்த, கீர்த்தி வாய்ந்த பெரியோர்களே!
போற்றுதலுக்கும் பெருமைக்கும் உரிய எனது எஜமானர்களே!
இந்த பெரியவரின் மகளை நான் கவர்ந்து சென்றது
உண்மைதான்.
அவளை மணந்துகொண்டதும் உண்மைதான்.
நான் இழைத்த இந்தக் குற்றம்
இந்தளவுக்கு....

இந்தப் பேச்சில் இடம் பெற்றிருக்கும் உள்ளடக்கங்கள் அனைத்தையும் நீங்கள் உணர்திருக்கிறீர்களா? புரிந்து கொண்டிருக் கிறீர்களா?''

''அவன் எது குறித்து பேசுகிறான் என்பதை நாங்கள் புரிந்து கொண்டிருப்பதாக நினைக்கிறோம். டெஸ்டெமோனாவை கடத்தி சென்றதைக் குறித்துச் சொல்கிறான்'' என மாணவர்கள் கூறினார்கள்.

''அப்படியில்லை,'' என குறுக்கிட்ட தத்ஸோவ் தொடர்ந்து விளக்கினார்: ''ஓர் உயர்ந்த அதிகாரியின் மகளைக் கவர்ந்து சென்றது குறித்து அவன் பேசிக்கொண்டிருக்கிறான். அதுவும் ஒரு அந்நிய தேசத்தவன், செனட் சபையின் ஊழியனாக இருப்பவன் இந்தக் காரியத்தை செய்திருக்கிறான். இப்போது சொல்லுங்கள், ஒதெல்லோ ஈடுபட்டுள்ள பணி எது? செனட் சபை உறுப்பினர்களை 'எஜமானர்கள்' என்று குறிப்பிடுகிறான். அவனுக்கும் அவர்களுக்கும் இடையேயான உறவு என்ன?''

''அவன் ஒரு தளபதி... ராணுவ வீரன்'' என்று நாங்கள் சொன்னோம்.

நமது பேச்சு வழக்கில் சொல்வதென்றால், யுத்த நடவடிக்கை களை முடிவு செய்யும் அமைச்சர் என்று அவனை சொல்லலாமா? அவர்களெல்லாம் அமைச்சரவையில் இடம் பெற்றவர்களா? அல்லது அவன் ஒரு கூலிப்படையைச் சேர்ந்த வீரனா? நாட்டின் தலையெழுத்தை முடிவு செய்யும் அதிகாரம் படைத்த கவர்னர்களா அவர்கள்?''

''இப்படி எல்லாம் நாங்கள் சிந்தித்ததில்லை. இப்படிப்பட்ட துல்லியமான விவரங்களை எல்லாம் நடிகர்கள் தெரிந்துகொள்ள வேண்டிய அவசியம் இல்லை என நான் நினைக்கிறேன்'' என்று க்ரிஷா குறிப்பிட்டார்.

''இந்த விஷயங்களை எல்லாம் தெரிந்துகொள்ள வேண்டிய அவசியம் இல்லை என்று என்ன அர்த்தத்தில் சொல்கிறீர்கள்?'' என்று அதிர்ச்சி கலந்த வியப்புடன் தத்ஸோவ் கேட்டார்.

இந்தப் பிரச்சினை இரண்டு வர்க்கத்தினரிடையே ஏற்பட்டுள்ள ஒரு மோதல் மட்டுமல்ல. இரண்டு தேசத்தை சேர்ந்தவர்களிடையே உருவாகியுள்ள மோதலாகவும் உள்ளது. மேலும், கண்டனத்திற்குரிய ஒருவனுக்காக செனட் சபை ஏன் வக்காலத்து வாங்க வேண்டும் என்ற கேள்வியும் எழுகிறது. வெனிஸ்வாசிகள் இப்படிப்பட்ட பயங்கரமான முரண்பாட்டில் சிக்கிக்கொள்ளும் நிலைக்கு ஏன் ஆளானார்கள்? ஆனால் நீங்களெல்லாம் இது குறித்து எதையும் தெரிந்து கொள்ள விரும்பவில்லை! என்ன கொடுமை இது? இந்தக் கதாபாத்திரங்களில் சமூக அந்தஸ்து குறித்து உங்களுக்கு ஆர்வம் இல்லையா?

இவற்றை எல்லாம் தெரிந்துகொள்ளாமல், அவர்களுக்கிடையேயான பரஸ்பர உறவை உங்களால் எப்படி உணர்ந்துகொள்ள முடியும்? பொதுவாக இந்த ஒட்டுமொத்த துயர நாடகத்திலும் குறிப்பாக இரண்டு ஜீவன்களுக்கு இடையேயான காதல் கதையிலும் முக்கிய இடம் வகிக்கும் இரண்டு வர்க்கத்தினருக்கு இடையேயான மோதலை உங்களால் எப்படி உணர முடியும்? ''

''நீங்கள் சொல்வது மிகவும் சரியானதுதான்'' என்று நாங்கள் ஒப்புக்கொண்டோம்.

''சரி... நான் எனது விளக்கத்தை தொடர்ந்து சொல்கிறேன்.

இந்தப் பெரியவரின் மகளை நான் கவர்ந்து சென்றது மிகவும் உண்மைதான்.'

இப்போது சொல்லுங்கள் இந்தக் கடத்தல் எப்படி நிகழ்ந்தது? ஒதெல்லோ இழைத்த குற்றம் எப்படிப்பட்டது என்பதை மதிப்பிடுவதற்கு, இந்தத் தகவல்களைத் தெரிந்துகொள்வது மிக அவசியம். வேதனைக்கு ஆளாக்கப்பட்டுள்ள, அவமானத்திற்கு உள்ளாக்கப்பட்டுள்ள தரப்பினரின் – ப்ரோபானிட்டோ, வெனிஸ் தலைமை நீதிபதி மற்றும் செனட் சபை உறுப்பினர்கள்- கண்ணோட்டத்தில் மட்டுமல்லாமல், இந்தக் குற்றத்தை இழைத்துள்ள ஒதெல்லோவின் கண்ணோட்டத்திலும் இந்தக் காதல் கதையின் நாயகியான

டெஸ்டமோனாவின் கண்ணோட்டத்திலும்கூட அனைத்து தகவல்களையும் தெரிந்து கொள்ள வேண்டும்.''

இப்படி எல்லாம் சிந்திக்க வேண்டும் என எங்களுக்குத் தோன்றாததால், அவருடைய கேள்விக்கு எங்களால் பதிலளிக்க முடியவில்லை.

தத்ஸோவ் தனது விளக்கத்தைத் தொடர்ந்தார்:

'... நான் அவளை மணந்துகொண்டதும் உண்மைதான்'

"இப்போது சொல்லுங்கள், அவர்களுக்கு யார் திருமணம் செய்து வைத்தது? எங்கே நடந்தது? எந்த தேவாலயத்தில்? அது கத்தோலிக்க தேவாலயமா? அல்லது ஒதெல்லோ ஒரு முஸ்லிம் என்பதால் அவர்கள் திருமணத்தை நடத்தி வைப்பதற்கு எந்த கிறிஸ்தவப் பாதிரியாரும் கிடைக்கவில்லையா? அப்படியென்றால் எந்த முறையில் ஒதெல்லோவின் திருமணம் நடைபெற்றது? அல்லது அது பொதுவான சட்டப்படி நடைபெற்ற திருமணமா? அந்தக் காலகட்டத்தில் இப்படிப்பட்ட ஒரு திருமணம் மிகவும் துணிச்சலான, அடாவடித்தனமான செயலாக இருந்திருக்கலாம்.''

இது குறித்து எங்களால் எதுவுமே சொல்ல முடியவில்லை. தத்ஸோவ் அவரது கருத்தை தெரிவித்தார். "ஒதெல்லோ நாடகப் பிரதியில் அச்சாகியுள்ள எழுத்துகள் சொல்வனவற்றை ஏறக்குறைய நீங்கள் புரிந்துகொண்டிருப்பீர்கள். ஆனால், ஷேக்ஸ்பியர் இந்த நாடகத்தை எழுதியபோது, அவர் சொல்ல விரும்பியது இந்த வார்த்தைகளுக்கு அப்பாற்பட்டது. அவரது நோக்கத்தை நீங்கள் புரிந்துகொள்ள வேண்டும் என்றால், அச்சடிக்கப்பட்ட உயிரற்ற அந்த எழுத்துகள் வாயிலாக அவரது சிந்தனைகளை மட்டு மல்லாமல், அவரது தொலைநோக்கு எண்ணங்களையும், அவரது உணர்ச்சிகளையும் உணர்வுகளையும்கூட நீங்கள் மீட்டுக் கொண்டு, ஒவ்வொரு வார்த்தையிலும் பொதிந்துள்ள முழுமையான உள் அர்த்தத்தைத் தெரிந்துகொள்ள வேண்டும். இப்படித் தெரிந்து கொண்டால் மட்டுமே நாடகத்தை வாசித்திருக்கிறோம்

என்பதோடு மட்டுமல்லாமல், தெரிந்துகொண்டிருக்கிறோம் என்றும் நம்மால் சொல்ல முடியும்.

நாடகத்தின் உள்ளடகங்களை நீங்கள் திரும்பச் சொல்லும் போது, அனைவருமே தவறு செய்கிறீர்கள். நீண்ட காலமாக எல்லோருக்கும் தெளிவாகத் தெரிந்துள்ள விஷயங்களைதான் அதாவது, நாடக ஆசிரியர் எழுதியுள்ள விஷயங்களை, நாடகத்தின் நிகழ்காலத்தை மட்டுமே திரும்ப சொல்கிறீர்கள்.

ஆனால், நாடகத்தின் கடந்த காலம் மற்றும் எதிர்காலம் என்பதெல்லாம் என்னவாயிற்று? அது குறித்து நமக்கு சொல்லப் போவது யார்?'' வார்த்தைகளுக்குள்ளும், வரிகளுக்கு இடையேயும் நீங்களாகவே உணர்ந்துகொண்ட சூசகங்களை எங்களிடமிருந்து மறைக்காதீர்கள். ஷேக்ஸ்பியரின் வரிகள் வழியாக நீங்கள் பார்த்த, கேட்ட, உணர்ந்த நாடகத்தின், ஜீவன் பொங்கும் மனித வாழ்க்கையை மறைத்து வைத்துக் கொள்ளாதீர்கள்.

க்ரிஷா... இந்த சிக்கலான பணியை உங்களால் மேற்கொள்ள முடியலாம் என்று நினைக்கிறேன்.''

"தயவு செய்து என்னை மன்னியுங்கள். ஆசிரியர் சொல்லியிருப் பதைத்தான் என்னால் திருப்பிச் சொல்ல முடியும். உங்களுக்கு அது பிடிக்கவில்லை என்றால், அதில் சலிப்புத் தட்டுகிறது என்றால் ஆசிரியரே வந்துதான் பதில் சொல்ல வேண்டும்.''

"அப்படிச் சொல்லாதீர்கள். திரை உயர்த்தப்பட்ட பிறகு என்ன நடக்கின்றன என்பதை மட்டுமே ஆசிரியர் எழுதியுள்ளார். அதாவது, நாடகத்தின் நிகழ்காலத்தை மட்டுமே. ஆனால், கடந்த காலம் இல்லாமல் நிகழ்காலம் இருக்க முடியுமா?

உங்களுடைய நிகழ்காலத்திலிருந்து அதற்கு முந்தைய அனைத்தையும் அகற்றிவிட முயலுங்கள். இங்கே உட்கார்ந்து கொண்டு ஒரு நடிகராவதற்காக உங்களை நீங்கள் தயார்படுத்திக் கொண்டிருப்பதையும், இந்த நிகழ்காலப் பணிக்கு உங்களை கொண்டு வந்த கடந்த காலத்தில், எதுவுமே இல்லை என்பதையும் ஒரு கணம் கற்பனை செய்து பாருங்கள். ஒரு நடிகராக வேண்டும்

என்று உங்கள் சிந்தனைகளில்கூட உங்களைத் தயார்ப்படுத்திக் கொள்ளவில்லை. நீங்கள் இதுவரை நடித்ததேயில்லை. எந்த நாடகக் குழுவிலும் பங்கேற்றதில்லை. இப்படிப்பட்ட ஒரு நிகழ்காலத்திற்குத் துளிகூட மதிப்பில்லை என்பதை நீங்கள் உணர்கிறீர்களா? வேர்களே இல்லாத ஒரு தாவரம் போன்று அது அழிந்துவிடும் என்று நீங்கள் நினைக்கவில்லையா?

கடந்த காலமோ அல்லது எதிர்காலமோ இல்லாத ஒரு நிகழ்காலம் இருக்கவே முடியாது. எங்களுக்குத் தெரியாது அல்லது எதிர்காலத்தை எங்களால் கணித்துச் சொல்ல முடியாது என்று நீங்கள் சொல்லலாம். இருந்தாலும், நம்மால் அதை சாதிக்க முடியும். ஆனால், அதற்கு ஆசைப்பட வேண்டும்; அது குறித்த சிந்தனைகளை வளர்த்துக்கொள்ள வேண்டும்.

மேடையில் நடிப்பதற்காக உங்களை நீங்கள் தயாரித்துக் கொள்ளாமலோ, இந்தத் தொழிலுக்காக உங்கள் வாழ்க்கையை நீங்கள் அர்ப்பணம் செய்யத் தயாராக இல்லாமலோ இருந்தால், ஒரு நடிகராக வேண்டும் என்பதற்காகப் பயிற்சி பெறும் உங்களது நிகழ்காலம் எப்படிச் சிறப்பாக அமையும்?

எதிர்காலத்தில் நமக்குப் பலன் கிடைக்கும் என்பதால்தான் நமது நிகழ்காலத் தொழில்கள் ஆர்வமளிப்பவையாக அமைந்துள்ளன. இது, இயற்கையான விஷயம்தான்.

சாதாரண வாழ்க்கையில், கடந்த காலமும் எதிர்காலமும் இல்லாமல் நிகழ்காலம் இருக்க முடியாது என்றால், வாழ்க்கையைப் பிரதிபலிக்கும் நாடகத்திலும் இதற்கு மாறாக இருக்க முடியாது. நாடக ஆசிரியர் நமக்கு நிகழ்காலத்தைத் தருகிறார் ஆனால், ஏதாவது வழிகளில் கடந்த காலம் மற்றும் எதிர்காலத்தை சூசகமாகத் தெரிவிக்கிறார்.

ஒரு புத்தக ஆசிரியர், நமக்கு நிறைய விஷயங்களைத் தருகிறார். உண்மையைச் சொன்னால், மூன்று காலங் களையும் தருகிறார். முன்னுரை மற்றும் முடிவுரையைக்கூட அவர் எழுதுகிறார். புத்தகத்தின் பக்கங்கள் அல்லது நேரம் என்ற வரையறைகள் எல்லாம் அவருக்கு இல்லாததால், இதில் வியப்பேதும் இல்லை.

ஆனால், நாடக ஆசிரியரை எடுத்துக்கொண்டால், இதற்கு நேர்மாறான நிலை உள்ளது. ஒரு நாடகத்தின் குறுகிய எல்லைகளுக்குள் அவர், வளைக்கப்பட்டுவிடுகிறார். இந்த எல்லைகளுக்கு நேர வரையறை உண்டு, அதுவும் மிகக் குறுகிய நேரம்தான். அதிகபட்சமாக, மூன்று அல்லது நான்கு இடைவேளைகளுக்கும் இடமளித்து, நான்கு அல்லது நான்கரை மணி நேரம்தான் அவரால் எடுத்துக்கொள்ள முடியும். ஒரே சமயத்தில் நாற்பது அல்லது நாற்பத்தைந்து நிமிடங்களுக்கும் மேலாக, மேடைக் காட்சிகளைத் தொடர முடியாது. அவ்வளவு நேரம் வரையில் மட்டுமே ரசிகர்களின் கவனத்தை அவரால் ஈர்க்க முடியும். இவ்வளவு குறுகிய நேரத்துக்குள் அவரால் என்ன சொல்ல முடியும்? ஆனால், அவருக்கோ சொல்வதற்கு ஏராளமான விஷயங்கள் உள்ளன. இந்த நேரத்தில்தான் அவருக்கு நடிகர்களின் உதவி தேவைப் படுகிறது. போதிய நேரம் இல்லாததால், கடந்த காலம் மற்றும் எதிர்காலம் குறித்து நாடக ஆசிரியரால் சொல்ல முடியாத விஷயங்களை நடிகர்கள் சொல்லி, அந்த இடைவெளியை நிரப்ப வேண்டும்.

நாடக ஆசிரியரின் வார்த்தைகளில் இல்லாத விஷயங்களை நம்மால் சொல்ல முடியாது என நீங்கள் கூறுவீர்கள்... அது அப்படியல்ல. வார்த்தைகள் அல்லாத வேறு வழிகளில் தெரிவிக்கப்படும் விஷயங்களும் உள்ளன.

'La Dame aux Camelias' நாடகத்தின் (ஃபிரெஞ்ச் நாடகம்) இறுதிப் பகுதியில், தான் உயிர் விடுவதற்கு சற்று முன்னர், எலியொனோரா ட்யூஸ் (ஹீரோயினாக நடித்த நடிகை), அர்மான்ட் (ஹீரோ நடிகர்) தனக்கு எழுதிய கடிதத்தை வாசிப்பார். தனது காதலன் முதல் முதலில் அறிமுகமானபோது, எழுதப்பட்ட கடிதம் என்பதால், அதைப் படிக்கும்போது, அவரின் கண்கள், குரல், முகபாவம் மட்டுமல்லாமல் அவரது ஒட்டுமொத்த இருப்பும், தான் கண்டதை, அறிந்ததை துல்லியமாக வெளிப்படுத்தும். தனது கடந்த காலத்தின் அந்தத் தருணத்தின் அனைத்து விஷயங்களும் மறுபடியும் உயிர்பெற்று வந்துள்ளதை, இந்த வெளிப்பாட்டில் பிரதிபலிப்பார். அத்தனை நுணுக்கமான விவரங்களையும் அவர் முழுமையாக

அறிந்துகொள்ளாமல் இருந்தாலோ, மரணம் நெருங்கிக் கொண்டிருக்கிற அந்தத் தருணத்தில், தனது மனக்கண் மூலம் அந்தக் காட்சிகளைக் கண்டு அவற்றை நினைத்துப் பார்க்காமல் இருந்தாலோ இந்த கடைசிக் காட்சியில் அவரால் அவ்வளவு தத்ரூபமாக நடித்திக்க முடியுமா?

நாம் இதுவரை முடித்துள்ள பணிகளின் பலனாக, நாடக வசனத்தின் அனைத்து வார்த்தைகளும், அந்த வார்த்தைகளுக்குள் பொதிந்துள்ள சிந்தனைகள், உணர்வுகள் உள்ளிட்ட உட்கருத்துகளும் இப்போது நமக்கு தெரிந்திருப்பதாகத் தோன்றும்.

இது பெரிய விஷயம்தான். ஆனால், இதில் உண்மையில்லை. ஒரு நடிகருக்குத் தேவைப்படும் முக்கியமான பல விஷயங்களை நாடக ஆசிரியர், சொல்வதில்லை என்பது நமது அனுபவம் மூலம் நமக்குத் தெரிந்துள்ள ஒன்றுதான். உதாரணமாக, இயாகோ, ரோட்ரிக்கோ ஆகிய இருவரும் தோன்றுவதை எடுத்துக் கொள்வோம். அவர்கள் எங்கிருந்து வந்தனர்? ஐந்து, பத்து அல்லது நாற்பது நிமிடங்களுக்கு முன்னரோ, ஒரு நாளுக்கு முன்னரோ, ஒரு மாதத்துக்கு முன்னரோ என்ன நடந்தது? சம்பந்தப்பட்ட நடிகர் இவற்றைத் தெரிந்துகொள்ள வேண்டியதில்லையா? ரோட்ரிக்கோ வேடத்தில் நடிக்கும் நடிகர், காதல் வயப்பட்ட டெஸ்டமோனாவை தனக்கு எங்கே, எப்போது, எப்படிச் தெரியும்.... எப்படி சந்திக்க நேர்ந்தது என்பதையெல்லாம் தெரிந்து கொள்வது அதீதமான செயலா?

இவற்றோடு தொடர்புடைய சம்பவங்கள், காட்சிகளை எல்லாம் தெரிந்துகொள்ளாத நடிகரால், தனக்குக் கொடுக்கப் பட்டுள்ள ஷேக்ஸ்பியரின் வசனங்களை எப்படிப் பேச முடியும்? நாடகக் கதை, வசனத்தில் சிறு சிறு குறிப்புகள் இடம் பெற்றிருக்கும். அவற்றையும் நாம் பரிசீலனைக்கு எடுத்துக்கொள்ள வேண்டியிருக்கும். ஆனால், எஞ்சியுள்ள விஷயங்கள்...? நமக்கு இவற்றையெல்லாம் யார் சொல்வார்கள்? வேறு யாரும் கிடைக்காததால் நாடக ஆசிரியரை உயிரோடு மீண்டும் கொண்டு வர முடியாது. நாடக இயக்குனரை நம்பியிருப்பதைத் தவிர

உங்களுக்கு வேறு எந்த வழியும் இல்லை. ஆனால், இயக்குனர்கள் அனைவருமே நாம் மேற்கொண்டுள்ள பாணியைப் பின்பற்றத் தயாராக இருப்பதில்லை. மேலும், ஓர் இயக்குனர் நினைப்பது ஒரு நடிகர் என்ற முறையில் உங்களுக்கு அந்நியமாகத் தோன்றக் கூடும். எனவே, உங்களை நீங்களே நம்புவதைத் தவிர, வேறு எந்த வழியும் இல்லை. எனவே, நாடக ஆசிரியர் சொல்லாத விஷயங்கள் என்னென்ன என்பதை நாம் சற்று ஆராய்ந்து கண்டுபிடிக்க வேண்டும். நீங்கள் அனைவரும் நாடகத்தின் இணை ஆசிரியர்களாக அவதாரம் எடுத்து, நாடக ஆசிரியர் தனது வார்த்தைகளில் சொல்லாத விஷயங்களை எல்லாம் ஒன்றுதிரட்ட வேண்டும். நாமே ஒரு முழு நாடகத்தை எழுதப்போகிறோமோ என்னவோ! யாருக்குத் தெரியும்?

இதனிடையே, உங்களுக்குள்ளேயே இந்த நாடகம் குறித்து மிகச் சிறிய அளவில் நீங்கள் பேசியதும், விவாதித்ததும் மிக மோசமான விஷயம். உங்களை நான் எப்படித் தூண்டிவிடுவது? ஆர்வத்தைக் கிளறிவிட்டு நமக்கு இன்றியமையாத விஷயங்களைப் பெறுவதற்கும் தவறான புரிதல்களைப் போக்குவதற்கும், விவாதங்கள் தான் சரியான வழிமுறை.''

''நாடகம் குறித்து நமது வகுப்புகளுக்கு வெளியே வேறு எங்குமே இப்படிப்பட்ட விவாதங்கள் ஏன் நடைபெறுவதில்லை?'' என தத்ஸோவிடம் விளக்கம் கேட்க முயன்றோம்.

''அப்படியா? இந்த விஷயத்தில் நான் உங்களுக்கு உதவுகிறேன்'' என்று சொல்லியவாறு தத்ஸோவ் வகுப்பைவிட்டுப் புறப்பட்டார்.

அடுத்தநாள், ஒதெல்லோ நாடகம் குறித்து, ஆசிரியர்களுக்கும் மாணவர்களுக்கும் இடையேயான உரையாடலுக்கு ஏற்பாடு செய்யப்பட்டது. நாடக அரங்கின் வளாகத்தில் உள்ள முன் பக்கக் கூடம் ஒன்றில் ஒரு பெரிய மேஜையைச் சுற்றிலும் அமர்ந்திருந்தோம். அந்த மேஜையில் விரிக்கப்பட்டிருந்த பச்சை வண்ண மென்மையான கம்பளித் துணி மீது வழக்கமான ஆய்வு

அரங்கிற்குத் தேவையான தாள்கள், பென்சில்கள், பேனாக்கள் உள்ளிட்ட மற்ற பொருள்கள் எல்லாம் வைக்கப்பட்டிருந்தன. அந்த அமர்வின் தலைவராக வீற்றிருந்த தத்ஸோவ், நிகழ்ச்சி தொடங்குவதாக அறிவித்தார்.

''ஒதெல்லோவை, தான் புரிந்துகொண்டுள்ள வரை இங்கு பேச விருப்பம் உள்ளவர்கள் யார்?''

எங்கள் அனைவருக்கும் பேசத் தயக்கமாக இருந்தது. வாய் நிறையத் தண்ணீரை அடக்கிக்கொண்டிருந்தது போல, வாய் திறக்காமல் ஆடாமல் அசையாமல் அமர்ந்திருந்தோம்.

என்ன காரணத்திற்காக இங்கு கூடியிருக்கிறோம் என்பது தெளிவாக எங்களுக்குத் தெரியவில்லை என நினைத்துக்கொண்டதாலோ என்னவோ தத்ஸோவ் பின்வருமாறு விளக்கமளித்தார்:

''ஏதாவது ஒரு சந்தர் பத்தில், எப்படியோ ஒதெல்லோவை அவசர கதியிலோ, சாதாரணமாகவோ நீங்கள் படித்திருப்பீர்கள். அப்போது சில விஷயங்கள் உங்கள் நினைவில் பதிந்திருக்கும். இரண்டாவது தடவை படிக்கும்போது, இன்னும் கொஞ்சம் கூடுதலான விஷயங்கள் உங்கள் நினைவில் தங்கியிருக்கும். ஆனால், உங்கள் கதாபாத்திரங்களுக்குத் தேவைப்படும் அகப் பொருளோடு ஒப்பிடும்போது, இவையெல்லாம் மிகவும் சொற்ப மானவை. இந்த இடைவெளியைப் போக்குவதற்காகத்தான் இந்த உரையாடலுக்கு ஏற்பாடு செய்யப்பட்டுள்ளது. எனவே, நீங்கள் ஒவ்வொருவரும் மிகவும் வெளிப்படையாக உங்கள் கருத்தைத் தெரிவிக்க வேண்டும்.''

யாருமே இதுகுறித்து சிந்திக்கவில்லை. ஏனென்றால், எது குறித்து கூறவும் யாருமே தயாராக இல்லை. நீண்ட, தர்மசங்கட மான இடைவெளியை அடுத்து, அங்கு பேசுவதற்கு ரஹ்மானவ் அழைக்கப்பட்டார்.

''நான் இதுவரை மௌனமாக இருந்து வருகிறேன். இங்கு, நமது ஆய்வுக்காக ஒதெல்லோவை எடுத்துக்கொள்ளும்படி கோஸ்திய சொன்னபோது நான், எதுவுமே கூறவில்லை. ஒரு கதாபாத்திரம்

குறித்த பணிக்காக, தத்ஸோவ் இந்த நாடகத்தைத் தேர்வு செய்தபோதும் நான் வாய் திறக்கவில்லை. இந்த விஷயத்தில் எனக்கு எப்போதுமே உடன்பாடு இல்லாவிட்டாலும் நான் மௌனம் காத்துவருகிறேன். நான் ஏன் இதற்கு எதிர்ப்புத் தெரிவிக்க வேண்டும்? முதலில், இது மாணவர்களுக்கான ஒரு நாடகம் இல்லை. இதுதான் முதன்மையான காரணம். இரண்டாவதாக, இந்தத் துயரக் கதை ஷேக்ஸ்பியரின் தலைசிறந்த படைப்பு என்று சொல்ல முடியாது. இன்னும் சொல்லப் போனால், இது ஒரு துயரக் கதைகூட அல்ல. இது ஒரு 'மெலோடிராமா'. இந்தக் கதையும் அதில் இடம் பெற்றுள்ள சம்பவங்களும் மிகவும் செயற்கையானவை. அவற்றை உங்களால் நம்ப முடியாது. நீங்களே தீர்மானியுங்கள். ஒரு கருப்பினத் தளபதி! நீக்ரோ தளபதி யாரையாவது நாம் எங்கேயாவது பார்த்திருக்கிறோமா? நமது இன்றைய நவீன காலத்தைப் பற்றி நான் பேசிக் கொண்டிருக்கிறேன். நீண்ட காலத்திற்கு முந்தைய இடைக்கால வெனிஸ் நகர் குறித்து நாம் என்ன சொல்ல முடியும்? உண்மையில் இல்லாத ஒரு கருப்புத் தளபதி, அழகு தேவதையான, பத்தரை மாற்றுத் தங்கமான டெஸ்டமோனாவைக் கவர்ந்து சென்று விட்டாராம்...! இது முற்றிலும் செயற்கையான கதை! யாரோ ஓர் அடிமை, ஓர் ஆங்கிலேயரின் மகளையோ அல்லது வேறு இனத்தைச் சேர்ந்த ஒருவரின் மகளையோ கவர்ந்து செல்லட்டுமே? அவன் முயற்சி செய்யட்டும்! எந்த ஒரு ரோமியோவுக்கும் இது ஒரு ஆபத்தான சாகஸமாகத்தான் இருக்கும்.''

அங்கு கூடியிருந்த அனைவருமே ரஹ்மானவ், தனது பேச்சை நிறுத்திக் கொள்ள வேண்டும் என்று விரும்பினோம். ஆனால், அவரை நிறுத்தச் சொல்வதற்கு யாருக்குமே துணிவில்லை. ஆனாலும் தத்ஸோவ் சில சந்தேகங்களை எழுப்பினார். தனது நண்பரின் பேச்சால் தர்மசங்கடத்திற்கு ஆளான அவர், எப்படியோ அந்தப் பேச்சை நிறுத்திவிட்டார். எங்களில் பலர் ரஹ்மானவுக்கு கண்டனம் தெரிவித்தனர். இந்த நாடகத்தை தேர்வு செய்ததை ஆதரித்தனர். தனது கைகளை வீசியவாறு, "பேசியது போதும்,

என்ன சொல்கிறீர்கள் நீங்கள்?'' என்று கேட்டதைத் தவிர, தத்ஸோவால் வேறு எதுவும் செய்ய முடியவில்லை.

இந்த அமர்வில் தெரிவிக்கப்பட்ட ஒவ்வொரு கருத்தும் எரியும் தீயில் எண்ணெயை ஊற்றியது போல இந்த விவாதத்தை மேலும் கொழுந்துவிட்டு எரிய வைத்தது. ஒரு திசையில், நெறிப்படுத்த முடியாத அளவுக்கு விவாதம் கடுமையானதால், அமர்வின் தலைவர் என்ற முறையில் தத்ஸோவ் மணியடித்தவாறு இருந்தார். வன்யா தனக்கு ஆதரவாக குரலெழுப்புவார் என்று ரஹ்மானவ் எதிர்பாத்திருந்ததற்கு மாறாக, மரியா, ஆதரவுக் குரல் எழுப்பினார். இதனால், கவலையடைந்த நானும் விவாதத்தில் களம் இறங்கினேன். விரைவிலேயே விவாதம் மேலும் சூடுபிடித்தது.

எதிர்ப்புத் தெரிவிப்பவர்களுக்கு இடையேயும்கூட ஒருமித்த கருத்து ஏற்படவில்லை. ஆனாலும் எதிர்ப்புத் தெரிவிப்பவர்களின் எண்ணிக்கை அதிகமாக இருந்தது. க்ரிஷா, வாஸ்ய உள்ளிட்ட பலர் இந்த நாடகம் சிறந்தது அல்லது மோசமானது என்ற காரணத்திற்காக எதிர்ப்புத் தெரிவிக்கவில்லை. தங்களது ரசனைக்கு ஏற்ற கதாபாத்திரம் கிடைக்கவில்லையே என்ற ஆதங்கத்தினால் தான், எதிர்ப்புத் தெரிவித்ததாக எனக்குத் தோன்றியது. எனது இந்தக் கருத்து ஒருவேளை தவறாகக் கூட இருக்கலாம். தத்ஸோவ் தனது இடத்திலிருந்து வெளியேறி, ஓர் ஓரமாக நின்றுகொண்டு, இந்தக் காட்சியை பார்த்துக்கொண்டிருந்தபோது, அந்தக் கூடம் முழுவதும் வலுவான விவாதக் குரல்கள் ஓங்கி ஒலித்தன.

இந்தக் கூச்சலும், குழப்பமும், அமளியும் ஒரு நோக்கத்திற்காக வேண்டுமென்றே எங்கள் ஆசிரியர்களால் தூண்டிவிடப் பட்டிருக்குமா என்ற எண்ணம் என் மனதில் பளிச்சிட்டது. அப்படி என்றால், அதன் நோக்கம் அபாரமாக நிறைவேறியது என்றுதான் சொல்ல வேண்டும். ஏனென்றால், ஒதெல்லோ குறித்த விவாதம் அன்று மாலை முழுவதும் அனல் பறக்கத் தொடர்ந்தது. இதனால் மாணவர்களுக்கு அபராதம் விதிக்கும் நிலையும் ஏற்பட்டது. ஏனென்றால், மாலைக் காட்சிக்காக ஒலிப் பலகையை இயக்க வேண்டிய அவர்கள் அங்கில்லாமல் ஒதெல்லோ விவாதத்தை

ஆர்வத்துடன் கவனித்துக்கொண்டிருந்தார்கள். மாலைக் காட்சியில் பங்கேற்க வேண்டிய சில நடிகர்களும்கூட இந்த விவாதத்தில் கலந்துகொண்டு ரஹ்மானவைக் கடுமையாகத் தாக்கினர். இதனால், இடைவேளையில் தாமதம் ஏற்பட்டது. அவர்கள் எச்சரிக்கை மணி ஓசையைக் கேட்கவில்லை. அந்தளவுக்கு, தங்களை மறந்து விவாதத்தில் பங்கேற்றனர்.

மாலைக் காட்சி முடிந்து நான் வீடு திரும்பியதும் அன்று இரவில் நடந்ததை எல்லாம் ஒன்று திரட்டி, யோசித்தேன். நினைவில் உள்ள அனைத்தையும் எழுத்தில் வடிக்க முயன்றேன். இது மிகவும் கஷ்டமாக இருந்தது. அனைத்தும் என் தலைக்குள் ஒன்றுடன் ஒன்று பின்னிப் பிணைந்துக் கொண்டதால், நான் அசையக்கூட முடியாத அளவுக்கு சோர்ந்து போய்விட்டேன். இதனால், எனது குறிப்புகளை முறையாகவும் ஒழுங்காகவும் எழுத முடியவில்லை.

★ ★ ★

''நிலத்தைப் புதிதாக உழுது, விதை விதைத்த பிறகு, நமக்கு எப்படிப்பட்ட கனி கிடைத்துள்ளது என்பதை இப்போது ஆராய்ந்து பார்ப்போம்'' என இன்றைய வகுப்புக்கு வந்ததும் தத்ஸோவ் கூறினார். ''உங்களுடைய நீண்ட விவாதங்களுக்குப் பிறகு, புதிதாக எதையாவது நீங்கள் உணர்கிறீர்கள் இல்லையா?''

''உண்மையிலேயே அப்படித்தான் உள்ளது'' என உரத்த, ஒருமித்த குரலில் அனைவரும் ஒப்புக்கொண்டனர். ''ஆனால், மிகவும் குழப்பமாக உள்ளது. என்ன செய்வது என்று தெரியவில்லை'' என்றும் குறிப்பிட்டனர்.

''பரவாயில்லை... அதைச் சரி செய்வதற்கு முயற்சிப்போம்.''

''மிக கவனமாக எழுப்பப்பட்ட கேள்விகளை அடுத்து, எண்ணற்ற, மாறுபட்ட உணர்வுகளும், குறிப்புகளும், கேள்விகளும் ஒரு தொகுப்பாக ஒன்றிணைந்திருந்தாலும், எங்கள் உணர்வுகளில் எப்படிப்பட்ட புத்தொளியும் பளிச்சிடவில்லை என்றே எங்களுக்குத் தோன்றியது. அதாவது, வானத்தில் மிகவும் பிரகாசமான, பெரிய நட்சத்திரங்கள் பளிச்சிடும்போது, அவற்றை

ஒட்டியுள்ள, கண்ணுக்குத் தெரியாத மிகச் சிறிய நட்சத்திரக் கூட்டங்களை டெலஸ்கோப் மூலம்தான் பார்க்க முடியும் என்ற நிலை போல இருந்தது. அவையெல்லாம் உண்மையிலேயே நட்சத்திரங்கள்தான் என்பதை எங்களால் அவ்வளவு சுலபமாகப் பார்க்க முடியவில்லை. வானம் முழுவதும் வெள்ளைத் திரையால் மூடப்பட்டிருப்பது போலத் தோன்றியது.''

''ஒரு விண்வெளி ஆராய்ச்சிளார் இதை ஒரு கண்டுபிடிப்பு என்று கூறுவார்'' என மகிழ்ச்சிப் பெருக்குடன் கூறிய தத்ஸோவ், ''நமது பிரகாசமான இடங்களை உறுதி செய்துகொள்வோம்... அவற்றைச் சுற்றியுள்ள உள்ள மங்கலான நட்சத்திரங்களின் கூட்டத்தை அவை பிரகாசமடைய வைக்கும்.... முதலாவது பிரகாசமான இடமான செனட் சபையில் ஒதெல்லோ பேசியதிலிருந்து தொடங்குவோம்... நமது நினைவில் பதிந்துள்ள இடங்களை எப்படி உறுதி செய்துகொண்டு, விசாலமடைய வைப்பது?'' எனக் கேள்வி எழுப்பினார்.

''இந்த விஷயம் நடந்து முடிந்துள்ளது. நமது நினைவுகளின் இயல்புகள் என்ன என்பதை இப்போது முடிவு செய்வோம். கேட்பது, பார்ப்பது அல்லது உணர்ச்சிபூர்வமாக அறிவது ஆகியவைதான் இந்த இயல்புகள்.''

''அப்படியில்லை. ஒதெல்லோ மற்றும் பிறரது குரல்கள் எனக்குக் கேட்கவில்லை. ஆனால், தெளிவில்லாத ஏதோ ஒன்றை நான் வலுவாக உணர்கிறேன்'' என நான் சொன்னேன்.

''நல்லது... நீங்கள் எதை உணர்கிறீர்கள் அல்லது பார்க்கிறீர்கள்?'' தத்ஸோவ் கேள்வி எழுப்பினார்.

''நான் நினைத்ததைவிட மிகவும் சிறிய அளவில்தான் எனக்குப் புலப்பட்டது. என்னை விரிவாக நான் அலசி ஆராய்ந்த பிறகு, ஒரு சாதாரண, இசை நாடகப் பாடகர் உருவத்தைப் பார்க்கிறேன். பொதுவான ஒரு கதாபாத்திரத்தின் மேன்மையை உணர்கிறேன்.''

''இது சிறந்ததல்ல. ஏனென்றால் இப்படிப்பட்ட ஒரு 'காட்சி' போன்ற ஒன்றை நிஜ வாழ்க்கையில் உங்களால் உணரவே

முடியாது. ஆனால், நாடகத்தின் இந்தப் பகுதியில் பல்வேறு விஷயங்களுக்கு இடையே ஒரு மோதல் ஏற்படுகிறது. மனித நேயம், சமூகம், தேசியம், உளவியல் மற்றும் நீதி நெறி அடிப்படையிலான தெளிவாகப் புலப்படும் பரவச உணர்வுகளும், ஆர்வங்களும் ஒன்றுக்கொன்று முரண்பட்டிருப்பதால், யாராலும் இவற்றின் தாக்கத்திற்கு ஆளாகாமல் இருக்க முடியாது. இந்தக் காட்சியில் வெளி வடிவம் அருமையாகவும் முற்றிலும் எதிர்பாராத ஒன்றாகவும், ஆழமாகவும் இருப்பதால் இது உங்களுடைய ஆர்வத்தை வலுக்கட்டாயமாகத் தூண்டுகிறது.

எத்தனை எத்தனை சூழ்நிலைகள் ஊடும் பாவுமாக இதில் இரண்டறக் கலந்துள்ளன! மிரட்டிக்கொண்டிருக்கும் யுத்தம், நாட்டின் ஒரே பாதுகாவலரான ஒதெல்லோவை வேதனையுடன் எதிர்நோக்கியுள்ள தேசம், கருப்பின அடிமைக்கும் மேட்டுக் குடியைச் சேர்ந்த அழகிக்கும் இடையேயான திருமணத்தில், ஆளும் வர்க்கத்தின் ரத்தம் கலப்பதால் ஏற்பட்டுள்ள பயங்கர ஆவேசம் என்ற இத்தனையும் இந்தக் காட்சிக்கு விறுவிறுப்பூட்டு கின்றன. இவை அனைத்தையும் கருத்தில் கொண்டு, பெருமிதத்தில் திளைக்கும் வெனிஸ்வாசிகளின் இனப் பெருமைக்கு முக்கியத் துவம் கொடுப்பதா? அல்லது உண்மையான தேச பக்தர்கள் மூலம் தங்கள் தேசத்தைக் காப்பாற்றுவது முக்கியமா என்பதை முடிவு செய்ய வேண்டும். இந்த ஒரு காட்சியில் எத்தனை எத்தனை நூலிழைகள் ஒன்று சேர்க்கப்பட்டுள்ளன?

ஓர் ஏமாற்று மோசடி ஒன்றில் சிக்கவைக்கபட்டுள்ளதாக கற்பனை செய்தால், ஒரு பெரிய சதியை அம்பலப்படுத்துவதை உங்களால் உணர முடியும். இந்த சதித் திட்டம், இடியோசை போன்று ஒட்டுமொத்த நகரையும் அதிர வைத்ததையும், நீங்கள் நிம்மதியாக உறங்கிக்கொண்டிருந்தபோது, திடீரென்று எழுந்த கூக்குரல் களையும், மக்கள் கூட்டம் அங்கும் இங்குமாக விரைந்து செல்வதையும், ஆயுதங்கள் நிறைந்த படகுகள் விரைவதால் நீர் அலைகள் எழுப்பும் ஓசையையும் நினைத்துப் பாருங்கள். இதனிடையே, செல்வாக்கு மிக்க அந்த நபரின் மாளிகையின்

ஜன்னல் வழியாக விளக்குகளின் ஒளி வெள்ளம் தெரிவது துருக்கியர்கள் படையெடுத்துள்ளதாக பயங்கரமாக பரவிய வதந்தி, பிரபலமான அழகி டெஸ்டமோனாவை ஒரு கருப்பு மனிதன் கடத்திச் சென்றது, சூறாவளி சுழன்று தாக்குவது ஆகியவற்றையெல்லாம் கற்பனை செய்து பாருங்கள்.

இந்த கலவையான உணர்ச்சிகளுக்கு இடையே, விழித் தெழுகிறீர்கள். உங்களுடைய நகரம், ஏற்கெனவே, மத விரோதி களிடம் சிக்கியுள்ள நிலையில், அவர்கள் எப்போது வேண்டு மானாலும் உங்கள் வீட்டுக்குள் நுழையலாம் என்பதையும் நீங்கள் உணர்வீர்கள் என்பதில் சந்தேகமே இல்லை. பிரகாசமான ஒரு பகுதி, அடுத்தடுத்த சிறிய பகுதிகளுடன் இணைந்து, தெளிவாகத் தெரியும் பெரிய பகுதியாக உருவெடுத்ததும், அந்தப் பிரகாசம், அடுத்தடுத்த பகுதிகள் முழுவதும் பரவி, அவற்றுக்கு எப்படி உயிரூட்டுகின்றன என்பதைப் பாருங்கள். அதிலும் யுத்த அத்தியாயம் என்பது இப்போது டெஸ்டமோனா கடத்தல் அத்தியாயத்துடன் இரண்டறக் கலந்துள்ளது.

ஆனாலும், இந்தக் கடத்தல் என்பது கேஸியோ மீதான இயாகோவின் வெறுப்பின் விளைவாக ஒதெல்லோவை வஞ்சம் தீர்க்கும் சதியுடன் தொடர்புபடுத்தப்பட்டுள்ளதை நீங்கள் மறந்து விட்டீர்களா என்ன? கொந்தளிப்பை ஏற்படுத்தியுள்ள இந்தப் பகுதியில் மிகப் பெரிய பங்கு வகிப்பது, ரோட்ரிகோ என்பதையும் மறந்துவிடக்கூடாது. ஒதெல்லோவுக்கு அடுத்த படியாக மிகவும் முக்கியத்துவம் வாய்ந்த கதாபாத்திரம் இது என்பதையும் மறந்துவிடக்கூடாது. அதே சமயத்தில், இயாகோ உள்ளிட்டோருடன் ரோட்ரிகோ சம்பந்தப்பட்டுள்ளதையும் நினைவில் கொள்ள வேண்டும்.

ஒரு கதாபாத்திரம், ஒரு அத்தியாயம், மற்றொரு கதாபாத்திரம் அல்லது அத்தியாயத்தில் எப்படித் தாக்கத்தை ஏற்படுத்துகிறது என்பதையும், அதனால் நட்சத்திரங்களிலிருந்து பிரதிபலிக்கும் ஒளிக் கீற்று, நாம் இப்போது மேற்கொண்டுள்ள நமது ஆய்வுப்

பணிக்கு எப்படி முக்கியத்துவம் வாய்ந்ததாக அமைந்துள்ளது என்பதையும் நீங்கள் உணர்கிறீர்களா?

செனட் சபை முன்பு ஒதெல்லோ ஆஜராகும் காட்சியை அமைக்கும்போதே அதனுடன் நெருங்கிய தொடர்புடைய பிற அத்தியாயங்களிலும் நாம் ஈர்க்கப்படுகிறோம். அதையடுத்து அவை அடுத்தடுத்த காட்சிகளையும் பிரகாசமடைய வைக்கின்றன.

நமது நினைவுகளில் எஞ்சியுள்ள விஷயங்களில் நமது பார்வையை வேகமாகப் படரவிட்டால், தெளிவான சில விஷயங்கள், அதே விதத்திலான மற்றவையுடன் ஏற்கெனவே இரண்டறக் கலந்துள்ளதையும், அவ்வாறு இரண்டறக் கலக்காத மூன்றாவது பிரிவு, அதே போன்று கலப்பதற்குத் தயாராகி விட்டதையும் அதைத் தொடர்ந்து, நான்கு, ஐந்து, பத்தாவது பிரிவு என முதலாவது பிரிவிலிருந்து பிரதிபலிக்கும் ஒளியை அடுத்தடுத்து பெற்று, அவை அனைத்தும் இப்போது மிகவும் தெள்ளத் தெளிவாகக் காணப்படுவதையும் நாம் பார்க்கிறோம். அதே சமயத்தில் நமது நினைவுகளில் எஞ்சியுள்ள தருணங்கள் அனைத்திலும், பால்வெளியில் உள்ள நட்சத்திரங்களைப் போன்ற புலப்படாத தடயங்கள் அடங்கியுள்ளன.

உண்மையைச் சொன்னால், இதுவரையில் நாம் மேற்கொண்டுள்ள பணி நமது உணர்வு நிலையில் தானாகவே இடம் பெறாத நாடகத்தின் சில பகுதிகள் மீது, ஆர்வத்தைத் தூண்டுவதற்காக, புதிய பிரகாசமான பகுதிகளை உருவாக்கி, அவற்றை நமது கதாபாத்திரத்துடன் இரண்டறக் கலக்க வைத்ததுதான்.

இப்போது இந்த அபாரமான இடங்களை நாம், மறுபடியும் கண்டறிந்துள்ளோம். இதன் பலனாக, நமது நடிகரின் ஆர்வம் நமது ஆய்வில் ஒரு சாதனமாக மாறி, நாம் தொடங்கியுள்ள பணியைத் தொடர்வதற்கு உதவுகிறது. ஆர்வம் என்பது ஒரு செயல் என்பதையும் தாண்டி, ஆக்கத்திறனுக்கான ஒரு தூண்டுசக்தியாக செயல்படுகிறது. நமது இதயத்தின் ரகசியப் பகுதிகளை நோக்கி அறிவுக்கூர்மையுடன் நம்மை வழிநடத்தவும் செய்கிறது. அது துல்லியமாகவும், தீவிரமாகவும் அலசி, ஆராய்ந்து தேடிக்

கண்டுபிடிக்கிறது. நுணுக்கமான விமர்சகராகவும் மதிப்பீட்டாள ராகவும் ஆர்வம் செயல்படுகிறது.

ஷேக்ஸ்பியர் போன்ற வரம் பெற்ற கவிஞர்களின் நாடகங் களில் ஆழமான, நுட்பமான விஷயங்கள் நிறைந்திருப்பதால், சிந்தனைக்கு விருந்து படைக்கும் அளவிட முடியாத அம்சங்களுக்கு அவை இடமளிக்கின்றன. அந்தப் படைப்புகளில் சுவாரஸ்யமான, 'மாய' சக்தி படைத்த 'அப்படியானால்கள்' மற்றும் திட்டமிடப் பட்ட சூழ்நிலைகளுக்கும் அவற்றில் இடமுண்டு. இன்னொருவர் உருவாக்கிய 'தீம்'-க்கான ஆக்கத் திறன் சார்ந்த செயலை உருவாக்கும் பணியில் ஈடுபடும்போது, ஒரு நாடகத்தின் உள்ளார்ந்த போக்கை ஒட்டியே நாம் செயல்பட வேண்டும். ஏனென்றால், சம்பவங்கள் மற்றும் நிகழ்வுகளின் புற வடிவம் நாடக ஆசிரியரால் ஏற்கெனவே சிருஷ்டிக்கப்பட்டுள்ளது. அந்தப் படைப்பில் பொதிந்துள்ள ரகசியமான அம்சத்தைப் புரிந்து கொள்வதற்கும் மதிப்பிடுவதற்கும் நமக்குக் கற்பனை வளம் தேவைப்படுகிறது.

இப்போது நாம் ஒரு பரிசோதனையில் இறங்குவோம். வன்யா...! ஒதெல்லோவின் உள்ளடக்கங்களை எங்களுக்கு சொல்லுங்கள் பார்க்கலாம்.''

''கறுப்பின மூர் ஒருவன், வெள்ளைக்கார இளம் பெண்ணைக் கவர்ந்து சென்றுள்ளான். அவளது தந்தை செனட் சபைக்குச் செல்கிறார். ஆனால், இதனிடையே ஒரு யுத்தம் மூண்டுவிடுகிறது. யுத்த களத்திற்கு மூரை அனுப்ப வேண்டிய கட்டாயம் உள்ளது. தந்தையின் பிரச்சினை முக்கியத்துவத்தை இழந்துவிடுகிறது. 'என் நிலை குறித்து முதலில் முடிவு செய்யுங்கள்' என ப்ரோபானிட்டோ கூறுகிறார். செனட் சபை உறுப்பினர்கள் முடிவெடுக்கின்றனர். அதே நாள் இரவில் அந்தக் கறுப்பு மனிதனை யுத்த களத்திற்கு அனுப்புகின்றனர். நானும் அவனுடன் செல்வேன் என்று மகள் பிடிவாதம் பிடிக்கிறாள். இருவரும் புறப்படுகின்றனர். யுத்தம் வெற்றியுடன் முடிவடைந்தது. அவர்கள் ஒரு மாளிகையில் வசிக்கின்றனர்...''

''நீங்கள் என்ன நினைக்கிறீர்கள்?'' என எங்கள் பக்கம் திரும்பி தத்ஸோவ் கேட்டார். ''படைப்பாற்றலை வெளிப்படுத்தும் விதத்தில் ஷேக்ஸ்பியர் வழங்கியுள்ள அதி அற்புதமான 'தீமை' வன்யா உண்மையிலேயே புரிந்துகொண்டிருக்கிறாரா?''

நாங்கள் பதில் சொல்லாமல் வாய்விட்டுச் சிரித்தோம்.

''பால்...! ஒருவேளை உங்களால் முடியும்...! எங்களுக்கு உதவுவீர்களா?''

''வெனிஸ் நகர காலனி ஒன்றின் மீது துருக்கியர்கள் தாக்குதல் நடத்திய அதே இரவில், செனட் சபை உறுப்பினரான ப்ரோபானிட்டோவின் மகளை ஒதெல்லோ கவர்ந்து சென்று விட்டான்'' என்று தொடங்கிய பால், மேலும் தொடர்ந்து சொன்னார். ''ராணுவத்தை வெற்றிகரமாக வழிநடத்திச் செல்லக் கூடிய ஒரே நபர், ஒதெல்லோ மட்டுமே. ஆனால், அந்த காலனியைப் பாதுகாக்கும் பொறுப்பை அவரிடம் ஒப்படைப் பதற்கு முன்னர், அவருக்கும் ப்ரோபானிட்டோவுக்கும் இடையே யான மோதலுக்குத் தீர்வு காண வேண்டியது முக்கியமான பிரச்சினையாகிவிடுகிறது. திமிர் பிடித்த வெனிஸ்வாசிகளின் இகழ்ச்சிக்கு ஆளான கறுப்பினத்தைச் சேர்ந்த இவனால், தனது குடும்பத்துக்கு ஏற்பட்ட அவமானம் அகற்றப்பட வேண்டும் என ப்ரோபானிட்டோ வலியுறுத்தினார்.

கடத்திச் சென்ற மூர், விசேஷமாக கூட்டப்பட்ட செனட் சபையின் முன்பு ஆஜராக வேண்டுமென உத்தரவிடப்பட்டது.''

''நான் ஏற்கெனவே சலித்துப் போயுள்ளேன். நாடக நிகழ்ச்சி களில் திரும்பத் திரும்ப கூறப்படுவது போன்ற பாணியில்தான் இந்த விளக்கம் உள்ளது'' என்று கூறிய தத்ஸோவ், ''க்ரிஷா...! நீங்கள் முயற்சி செய்யுங்கள்... ஒதெல்லோவின் உள்ளடக்கங்களை எங்களுக்குச் சொல்லுங்கள்'' என்றார்.

''சைப்ரஸ், கேன்டியா, மௌரிதேனியா ஆகிய மாகாணங்களை வெனிஸ் அடிமைபடுத்தி, இரும்புக்கரம் கொண்டு அடக்கி வைத்துள்ளது'' என அரைத்த மாவையே அரைப்பதில்

கில்லாடியான நமது நடிகர் விளக்கமளிக்கத்தொடங்கினார். "செல்வாக்குள்ள செல்வந்தர்கள், செனட் சபை உறுப்பினர்கள், மேட்டுக்குடி மக்கள் ஆகியவர்கள் எல்லாம் அடிமைப்படுத்தப் பட்ட மக்களை மனித ஜீவன்களாக நினைப்பதில்லை. அந்த மக்களிடையே கலப்புத் திருமணங்களையும் அனுமதிப்பதில்லை. ஆனால், இப்படிப்பட்ட விஷயங்களுக்கு எல்லாம் வாழ்க்கை எந்த முக்கியத்துவமும் கொடுப்பதில்லை. மிகவும் வேதனையான விஷயங்களை இந்த சூழ்நிலையில் சகித்துக்கொள்ளும் கட்டாயத்திற்கு மக்கள் ஆளாக்கப்படுகிறார்கள். இப்படிப்பட்ட சமயத்தில் யாருமே எதிர்பார்த்திராத யுத்தத்தை துருக்கியுடன்..."

"குறுக்கிடுவதற்கு மன்னியுங்கள்... இந்த விஷயங்கள் சலிப்படைய வைக்கின்றன. வரலாற்றுப் பாடப் புத்தகத்தில் இடம் பெற்றுள்ளவை போன்று தோன்றுகின்றன. இது சிறிதளவுகூட என்னை ஈர்க்கவில்லை. நீங்கள் சொன்ன விஷயங்கள், ஷேக்ஸ்பியர் வரிகளில் இடம்பெற்றுள்ள ஆர்வத்தைத் தூண்டு வதாக நான் உணரவில்லை," என்று அதிருப்தி தெரிவித்தார், தத்ஸோவ்.

என்னிடம் வேறு எந்த யோசனையும் இல்லாததால் நான் அமைதியாக இருந்தேன். சற்று நேரத்திற்குப் பிறகு, தத்ஸோவே கதை சொல்ல ஆரம்பித்தார். ஷேக்ஸ்பியரின் கதைக் கருவுக்கு தனது கற்பனையின் மூலம் அருமையான வடிவம் கொடுத்தார்.

"வெனிஸ் நகரில் அழகான ஓர் இளம் பெண்ணை நான் பார்க்கிறேன். ஆடம்பரமான சூழ்நிலைக்கிடையே வளர்க்கப் பட்டு வரும் அவள், எந்தக் கட்டுப்பாட்டுக்கும் உட்படாத வளாகவும், வசீகரமான கனவுகளுடனும் வாழ்ந்து வருகிறாள். தாயில்லாமல் வளர்க்கப்படும் பெண்கள் போன்றே, தேவதைக் கதைகளிலும், ரொமான்ஸ் நினைவுகளிலும் மூழ்கியுள்ளாள். மலர்ந்தும் மலராத மலர் போன்ற இந்த டெஸ்டமோனா, வீட்டின் பொறுப்புகளை நிறைவேற்றுவதற்காக அங்கேயே அடைந்து கிடப்பதால், சலித்துப் போய்விடுகிறாள். பெருமிதத்தில் திளைத்துக்கொண்டிருக்கும் தனது தந்தையின் எதிர்பார்ப்புகளுக்கு

ஏற்ப நடந்துகொள்வது அவளுக்குக் கசக்கிறது. அவளை சந்திப்பதற்கு யாருக்குமே அனுமதி கிடையாது. இந்த இளம் இதயம் காதலுக்காக ஏங்குகிறது.

அவளின் கரம் பிடிப்பதற்கான அந்தஸ்து பெற்றுள்ள வெனிஸ் நகர இளைஞர்கள் பலர் உள்ளனர். ஆனால், உல்லாச சல்லாபங்களில் போதைகொண்ட, ஆணவம் பிடித்த இவர்கள் யாரையும் இந்தக் கனவுக் கன்னிக்குப் பிடிக்கவில்லை. ரொமான்ஸ் கதைகளில் படித்துள்ளது போன்ற வசீகர இளைஞன் ஒருவனை இவள் ஆவலுடன் எதிர்நோக்கியுள்ளாள். தேவதைக் கதைகளில் வரும் இளவரசனுக்காக அல்லது மாவீரனான ஒரு மன்னனுக்காக இவள் காத்திருக்கிறாள்.

அவன், தொலை தூரத்தில் உள்ள ஏதோ ஓர் அற்புத தேசத்திலிருந்து வருவான். அந்த நாயகன் கம்பீரமானவனாகவும் அஞ்சா நெஞ்சம் படைத்தவனாகவும் யாராலும் வெல்ல முடியாத சக்தி படைத்தவனாகவும் இருப்பான் என அவள் கனவு கண்டு வருகிறாள். தன்னையே அவனிடம் ஒப்படைத்துவிட்டு அவனுடன் ஒரு அழகிய கப்பலில் தேவதைக் கதைகளில் இடம்பெற்றுள்ள ஒரு தேசத்திற்கு பயணம் செல்வேன் என்ற கனவுடன் நாட்களைக் கழித்து வருகிறாள்''.

இவ்வாறு விவரித்த தத்ஸோவ் என் பக்கம் திரும்பி ''இந்த இடத்தில் இருந்து நீங்கள் ஆரம்பியுங்கள்'' என்றார். ஆனால், நானோ அவர் சொல்வதை, கேட்பதில் ஆர்வம் கொண்டிருந்ததால், தயார் நிலையில் இல்லை. எனவே, என்னால் எதுவும் சொல்ல முடியவில்லை.

சில நொடிகளுக்குப் பிறகு, ''என்னால் சொல்ல இயலாது. அதற்கு என்னை நான் தயார்ப்படுத்திக்கொள்ளவில்லை' என்றேன்.

''பரவாயில்லை... தயார்ப்படுத்திக்கொள்ளுங்கள்'' என்று தத்ஸோவ் வற்புறுத்தினார்.

''அதற்கான விஷயங்கள் என்னிடம் இல்லை'' என்று என் நிலையை எடுத்துச் சொன்னேன்.

"அவற்றை நான் உங்களுக்குத் தருகிறேன். இந்தச் செயல் எங்கு நடைபெறுகிறது...? நீங்கள் சொல்லிக்கொண்டிருக்கும் விஷயங்கள் எல்லாம் எங்கு நிகழ்கின்றன என்பதை உங்கள் மனக்கண்களில் காண்கிறீர்களா?" என்று கேட்டார்.

"ஆம்... எனக்குத் தெரிகின்றன," என்று ஆர்வம் கொப்பளிக்கச் சொன்னேன்.

"நமது சிவஸ்டோபால் நகர் போன்றே தோற்றமளிக்கும் வெனிஸ் நகரில் உள்ள ஒரு இடத்தில் இவை நிகழ்வதைக் காண்கிறேன். நீஸ்னி நவ்கார்ட் (Nizhny Novgord) நகரிலிருந்து கவர்னர் மாளிகையைப் பார்க்கிறேன். இந்த இடத்தில்தான் ப்ரோபானிட்டோ வசிக்கிறார் என்று தோன்றுகிறது. தென் விரிகுடா கடற்கரையை ஒட்டியுள்ள பகுதிகளில் சிறிய நீராவிக் கப்பல்கள், இன்று போலவே விரைந்து செல்கின்றன. ஆனாலும், துடுப்புகளின் இயக்கத்தில் அனைத்து திசைகளிலும் சென்று கொண்டிருக்கும் பாரம்பரிய படகுகளுக்கு, இவை எந்த விதத்திலும் இடையூறு செய்யவில்லை."

"இப்படித்தான் இருக்கும் என்று யூகித்துக்கொள்வோம். ஒரு நடிகரின் கற்பனையில் தோன்றும் காட்சிகளை யாரால் விளக்க முடியும்? இந்தக் கற்பனையால் வரலாற்றுக்கோ அல்லது புவியியலுக்கோ எந்தப் பலனும் இல்லை. யதேச்சாதிகார போக்குக்கும் இது அஞ்சுவதில்லை" என்று தத்ஸோவ் கூறினார்.

"இந்தக் கற்பனை மேலும் அதிக சுவாஸ்யமாக இருக்கிறது... சிவஸ்டோபால் நகர் மாதிரியே உள்ள வெனிஸ் நகரை ஒட்டியுள்ள கடற்கரைப் பகுதியில், வோல்கா நதிக்கரையில் உள்ள நீஸ்னி நவ்கார்ட் துறைமுகம் அருகே உள்ளது போன்ற அச்சு அசலான ஒரு குன்று உள்ளது. வோல்கா நதிக்கரையில் என்னைக் கொள்ளை கொண்ட கவித்துவமான, ஏகாந்தமான இடங்கள் இருப்பதை நினைத்துப் பார்க்கிறேன்" என்று பரவசத்துடன் விவரித்தேன்."

எனது அகப் பார்வையில் நான் கண்ட காட்சிகளைச் சொல்லி முடித்ததும் எனது கற்பனை உருவாக்கிய முட்டாள்தனமான விஷயங்களை நானே குறை சொல்லத் தொடங்கினேன். ஆனால், தத்ஸோவ் உற்சாகமாக தன் கைகளை ஆட்டியவாறே சொன்னார்:

"அப்படிச் செய்யாதீர்கள். உங்களுடைய சொந்த விருப்பங்களின்படி இப்படிப்பட்ட அல்லது அப்படிப்பட்ட நினைவுகள் தான் தோன்ற வேண்டும் என உத்தரவிடுவது உங்களுடைய சக்திக்கு உட்பட்டதல்ல. அந்த விஷயங்கள் தானாகவே உயிர்பெற்று வந்து, ஒரு நடிகராகிய உங்களுடைய ஆக்கத் திறனை தூண்டிவிடும் சக்தி வாய்ந்த சாதனமாக செயல்படட்டும். இதில் கவனிக்க வேண்டிய ஒரே ஒரு விஷயம், படைப்பாளி எழுதியுள்ள நாடகத்தின் அடிப்படை கதைக் கருவுக்கு, இந்தக் கற்பனை முரண்பட்டதாக இருக்கக்கூடாது என்பதுதான்."

எனது கற்பனையை மேலும் ஊற்றெடுக்க வைப்பதற்காக தத்ஸோவ் இன்னொரு 'க்ளூ' கொடுத்தார்.

"உங்களுடைய அகப் பார்வையில் நீங்கள் கண்டது அனைத்தும் எப்போது நிகழ்ந்தன?" என்ற புதிய கேள்வியை எழுப்பினார்.

எனது கற்பனை ஆதாரம் வறண்டுவிட்டபோது, நான் தொடர்ந்து செயல்பட அவர் ஊக்கமளித்தார்.

"இவையெல்லாம் எப்படி நிகழ்ந்தன?" என்ற கேள்வியை எழுப்பிய அவர், உடனடியாக இந்தக் கேள்விக்கான விளக்கத்தையும் அளித்தார். "அதாவது இந்த அகச் செயலின் அடுத்தடுத்த கட்டங்கள் குறித்து நான் தெரிந்துகொள்ள விரும்புகிறேன். வோல்கா நதிக்கரையில் உள்ள நீஸ்னி நவ்கார்ட் நகரின் ஒரு மாளிகையில் வசித்துவரும் டெஸ்டமோனா, நெறிமுறைகளை மீறிய ஓர் இளம் பெண் என்பதையும், கண்டதே காட்சி, கொண்டதே கோலம் என உல்லாசக் களியாட்டங்களில் திளைத்துள்ள வெனிஸ் இளைஞர்கள் யாரையும் அவள் மணக்கத் தயாராக இல்லை என்பதையும் மட்டுமே நாம் இப்போது தெரிந்து வைத்துள்ளோம். அவள் எதையெல்லாம் கனவு காண்கிறாள்?

எப்படி வாழ்கிறாள்? அடுத்து என்ன நிகழ்கிறது? இவை குறித்து எனக்கு சொல்லுங்கள்.''

இந்தப் புதிய தூண்டுதலும் பலனளிக்காததால், எனக்குப் பதிலாக தத்ஸோவ் தனது விளக்கத்தைத் தொடர்ந்தார். மூர் (ஒதெல்லோ) வந்து சேர்வதற்கு முன்னதாகவே அங்கு பரவியிருந்த அவருடைய பெருமை மற்றும் புகழ் குறித்த விறுவிறுப்பான, சுவாரஸ்யமான வதந்தியிலிருந்து அனைத்து விஷயங்களையும் தத்ஸோவ் கிரகித்துக்கொண்டார். மூரின் வீர, தீர பிரதாபங் களையும், அவன் எதிர்கொண்ட இன்னல்களையும் டெஸ்ட மோனாவுடன் தொடர்புபடுத்திப் பார்த்தார். கனவு கண்டுவந்த ஹீரோவுக்காக காத்திருக்கும் இந்த அழகிய இளம் பெண்ணை, இந்த வீரனின் சாகசங்கள், தேவதைக் கதைகளில் வருவது போன்று பரவசத்தில் மூழ்கடித்திருக்கும் என்பதில் சந்தேகமில்லை.

சற்று நேரம் கழிந்தது, மீண்டும் தொடர்ந்து என்னை சொல்ல வைப்பதற்காக தத்ஸோவ் முயற்சி செய்தார். என்ன நிகழ்ந்தது? எங்கே அவர்கள் சந்தித்தார்கள்? எப்படிக் காதல் வயப்பட்டார்கள் திருமணம் செய்துகொண்டார்கள் என்பதை வரிசைப்படுத்தி சொல்லும்படி கூறினார்.

நானோ மௌனம் காத்தேன். தத்ஸோவின் கற்பனையில் உயிர்பெற்று, உலா வரும் விளக்கங்களைக் கேட்பது சுகமாகவும் சுவாரஸ்யமாகவும் இருந்ததால், நான் வாய் திறக்கவில்லை.

எனவே, அவரே தொடர்ந்தார். ''வெனிஸில் உள்ள சிவஸ்டோபால் துறைமுகத்துக்கு ஒரு பெரிய கப்பலில் ஒதெல்லோ வந்து சேர்ந்தான் என்பதை அவர் விவரித்தார். இந்தத் தளபதியின் பராக்கிரமங்கள் குறித்துப் பரவியுள்ள வீர, தீரக் கதைகள், மக்களை பெரும் கூட்டமாக அந்தக் கப்பல் தளத்தில் குவியவைத்தது. கருப்பு நிறம் கொண்ட ஒதெல்லோவைப் பார்த்ததும் மக்கள் கூட்டம் ஆர்ப்பரித்தது. வீதிகளில் அவன் குதிரையில் சென்றாலோ அல்லது நடந்து சென்றாலோ சிறுவர்கள் அவனைப் பின்தொடர்ந்து ஓடினார்கள். சாலையில் செல்வோர் எல்லாம் அவனை சுட்டிக்காட்டித் தங்களுக்குள் கிசுகிசுத்துக்கொண்டனர்.

எதிர்காலக் காதலர்களான இவர்களின் சந்திப்பு வீதியில் நிகழ்ந்தது. இந்த நிகழ்வு அந்த இளம் பெண்ணின் மனதில் அழியாத் தடம் பதித்தது. அவனின் பராக்கிரமத் தோற்றம் மட்டுமல்லாமல், அவனுடைய கண்களில் பளிச்சிட்ட நாகரிகமற்ற ஆனால், கள்ளம் கபடமற்ற அணுகுமுறை, அவனது அடக்கம் நற்குணம் ஆகிய அனைத்தும் அவளைக் கொள்ளைகொண்டன. எளிமை, வீரம் கலந்த வெட்கம், அஞ்சாமை ஆகியவற்றின் அரிதான, அருமையான கலவையாக அவன் காட்சியளித்தான். இன்னொரு தடவை, ராணுவப் பயிற்சி முடித்து திரும்பி வந்துகொண்டிருந்த படைப்பிரிவுக்கு தலைமை ஏற்று, இவன் சென்றுகொண்டிருந்ததைக் கண்டாள். குதிரையில் அநாயாசமாக அவன் அமர்ந்திருந்த காட்சி, அவளுக்குள் இன்னும் ஆழமாகப் பதிந்தது. இந்தச் சமயத்தில்தான் காஸியோ தனது தளபதியுடன் சென்றுகொண்டிருந்ததைக் முதன்முறையாகக் கண்டாள்.

உள்ளம் கவர்ந்தவன் குறித்த கற்பனைகளால் அவள் தூக்கம் பறிபோனது. ஒரு நாள், வீட்டு நிர்வாகத்திற்கு தலைமை ஏற்றுள்ளவள் என்ற முறையில் ப்ரோபானிட்டோ, தனது மகளிடம் புகழ் வாய்ந்த ஒதெல்லோவை இரவு விருந்துக்கு அழைத்துள்ளதாகத் தெரிவித்தார். இதைக் கேட்ட இந்த இளம் மங்கை கிறுகிறுத்துப் போனாள். இந்த விருந்துக்காக தன்னை அலங்கரித்துக்கொள்வதிலும் சுவையான உணவு வகைகளைத் தயாரிப்பதிலும், தனது நாயகனை நேரில் சந்திப்பதற்காக எவ்வளவு ஆர்வத்துடன் காத்திருந்தாள் என்பதையும் எளிதில் கற்பனை செய்துவிட முடியும்.

அவளது விழிகளின் கூர்மை மூரின் இதயத்தைத் துளைத்துச் செல்லாமல் எப்படி இருக்கும்? தர்மசங்கடத்தில் அவன் தவித்தான். அஞ்சாநெஞ்சம் படைத்தவனாகப் போற்றப்படும் இந்த மாபெரும் வீரன், மேலும் அதிகரித்த வெட்கத்தால் தத்தளித்துத் தடுமாறினான்.

ஒரு மங்கையின் அன்பாலும் அரவணைப்பாலும் இதுவரை வீழ்த்தப்படாத இந்த வீரனால், தனக்கு விருந்தளிக்கும் இளம்

மங்கையின் அரிதான நேசத்தையும் அவள் வெளிப்படுத்திய அன்புப் பெருக்கையும் முதலில் புரிந்துகொள்ள முடியவில்லை.

மிக உயர்ந்த அந்தஸ்தில் உள்ள, வெனிஸ் பெருமக்களின் வீடுகளுக்கு அதிகாரபூர்வமான ஒரு விருந்தாளியாக இவன் அழைக்கப்பட்டதும், இவனை அவர்கள் சகித்துக்கொண்டதும் தான் இதுவரை அவனுக்கு வாடிக்கையாக இருந்தது.

தனது பெருமையும் புகழும் பரவியிருந்தாலும், தான் ஒரு அடிமைதான் என்ற நிலையை அவன் மறக்கவேயில்லை.

தான் அருவருப்பாக நினைக்கும் தனது கரிய முகத்தை இவ்வளவு அன்புடனும் ஆதரவுடனும் இரண்டு அதி அற்புத விழிகள் பரவசத்துடன் பார்த்ததை இந்த நாளின், இந்தத் திடீர் தருணம்வரை அவன் கண்டதேயில்லை.

பல இரவுகள் அவன் தூக்கத்தைத் தொலைத்தான். ப்ரோபானிட்டோவிடமிருந்து மீண்டும் வரும் அழைப்புக்காக பொறுமையிழந்து காத்திருந்தான்.

அந்த நாளும் விரைவிலேயே வந்தது. அவன் மீது காதல் வயப்பட்ட அழகிய மங்கையின் தூண்டுதலின் பேரிலோ அல்லது போர்க்களத்தில் அவன் வெளிப்படுத்திய வீர தீர பராக்கிரமக் கதைகளை மறுபடியும் கேட்க வேண்டும் என்ற விருப்பத்தின் பேரிலோ இந்த இரண்டாவது அழைப்பு விடுக்கப்பட்டது.

இரவு விருந்து முடிந்ததும் மாளிகையின் திறந்தவெளி மேல் தளத்தில் அமர்ந்துகொண்டு, ஒயின் அருந்தியவாறு பேசிக் கொண்டிருந்தனர். அங்கிருந்து பார்த்தபோது, சிவஸ்டோபால் துறைமுகமும் அதையொட்டி இருந்த நீஸ்னி நவ்காட் குன்றும் தெரிந்தன. தனது போர்முனை சாகசங்கள் குறித்து எளிமையாக ஆனால், உண்மையிலேயே நடந்தவற்றை மூர் விவரித்தான். செனட் சபை முன்பு ஷேக்ஸ்பியரின் வரிகள் மூலம் மூர் பேசியது போன்றும் தத்ஸோவின் கற்பனை வண்ணத்தில் வடிவம் கொண்ட வார்த்தைகள் மூலமாகவும் தனது சாகசங்களை எடுத்துச் சொன்னான்.

காதல் மோகம் கொண்டு உணர்ச்சிப் பெருக்கில் மூழ்கிப் போயுள்ள ஓர் இளம் பெண், இப்படிப்பட்ட கதையைக் கேட்டு, தன்னை முற்றிலுமாகப் பறிகொடுக்காமல் இருந்திருக்க மாட்டாள் என நான் நம்புகிறேன்.

சராசரித்தனமான குறுகிய மனம் கொண்ட மற்ற பெண் களைப் போல தனது வாழ்க்கையை அமைத்துக் கொண்டிருக்கக் கூடிய பெண்ணல்ல, டெஸ்டமோனா'' எனக் கூறிய தத்ஸோவ், மேலும் தொடர்ந்தார்.

''தேவதைக் கதைகளில் இடம் பெற்றுள்ளதைத் போன்ற முற்றிலும் மாறான ஒரு வாழ்க்கையை அவள் தனக்காக உருவாக்கிக் கொண்டாள். தகிக்கும் சுபாவம் கொண்டு ஓர் இளம் பெண்ணுக்கு ஒதெல்லோவைவிடச் சிறந்த ஹீரோவை யாராலும் கற்பனை செய்ய முடியாது.

ப்ரோபானிட்டோவின் வீட்டில் இருந்தபோது தனது சொந்த இடத்தில் இருப்பதாக மூர் மிகவும் ஆழமாக உணர்ந்தான். உண்மையான ஒரு வீட்டை மிகவும் நெருக்கமாகப் பார்க்கும் வாய்ப்பு இப்போதுதான் அவனுக்கு முதல் முறையாகக் கிடைத்தது. அழகு தேவதையான ஓர் இள நங்கையின் அருகில் இருப்பது அவனுக்கு மேலும் ஆனந்தத்தை வாரி வழங்கியது'' என்று கூறி கதையை முடித்துக்கொண்ட தத்ஸோவ், எங்களைத் தொடர்ந்து சிந்திக்க வைத்தார்.

''நாடகத்தின் வறட்சியான சம்பவங்களை நினைவுகூர்வதைக் காட்டிலும் ஒரு நாடகத்தின் உள்ளடக்கங்களை இந்த வகையில் திரும்பச் சொல்வது சுவாரஸ்யமாக இல்லையா? இந்தத் துயரக் கதையின் உள்ளடக்கங்களை மீண்டும் என்னைச் சொல்ல வைத்தால், இந்த நாடகத்தின் புற வடிவத்தை காட்டிலும் அக வடிவத்திற்கு நான் மேலும் அதிக முக்கியத்துவம் கொடுத்து ஆராய்ந்தால், இன்னும் அதிக விஷயங்களை என்னால் சிந்திக்க முடியும். இன்னும் எத்தனை தடவைகள், மேன்மேலும் சொல்ல வைக்கிறீர்களோ, அவ்வளவு அதிகமாக, ஆழமான விஷயங்கள்

மூலம் நாடக ஆசிரியரின் வார்த்தைகளுக்கான கற்பனை எல்லையை விரிவுபடுத்த முடியும். நாடக ஆசிரியர் உங்களிடம் அளித்துள்ள கதையை நீங்கள் மிகச் சரியாகவும் முழுமையாகவும் பயன்படுத்திக்கொள்வதற்கான மாயசக்தி படைத்த 'அப்படியானால்களை' மேலும் அதிகமாக, கற்பனைப் பிரதேசத்தில் கிளைவிரிக்க வைக்கமுடியும்.

எனவே, இப்போது எனது உதாரணத்தைப் பயன்படுத்தி, முடிந்த அளவுக்கு உங்களுக்கு அளிக்கப்பட்ட செயலில், நாடகத்தின் உள்ளடக்கங்களை ஒவ்வொரு தடவையும் வெவ்வேறு கோணங்களிலிருந்து நீங்கள் அணுக வேண்டும். உங்களுடைய சொந்தக் கண்ணோட்டத்திலிருந்து, அதாவது, நீங்கள் ஒரு நபர் என்ற கண்ணோட்டத்திலிருந்து அல்லது ஒரு கதாபாத்திரத்தின் கண்ணோட்டத்திலிருந்து இந்த அணுகுமுறையை நீங்கள் மேற்கொள்ள வேண்டும்.''

"ஒரே ஒரு விஷயத்தைத் தவிர அனைத்துமே சிறப்பாக உள்ளன, பிரமாதமாக, இயல்பாக அல்லது மிகவும் வலுவாக உருவாக்கிக்கொள்ளப்பட்ட கற்பனை வளம் தேவைப்படுகிறதே! இன்னமும் ஆரம்ப கட்டத்திலேயே உள்ள கற்பனையை, வளப்படுத்திக் கொள்வதற்கான வழிமுறைகளை நாம் சிந்திக்க வேண்டியுள்ளது'' என நான் வருத்தத்துடன் சொன்னேன்.

"உண்மைதான்... இன்னமும் தேக்க நிலையில் உள்ள உங்களுடைய கற்பனையை வளப்படுத்திக்கொள்வதற்கும் மேம்படுத்திக்கொள்வதற்குமான வழிமுறைகளை நீங்கள் வசப்படுத்திக்கொள்ள வேண்டும்'' என்று தத்ஸோவ் ஒப்புக் கொண்டார்.

"அதுவேதான். அதுதான் எங்களுக்குத் தேவை. அதில்தான் நாங்கள் பின்தங்கியுள்ளோம்,'' என்று நான் அவர் கூற்றை உறுதிப்படுத்தினேன்.

"நமது ஆய்வை, உச்சியிலிருந்து அடி வரையில்- நமது உணர்வு நிலைக்கு உட்பட்ட உணர்விலிருந்து அதற்கு அப்பாற்பட்ட

உணர்வு வரையில் - ஒவ்வொரு அடுக்காக அடுத்தடுத்து தொடங்கியுள்ளோம்.

எல்லாவற்றிற்கும் மேலே உள்ள அடுக்கில், கதைக் கரு, சம்பவங்கள், நிகழ்வுகள் ஆகியவை அடங்கியுள்ளன. மேடையில் வெளிப்படுத்தும் நமது நோக்கத்திற்குத் தேவையான அளவில் மட்டுமே, இவற்றையெல்லாம் நாம் ஏற்கெனவே ஓரளவுக்கு அலசிப் பார்த்திருக்கிறோம். இப்போது, இவை தொடர்பான நமது ஆய்வைத் தொடர உள்ளோம். ஆய்வு என்ற வார்த்தையை ஒரு சம்பவத்திற்கான விளக்கம், அதை ஆழ்ந்து அணுகுவது, புரிந்துகொள்வது என்ற அர்த்தத்தில் மட்டுமே எடுத்துக்கொள்ளக் கூடாது. அதன் முக்கியத்துவத்தையும் மகத்துவத்தையும் நாம் மதிப்பீடு செய்வதும்கூட இந்த ஆய்வு என்ற வார்த்தையில் அடங்கியுள்ளது.

நமது பகுப்பாய்வின் இந்தப் புதிய அம்சத்தை, சம்பவங்களை மதிப்பிடுதல் என்று நாம் குறிப்பிடுகிறோம். நடிப்பின் மதிப்பு வாய்ந்த முதன்மையான விஷயத்தைப் பிரதிபலிக்கும், வெளிப் படையான கதை இடம் பெற்றுள்ள நாடகங்கள் உள்ளன. மலிவான காமெடி நாடகங்கள், மெலோ டிராமாக்கள், சிறிய நாட்டிய நாடகங்கள், நையாண்டி நாடகங்கள், மலிவான பொழுதுபோக்கு நாடகங்கள் ஆகியவை இந்த ரகத்தைச் சேர்ந்தவை. இப்படிப்பட்ட படைப்புகளில், கொலை, மரணம், திருமணம், ஒரு கதாபாத்திரத்தின் தலை மீது மாவு அல்லது தண்ணீரைக் கொட்டுவது, பேண்ட் அவிழ்ந்து விழுவது, ஓர் அறையில் அமைதியாக ஓய்வெடுத்துக்கொண்டிருக்கும் விருந்தினரை, கொள்ளைக்காரன் என்று நினைத்துப் பிடித்துச் செல்வது என்பன போன்ற சம்பவங்கள்தான் அந்த தயாரிப்பின் முதன்மையான தருணங்களாக இடம்பெற்றிருக்கும். இவற்றை மதிப்பீடு செய்வது என்பது வீண் முயற்சி. ஏனென்றால், பார்த்தவுடனேயே இவற்றை அனைவரும் புரிந்துகொள்கின்றனர்; ஏற்றுக்கொள்கின்றனர்.

ஆனால், மற்ற படைப்புகளில், சில சமயங்களில் கதையும் அதில் அடங்கியுள்ள சம்பவங்களும் அவற்றின் அடிப்படையில் பார்க்கும்போது, மிகுந்த முக்கியத்துவம் இல்லாமல் இருக்கும். இப்படிப்பட்ட நாடகங்களில், சம்பவங்கள் அல்லாமல், அவை குறித்த கதாபாத்திரங்களின் கணோட்டம்தான், ஓர் அடித்தளத்தை அமைத்துக் கொடுக்கிறது. இந்த மையப் புள்ளி காரணமாகத்தான், ரசிகர்கள் நாடகத்தை ஆர்வத் துடிப்புடன் காண்கின்றனர். இப்படிப்பட்ட நாடகங்களில், நாடகத்தின் உட்கருத்தை வெளிப் படுத்தும் சந்தர்ப்பத்தையும் அதற்கான ஊக்கத்தையும் அளிக்கக் கூடிய அளவில் மட்டுமே சம்பவங்கள் தேவைப்படு கின்றன. செக்கோவ் படைத்துள்ள நாடகங்கள் இப்படிப் பட்டவை.

தலைசிறந்த நாடகங்களில் வடிவமும் உள்ளடக்கமும் நேரடியாக ஒன்றுக்கொன்று தொடர்பு கொண்டுள்ளன. சம்பவங்களிலிருந்தும் கதையிலிருந்தும் அவற்றின் ஜீவனைத் தனியாகப் பிரிக்க இயலாது. ஷேக்ஸ்பியரின் பெரும்பாலான படைப்புகள் இப்படிப்பட்டவை. குறிப்பாக, ஒதெல்லோ நாடகத்தில் இந்த ஒத்திசைவு முழுமையாக இடம் பெற்றுள்ளது. புற வடிவ உண்மையான நிலையும் அக நிலையும், பரஸ்பரம் ஒன்றோடொன்று இரண்டறக் கலந்துள்ளன.

இப்படிப்பட்ட படைப்புகளில் சம்பவங்களை மதிப்பிடுவது, முதன்மையான முக்கியத்துவம் பெற்றுள்ளது. புற நிகழ்வுகளை நீங்கள் ஆராயும்போது, அவற்றுக்கு உரிய சூழ்நிலைகளுடன் ஏற்படும் தொடர்பு, இந்தச் சம்பவங்களுக்கு வலு சேர்க்கிறது. இந்தச் சூழ்நிலைகளை நீங்கள் ஆராயும்போது, அவற்றோடு தொடர் புடைய உள்ளார்ந்த காரண, காரியங்களை உணர்கிறீர்கள். எனவே, ஒரு கதாபாத்திரத்தின் ஆன்மீக வாழ்க்கையின் அடி ஆழத்துக்குள் நீங்கள் செல்லும்போது, அதன் உட்கருத்து உங்களுக்கு வசப்படுகிறது. செயலின் புற அலைகளை உருவாக்கும், நாடகத்தின் அடிநாதமான மூலப் பகுதியை நீங்கள் எட்டி விடுகிறீர்கள்.

சம்பவங்களை மதிப்பீடு செய்யும் வழிமுறை என்பது மிகவும் சுலபமானது. இதைப் பின்பற்றத் தொடங்கும்போது, மதிப்பீடு செய்யப்பட வேண்டிய சம்பவத்தை மனதளவில் ரத்து செய்துவிடுங்கள். பின்னர் உங்கள் கதாபாத்திரத்தின் ஜீவ நாடியை அது எப்படி பாதிக்கிறது என்பதைக் கண்டுபிடிக்க முயலுங்கள்.''

வன்யா, க்ரிஷா ஆகியோர் பக்கம் திரும்பியவாறு, ''உங்கள் கதாபாத்திரங்களில் இந்தப் பரிசோதனையை ஆரம்பிப்போம்'' என்று கூறிய தத்ஸோவ், தொடர்ந்து விளக்கமளித்தார்:

''ப்ரோபானிட்டோ மாளிகை முன்னால் நீங்கள் வருவது நாடகத்தின் முதல் சம்பவம். இந்தச் சம்பவத்தில் தொய்வு ஏற்பட்டால், முதல் காட்சி ஒட்டுமொத்தமாக அர்த்தமற்றதாகி விடும் என்றும் இந்தத் துயரக் கதை ஆரம்பமாகும்போது மேடையில் நீங்கள் பரபரப்பாக அங்கும் இங்கும் சுற்றி வராமல், ஒப்பனை அறையில் அமைதியாக உட்கார்ந்திருக்க வேண்டும் என்பதையும் நான் விளக்க வேண்டிய தேவை உள்ளதா? ப்ரோபானிட்டோ மாளிகைக்கு நீங்கள் வந்து சேரும் சம்பவம், முக்கியமான ஒன்று. அதில் நீங்கள் நம்பிக்கை வைக்க வேண்டும். அப்போதுதான் அதன் தாக்கத்தை அனுபவிக்க முடியும் என்பது தெரிந்த விஷயம்தான்.

ரோட்ரிகோவுடனான வாக்குவாதம், தனக்கு எதுவும் தெரியாது என இயாகோ வாதிடுவது, எச்சரிக்க வேண்டிய கட்டாயம், மூரைத் தேடிக் கண்டுபிடிக்கத் தொடங்குதல் ஆகியவற்றை முதல் காட்சியில் இரண்டாவது சம்பவமாக நாம் பதிவு செய்துள்ளோம். இந்தச் சம்பவங்கள் அனைத்தையும் நீக்கிவிட்டால், என்ன நடக்கும்? படகில் வந்துசேரும் இரண்டு கதாபாத்திரங்கள் உடனடியாக எச்சரிக்கத் தொடங்குவார்கள். இப்படிப்பட்ட ஒரு நிகழ்வு, ரசிகர்களாகிய நமக்கு இந்த நாடகக் காட்சியில் என்ன சொல்லப்படுகிறது என்பதைத் தெரிந்துகொள்ள விடாமல் செய்து விடுகிறது. ரோட்ரிகோ மற்றும் டெஸ்டமோனாவுக்கு இடையேயான உறவு, இயாகோவுக்கும் ஒதெல்லோவுக்கும் இடையேயான உறவு,

ஒதெல்லோ மீது இயகோவுக்கு ஏற்பட்டுள்ள ஆத்திரம், ஒட்டுமொத்த துயரத்தையும் வெளிப்படுத்தும் ராணுவ சதி ஆலோசனை ஆகியவை குறித்தெல்லாம் நாம் எதுவுமே தெரியாமல் குழம்பிப் போயிருப்போம்.

எச்சரிக்கும் காட்சியில் நடிப்பதிலும் இதே நிலவரம் எதிரொலிக்கும். ஏதாவது ஓர் இடத்திற்கு வந்து சேர்வது, சத்தம் போட ஆரம்பிப்பது, ஆழ்ந்த உறக்கத்தில் இருப்பவர்களை எழுப்புவதற்காக கூச்சல் போடுவது என்பதற்கும் தன்னிடமிருந்து மறைந்துகொண்டிருக்கும் அந்த இன்பத்தை பாதுகாப்பதற்கான நடவடிக்கைகளில் இறங்குவது என்பதற்கும் வேறுபாடு உள்ளது. தான் மணக்கவுள்ள அழகி இன்னொருவனுடன் திருமணம் செய்துகொள்வதற்காக அவனுடன் தப்பிச் சென்றதை, டெஸ்டமோனாவை தடுப்பதற்காக ரோட்ரிகோ இந்த நடவடிக்கைகளில் ஈடுபடுகிறான் என்பதை கவனத்தில் கொள்ள வேண்டும்.

ஏதோ வேடிக்கைக்காக கூக்குரல் எழுப்புவதற்கும், ஒதெல்லோ மீது வெறுப்பு கொண்டிருக்கும் இயாகோ தனது வஞ்சத்தைத் தீர்த்துக்கொள்வதற்காக இந்த நடவடிக்கைகளில் இறங்குவதற்கும் வேறுபாடு உள்ளது. வெறும் வெளிப்புறக் காரணங்களால் அல்லாமல், உள்ளார்ந்த உந்துதல் காரணமாக மேற்கொள்ளப் படும் ஒவ்வொரு செயலும் ஒப்பிட முடியாத அளவுக்கு மிகவும் திறன் வாய்ந்தது. எனவேதான், இந்தச் செயலை நிறைவேற்றும் நடிகர், அதனால் மிகவும் நெருக்கமாக ஈர்க்கப்படுகிறார்.

சம்பவங்களை மதிப்பிடுதல் என்பது நமது பகுப்பாய்வின் இன்னொரு அம்சமான, சம்பவங்களை நியாயப்படுத்துதல் என்பதிலிருந்து பிரிக்க முடியாத ஒன்றாகும். பகுப்பாய்வு செயல்முறையில் இது இன்றியமையாத ஒரு பகுதியாகும். ஏனென்றால், ஓர் அடிப்படை இல்லாத சம்பவம், அந்தர ஊசலாட்டத்தில் சிக்கிக்கொள்கிறது. அனுபவத்தில் அறியப்படாத, நாடகத்தின் உள்ளார்ந்த வாழ்க்கையில் இடம்பெறாத சம்பவத்தால் எந்தப் பலனும் இல்லை. சொல்லப்போனால், முறையான அக

வளர்ச்சிக்கு இது ஒரு தடையாக அமைகிறது. நியாயப்படுத்தப் படாத ஒரு சம்பவம் ஒரு வெற்றிடத்தை ஏற்படுத்துகிறது. கதாபத்திரத்தில் ஒரு விரிசலை உருவாக்கிவிடுகிறது. உயிருள்ள ஜீவனில், உயிரற்ற பகுதியாகவும், சீரான ஒரு சாலையில் உள்ள ஆழமான பள்ளம் போலவும் அமைந்து அக உணர்வுகளின் தங்கு தடையற்ற பயணத்திற்கு முட்டுக்கட்டையாக அமைந்துவிடுகிறது. நீங்கள் அந்தப் பள்ளத்தை நிரப்ப வேண்டும் அல்லது அதன் குறுக்கே ஒரு பாலத்தை அமைக்க வேண்டும். எனவேதான், சம்பவங்களை நியாயப்படுத்துதல் என்பது நமது முக்கியத் தேவையாக உள்ளது. ஒரு சம்பவத்தை நியாயப்படுத்திவிட்டால், அது தானாகவே நாடகத்தின் உள்ளார்ந்த பகுதியில், அதன் உட்கருவில் சங்கமித்து, உங்கள் கதாபாத்திரத்தின் ஆன்மீக வாழ்க்கை தங்குதடையின்றி மலர்வதற்கு துணைநிற்கிறது. நியாயப் படுத்தப்பட்ட சம்பவங்கள், ஒரு கதாபாத்திரத்தை உணர்வதற் கான அறிவுபூர்வ அணுகுமுறையும் அதனைத் தொடரும் அடுத்தடுத்த நடவடிக்கைகளையும் ஊக்குவிக்கின்றன. நமது பணியில் இந்த இரண்டு அம்சங்களின் முக்கியத்துவத்தை நீங்கள் ஏற்கெனவே அறிந்திருக்கிறீர்கள்.

இந்த நாடகத்தின் முதல் காட்சியில் இடம் பெற்றுள்ள சம்பவங்கள், இப்போது உங்களுக்குத் தெரியும். அது மட்டு மல்லாமல் ஓரளவுக்கு சரியாக அவற்றை நடித்துக் காட்டியிருக் கிறீர்கள். ஆனால் இன்னமும்கூட அவற்றின் அடி ஆழத்திற்குள் நீங்கள் செல்லவில்லை. நீங்களே வகுத்துள்ள திட்டத்தின்படி அந்தப் புதிய சூழ்நிலைகளின் அடிப்படையில் அந்தச் சம்பவங்களை நீங்கள் நியாயப்படுத்தாவிட்டால், உங்களால் அவற்றின் அடிஆழத்திற்குள் செல்ல முடியாது. இந்தப் புதிய சூழ்நிலைகள், நாடகத்தின் அடுத்தடுத்த சம்பவங்களை ஒரு நடிகர், ஒரு ஊக்குவிப்பாளர், ஓர் ஆசிரியர், வெறும் நகலெடுப்பவர் என்ற கண்ணோட்டத்திலிருந்து அல்லாமல், ஒரு சாதாரண மனிதரின் கண்ணோட்டத்திலிருந்து கற்பனை செய்து பார்க்கும்படி உங்களைக் கட்டாயப்படுத்தும்.

எனவே, முதல் காட்சியில் இடம் பெறும் அனைத்தையும் உங்களுடைய தனிப்பட்ட, சாதாரண மனிதரின் கண்ணோட்டத்திலிருந்து, அதிலும் ரோட்ரிகோ, இயாகோ ஆகியோரின் இடத்தில் உங்களை நிறுத்திக்கொண்டு நீங்கள் மதிப்பீடு செய்திருக்கிறீர்களா என நாம் இப்போது ஆராய்ந்து பார்ப்போம். வெளிப்புற சம்பவங்களை நடித்துக் காட்டுவதைப் பொறுத்தவரை நீங்கள் மேற்கொண்ட செயல்களை நான் நம்புகிறேன். நீங்கள் நடித்துக்காட்டியதைப் போன்றே அவர்கள் வந்தார்கள்; படகுகள் மூலம் கரையை அடைந்தார்கள்; அவர்கள் செய்ததைப் போன்றே நீங்கள் படகைக் கட்டி வைத்தீர்கள். இவற்றையெல்லாம் ஒரு நோக்கத்தோடு – எச்சரித்து அனைவரையும் எழுப்ப வேண்டும் என்பதற்காக – செய்தீர்கள். இன்னொரு திட்டவட்டமான நோக்கத்துடனும் அதாவது, தப்பி ஓடிய மூரை கைது செய்து டெஸ்டமோனாவை மீட்பதற்காக நீங்கள் எசரித்தீர்கள்.

‘‘ஆனாலும், இந்த நடவடிக்கைகளை நீங்கள் இருவரும் அவசர அவசரமாக மேற்கொள்ள வேண்டியதன் அவசியம் என்ன என்பதை நீங்கள் தெரிந்திருக்கவில்லை... அதாவது நீங்கள் உணரவில்லை.’’

‘‘எனக்குத் தெரியும்... நிச்சயமாகத் தெரியும்.’’ வன்யா சத்தம் போட்டுச் சொன்னார்.

‘‘அப்படியானானல் நீங்கள் சொல்லுங்கள்.’’

‘‘ஏனென்றால் டெஸ்டமோனா மீது நான் காதல் கொண்டுள்ளேன்.’’

‘‘அதாவது அவளை உங்களுக்குத் தெரியும். நல்லது... அவள் யார் மாதிரி இருக்கிறாள் என்று சொல்லுங்கள்.’’

‘‘மரியாவைத்தானே நீங்கள் சொல்கிறீர்கள்? இதோ இங்கே இருக்கிறாள்’’ என்று ஒரு கணம்கூட யோசிக்காமல் பரவசத்துடன் கூறினார்.

ஆனால், பாவம்...! எங்கள் டெஸ்டமோனா கைகளை அசைத்து விடைபெற்றவாறு அந்த அரங்கிலிருந்து வெளியே

சென்றுவிட்டாள். தத்ஸோவ் உள்ளிட்ட எங்கள் அனைவராலும் சிரிப்பைக் கட்டுப்படுத்த முடியவில்லை.

“நாடக நடிகர் என்ற கண்ணோட்டத்திலிருந்து அல்லாமல் ஒரு சாதாரண மனிதர் என்ற கண்ணோட்டத்திலிருந்து இந்த சம்பவம் மதிப்பிடப்பட்டுள்ளது நல்லதுதான்” என தத்ஸோவ் சிரித்தார்.

“சரி, அப்படியானால் உங்கள் உள்ளம் கவர்ந்த காதலியை மீட்பதற்காக நீங்கள் ஏன் எச்சரிக்கைக் கூப்பாடு எழுப்பவில்லை? இந்த நடவடிக்கை எவ்வளவு முக்கியமானது என உங்களை நம்பவைப்பது ஏன் இவ்வளவு கஷ்டமாக உள்ளது?”

“ரோட்ரிகோ தனது எண்ணத்தை அடிக்கடி மாற்றிக் கொள்ளக் கூடியவன்” என வன்யா குழப்பமாகப் பதிலளித்தார்.

“அப்படி இருப்பதற்கான ஒரு காரணம் நிச்சயமாக இருக்கும், அந்தக் காரணம் இல்லாவிட்டால், நீங்களோ ரசிகர்களோ உங்களுடைய நிலையற்ற தன்மையில் நம்பிக்கை வைக்க மாட்டீர்கள். மேடையில் பொருத்தமற்ற எதுவுமே நிகழ்வதில்லை” என தத்ஸோவ் குறிப்பிட்டார்.

“அவன் இயாகோவுடன் தகராறு செய்திருக்கிறான்” என வன்யா பதிலளித்தார்.

“யார் அந்த ‘அவன்’?”

“ரோட்ரிகோ... இல்லை அது நான்தான்”

“அது நீங்கள்தான் என்றால், வேறு யாரையும்விட அந்த தகராறுக்கான காரணம் உங்களுக்குத்தான் நன்கு தெரியும். அதைப் பற்றி எங்களுக்குச் சொல்லுங்கள்.”

“அவன் என்னைத் தந்திரம் செய்து ஏமாற்றிவிட்டான். டெஸ்டமோனாவை எனக்குத் திருமணம் செய்துவைப்பதாக உறுதியளித்தான். ஆனால், அந்த வாக்கை மீறிவிட்டான்.”

“எப்படி? எந்த விதத்தில் அவன் உங்களை ஏமாற்றினான்?”

வன்யா மௌனம் காத்தார். எந்த பதிலையும் அவரால் கண்டுபிடிக்க முடியவில்லை.

''இயாகோ தான் விரும்பியபடியெல்லாம் உங்களை ஆட்டிவைத்திருக்கிறான் என்பதையும் உங்களிடமிருந்து பெரும் தொகையைக் கறந்திருக்கிறான்...டெஸ்டெமோனாவுடன் தப்பிச் சென்ற மூருக்குத் தொடர்ந்து உதவி வந்திருக்கிறான்... என்பதெல்லாம் உங்களுக்குப் புரியவில்லையா?''

''தப்பிச் செல்லும் திட்டத்தை ஏற்பாடு செய்ததே அவன்தான். அந்தக் கேடுகெட்ட நாய்தான்'' என உண்மையான வெறுப்புடன் வன்யா கொந்தளித்தார். ''அவன் முகத்தில் குத்துவேன். அவன் ஏன்... இல்லை... இல்லை... அதாவது நான்தானே எச்சரிக்கை செய்ய வேண்டியவன்?'' என்று கைகளை ஆட்டியவாறு கேட்ட வன்யா, மீண்டும் அமைதியாகிவிட்டார். ஏனென்றால், அந்தச் செயலை எப்படி நியாயப்படுத்துவது என்பதை அவரால் சிந்தித்துப் பார்க்க முடியவில்லை.

''உங்கள் கதாபாத்திரத்திற்கான ஒரு முக்கிய சம்பவம் இது. அதை நீங்கள் மதிப்பீடு செய்யவேயில்லை. பெரிய வெற்றிடம் ஏற்பட்டுள்ளது. இந்தச் செயலை எந்தவிதமான போலியான சாக்குப்போக்குகளைக் கொண்டு, உங்களால் நியாயப்படுத்த முடியாது. உங்களுக்கு இந்த இடத்தில் தேவைப்படுவது சாதாரண செயல்பாடு அல்ல. உங்களை ஆவேசம் கொள்ள வைத்து, ஒரு சுவாரஸ்யமான நடவடிக்கைக்குள் உங்களைத் தள்ளிவிடும் மாய மந்திரம் போன்ற ஒரு செயல்பாடுதான் தேவை. ஏதாவது வறட்டுத்தனமான, சாதாரண சாக்குப்போக்குகள் எல்லாம் உங்களுடைய கதாபாத்திரத்திற்கு ஊறு விளைவிக்கும்.''

வன்யாவால், வேறு எதுவுமே சொல்ல முடியவில்லை.

''தனது கரமும் இதயமும் உங்களுக்கே சொந்தம் என இயாகோ மூலமாக டெஸ்டமோனா அளித்திருந்த வாக்குறுதியும், அதையடுத்து விலைமதிப்புள்ள திருமணப் பரிசுகளை வாங்குவதற்கும், தனியான வீடு ஒன்றை ஏற்பாடு செய்வதற்கும் அவன் ஒப்பு

கொண்டது உங்களுக்கு நினைவு வரவில்லை என்றா சொல்கிறீர்கள்? மிகவும் சிரமப்பட்டு ஓர் இடத்தை ஆடம்பரமாக அலங்காரம் செய்தீர்கள், இதில் உங்களுடைய நண்பரும் ஏஜன்டும் எந்த அளவுக்கு ஆதாரம் அடைந்தார்கள்? மணப்பெண்ணுடன் ஓடிப்போவதற்கான நாளும் நிச்சயிக்கப்பட்டது. உங்கள் திருமணம் நடப்பதற்கான தேவாலயம் மற்றும் பாதிரியாருக்கு ஏற்பாடு செய்யப்பட்டது, இந்தத் திருமண ஏற்பாடுகளுக்காக உங்கள் சொந்தப் பணத்தை வாரி வாரி வழங்கினீர்கள்.

மிகுந்த பரபரப்புடனும் எதிர்பார்ப்புடனும் பொறுமையின்மை யுடனும் அந்த நாளுக்காகக் காத்திருந்தீர்கள். உண்ணாமல், உறங்காமல் உருகிக்கொண்டிருந்தீர்கள். ஆனால், திடீரென்று இந்தக் கருப்பு அடிமையுடன் டெஸ்டமோனா தப்பியோடி விட்டாள். இத்தனை துரோகங்களையும் உங்களுக்கு இழைத்தது, அந்த அயோக்கியன் இயாகோதான். இவையெல்லாம் உங்களுக்கு நினைவுக்கு வரவில்லையா?

“உங்கள் திருமணத்திற்காக ஏற்பாடு செய்யப்பட்டிருந்த அதே தேவாலயத்தில் அவர்கள் திருமணம் நடைபெறுவது உங்களுக்கு உறுதியாகத் தெரிந்துள்ளது. அதுவும் நீங்கள் வாங்கிய ஏராளமான திருமணப் பொருட்களின் பெரும் பகுதி ஒதெல்லோவுக்கு கிடைத்துள்ளது. இதென்ன கேலிக்கூத்து? எப்படிப்பட்ட கொள்ளை இது? இப்போது சொல்லுங்கள்... இந்த மாதிரியான விஷயங்கள் நிகழ்ந்திருந்தால் நீங்கள் என்ன செய்வீர்கள்?”

“அந்த அயோக்கியனை நார் நாராக கிழித்துவிடுவேன்” என ஆத்திரத்துடன் வன்யா சொன்னபோது அவர் முகம்கூட கோபத்தில் சற்றுச் சிவந்திருந்தது.

“அவன் உங்களைத் தோற்கடித்துவிட்டால் என்ன நடக்கும்? அவன் ஒரு ராணுவ வீரன்... மிகவும் பலசாலி என்பது உங்களுக்குத் தெரியும் அல்லவா!”

“அந்தக் கொடூர புத்தி கொண்டவனால் என்னை என்ன செய்துவிட முடியும்? நான் எதுவும் சொல்லாமல் அவனிடமிருந்து

விலகிச் சென்றுவிடுவேன்.'' இப்படிச் சொல்லும்போது வன்யா குழப்பத்தோடும் தடுமாற்றத்துடனும் காணப்பட்டார்.

"அப்படியானால் அவன் உங்களைக் கட்டாயப்படுத்தியதை மறுக்காமல், அவனுடன் உங்களுடைய சொந்தப் படகில் ப்ரோபானிட்டோ மாளிகைக்கு ஏன் வந்தீர்கள்? இந்தச் செயலை மதிப்பீடு செய்யுங்கள்" என்று கூறிய தாத்ஸோவ், இதற்காக வான்யாவுக்கு புதிய சம்பவங்களை எடுத்துக் கொடுத்தார்.

ஆனால், கொந்தளிப்பின் உச்சத்தில் இருந்த நமது இளைஞரால் அந்தப் புதிரை விடுவிக்க முடியவில்லை.

"இந்த இடத்தில் இன்னும் மதிப்பீடு செய்யப்படாமல் உள்ள மேலும் ஒரு சம்பவத்தை, நீங்கள் அக்கு வேறு ஆணி வேறாக அலசி ஆராய வேண்டும். அப்போதுதான் இந்த நாடகத்தின் முக்கியமான இரண்டு கதாபாத்திரங்களுக்கு இடையேயான உறவைப் புரிந்துகொள்ள முடியும்.

க்ரிஷா...! ப்ரோபானிட்டோ மாளிகை முன்பு ரோட்ரிகோ வந்து சேர்ந்தது குறித்து நீங்கள் என்ன சொல்கிறீர்கள்?"

"அவன் கழுத்தைப் பின்பக்கமாக சுற்றி வளைத்து இழுத்து, படகுக்குள் தள்ளிவிடுவேன். அங்கிருந்து அவன் செல்ல வேண்டிய இடத்திற்குக் கொண்டு செல்வேன்."

"இப்படிப்பட்ட முரட்டுத்தனமான செயல், உங்களுடைய ஆக்கத் திறன் ஆர்வத்தைத் தூண்டிவிடும் என்று நினைக்கிறீர்களா? அப்படி நடந்தால் நல்லதுதான்... ஆனால் எனக்கென்னவோ இதில் உங்களுக்கு வெற்றி கிடைக்குமா என்பது சந்தேகமாக உள்ளது. பகுப்பாய்வு சம்பவங்களை மதிப்பிடுதல், அவற்றை நியாயப் படுத்துதல் ஆகியவற்றில் நாம் நம்பிக்கையை ஏற்படுத்திக் கொண்டு, அதனால் ஊற்றெடுக்கும் ஆர்வம் நம்மைப் பற்றிக் கொண்டால், இவை நமக்கு மிகவும் இன்றியமையாதவையாக இருக்கும். நான் உங்கள் கதாபாத்திரத்தில் நடித்தேன் என்றால் நீங்கள் குறிப்பிட்ட இந்த அநாகரிகமான, முறையற்ற நடவடிக்கை களில் ஈடுபட்டிருக்க மாட்டேன். இயாகோவின் வஞ்சக புத்திக்கு

ஏற்ற தந்திரமான வழிமுறைகளைப் பின்பற்றி, என் நோக்கத்தை நிறைவேற்றிக்கொண்டிருப்பேன்.''

''நீங்கள் என்ன செய்வீர்கள்?'' என மாணவர்கள் கேட்டனர்.

''விஷம் தோய்ந்த வதந்திகளின் தாக்குதலால் பாதிக்கப் பட்டுள்ள அப்பாவியாக என்னைக் காட்டிக்கொண்டு, ஒரு சாதுவான ஆட்டுக்குட்டி போல உடனடியாக என்னை மாற்றிக் கொள்வேன். என் கண்களைத் தாழ்த்திக்கொண்டு, அங்கு உட்கார்ந்திருப்பேன். ரோட்ரிகோ, அதாவது நீங்கள்தான் வன்யா, உங்களுடைய கோபத்தை, ஆவேசத்தை, வெறுப்பை கொட்டித் தீர்க்கும்வரையில் அதே இடத்தில் உட்கார்ந் திருப்பேன்.

நீங்கள் மேன்மேலும் எவ்வளவு அநீதியான, எவ்வளவு மோசமான விஷயங்களைக் கூறுகிறீர்களோ அந்த அளவுக்கு எனக்கு நல்லது. எனவே, நீங்கள் பேசும்போது நான் குறுக்கிட மாட்டேன். உங்கள் ஆத்திரத்தையும் ஆவேசத்தையும் முழுமையாக வெளியிட்டு உங்கள் ஆன்மாவின் சுமையை முற்றிலுமாக இறக்கி வைத்துவிட்டு, உங்களுடைய சக்தி முழுவதையும் இழந்துவிட்ட பிறகு, அடுத்த நடவடிக்கைக்கான தருணம் வரும்.

அதுவரை மௌனம் சாதிப்பதுதான் அந்தக் காட்சியில் எனக்குள்ள ஒரே வேலை. நான், எந்த வாதமும் செய்யக்கூடாது. எந்த பதிலடியும் கொடுக்கக்கூடாது. நான் அப்படிச் செய்தால், நீங்கள் ஆத்திரப்பட்டு, புதிய குற்றச்சாட்டுகளை என் மீது சுமத்திவிடுவீர்கள். உங்களைத் தலைகுப்பற விழவைப்பதற்காக உங்கள் கால்களுக்கு அடியில் நான் பள்ளம் பறிக்க வேண்டும். உங்களுக்கு ஆதரவாக இருக்கக்கூடிய அனைத்தையும் நீங்கள் பறிகொடுத்ததும், எனது கை ஓங்கிவிடும். நான் நினைத்தபடி உங்களை ஆட்டிப்படைக்க முடியும். எனவேதான், நான் இந்த விதத்தில் செயல்பட வேண்டும். நான் எதுவும் செய்யாமல், மௌனமாக இருப்பதை நீண்ட நேரம் தொடர வேண்டும். அதன் பிறகு ஜன்னலை நோக்கி நான் நடந்து செல்ல வேண்டும். என் முதுகை உங்கள் பக்கம் திருப்பியவாறு, மேலும் ஒரு நொடி நேரம்

இன்னும் அதிக வெறுப்பளிக்கக்கூடிய வகையில் அமைதியாக இருக்க வேண்டும்.

வன்யா... உங்களுடைய ஆவேசப் பேச்சு மூலம் இப்படிப்பட்ட ஏமாற்றத்தை எதிர்பார்த்திருக்க மாட்டீர்கள். நீங்கள் உங்கள் தரப்பை நியாயப்படுத்திக்கொண்டதைப் போல இயாகோவும் தனது கைகளால் நெஞ்சில் அடித்துக்கொண்டு தனது தரப்பில் உள்ள நியாயங்களை சொல்லியிருப்பார் என நீங்கள் ஒருவேளை எதிர்பார்த்திருக்கக்கூடும். ஆனால், எந்தக் கொந்தளிப்பையும் குமுறலையும் வெளிப்படுத்தாமல், இருந்த இடத்தைவிட்டு அசையாமல், மௌனமாகவும் புதிராகவும் காட்சியளித்து, முகத்தில் துயரத்தை வெளிப்படுத்தி, கண்களில் ஏமாற்றத்தையும், தர்மசங்கடத்தையும் காட்டிய இயாகோவைத்தான் நீங்கள் கண்டீர்கள்.

இவையெல்லாம் பூமராங் போன்று உங்களையே திருப்பித் தாக்கியுள்ளன. நீங்கள் ஏமாற்றம் அடைந்துள்ளீர்கள். திகைப்பில் மூழ்கிவிட்டீர்கள், அமைதியைப் பறிகொடுத்துள்ளீர்கள், இவையனைத்தும் உங்கள் ஆவேசத்தை ஒடுக்கி, உங்களுடைய இடத்திலேயே உங்களை ஒரு கூண்டுக்குள் அடைத்துவிட்டது.

இதன் பிறகு, இயாகோவாகிய நான் நீங்கள் உட்கார்ந்திருந்த இடத்தின் அருகே உள்ள மேஜையை நோக்கிச் செல்வேன். என்னிடமுள்ள பணம், விலைமதிப்புள்ள பொருட்களை எல்லாம் அந்த மேஜையின் மீது பரப்பி வைப்பேன். நாம் நட்புக் கொண்டிருந்த அந்த நாட்களில் இவையெல்லாம் நீங்கள் எனக்குக் கொடுத்தது... இப்போது நமது நட்பு முடிவடையும் கட்டத்திற்கு வந்துவிட்டதால், இவற்றை நான் திருப்பிக்கொடுக்க வேண்டிய கட்டாயத்தில் உள்ளேன்" என்று கூறுவேன்.

எனது அக நிலையில் ஒரு தலைகீழான மாற்றம் ஏற்பட்டதை நான் முதல் முறையாக உணர்ந்தேன். அதன் பிறகு உங்கள் முன்னால் (இனியும் உங்களுடைய நண்பனாகவோ அல்லது இந்த வீட்டின் விருந்தாளியாகவோ நான் என்னை நினைத்துக்கொள்ள முடியாது) நின்றுகொண்டு நட்போடு இருந்த நாட்களில் நீங்கள்

எனக்கு செய்த உதவிகளுக்காக உண்மையோடும் பணிவோடும் நன்றி சொல்வேன். அப்போது, அந்த இனிமையான நாட்கள் தொடர்பான நினைவுகள் குறித்தும் சில வார்த்தைகளைக் கூறுவேன். பிறகு உங்களுடைய கைகளைத் தொடாமல், (இனி நான் அதற்கு அருகதையற்றவன்) துயரத்துடன் அங்கிருந்து வெளியேறுவேன். நான் அப்படி வெளியேறும்போது, போகிற போக்கில் ஆனால், மிகத் தெளிவாக பின்வருமாறு கூறுவேன்: நான் உங்களுக்கு எப்படிப்பட்டவனாக இருந்தேன் என்பதை எதிர்காலம் சொல்லும்... நிரந்தரமாக விடைபெறுகிறேன்!

இப்போது சொல்லுங்கள், நீங்கள் ரோடெரிக்கோ இடத்தில் இருந்தால் என்னைப் போக விடுவீர்களா? டெஸ்டெமோனாவை நீங்கள் பறிகொடுத்திருக்கிறீர்கள்... இப்போது உங்களுடைய ஆருயிர் நண்பனையும், எதிர்காலத்து நம்பிக்கையையும்... எல்லாவற்றையும் பறிகொடுத்த நிலையில், நிராதரவாக... தன்னந்தனியாக இருப்பதாக நீங்கள் உணரவில்லையா? இந்த நிலை உங்களை அதிர்ச்சியடைய வைக்காதா?''

★ ★ ★

"சம்பவங்களை மதிப்பீடு செய்தல் என்பது பெரிய மற்றும் சிக்கலான ஒரு வேலை. மனம் மூலமாக மட்டுமல்லாமல், முக்கியமான உங்களுடைய உணர்வுகள் மற்றும் ஆக்கத் திறன் உணர்வுகள் மூலமாகவும் இந்தப் பணி மேற்கொள்ளப்பட வேண்டும். கற்பனையின் தளத்தில்தான் இந்த வேலை நடைபெறுகிறது.

உங்கள் உணர்வுகள் மூலமாக சம்பவங்களை மதிப்பீடு செய்வதற்கு, நீங்கள் ஒரு தனிப்பட்ட நபர் என்ற அடிப்படையிலும் அவற்றுடன் நீங்கள் கொண்டுள்ள உயிரோட்டமான தொடர்பின் அடிப்படையிலும், நீங்கள் ஒரு நடிகர் என்ற அளவிலும் பின்வரும் கேள்வியை உங்களை நீங்களே கேட்டுக்கொள்ள வேண்டும். நான் ஏற்றுள்ள கதாபாத்திரத்தோடு தொடர்புடைய வர்கள் மற்றும் சம்பவங்கள் குறித்து, ஒரு மனிதனாகவும் ஒரு நடிகனாகவும், ஒரு

கண்ணோட்டத்தை உருவாக்கிக்கொள்வதற்கு எனது சொந்த அக வாழ்க்கையில் எனக்குத் துணை நிற்க வேண்டிய சூழ்நிலைகள் யாவை?

உதாரணமாக, ஒதெல்லோ நாடகத்தில் அடுக்கடுக்கான சம்பவங்களையும் நிகழ்வுகளையும் ஷேக்ஸ்பியர் நமக்கு வழங்கியுள்ளார். இவை அனைத்தும் மதிப்பீடு செய்யப்பட வேண்டும். திமிர் பிடித்த, ஆணவமான, அதிகார வெறிகொண்ட வெனிஸ்வாசிகள் பற்றி எல்லோருக்கும் தெளிவாகத் தெரியும்.

அதிகார பலம் கொண்டு அடக்கப்பட்ட மவுரிதேனியா, சைப்ரஸ், கேண்டியா ஆகிய காலனிகள் அடிமைப்படுத்தப் பட்டுள்ளன. அந்த நாடுகளில் வசித்து வரும் பழங்குடியின மக்களை வெனிஸ்வாசிகள் மனித ஜீவன்களாக நடத்துவதில்லை. திடீரென்று அந்த அடிமைக் கூட்டத்தைச் சேர்ந்த ஒருவன், வெனிஸின் விலைமதிக்க முடியாத பொக்கிஷத்தை, அதிகார வர்க்கத்தின் மிகவும் செல்வாக்கான, புகழ்வாய்ந்த ஒருவரின் மகளைத் துணிச்சலுடன் கவர்ந்து சென்றுவிட்டான். இந்தக் குடும்பத்திற்கு, அதிலும் திமிர்பிடித்த, ஆளும்வர்க்கத்திற்கு ஏற்பட்டுள்ள அவமானத்தை, வெட்கக்கேட்டை அந்த அடிமை இழைத்துள்ள துரோகத்தை, குற்றத்தை மதிப்பீடு செய்யுங்கள்.

இங்கே மேலும் ஒரு சம்பவத்தையும் பார்க்கலாம். தெளிவாகக் காணப்படும் வானத்தில், திடீரென நடுநடுங்க வைக்கும் இடி முழக்கம் ஒலித்தது போல சைப்ரசை நோக்கி துருக்கி போக் கப்பல் நெருங்கிக்கொண்டிருக்கும் செய்தி கிடைக்கிறது. சைப்ரஸ், இதற்கு முன்னர் துருக்கியின் வசம் இருந்ததால் தங்கள் பகுதியை மீட்பதில் அந்நாட்டு மக்கள் குறியாக இருக்கின்றனர்.

மிகவும் ஆழமாக இந்தச் சம்பவத்தை மதிப்பீடு செய்வதற்காக ஒரு விஷயத்தை ஒப்பீடு செய்து பார்ப்போம். ஜப்பான் மீது ரஷ்யா போர் தொடுத்ததும், அதன் உச்சக் கட்டமாக, பெரும்பாலான ரஷ்யக் கப்பல்கள் கடலில் மூழ்கடிக்கப்பட்ட செய்தியுடன் பொழுது புலர்ந்த அந்த பயங்கரமான நாளை நினைவுபடுத்திக் கொள்வோம்.

இப்படிப்பட்ட ஒரு துயரமான நிலைதான், அந்த துருதிர்ஷ்டமான இரவில் வெனிஸ் நகரையும் அதன் மக்களையும் சூழ்ந்திருந்தது.

போர் தொடங்கிவிட்டது. பயங்கரமான புயல் வீசும் அந்த இரவு நேரத்தில், அவசர அவசரமாகப் போருக்கு தயாரானார்கள். யாரை அனுப்புவது? படையைத் தலைமை ஏற்று நடத்த யாரைத் தேர்ந்தெடுப்பது?

யாராலும் தோற்கடிக்கப்பட முடியாத, புகழ் வாய்ந்த மூரைத் தவிர வேறு யார் இருக்கிறார்கள்? செனட் சபை முன்பு ஆஜராகுமாறு அவனுக்குத் தகவல் அனுப்பப்பட்டது.

இது குறித்து சிந்தனை செய்து பாருங்கள். இந்தச் சம்பவத்தை எடை போடுங்கள். இந்த நாயகனின், ரட்சகனின் வரவுக்காக எந்தளவுக்குப் பொறுமையின்றி செனட் சபை காத்திருந்தது என்பதை நீங்கள் உணர்வீர்கள்.

இதனிடையே அந்த துயரமான இரவில், புதிய நிகழ்வுகள் அடுத்தடுத்து, அடுக்கடுக்காய்த் தொடங்கின.

ஒரு புதிய சம்பவம், இந்தச் சிக்கலான நிலவரத்தை மேலும் கடுமையாக்கியது. வேதனைக்குள்ளான ப்ரோபானிட்டோ நீதி கோரினார். தனது குடும்ப பெருமைக்கு ஏற்பட்டுள்ள களங்கம் துடைக்கப்படுவது மட்டுமல்லாமல், வெனிஸின் ஒட்டுமொத்த ஆளும் வர்க்கத்தின் கௌரவம் காப்பாற்றப்பட வேண்டும் என குரல் எழுப்பினார்.

அரசின் நிலைபாட்டை முழுமையாக ஆராய்ந்து பார்க்க வேண்டும். இந்த அனைத்து நிகழ்வுகளின் முடிச்சுகளை நீங்கள் அவிழ்க்க முயல வேண்டும். ஒரு தந்தையின் துயரம் என்ற சம்பவத்தை எடைபோட்டுப் பார்த்து தனது மகளைப் பறிகொடுத்த இடி போன்ற தாக்குதல் ஒரு பக்கம், தன் குடும்பத்தின் நற்பெயருக்கு ஏற்பட்டுள்ள களங்கம் இன்னொரு பக்கம் என இருதலைக்கொள்ளி எறும்பாக அவர் பரிதவித்தார். செனட் சபை உறுப்பினர்களின் நிலைபாட்டையும் அலசி ஆராய்ந்து பார்க்க

வேண்டும். சந்தர்ப்ப சூழ்நிலைகளின் நெருக்கடி காரணமாக, தங்களின் வர்க்கப் பெருமையைக்கூட விட்டுக்கொடுத்து, ஒரு சமரச நடவடிக்கைக்கு முன்வந்துள்ளனர். இந்த அனைத்து நிகழ்வு களையும் நாடகத்தின் முக்கிய பாத்திரங்களான ஒதெல்லோ, டெஸ்டமோனா, இயாகோ, காஸியோ ஆகியோரின் கண்ணோட்டத்தில் ஒவ்வொரு சம்பவமாக, ஒவ்வொரு நிகழ்வாக, ஒவ்வொரு செயலாக மதிப்பீடு செய்யுங்கள். இப்படி இந்த நாடகம் முழுவதையும் நீங்கள் மதிப்பீடு செய்தால்தான், இந்தக் கதை தெரியும் என்றும் அதைச் சொல்ல முடியும் என்றும் உங்களால் கூற இயலும்.

நாடகத்தின் போக்கை அதாவது, நாடக ஆசிரியரின் படைப்பை இவ்வளவு விரிவாக நாம் பகுப்பாய்வு செய்த பிறகு, இயக்குனர், காட்சி அமைப்பாளர் மற்றும் நாடகத் தயாரிப்புக்காக தங்கள் பங்களிப்பை வழங்கியவர்கள் உள்ளிட்ட அனைவரும் திட்ட மிட்டுள்ள, அனைத்து சூழ்நிலைகளுடன் இதே பகுப்பாய்வை நாம் மீண்டும் மேற்கொள்ள வேண்டும். மேடையில் வெளிப்படும் கற்பனை வாழ்க்கை குறித்த, இவர்கள் அனைவரின் கண்ணோட்டமும் அணுகுமுறையும், நமக்கு மிகுந்த சுவாரஸ் யத்தை அளிக்கும் என்பதில் சந்தேகமே இல்லை.

ஆனாலும், மேடையில் நமது சொந்த ஆக்கத் திறன் சார்ந்த நிலையைத் தக்கவைத்துக் கொள்வதற்காக நமது கதாபாத்திரங் களுடன் நாம் முழுமையாக இணைத்துக்கொள்ளும் சூழ்நிலைகள் மிக முக்கியமானவை. அதே நேரத்தில், நம்முடன் சேர்ந்து நடிக்கும் ஒருவர் கற்பனை செய்துள்ள சூழ்நிலைகளையும், நாம் எந்த நடிகரை பெருமளவுக்கு சார்ந்துள்ளோமோ அவர் கற்பனை செய்துள்ள சூழ்நிலைகளையும் நாம் ஒவ்வொருவரும் கவனத்தில் கொள்ள வேண்டும்.

ஆரம்பத்தில் புற சம்பவங்களிலிருந்தே மறுபடியும் தொடங்குவது சுலபமானது. இதற்கான காரணங்கள் உங்கள் அனைவருக்கும் தெளிவாகத் தெரியும். ஆன்மீக விஷயத்தை

மேம்படுத்திக்கொள்வதற்கான முனைப்பிலிருந்தும் நாம் பின்வாங்கிவிடக்கூடாது.''

★ ★ ★

"இப்போது கோட்பாட்டிலிருந்து நடைமுறைக்கு வருவோம். நாடகத்தின் பல்வேறு நிலைகளில் ஆரம்பத்திலிருந்து இறுதிவரை அலசி ஆராய்வோம். முதல் காட்சியிலிருந்து தொடங்குவோம். மேல் அடுக்கை – சம்பவங்கள் மற்றும் கதை – ஏற்கெனவே போதுமான அளவுக்கு ஆராய்ந்துள்ளோம். அடுத்த கட்டமாக, வெனிஸ்வாசிகளின் வாழ்க்கை, சுபாவங்கள் மற்றும் பழக்க வழக்கங்களைப் பார்ப்போம். இவை குறித்து நீங்கள் என்ன நினைக்கிறீர்கள்?''

இதற்கு முன்பு, இதெல்லாம் குறித்து யாருமே நினைத்துக்கூட பார்க்காததால் ஒருவருமே வாய் திறக்கவில்லை. எனவே தத்ஸோவே விளக்கமளிக்க நேர்ந்தது. வலியுறுத்தல், ஆலோசனை, சூசகமாக உணர்த்துதல் என்ற வழிமுறைகளைக் கையாண்டு, எப்படியோ சிறிதளவு விஷயங்களை அவரால் கறக்க முடிந்தது. வழக்கப்படியே, பெருமளவிலான விஷயங்களை, நுட்பங்களை அவரே வழங்கினார்.

''இந்த ரோட்ரிகோ, இயாகோ ஆகிய இருவரும் யார்? அவர்களுடைய சமூக அந்தஸ்து என்ன?'' என வினவினார்.

''இயாகோ ஓர் அதிகாரி; ரோட்ரிகோ, செல்வாக்கான மேட்டுக்குடியைச் சேர்ந்த ஒருவர் என்று நாங்கள் சொன்னோம்.

''நீங்களெல்லாம் அவர்களைப் போற்றித் துதிக்கிறீர்கள் என நினைக்கிறேன். அநாகரிகமான, குரூர புத்தி கொண்ட இயாகோவுக்கு, அதிகாரியாவதற்கான தகுதி இல்லை. ரோட்ரிகோவுக்கும்கூட, மேல்தட்டு மனிதருக்கான நற்குணம் துளிகூட இல்லை. நீங்கள் அளித்துள்ள இந்த அந்தஸ்தை, குறைத்துக்கொள்வது புத்திசாலித் தனமாக இருக்காதா? இயாகோ, குறுக்கு வழி தந்திரங்களைப் பயன்படுத்தி, ஒரு சாதாரண வீரன் என்ற நிலையிலிருந்து மிகச்

சிறிய அதிகாரி நிலைக்கு உயர்ந்தவன்தானே? பண வசதி படைத்த வர்த்தகர்கள் குடும்பத்தைச் சேர்ந்த ஒருவன்தான் ரோட்ரிகோ என சாதாரணமாக எடுத்துக்கொள்ளலாம் இல்லையா?''

எப்போதுமே மிக உயர்ந்த கதாபாத்திரங்களை ஏற்பதில் குறியாக இருக்கும் க்ரிஷா இதற்குக் கடும் எதிர்ப்பு தெரிவித்தார். தான் ஏற்றுள்ள கதாபாத்திரத்தின், பிறப்பால் தாழ்ந்தவனாக இருக்கும் ஒருவனின் கதாபாத்திரத்தின் மனோபாவத்தை ஆராய்ந்தால், அது மிக 'நுட்பமான புத்திசாலித்தனத்துடன்' பிரகாசிப்பதை, தான் அறிந்துள்ளதாக கூறிய அவர், இயாகோவை ஒரு சாதாரண வீரனாகப் பார்க்கக்கூடாது என திட்டவட்டமாகத் தெரிவித்தார்.

இது குறித்து நாங்கள் விரிவாக விவாதித்தோம். பல்வேறு இலக்கியங்கள் மற்றும் நாடகங்களின் அடிப்படையில் இந்த விவாதம் நடைபெற்றது. இத்தாலிய காமெடி நாடகங்களில் வேலைக்காரர்களாக நடித்தவர்கள், கெட்டிக்காரர்களாக, கொடூரமானவர்களாக, அயோக்கியர்களாக சித்தரிக்கப்பட்டிருந் தார்கள். இவர்களைத்தான் 'அறிவுஜீவிகள்' அனுசரித்துப் போக வேண்டியிருந்தது என்பதையும் எடுத்துச் சொன்னோம். இயாகோவைப் பொறுத்தவரை அவனுடைய சமூக அந்தஸ்து அல்லது பயிற்சி என்பதையெல்லாம்விட அவன் கொடூர புத்தி கொண்டவன் என்பதை மறந்துவிட முடியாது. அவனுக்குள் மறைந்துள்ள குரூரம், வெளியே தெரியாது.

இயாகோவை ஓர் அதிகாரி என்று ஏற்றுக்கொண்டாலும், அவன் கொடூரமானவன் என்ற அளவுக்குத்தான் க்ரிஷாவை எங்களால் ஒப்புக்கொள்ள வைக்க முடிந்தது. என்னைப் பொறுத்தவரையில், க்ரிஷா, தனது கதாபாத்திரத்தின் 'உன்னதத் தன்மையைத்' தனக்குள் பதிய வைத்துக்கொண்டுள்ளதை என்னால் உணர முடிந்தது. க்ரிஷா தனக்குள் உருவாக்கிக் கொண்ட இந்தத் தவறான நிலையை வேரறுப்பதற்காக, ராணுவ வாழ்க்கை குறித்த ஒரு தெளிவான சித்திரத்தை தத்ஸோவ் முன்வைத்தார்.

நியாயம், அநியாயம் என்பதை எல்லாம் தூக்கி எறிந்துவிட்டு, எந்த உபாயத்தை வேண்டுமானாலும் பின்பற்றி, தன் விருப்பத்தை நிறைவேற்றிக் கொள்ளும் தந்திரசாலியான, ஒரு ராணுவ வீரன் எப்படியாவது ஓர் அதிகாரியாகவும் அதையடுத்து தளபதிக்கு அடுத்த நிலையில் உள்ள உயர் அதிகாரியாகவும் மாறிவிடுகிறான். இறுதியாக, தளபதியாகவும் உயர்ந்துவிடுகிறான் என்பதை எல்லாம் தத்ஸோவ் விவரித்தார். க்ரிஷாவின் பிடிவாதத்தைப் போக்கி வாழ்க்கையின் யதார்த்தத்தை ஏற்றுக்கொள்ள வைத்து விடலாம் என நம்பிக்கையுடன் உண்மையான நிலவரத்தை, தத்ஸோவ் பின்வருமாறும் விளக்கமாக எடுத்துரைத்தார்:

"அடிப்படையில் இயாகோ ஒரு சாதாரணப் போர் வீரன். வெளிப்புறத் தோற்றத்தில் கரடுமுரடான நபராக, நல்ல சுபாவம் கொண்டவனாக, உண்மையானவனாக, நேர்மையானவனாக காட்சியளித்தான். துணிச்சல் நிறைந்த அவன், ஒதெல்லோவின் தோளோடு தோள் நின்று அனைத்து யுத்த களங்களிலும் போரிட்டான். பல தடவை ஒதெல்லோ உயிரைக் காப்பாற்றி யுள்ளான். அவன் புத்திசாலி; மதிநுட்பம் வாய்ந்தவன்; ராணுவ நடவடிக்கைகளில் பழுத்த அனுபவசாலியான ஒதெல்லோ வகுத்துள்ள போர் வியூகங்களையும் நுட்பங்களையும், தெள்ளத் தெளிவாக அறிந்திருந்தான். யுத்தத்திற்கு முன்னரும் பிறகும், இவனுடன் ஒதெல்லோ ஆலோசனை நடத்துவதுண்டு. பல தடவை தனது புத்திசாலித்தனத்தால் சிறந்த ஆலோசனைகளையும் இயாகோ வழங்கியுள்ளான்.

இயாகோவுக்குள் இரண்டு பேர் உள்ளனர். ஒருவன் வெளித் தோற்றத்தில் காணப்படுவது போல உள்ளவன். இன்னொருவன், உண்மையிலேயே அவனாக இருப்பவன். ஒருவன், நாகரிகமாக நடந்துகொள்ளத் தெரியாவிட்டாலும் இனிமையானவன்; நல்ல இயல்பு கொண்டவன். இன்னொருவன், மிக மோசமானவன்; கீழ்த்தரமானவன். அவனுடைய வெளித் தோற்றத்தைக் காணும் யாருமே அவன் மிகவும் உண்மையானவன்... மிகச் சிறந்த இயல்பு கொண்டவன் என்ற தவறான முடிவுக்கு (ஓரளவுக்கு அவன்

மனைவியும்கூட இப்படித்தான் நம்பினாள்) வந்துவிடுவார்கள். டெஸ்டமோனாவுக்கு, கருப்பாக ஓர் ஆண் குழந்தை பிறந்திருந்தால், அந்தக் குழந்தையை வளர்க்கும் பொறுப்பை ஒரு செவிலித்தாயிடமிருந்து இந்த நல்ல மனம் படைத்த, கரடு முரடான தோற்றம் கொண்ட இயாகோ, ஏற்றிருப்பான். அந்த சிறுவன் வளர்ந்து பெரியவனானதும், கொடூர புத்தி கொண்ட இவனை, நகைச்சுவை உணர்வு பிரதிபலிக்கும் ஒரு சிறந்த, நெருங்கிய உறவினராகப் பார்த்திருப்பான்.''

யுத்த களத்தில் அசாத்தியத் துணிச்சலுடனும் ஈவிரக்கமற்ற முறையிலும் இயாகோ நடந்துகொள்வதை ஒதெல்லோ பார்த்திருந் தாலும், அவனைப் பற்றிய பொதுப்படையான அபிப்பிராயத்தை தான் எல்லோரும் போலவே தானும் கொண்டிருந்தான். போர்க் களத்தை எதிர்கொள்ளும் மனிதர்கள், இயாகோவைப் போலத் தான் ஈவிரக்கமின்றி செயல்படுவார்கள் என்பது ஒதெல்லோ வுக்குத் தெரியும். இப்படிப்பட்ட கொடூரத்தன்மை கொண்டிருந் தாலும், தனிப்பட்ட வாழ்க்கையில் மென்மையாகவும், அன்பாகவும், ஏறக்குறைய வெட்கம் கொண்டவனாகவும் அவன் நடந்து கொண்டான் என்பதை மறுக்கவோ மறைக்கவோ முடியாது.

போர்க்களத்தில் அடிக்கடி அவன் சிறந்த ஆலோசனை வழங்கியதால், இயாகோவின் மதிநுட்பத்தின் மீது ஒதெல்லோவுக்கு மிகவும் மரியாதை இருந்தது. யுத்த களத்தில் ஓர் ஆலோசகராக மட்டுமல்லாமல் தோழனாகவும் தோள்கொடுத்தான். ஒதெல்லோ தனது கசப்பான, வேதனையான எண்ணங்கள், தனது சந்தேகங்கள், நம்பிக்கைகள் என்ற அனைத்தையும் இவனிடம் கொட்டித் தீர்ப்பான். ஒதெல்லோவின் கூடாரத்தில்தான் எப்போதுமே இயாகோ உறங்குவான். மாபெரும் வீரனான இந்த ராணுவத் தளபதி, தனக்கு தூக்கம் வராதபோது, இயாகோவிடம் மனம் திறந்து பேசுவான்.

இயாகோதான் அவனுடைய வேலைக்காரன்; உதவியாளன். தேவைப்பட்ட தருணங்களில் அவனுடைய மருத்துவரும் இயாகோதான். வேறு யாரையும்விட மிக நேர்த்தியாக காயத்திற்கு

மருந்திட்டுக் கட்டுப்போடுவான். தேவைப்பட்ட சமயங்களில் அவனால் எல்லோரையும் மகிழ்ச்சியில் ஆழ்த்தவும் முடியும், அவர்கள் கவனத்தைத் திசைதிருப்பவும் முடியும். அருவருப்பான ஆனால், வேடிக்கையான பாடல்களைப் பாடுவான். இதே போன்ற கதைகளையும் சொல்வான். எல்லோரையும் குலுங்கிக் குலுங்கி சிரிக்க வைக்கும் அவனுடைய நகைச்சுவை உணர்வு காரணமாக, எதை வேண்டுமானாலும் பேசுவதற்கு அவனுக்கு அனுமதி அளிக்கப்பட்டிருந்தது.

எத்தனையோ தடவை இயாகோவின் பாடல்களும், தரம் தாழ்ந்த துணுக்குகளும் முக்கியமான நோக்கத்தை நிறைவேற்றப் பயன்பட்டுள்ளன. உதாரணமாக, ராணுவ வீரர்கள் செயலிழந்து, நொறுங்கிப்போயிருந்த சமயங்களில், இயாகோ பாடும் பாடல்கள் தரம் தாழ்ந்திருந்தாலும், ராணுவ வீரர்களுக்கு உற்சாகமளித்தன. அவர்களின் மனநிலையை ஒட்டுமொத்தமாக மாற்றியிருக்கின்றன.

இன்னொரு சிக்கலான தருணத்தில், வீரர்களின் ஆத்திரத்தைத் தணிக்க வேண்டிய கட்டாயம் ஏற்பட்டபோது, போர்க்களத்தில் அடிமைக் கைதி ஒருவனை கொடூரமான சித்ரவதைக்கு உள்ளாக்கவோ அல்லது அவன் உயிரைப் பறிக்கவோ ரத்தத்தை உறைய வைக்கும் பயங்கரமான நடவடிக்கையைப் பின்பற்றவோ இயாகோ தயங்கியதேயில்லை. இது ராணுவத்தின் உணர்வுகளை தற்காலிகமாகவாவது ஆர்ப்பரிக்க வைத்தது.

இப்படிப்பட்ட நடவடிக்கைகள் எல்லாம் ஒதெல்லோவுக்குத் தெரியாமலேயே மேற்கொள்ளப்பட்டன. ஏனென்றால், உயர்ந்த நிலையில் உள்ள மூர், ஈவிரக்கமற்ற கொடூரத்தை சகித்துக் கொண்டதில்லை. ஆனாலும், தவிர்க்க முடியாது என்ற நிலை ஏற்படும்போது, ஒதெல்லோ ஒரே வீச்சில் எதிரியின் தலையைத் துண்டித்துவிடுவான்.

இயாகோ நேர்மையானவன். அரசாங்கத்துக்கு சொந்தமான பணத்தையோ சொத்தையோ அவன் திருடுவதில்லை. அரசாங்கப் பணத்தைத் திருடுவது ஆபத்தான விஷயம் என்பது இந்த

அதிபுத்திசாலிக்குத் தெளிவாகப் புரிந்திருந்தது. ஒரு முட்டாளிடமிருந்து கறக்க முடியும் என்றால், அந்த வாய்ப்பையும் அவன் நழுவ விடுவதேயில்லை. (ரோட்ரிகோ போன்ற பலர் அவனைச் சுற்றிலும் இருந்தனர்) இச்சகப் பேச்சால் அவர்களை மதிமயக்கி, பணம், பரிசுப் பொருட்கள், விருந்துகளுக்கான அழைப்புகள், பெண்கள், குதிரைகள் என அனைத்தையும் பெற்றுவிடுவான். இந்த ஆதாயங்கள் ஒரு பக்கம் குவிந்துகொண்டிருக்க, இன்னொரு பக்கம் இவன் ஊதும் மகுடிக்கு மயங்கியவர்கள், மது விருந்து மற்றும் களியாட்டங்களிலும் இவனைத் திளைக்க வைத்தனர். இவனது நடவடிக்கைகள் குறித்து எமிலாவுக்கு சந்தேகம் வந்திருக்கலாம், ஆனால், இவனுடைய மறுமுகத்தை அவள் முழுமையாக அறிந்திருக்கவில்லை.

ஒதெல்லோவுக்கு இவனுடன் நெருக்கமான தொடர்பு இருந்ததால், லெப்டினன்டாகப் பதவி உயர்வு பெற்றான். ஒதெல்லோவின் கூடாரத்தில் உறங்குவது, அவனது வலதுகரமாக செயல்படுவது முதலிய நடவடிக்கைகள், இவன் மீது ராணுவ அதிகாரிகளைப் பொறாமைகொள்ள வைத்தன; அதே சமயம் வீரர்களிடையே அன்பும் பாசமும் அதிகரித்தது. இவர்கள் அனைவரும் இவன் மீது பயம் கலந்த மரியாதை வைத்திருந்தனர். இவன் ஓர் அசல் வீரன்; கடுமையான போராளி. பல தடவை நெருக்கடியான சூழ்நிலை களுக்கு இடையேயும் படைப் பிரிவை வெற்றிகரமாக வழிநடத்திச் சென்றிருக்கிறான். பேரழிவிலிருந்து வீரர்களைக் காப்பாற்றியிருக் கிறான் என்பதால், அனைத்து வீரர்களும் அவனை மதித்தனர்.

ஆனாலும், பகட்டும் செயற்கைத்தனமும் ஆணவப்போக்கும் நிறைந்துள்ள சூழ்நிலைகளுக்கிடையே நடைபெறும், அதிகாரபூர்வ வரவேற்பு நிகழ்ச்சிகளிலோ அல்லது மிக உயர்ந்த அந்தஸ்தில் உள்ளவர்கள் பங்கேற்கும் நிகழ்ச்சிகளிலோ ஒதெல்லோவும் கலந்துகொள்ள நேரிடும்போது, உடன் அழைத்துச் செல்லக்கூடிய அளவுக்கு இயாகோ நாகரிகமான பண்பு கொண்டவன் அல்லன். இப்படிப்பட்ட சூழ்நிலைகள், ஒதெல்லோவுக்கும் சகஜமானவை

அல்ல. கல்வித் தகுதி காரணமாக ஏற்பட்டுள்ள இடைவெளியை நிரப்புவதற்கும் ஏதாவது அலுவல் காரணமாக தலைமை நீதிபதியிடமோ அல்லது செனட் சபை உறுப்பினர்களிடமோ அனுப்பி வைப்பதற்கும் தனக்கு அடுத்த நிலையில் ஒரு துணை அதிகாரி ஒதெல்லோவுக்குத் தேவைப்பட்டார். மேலும், தனக்கு பரிச்சயமில்லாத ராணுவ நுட்பங்களை விளமாக எடுத்துரைத்து, சரளமான நடையில் கடிதங்கள் எழுதுவதற்கும் அவனுக்கு உதவி தேவைப்பட்டது. இப்படிப்பட்ட கடிதங்கள் எழுதுவதெல்லாம் ஒதெல்லோவுக்குப் பழக்கமில்லாத விஷயங்கள்.

இந்த வேலைகளுக்கான பதவியில் இயாகோ போன்ற ஆவேசமான போர் வீரனை நியமிக்க முடிந்திருக்குமா? கற்றறிந்த காஸியோதான் இதற்கு மிகவும் பொருத்தமானவன் என்பதில் சந்தேகம் இல்லை. அற்புதமான கலைகள் மற்றும் உலகாயத நடவடிக்கைகளின் மையமாக இருந்த ஃபிளாரன்ஸ் நகரைச் சேர்ந்தவன் அவன். (இன்றைய பாரீஸ் நகர்தான் அன்றைய ஃபிளாரன்ஸ்) ப்ரோபானிட்டோவுடன் தனது உறவை மேம்படுத்திக்கொள்வதிலும் டெஸ்டமோனாவுடனான ரகசிய சந்திப்புகளுக்கு ஏற்பாடு செய்வதிலும், ஒதெல்லோவால் இயாகாவைப் பயன்படுத்திக்கொள்ள முடிந்திருக்குமா?

தனக்கு அடுத்த நிலையில் துணை அதிகாரியாக கேஸியோவைத் தேர்ந் தெடுத்ததில் என்ன ஆச்சரியம் உள்ளது? மேலும் இந்தப் பதவிக்கு இயாகோவின் பெயரை பரிசீலனை செய்யலாம் என்ற எண்ணம் மூரின் மனதில் தோன்றவேயில்லை. இந்தப் பதவியை இயாகோ ஏன் விரும்ப வேண்டும்? இந்தப் பதவி இல்லாமலேயே ஒதெல்லோவுக்கு அவன் நெருக்கமான ஒரு சகாவாக இருக்கிறான். ஒரு தோழனாக அவனுடன் சகஜமாகப் பழகுகிறான். அப்படியே அவன் இருந்துவிட்டுப் போகட்டுமே? எதற்காக ஒதெல்லோ தனது நண்பனை இப்படி ஒரு தர்மசங்கடத்துக்கு ஆளாக்கி, பக்குவ மற்ற பயிற்சி பெறாத, முரட்டுத்தனமான துணை அதிகாரியாக உயர்த்தி, எல்லோருக்கும் முன்னால் ஏன் கேலிப்பொருளாக்க வேண்டும்?

ஒருவேளை இப்படியெல்லாம் ஒதெல்லோ யோசனை செய்து முடிவெடுத்திருக்கலாம்.

ஆனால், இயாகோவின் கருத்து வேறு மாதிரியாக இருந்தது. தனது சேவை, தனது துணிச்சல், பல்வேறு சந்தர்ப்பங்களில் தனது தளபதியின் உயிரைக் காப்பாற்றியது, நெருக்கமான நட்புறவு என்ற இத்தனை தகுதிகள் இருந்தும், தன்னைத் தவிர வேறு யாரும் துணைத் தளபதியாக நியமிக்கப்படுவதற்கான அருகதை இல்லாதவர்கள் என்று நினைத்தான். யாராவது ஒரு முக்கியமான நபருக்கோ, போர்க்களத்தில் தன்னுடன் போரிட்டவர்களில் யாராவது ஒரு அதிகாரிக்கோ இந்தப் பதவியைக் கொடுத்திருக்கலாம். ஆனால், போயும் போயும் யுத்த களம் எப்படி இருக்கும் அல்லது யுத்தம் என்றால் என்ன என்பதை அறியாத ஒருவனுக்கு இந்தப் பதவியா? அவன் படித்தவன்... இளம் பெண்களுடன் தேனொழுக பிதற்றிக்கொண்டிருக்கத் தெரியும்... வெனிஸில் உள்ள செல்வாக்கான நபர்களோடு பழகத் தெரியும் என்பதற்காக இந்த அற்பமான பையன், தளபதிக்கு மிக நெருக்கமானவனாக மாறிவிடுவதா?

இந்த நியாயங்களை இயாகோவால் புரிந்துகொள்ளவே முடியவில்லை. கேஸியோ இந்தப் பதவியில் நியமிக்கப்பட்டது அவனுக்குப் பேரிடியாக, அவமானமாக இருந்தது. இப்படிப்பட்ட நன்றி மறந்த செயலை அவனால் மன்னிக்கவே முடியவில்லை. இதில் இயாகோவை மிகவும் வேதனைப்படுத்திய விஷயம், இந்தப் பதவிக்கு தகுதியானவனாக, தன்னை யாருமே பரிசீலினை செய்யாததுதான்.

ஒதெல்லோவின் இதயத்தில் இருந்த ரகசியங்கள் அனைத்தும் இயாகோவிடமிருந்து முற்றிலுமாக மறைத்துவைக்கப்பட்டன. டெஸ்டமோனா மீதான ஒதெல்லோவின் காதல், திருமணம் செய்துகொள்வதற்காக அவளுடன் தப்பியோடியது ஆகிய விஷயங்களும் இயாகோவுக்குத் தெரியாமல் ரகசியமாக வைக்கப்பட்டிருந்ததுடன் இந்த ஏற்பாடுகளுக்கான பொறுப்பு அந்தப் பையன் கேஸியோவிடம் ஒப்படைக்கப்பட்டிருந்தது.

துணைத் தளபதியாக கேஸியோ அறிவிக்கப்பட்டதிலிருந்து இயாகோ, அளவுக்கு அதிகமாக குடித்து, கும்மாளம் அடித்ததில் வியப்பேதுமில்லை. மது போதையில் மூழ்கியிருந்த ஒரு சந்தர்ப்பத்தில், ரோட்ரிகோவை சந்தித்தான். இருவரும் நண்பர்களாகிவிட்டனர். இந்தப் புதிய இரண்டு நண்பர்களும் மனம் திறந்து பேசிக்கொண்டனர். டெஸ்டமோனாவை கவர்ந்து சென்று திருமணம் செய்துகொள்ளும் ரோட்ரிகோவின் கனவுத் திட்டமும் இதற்கான ஏற்பாட்டை இயாகோ செய்ய வேண்டும் என்பது குறித்து ஒரு பக்கமும், இன்னொரு பக்கம் ராணுவத் தளபதி தனக்கு இழைத்துள்ள துரோகம் குறித்த இயாகோவின் புலம்பலும்தான், இவர்களுக்கு இடையேயான பேச்சின் மையக் கருத்தாக இருந்தது.

தனது ஆத்திரத்திற்கு வடிகாலாகவும் அதே சமயத்தில் அதை மேலும் கொழுந்துவிட்டு எரியவைக்கவும், கடந்த கால நினைவு களை இயாகோ நினைவுகூர்கிறான். ஒதெல்லோவுக்கு இதற்கு முன்னால் தான் ஆற்றிய சேவைகள், ஒதெல்லோவின் நன்றி மறந்த செயல், இவையெல்லாம் அவன் நினைவுகளில் நிழலாடின. முன்பெல்லாம் இவை குறித்து அவன் பொருட்படுத்தியதில்லை. இப்போதோ கிரிமினல் புத்தியுடன் வஞ்சம் தீர்க்கத் தயாராகி விட்டான். யுத்த முகாமில் எமிலா குறித்து பரப்பப்பட்ட கதைகளை குறித்தும் அசைபோட ஆரம்பித்துள்ளான்.

ஒதெல்லோவுக்கு மிகவும் நெருக்கமானவனாக இயாகோ இருந்தபோது, பல்வேறு தரப்பினரிடையே இந்த நெருக்கம் பொறாமைப் புயலைக் கிளப்பிவிட்டது. தங்களின் இந்த பொறாமை உணர்வுகளுக்கு வடிகாலாக, ஒதெல்லோவுக்கும் இயாகோவுக்கும் இடையேயான நெருக்கத்திற்கான காரணங் களைத் தேடிக் கண்டுபிடித்தனர்; வதந்திகளைப் பரப்பினர்; அது இயாகோவை எட்ட வேண்டும் என எதிர்பார்த்தனர். ஓரளவுக்கு அதுவும் நிறைவேறியது. ஒதெல்லோவையும் எமிலாவையும் சம்பந்தப்படுத்திய வதந்திகள் இன்னமும்கூட உயிரோடு உலவிக்கொண்டிருக்கின்றன.

அப்போதெல்லாம் இந்த வதந்திகளுக்கு இயாகோ எந்த முக்கியத்துவமும் கொடுக்கவில்லை. அவை அலட்சியப்படுத்தப்பட வேண்டியவை என்பதற்காக அவன் இப்படி நடந்துகொள்ள வில்லை. எமிலாவிடம் அவனும் உண்மையாக இருக்கவில்லை. அவளுடைய பருமனான உடலழகு அவனுக்குப் பிடித்திருந்தது. அவள் சிறந்த குடும்பத் தலைவி. பாடவும் வீணை வாசிக்கவும் அவளுக்குத் தெரியும். சொந்தமாக அவளிடம் கொஞ்சம் பணம் இருந்ததாலோ என்னவோ அவள் மகிழ்ச்சியுடன் இருந்தாள். அந்த நாட்களிலேயே நன்கு படித்துள்ள, சிறந்த வியாபாரக் குடும்பத் திலிருந்து வந்துள்ளவள் அவள். அவளுக்கும் தளபதிக்கும் இடையே ஏதாவது தொடர்பு இருந்திருந்தால்கூட, (அப்போது இப்படி எதுவும் இல்லை என்பது இயாகோவுக்கு நன்கு தெரியும்.) அது குறித்தெல்லாம் அவன் பெரிதும் கவலைப்பட்டிருக்க மாட்டான்.

ஆனால், இப்போதோ தனக்கு ஆறாத ரணம் போன்று அவமானம் இழைக்கப்பட்டிருப்பதால், எமிலா குறித்த வதந்தியை நினைவுபடுத்திப் பார்க்கிறான். எமிலாவுக்கும் ஒதெல்லோவுக்கு மிடையே நல்ல புரிதல் இருந்தது. அவன் அருமையான ஒரு மனிதன்; அன்பானவன்; தனியாக இருப்பவன். அவனுடைய வீட்டு நிர்வாகத்திற்குத் தலைமையேற்க யாரும் இல்லை. வீட்டில் ஒரு பெண் இருந்தால் காணப்படும் பொலிவு அங்கில்லை. ஒரு குடும்பத் தலைவியான எமிலா இந்த பிரம்மச்சாரி தளபதியின் வீட்டை ஒழுங்குபடுத்தி வைத்தாள். இதெல்லாம் இயாகோவுக்குத் தெரிந்த விஷயம்தான். ஒதெல்லோ வீட்டில் அவளை இயாகோ அடிக்கடி பார்த்திருக்கிறான். இதை வெகு சகஜமாக அவன் எடுத்துக்கொண்டான்.

ஆனால், இப்போதோ ஒதெல்லோ மீது குற்றம் சுமத்தத் தொடங்கிவிட்டான். சுருக்கமாகச் சொன்னால் இல்லாத விஷயங்களை எல்லாம் இருப்பதாக நம்பும் நிலைக்குத் தன்னைத் தானே தள்ளிவிட்டுக்கொண்டான். இந்த நிலை அவனுடைய உண்மையான, கீழ்த்தரமான முகத்தை அம்பலப்படுத்தியது.

அவதூறு பரப்பி, ஏதுமறியாத ஒதெல்லோ மீது பழி சுமத்த வைத்தது. அவனுக்குள் கோபத்தையும் குரூரத்தையும் கொழுந்து விட்டு எரியவைத்தது.

டெஸ்டமோனாவைக் கடத்திச் செல்வதற்கான திட்டம் வெற்றியடைந்துவிட்டது என்ற எதிர்பார்த்திராத, தன்னால் புரிந்து கொள்ள முடியாத செய்தியைக் கேள்விப்பட்டதும் இப்படிப்பட்ட நிலைக்கு இயாகோ ஆளானான். தளபதியின் வீட்டுக்குச் சென்றபோது, அந்த அழகு தேவதையும் விகாரமான இந்தக் கறுப்பு சைத்தானும் (மூரை அவனால் இப்படித்தான் பார்க்க முடிகிறது) கிட்டத்தட்ட ஒருவரை ஒருவர் கட்டித் தழுவிக்கொண்டிருந்த காட்சியைக் கண்டதும் தன் கண்களை அவனால் நம்ப முடிய வில்லை. அதிர்ச்சியில் உறைந்த அவனுக்கு இது பேரிடியாக இருந்தது. காதலர்களாகிய தாங்கள் கேஸியோவின் ஆலோ சனைப்படி எப்படி இயாகோ உள்ளிட்ட அனைவரையும் முட்டாள்களாக்கினோம் என விவரித்து, மகிழ்ச்சி பொங்க அவர்கள் சிரித்ததைக் கேட்டதும், தனக்குள் பொங்கிய ஆவேசத்தை மறைத்துக்கொள்வதற்காக அந்த இடத்திலிருந்து வேகமாகப் புறப்பட்டுச் சென்றான்.

டெஸ்டமோனா கடத்திச் செல்லப்பட்டதால், அவமானத்திற்கு ஆளானதோடு மட்டுமல்லாமல், ரோட்ரிகோவுடனான உறவிலும் சிக்கல் ஏற்படும் சூழ்நிலை வந்துவிட்டது. ஏனென்றால், தொடர்ந்து அவனை ஏமாற்றிப் பணம் கறந்துகொண்டிருந்தான். அவனிடம் இந்த அழகு தேவதையை கொண்டு வந்து சேர்ப்ப தாகவும் அவர்கள் திருமணத்திற்கு ப்ரோபானிட்டோ சம்மதிக்க வில்லை என்றால் அவளைக் கவர்ந்துசெல்லப்போவதாகவும் ரோட்ரிகோவிடம் அவன் வாக்களித்திருந்தான்.

ஆனால், திடீரென்று இப்படிப்பட்ட அவமானம் ஏற்பட்டு விட்டது. ரோட்ரிகோ பெரிய புத்திசாலி இல்லாவிட்டாலும் இயாகோ தன்னை ஏமாற்றிவிட்டதாக உணர்ந்தான். உண்மை யிலேயே இயாகோ, ஒதெல்லோவுக்கு நெருக்கமானவனாக இருந்தானா என்பதில்கூட அவனுக்கு சந்தேகம் வந்துவிட்டது.

இயாகோவிடம் கொண்டிருந்த நட்பிலும் நம்பிக்கையிழந்து விட்டான். சுருக்கமாகச் சொன்னால் அவர்கள் இருவருக்கும் இடையேயான உறவு முற்றிலுமாக முறிந்துவிட்டது. ரோட்ரிகோ கோபத்தில் கொந்தளித்தான். ஒரு குழந்தையைப் போலவும் ஒரு முட்டாளைப் போலவும் குருட்டுத்தனமாக, பிடிவாதமாக நடந்து கொண்டான். ஒரு சந்தர்ப்பத்தில் தன்னைக் கடுமையாகத் தாக்கிய சில குடிகாரர்களிடமிருந்து இயாகோ காப்பாற்றியதைக்கூட இப்போது ரோட்ரிகோ மறந்துவிட்டான்.

டெஸ்டமோனா கடத்தல் திட்டமும் திருமணமும் அழகாகவும் வெற்றிகரமாகவும் நிறைவேறின. அனைத்துமே எளிமையாகவும், சுலபமாகவும் நடைபெற்றன. நீண்ட நாட்களுக்கு முன்பு திட்டமிடப்பட்டிருந்த ஒரு நாளில், ப்ரோபானிட்டோ மாளிகையில் உள்ள பணிப்பெண்ணுடன் கேஸியோ ரகசியத் தொடர்பை ஏற்படுத்திக்கொண்டான். பல தடவை அந்தப் பணிப்பெண்ணை ஒரு படகில் உல்லாசமான ஓர் இடத்திற்கு யாருக்கும் தெரியாமல் அழைத்துச் சென்றான். பிறகு மீண்டும் அந்த மாளிகைக்கு அவளைக் கொண்டு வந்து சேர்த்தான். இந்த ரகசிய படகுப் பயணத்திற்காக ப்ரோபானிட்டோ மாளிகையில் உள்ள வேலைக்காரர்களுக்கு பெரும் தொகையை கேஸியோ லஞ்சமாக கொடுத்தான்.

ஒருநாள் மாலைப்பொழுதில் இதே போன்ற படகுப் பயணதிற்கு நேரம் குறிக்கப்பட்டிருந்தது. இந்த முறை பணிப் பெண்ணுக்கு பதிலாக வீட்டிலிருந்து வெளியே வந்தது, டெஸ்ட மோனா. அதன் பிறகு அவள் நிரந்தரமாகத் தனது வீட்டிலிருந்து காணாமல் போய்விட்டாள். இதற்கு முன்னரும் டெஸ்டமோனா, வீட்டிலிருந்து யார் கண்ணிலும் படாமல் நழுவி ஒதெல்லோவை சந்திக்கச் சென்றபோது இதே உபாயம் பின்பற்றப்பட்டது.

மேடையில் வழக்கமாக சித்தரிக்கப்படுவது போன்ற சுபாவம் கொண்டவளே அல்லள் டெஸ்டெமோனா என்பதை மறந்துவிடக்கூடாது. தைரியமில்லாத, அச்ச உணர்வு கொண்ட ஒபிலியாவைத்தான் (ஹேம்லட் நாடகத்தில் வரும் கதாபாத்திரம்)

டெஸ்டமோனாவில் வெளிப்படுத்துகின்றனர். ஆனால், டெஸ்டமோனா, ஒபிலியா போன்றவளே அல்லள். இவளோ முடிவெடுக்கும் திறன்படைத்தவள்; துணிச்சலானவள்; சமூகம் சார்ந்த காரணங்களின் அடிப்படையில் திட்டமிடப்படும் சம்பிரதாயமான திருமணத்தில் அவளுக்கு விருப்பம் இல்லை. தேவதைக் கதைகளில் வரும் இளவரசனைக் கரம் பிடிக்க காத்திருப்பவள்.

டெஸ்டெமோனா குறித்து மீண்டும் பின்னர் ஆராய்வோம். துணிச்சலான, ஆபத்தான கடத்தல் திட்டத்திற்கு அவள் எப்படி சம்மதித்தாள் என்பதைத் தெளிவாக காட்டுவதற்காக, போதுமான அளவுக்கு விஷயங்கள் இப்போது கூறப்பட்டுள்ளன. நடந்த நிகழ்ச்சிகளை அறிந்துகொண்ட இயாகோ, பின்வாங்கத் தயாராக இல்லை. அனைத்துமே பறிபோய்விட்டதாக நம்புவதற்கு அவன் தயாராக இல்லை. நகரில் போதுமான அளவுக்கு அவனால் குழப்பத்தை ஏற்படுத்த முடிந்தால், ஒதெல்லோ புறக்கணிக்கப் படுவான். யாருக்குத் தெரியும்! ஒருவேளை உயர் அதிகார பீடத்தின் உத்தரவை அடுத்து அவனது திருமணம்கூட ரத்து செய்யப்படலாம்.

இயாகோ நினைத்தது சரிதான். இந்தத் திருமணமும் திடீரென மூண்ட யுத்தமும், ஒரே சமயத்தில் தற்செயலாக நிகழாமல் இருந்திருந்தால், இயாகோவின் எண்ணம் ஈடேறியிருக்கும். அரசுக்கு ஒதெல்லோ, கண்டிப்பாகத் தேவைப்பட்டான். இப்படிப் பட்ட இக்கட்டான தருணத்தில் அவனது திருமணத்தை ரத்து செய்வது குறித்து அவர்களால் நினைத்துப் பார்க்கவே முடிந்திருக் காது. இனி ஒரு நொடியைக்கூட வீணடிக்க முடியாது.

ஏதாவது செய்வதைத் தவிர வேறு வழியே இல்லை என்பதால் இயாகோ அவனது கொடூரமான சக்தியை வெளிப்படுத்தினான். எல்லாவற்றையுமே உரிய நேரத்தில் அவனால் சாதிக்க முடிந்தது.

எதுவுமே நடக்காதது போல எந்தச் சலனமும் இல்லாமல், இளம் திருமண ஜோடியிடம் திரும்பி வந்தான். அவர்களுக்கு வாழ்த்துத் தெரிவித்தான். அவர்களுடன் சிரித்து மகிழ்ந்தான். தன்னை ஒரு

முட்டாள் என்று சொல்லிக்கொண்டான். கடத்தப்பட்டதையும் திருமணம் நடைபெற்றதையும் முதலில் கேள்விப்பட்டவுடன் தனது போற்றுதலுக்கு உரிய தளபதி மீது பொறாமை கொண்டு, தான் மிகவும் முட்டாள்தனமாக நடந்துகொண்டதாக டெஸ்டமோனாவைக்கூட நம்பவைத்துவிட்டான். இத்தனையையும் செய்து முடித்த பிறகு, ரோட்ரிகோவைத் தேடி விரைந்தான்.''

க்ரிஷாவைவிட வன்யாவை ரோட்ரிகோவாக சுலபமாக ஒப்புக்கொள்ள வைக்க முடிந்தது. செல்வாக்கான மேட்டுக் குடியை சேர்ந்தவர் என்ற நிலையிலிருந்து ஒரு சாதாரண வர்த்தகர் நிலைக்கு தனது கதாபாத்திரத்தை இறக்கிக்கொள்வதை ஓரளவுக்கு சந்தோஷத்துடனே வன்யா ஏற்றுக்கொண்டார். ரோட்ரிகோ நிலையை ஆராய்ந்து பார்த்தால், மிக உயர்ந்த அந்தஸ்தில் உள்ள குடும்பத்தைச் சேர்ந்தவன் என்பதற்கு எந்த ஒரு சிறு தடயத்தையும் கண்டுபிடிக்க முடியாததால், அவர் உடனடியாக இதற்கு ஒப்புக் கொண்டார். மேட்டுக்குடியைச் சேர்ந்த எவ்வளவு முட்டாளான நபராக இருந்தாலும், பிறந்ததிலிருந்து ஒரு நாகரிகமான சமூகத்தில் வளர்க்கப் பட்டதற்கான ஏதாவது அடையாளங்களை அவர் வெளிப்படுத்த வேண்டும். ரோட்ரிகோவைப் பொறுத்தவரை, குடிப்பது, தகராறு செய்வது, தெருவில் வம்புக்கிழுப்பது ஆகிய வற்றைத் தவிர, இந்த நாடகத்திலிருந்து எந்த ஒரு நல்ல குணத்தையும் பார்க்க முடியவில்லை. தத்ஸோவ் விளக்கமளித் திருந்த அதே நுட்பங்களை வன்யா பின்பற்றியதோடு மட்டு மல்லாமல், தனது சொந்த கற்பனை வளத்தைப் பயன்படுத்தி அந்தச் சாதாரண மனிதனின் வாழ்க்கைக்கு உகந்த விஷயங் களையும் சேர்த்துக்கொண்டார். அவர்கள் சித்தரித்த வாழ்க்கை, ஏறக்குறைய பின்வரும் சமூக நிலவரத்தை படம் பிடித்துக் காட்டியது.

ரோட்ரிகோ ஒருவேளை பணக்காரப் பெற்றோருக்கு மகனாகப் பிறந்திருக்கலாம். நில உரிமையாளர்களான அவர்கள், தங்கள் விளை பொருள்களை வெனிஸ் நகருக்கு கொண்டு வருகிறார்கள். தங்கள் விளை பொருள்களைக் கொடுத்து வெல்வட் மற்றும்

ஆடம்பரப் பொருள்களை வாங்கிக்கொள்ளும் பண்ட மாற்று முறையில் வியாபாரம் செய்கிறார்கள். இந்தப் பொருட் களைக் கப்பல்கள் மூலம் வெளிநாடுகளில், ரஷ்யாவிலும்கூட அதிக விலைக்கு விற்பனை செய்கிறார்கள்.

ரோட்ரிகோவின் பெற்றோர் காலமாகிவிடுகின்றனர். இப்படிப்பட்ட பெரிய வர்த்தக நிறுவனத்தை அவனால் எப்படி நிர்வாகம் செய்ய முடியும்? அவனுக்குத் தெரிந்ததெல்லாம் பரம்பரை சொத்தை எப்படி விரயமாக்குவது என்பதுதான். பெரிய செல்வந்தர் குடும்பமாக இருந்ததால், அவனது தந்தைக்கும் அவனுக்கும் அதிகாரமும் செல்வாக்கும் படைத்த பெரிய மனிதர்களின் நட்பு கிடைத்தது. புத்திசாலித்தனம் இல்லாத ரோட்ரிகோ எப்போதுமே குடிபோதையில் மூழ்கிக் கிடந்தான். இவனைப் போன்ற ரசனை கொண்ட வெனிஸ் நகர இளைஞர் களுக்காகப் பணம் செலவழித்தான். (அதைத் திரும்பப் பெற வாய்ப்பே இல்லை) அவனுக்கு எங்கிருந்து பணம் கிடைக்கிறது? ஆரம்பத்திலிருந்து தொடரும் நல்ல நிர்வாகத்தாலும், விசுவாசமான ஊழியர்களாலும்தான் வருமானம் ஈட்டப்படுகிறது. முந்தைய பெருமை இன்னமும் நீடிப்பதால், அந்தக் குடும்பத்தின் வர்த்தகம் நல்லபடியாக நடந்து வருகிறது. ஆனால், நீண்ட காலத்துக்கு இது நீடித்திருக்காது என்பதுதான் யதார்த்தம்.

ஒரு நாள் வழக்கம் போலவே மிதமிஞ்சிக் குடித்து முடித்த பிறகு ரோட்ரிகோ படகில் சென்றுகொண்டிருந்தான். அது கனவா அல்லது நனவா என்பதை அவனால் உடனடியாக உணர முடியவில்லை. அழகு தேவதையான டெஸ்டமோனா தேவாலயம் செல்வதற்காக, தனது செவிலித்தாயுடன் படகில் ஏறிக் கொண்டிருப்பதைக் கண்டான். அவனது மூச்சு நின்றுவிட்டது போல இருந்தது. தனது படகை நிறுத்திவிட்டான். அவள் தோற்றம் மங்கலாகத் தெரிந்ததால் நீண்ட நேரமாக அவளையே பார்த்துக் கொண்டிருந்தான். இதை கவனித்த அவளது செவிலித்தாய், உடனடியாக முகத் திரையால் டெஸ்டமோனாவின் முகத்தை மூடினாள்.

ரோட்ரிகோ, அவர்களைப் பின்தொடர்ந்து தேவாலயத்திற் குள்ளும் சென்றான். அவனுக்கு ஏற்பட்ட பரபரப்பில் போதையும் தெளிந்துவிட்டது. பிரார்த்தனை செய்யாமல் டெஸ்டமோனாவை மட்டுமே பார்த்துக்கொண்டிருந்தான். அவளது செவிலித்தாய் அவன் பார்வையில் படாமல் அவளை மறைக்க முயன்றாள். ஆனால், அந்த அழகியோ அவன் தன்னை கவனிப்பதில் மகிழ்ச்சி யடைந்தாள். தனது ரசனைக்கேற்ற ஆண் மகன் இவன் என்பதால், அவள் இப்படி மகிழ்ச்சியடையவில்லை, வீட்டில் உட்கார்ந்திருப் பதையும் தேவாலயத்திற்கு சென்று வருவதையும் தவிர வேறு எந்த வேலையும் இல்லாமல் அலுத்துப் போயிருந்த அவள், கொஞ்சம் வேடிக்கையான விஷயங்களுக்கு ஏங்கிக்கொண்டிருந்தாள்.

பிரார்த்தனைக் கூட்டம் நடைபெற்றுக்கொண்டிருந்தபோது, தேவாலயத்திற்கு வந்த ப்ரோபானிட்டோ அங்கு தனது மகளைக் கண்டார். மகள் மற்றும் செவிலித்தாய்க்கு அருகில் உட்கார்ந்தார். ரோட்ரிகோவை சுட்டிக் காட்டிய செவிலித்தாய், அவர் காதுகளில் ஏதோ கிசுகிசுத்தாள். அவனை, ப்ரோபானிட்டோ கடுமையாகப் பார்த்தார். ரோட்ரிகோ போன்ற ஒருவனுக்கு இதெல்லாம் ஒரு பொருட்டேயல்ல. படகுக்குத் திரும்பிச் சென்ற டெஸ்டமோனா அதில் மலர்கள் தூவப்பட்டிருந்ததைக் கண்டாள். அந்தப் பூக்களை எல்லாம் தண்ணீரில் வீசி எறியுமாறு ப்ரோபானிட்டோ உத்தர விட்டார். மகளின் கையைப் பிடித்து தானே அவளைப் படகில் ஏற்றிவிட்டு, செவிலித்தாயுடன் வீட்டுக்கு அனுப்பி வைத்தார்.

ஆனால், அவர்கள் சென்ற வழி எங்கும் மலர்களை வாரி இறைத்தவாறு அவர்களுக்கு முன்னே ரோட்ரிகோ சென்று கொண்டிருந்தான். ஆடம்பரமாக இப்படி ஓர் இளைஞன் நடந்து கொள்வதைப் பார்த்த அழகு தேவதை டெஸ்டமோனா மிகவும் சந்தோஷப்பட்டாள். எதற்காக? இந்தச் செயல் அவளை மகிழ்ச்சியில் ஆழ்த்தியது. தன்னை அவன் ஆராதனை செய்வதாகப் பூரித்துப்போனாள்.

இந்த முதல் சந்திப்புக்குப் பிறகு ரோட்ரிகோ தன்னை முற்றிலுமாக இழந்துவிட்டான். பல நாட்கள் இரவு முழுவதும்

அவள் மாளிகையின் ஜன்னலுக்குக் கீழே படகிலே அமர்ந்திருந் தான். அவள் எப்படியாவது தன்னைப் பார்க்க மாட்டாளா என்ற ஏக்கத்துடன் இருந்தான். ஒன்றிரண்டு தடவை அவள் அவனைப் பார்த்தாள். அவனை வீழ்த்திவிட்ட கர்வத்துடனும் குறும்புத் தனத்துடனும் அவனைப் பார்த்துப் புன்னகைத்தாள். அவ்வளவு தான்... அவளைத் தான் வென்றுவிட்டதாக இவன் புளகாங்கிதம் அடைந்தான். கவிதை எழுதத் தொடங்கினான். தனது காதல் கவிதைகளை அவளிடம் சேர்ப்பதற்காக வேலைக்காரர்களுக்கு லஞ்சம் கொடுத்தான். கடைசியில், இவனை எச்சரிக்கும் நடவடிக்கையில் ப்ரோபானிட்டோ இறங்கினார். தனது சகோதரரை இவனிடம் அனுப்பி, டெஸ்டமோனாவைப் பின்தொடர்வதை நிறுத்திக்கொள்ள வேண்டும் என்றும் அப்படி செய்யாவிட்டால், கடும் விளைவுகளை சந்திக்க நேரிடும் என்றும் எச்சரிக்கச் சொன்னார். ஆனால், ரோட்ரிகோ சற்றும் தளராமல் தனது முயற்சிகளைத் தொடர்ந்தான்.

ஒருநாள் டெஸ்டமோனாவின் படகைப் பின்தொடர்ந்து சென்ற அவன் பின்னர் அவள் படகை முந்திச் சென்று, ஒரு பெரிய பூங்கொத்தையும், தானே இயற்றிய காதல் கவிதையையும் அவள் படகுக்குள் வீசினான். ஆனால், எரிச்சலடைந்த டெஸ்டமோனா இவன் இருந்த திசையை ஏறிட்டும் பார்க்கவில்லை. அந்தப் பூங்கொத்தையும் காதல் கவிதையையும் தன் கையாலேயே தண்ணீரில் வீசி எறிந்தாள். தனது முகத்தைத் திரையிட்டு மூடியவாறு கோபமாக வேறு பக்கமாகத் திரும்பிக்கொண்டாள். ரோட்ரிகோ நொறுங்கிப் போனான். என்ன செய்வது என்று அவனுக்குத் தெரியவில்லை. இந்த அழகி தந்த கொடூரமான ஏமாற்றத்தை மறப்பதற்காக, அவனால் செய்ய முடிந்த ஒரே விஷயம், வாரம் முழுவதும் குடித்துக் கும்மாளம் அடிப்பதுதான்.

இப்படிப்பட்ட சூழ்நிலையில்தான், ஒதெல்லோ தோன்றினான். டெஸ்டமோனா முதல் முறையாக வீதியில் இந்த மூரைப் பார்த்தபோது, மக்கள் கூட்டத்தில் ரோட்ரிகோவும் இருந்தான். வெற்றி வீரனாக ஒதெல்லோ வெனிஸுக்குத் திரும்பியது,

அனைத்து மக்களையும் ஆனந்தத்தில் திளைக்கவைத்தது. இரவு நேர மது விருந்துக் களியாட்டத்தின்போது, விலை மாதர்கள் ராணுவ வீரர்களை போட்டிப்போட்டுக்கொண்டு சந்தோஷப் படுத்தினர். இப்படிப்பட்ட கொண்டாட்டங்களுக்கான செலவை ரோட்ரிகோ ஏற்றுக்கொண்டான். இதனால், ராணுவ அதிகாரிகள் ரோட்ரிகோவுக்கு நெருக்கமானார்கள். இயாகோவுடனும் நட்பு ஏற்பட்டது. ஒரு சந்தர்ப்பத்தில் குடிபோதையில் நடந்த கலாட்டாவில் சில அதிகாரிகள் ரோட்ரிகோவைக் கடுமையாகத் தாக்கியதில் அவன் உயிருக்கே ஆபத்து ஏற்பட்டது. உரிய நேரத்தில் குறுக்கிட்ட இயாகோ, அவனைக் காப்பாற்றினான். இதனால் இயாகோவுக்கு மிகவும் நன்றிக்கடன் பட்ட ரோட்ரிகோ, இதற்கு மிகப் பெரிய அளவில் கைமாறு செய்ய விரும்பினான். அவன் மீதுள்ள அன்பால் மட்டுமே தான் உதவியதாக இயாகோ கூறிவிட்டான். இதுதான், அவர்கள் இருவரிடையேயான நட்புக்கு அடித்தளம் அமைத்தது.

இதனிடையே ஒதெல்லோ - டெஸ்டமோனா இருவருக்கு மிடையே காதல் மேன்மேலும் வலுவடைந்தது. இந்தக் காதல் விவகாரத்தில் கேஸியோ தூதனாக செயல்பட்டான். வயதுக் கோளாறு காரணமாக டெஸ்டமோனா மீது ரோட்ரிகோ மோகம் கொண்டிருந்தது கேஸியோவுக்குத் தெரியும். ஒரு சந்தர்ப்பத்தில், இரவு நேர குடிபோதை கலாட்டாவின்போது, ரோட்ரிகோவுக்கும் நெருக்கமானவனாக மாறிவிட்டான். ஒதெல்லோ - டெஸ்டமோனா காதல் உறவை நன்கு அறிந்திருந்த கேஸியோவுக்கு, ரோடெரிக்கோவின் காதல் முயற்சி கேலிகூத்தாகத் தெரிந்தது.

எப்படியாவது டெஸ்டமோனாவைத் தன் மீது காதல் கொள்ள வைத்துவிடலாம் என நம்பிக் கொண்டிருந்த ரோட்ரிகோவை சீண்டிப் பார்ப்பது, கேஸியோவுக்கு வாடிக்கையானது. எப்போதுமே இது தொடர்பான ஜோக்குகளை உதிர்ப்பதும், புதிய புதிய கட்டுக் கதைகளை அவிழ்த்துவிடுவதிலும் உற்சாகமாக ஈடுபட்டு வந்தான்.

ஏதாவது ஒரு குறிப்பிட்ட இடத்திற்கு டெஸ்டமோனா வருவாள் அல்லது அவளே ரோட்ரிகோவை சந்திப்பதற்கு ஏற்பாடு

செய்வாள் என்று கூறி, அவன் ஆசைக்குத் தூபம் போட்டு வந்தான். ஒரு நாள், இதை நம்பி அந்த அழகியை சந்திக்கப் போகிறோம் என்ற எதிர்பார்ப்பில் பல மணி நேரம் காத்திருந்த ரோட்ரிகோவுக்கு ஏமாற்றமே மிஞ்சியது. அவமானமும் வேதனையும் அடைந்த அவன் இயாகோவிடம் ஓடினான். அவனுக்கு ஆறுதல் கூறிய இயாகோ, கேஸியோவைப் பழி வாங்கப்போவதாக உறுதியளித்தான். கடைசியில், கொடூரமான இந்தக் கருப்பன் மீது அவளுக்குக் காதல் பிறக்கும் என்பதை நினைத்துக்கூடப் பார்க்க முடியாத நிலையில் இறுதியாக, அவளுக்கும் ரோட்ரிகோவுக்கும் திருமணம் நடத்தி வைப்பதாக வாக்களித்தான். இதனால் இயாகோ மீது முழு நம்பிக்கை வைத்த ரோட்ரிகோ, அவனுக்குப் பணத்தை வாரி இறைத்தான்.

ஒதெல்லோ - டெஸ்டமோனா திருமணம் நடைபெற்றதை அறிந்தவுடன் இந்தப் பரிதாபத்துக்குரிய மூடன், குழந்தையைப் போல கண்ணீர்விட்டு அழுதான். பிறகு, அவனது அகராதியில் உள்ள அனைத்து கீழ்த்தரமான வார்த்தைகளாலும் தனது நண்பனை வசைமாறிப் பொழிந்தான். அவனுடன் இனி எந்த ஒட்டோ உறவோ வைத்துக்கொள்ளக் கூடாது என முடிவெடுத் தான்.

ரோட்ரிகோவை வழிக்குக் கொண்டு வருவதில் உலகத்தில் உள்ள அனைத்து கஷ்டங்களையும் எதிர்கொண்ட இயாகோ, கடைசியில் ஒருவழியாக, அந்த நகர் முழுவதும் ஒரு குழப்பத்தை உருவாக்க உதவி செய்வதற்கு, ரோட்ரிகோவை சம்மதிக்க வைத் தான். இந்த நடவடிக்கை மூலம் ஒதெல்லோ - டெஸ்டமோனா திருமணத்தை ரத்து செய்யவோ அல்லது அங்கீகாரம் கிடைக் காமல் செய்யவோ முடியும் என்று கனவு கண்டிருந்தான்.

ரோட்ரிகோவை வலுக்கட்டாயமாகப் படகில் (மிக ஆடம்பரமான இந்தப் படகு, ஒரு செல்வந்தருக்கு ஏற்ற விதத்தில் விலையுயர்ந்த பொருட்களால் அலங்கரிக்கப்பட்டிருந்தது) ஏற்றி, ப்ரோபானிட்டோ மாளிகைக்கு இயாகோ கூட்டி வந்தபோது, இந்த இரண்டு நண்பர்களையும் முதலில் நாம் பார்த்தோம்.

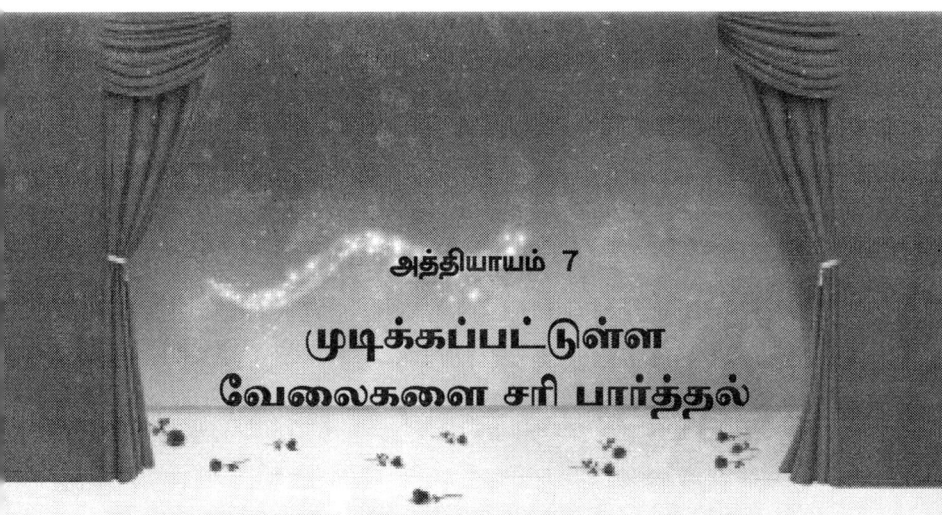

அத்தியாயம் 7
முடிக்கப்பட்டுள்ள வேலைகளை சரி பார்த்தல்

இறுதிக் கட்டத் தொகுப்பு

"இந்தச் செயல் எங்கு நிகழ்கிறது?" தத்ஸோவ் கேள்வி எழுப்பினார்.

"வெனிஸில்."

"எப்போது?"

"பதினாறாம் நூற்றாண்டில். எந்த வருடம் என்பது முடிவாகவில்லை. நாங்கள் இது குறித்து காட்சியமைப்பாளரிடம் இன்னும் ஆலோசிக்கவில்லை." இந்த வேலைக்குப் பொறுப்பு வகிக்கும் பயிற்சி மாணவர் ஒருவர் இப்படிப் பதிலளித்தார்.

"எந்தப் பருவ காலத்தில்?"

"இலையுதிர் காலத்தின் பிற்பகுதியில்."

"இந்தப் பருவ காலத்தை எதற்காகத் தேர்ந்தெடுத்தீர்கள்?"

"கடும் குளிர் நிலவும் இரவுப் பொழுதில் விழித்துக்கொள்வது என்பது மிகவும் சிரமமாக இருக்கும் என்பதால்..."

"அது இரவா? அல்லது பகலா?"

"இரவு."

"அப்போது நேரம் என்ன?"

"கிட்டதட்ட நள்ளிரவு நேரம்."

"அந்த நேரத்தில் நீங்கள் என்ன செய்துகொண்டிருந்தீர்கள்?"

"உறங்கிக்கொண்டிருந்தேன்."

"உங்களை எழுப்பியது யார்?"

"பெத்ரொனின்" என்று சொல்லியவாறு இன்னொரு பயிற்சி மாணவரை சுட்டிக்காட்டினார்.

"அவர் ஏன் அந்த வேலையை செய்தார்?"

"அவர்தான் 'கேட்-கீப்பர்' என்று ரஹ்மானவ் சொல்லியுள்ளார்."

"நீங்கள் கண்விழித்து சுதாரித்துக்கொண்டதும், என்ன நினைத்தீர்கள்?"

"ஏதோ நடக்கக்கூடாத ஒன்று நடந்துள்ளது... நான் படகோட்டி என்பதால், ஏதாவது ஓர் இடத்திற்குச் செல்ல வேண்டியிருக்கும் என்று நினைத்தேன்."

"பிறகு என்ன நடந்தது?"

"நான் அவசர அவசரமாக என் ஆடைகளை உடுத்திக் கொண்டேன்."

"எந்த ஆடைகளை உடுத்திக்கொண்டீர்கள்."

"எனது இறுக்கமான காலாடை, ஷார்ட்ஸ், ஜெர்கின், தொப்பி, கனத்த ஷூக்கள் ஆகியவற்றை அணிந்துகொண்டேன். லாந்தரை ஏற்றிவைத்துக்கொண்டேன், எனது மேலங்கியையும் துடுப்பையும் எடுத்துக்கொண்டேன்."

"அவை எங்கே வைக்கப்பட்டிருந்தன?"

''நுழைவாயிலில்... சுவற்றில் பொருத்தப்பட்டிருந்த வளையங்களில் அவைத் தொங்கவிடப் பட்டிருந்தன.''

''நீங்கள் எங்கே உறங்கிக்கொண்டிருந்தீர்கள்?''

''நீர்மட்டத்திற்கு அடியிலுள்ள பாதாள அறையில்.''

''அங்கு ஈரமாக இருக்கும் இல்லையா?''

''அப்படித்தான் இருக்கும். ஈரமாகவும் குளிராகவும் இருக்கும்.''

''குறைந்த அளவிலான உணவுப்பொருட்களைத்தானே ப்ரோபானிட்டோ உங்களுக்குத் தருகிறார்?''

''இதைத்தானே நான் எதிர்பார்க்க முடியும்... நான் வெறும் படகோட்டிதானே...!''

''உங்களுடைய வேலைகள் என்னென்ன?''

''படகை ஒழுங்காக வைத்துக்கொள்ள வேண்டும், அதில் ஏராளமான பொருட்கள் உள்ளன. உட்காருவதற்கு அல்லது படுத்துக்கொள்வதற்கான சொகுசான குஷன்கள் அதிகளவில் உள்ளன. விசேஷ சந்தர்பங்களுக்காக என்றும், சாதாரண சந்தர்ப்பங்களுக்காக என்றும், அன்றாடப் பயன்பாட்டுக்காக என்றும் தனித்தனியாக உள்ளன. தங்க ஜரிகைகளால் அலங்கரிக்கப் பட்டுள்ள ஒரு விரிப்பும் உள்ளது. அலங்கரிக்கப்பட்ட துடுப்புகளும் அவற்றைப் படகில் பொருத்துவதற்கான வேலைப்பாடுகள் நிறைந்த வளையங்களும் உள்ளன. சாதாரணமாகப் பயன்படுத்துவதற்கான லாந்தர்களும் இரவு நேர விசேஷ இசை நிகழ்ச்சிக்கான ஏராளமான சிறிய ரக லாந்தர்களும் படகில் உள்ளன.''

''பிறகென்ன நடந்தது?''

''வீட்டுக்குள் பரபரப்பு காணப்படுவதை உணர்ந்து அதிர்ச்சியடைந்தேன். தீப்பிடித்துவிட்டதாகச் சிலர் சொன்னார்கள். எதிரி நுழைந்துவிட்டதாக சிலர் சொன்னார்கள், முகப்புக் கூடத்தில் திரண்ட ஏராளமானோர் வெளியே என்ன நடந்தது என்பதைக் கவனித்தார்கள். வெளியே இருந்த யாரோ பைத்தியம் பிடித்தது

போன்று சத்தம் போட்டார்கள். கீழ்ப் பகுதி ஜன்னல்களைத் திறக்க எங்கள் யாருக்கும் தைரியம் இல்லாததால், மாடியில் உள்ள வரவேற்பு அறைக்கு ஓடினோம். அங்கிருந்த ஜன்னல்கள் ஏற்கெனவே திறக்கப்பட்டிருந்தன. ஜன்னலில் தலையை நுழைக்க முடிந்த ஒருவர், வெளியே எட்டிப் பார்த்தார். அந்தத் தருணத்தில் தான், கடத்தப்பட்ட செய்தியைக் கேள்விப்பட்டேன்.''

''அப்போது எப்படிப்பட்ட உணர்வு ஏற்பட்டது?''

''பயங்கரமாக ஆத்திரம் வந்தது. அந்த வீட்டில் உள்ள ஓர் இளம் பெண் மீது நான் காதல் கொண்டுள்ளேன். தேவாலயத் திற்கோ அல்லது வெளியிடங்களுக்கோ அவளைப் படகில் அழைத்துச் செல்வேன். அவளுடைய அழகை எல்லோரும் கொண்டாடுவதால், நான் இப்படி அவளை அழைத்துச் செல்வதில் பெருமிதம் கொண்டுள்ளேன். அவளுடைய காதலன் என்பதால் ஏற்கெனவே வெனிஸில் நான் பிரபலமாகிவிட்டேன். பல தடவை ஏதோ கைதவறி கீழே போடுவது போல ஒரு பூவை, தரையில் போடுவேன். அவள் அதைப் பார்த்து எடுத்துக்கொள்ளும்போது, நான் மகிழ்ச்சியடைவேன். அல்லது அவள் கரம்பட்ட அந்தப் பூ படகில் விழுந்துவிட்டால், நான் அதைப் பத்திரமாக எடுத்து முத்தமிடுவேன். அதை ஒரு ஞாபகச் சின்னமாக வைத்துக் கொள்வேன்.''

''அதாவது கடுமையான படகோட்டிகள், மென்மையான வர்கள் என்றும் சுலபமாக உணர்ச்சிவசப்படக்கூடியவர்கள் என்றும் சொல்ல வருகிறீர்களா?''

''எங்களுடைய பெருமிதத்திற்கும் கொண்டாட்டத்திற்கும் உரிய டெஸ்டமோனாவுக்காக மட்டுமே, என் மனம் இந்தப் பாடுபடுகிறது. உத்வேகமூட்டும் இந்தக் குறிக்கோள் மிகவும் முக்கியத்துவம் வாய்ந்தது. ஏனென்றால், அவளின் கௌரவத்தைக் காப்பாற்றுவதற்காக, தேடிக் கண்டுபிடிப்பதற்கான ஆற்றலை இது எனக்குள் பீறிட்டுக் கிளம்ப வைக்கிறது.''

''அப்புறம் என்ன செய்தீர்கள்?''

''கீழ்த்தளத்திற்கு ஓடினேன்... அங்கு ஏற்கெனவே கதவுகள் திறக்கப்பட்டிருந்தன. எல்லோரும் ஆயுதங்களைத் திரட்டிக் கொண்டிருந்தனர். முகப்பு கூடத்திலும் தாழ்வாரத்திலும் இருந்த ஆண்கள், ஆயுதங்களையும் கேடயங்களையும் தரித்துக்கொண்டனர். நானும் சில ஆயுதங்களை எடுத்துக்கொண்டேன். பிறகு எல்லோரும் ஒன்றாகக் கூடினோம். நான் படகிற்கு விரைந்து சென்று அடுத்த உத்தரவுகளுக்காகத் தயாராகக் காத்திருந்தேன்.''

''யாருடன் சேர்ந்து உங்களுடைய கதாபாத்திரத்திற்காகத் தயார்ப்படுத்திக்கொண்டீர்கள்?''

''பிரஸ்கூரவுடன்... ரஹ்மானவ் எங்களை சரிசெய்தார்.''

''மிக அருமையான வேலை. எந்தத் திருத்தங்களையும் நான் சொல்ல வேண்டிய அவசியமேயில்லை.''

இந்த நபர், வெறும் ஒரு துணை நடிகர். அதுவும் எங்களது நாடகக் குழுவில் இடம்பெற்றுள்ள ஒரு பயிற்சி மாணவர். எங்கள் நிலை என்ன? நாங்கள் இன்னும் எவ்வளவு வேலைகளை செய்ய வேண்டியிருக்கும் என்று நான் நினைத்துக்கொண்டேன்.

பயிற்சி மாணவர்கள் விவரித்த அனைத்தையும் கவனமாகக் கேட்டபிறகு தத்ஸோவ் பின்வருமாறு கூறினார்:

''இவை அனைத்தும் அறிவுபூர்வமாகவும் தொடர்ச்சியாகவும் வந்துள்ளன. உங்களுடைய ஆயத்தங்களை நான் ஏற்றுக் கொள்கிறேன். உங்களுடைய திட்டம் என்ன என்பதும் எனக்குப் புரிகிறது'' என்றார். பிறகு எங்கள் அனைவரையும் கூப்பிட்டு, இந்தப் பயிற்சி மாணவர்களுடன் மேடையில் சேர்ந்துகொள்ளச் சொன்னார். முதல் காட்சி முழுவதற்குமான தயாரிப்பு விவரங்களின் சுருக்கத்தைக் காட்டினார்.

இந்தக் காட்சியின் அடிப்படையில், நாங்கள் இதுவரையிலும் முதற்கட்ட பயிற்சியைத்தான் மேற்கொண்டு வந்ததாகத் தோன்றியது. எச்சரிக்கைக் குரல் எழுப்பி, தேடிக் கண்டுபிடிக்க விரைந்தபோது, மிகவும் வெற்றிகரமாகவும் பரபரப்பாகவும் வெளிப்படுத்தப்பட்ட தருணங்களை அவர் குறித்து வைத்திருந்தார்.

இந்தக் காட்சிக்குத் தேவையான மனநிலை, இந்தக் காட்சியில் இயற்கையாகப் பிரதிபலிக்கப்பட்ட தோற்றங்கள் ஆகியவற்றையும் அவர் குறித்து வைத்திருந்தார். நாடகத்திற்குப் பொருத்தமான மேடையமைப்பு, சூழ்நிலை, மேடையில் இடம்பெற வேண்டிய பொருட்கள் ஆகியவற்றுடன் எங்களது பயிற்சிகள் குறித்தும் அவர் எழுதி வைத்திருந்த குறிப்புகளை எங்களுக்குக் காட்டினார். இந்தக் காட்சிக்காகத் தயாரிக்கப்பட்டுள்ள திட்டம், மேடையில் இடம்பெற வேண்டிய செயல்கள், அவை மேற்கொள்ளப்படுவதற்கான இடங்கள் ஆகிய அனைத்தும் எங்களால் தயாரிக்கப்பட்டுள்ளதால் மிக இயல்பாக நடிக்க முடியும் எனச் சுட்டிக் காட்டினார்.

அவருடைய தயாரிப்புத் திட்டத்தை பின்வருமாறு நான் எழுதினேன்:

இயாகோவும் ரோட்ரிகோவும் படகில் வந்து சேர்கின்றனர். படகின் மறுகோடியில் ஒரு படகோட்டி இருக்கிறான். ரசிகர்களுக்கு இடப் பக்கத்தில் இரண்டு முணுமுணுப்புக் குரல்கள் ஒலிப்பதையும் துடுப்பு போடும் சலசல சத்தமும் (வார்த்தைகளின் ஒலி லயத்தோடு சேர்ந்தாற்போல அல்ல) கேட்கிறது. ஆரம்பத்தில் இந்தப் படகோட்டி இடப் பக்கத்தில் காணப்பட்டான்.

ப்ரோபானிட்டோ மாளிகை அருகே, கரை இறங்குவதற்காக படகு மிதந்து வரும்போது, முதல் ஆறு வரிகள் மிகவும் காரசாரமாகப் பேசப்படுகின்றன.

அந்த வார்த்தைகளுக்குப் பிறகு ஒரு இடைவெளி. "நான் இப்படிக் கனவுகூட கண்டதில்லை" இயாகோ ரோட்ரிகோவிடம் கிசுகிசுக்கிறான். சிறிய இடைவெளி... அவர்கள் கரையை அடைகின்றனர். படகோட்டி கரையில் இறங்குகிறான், சங்கிலிகளை ஆட்டி ஓசை எழுப்புகிறான். இயாகோ அவனை நிறுத்துகிறான். சற்று நேரம் இடைவெளி... அவர்கள் இருவரும் சுற்றும் முற்றும் பார்க்கின்றனர். எந்த ஒரு ஜன்னல் பக்கத்திலும் யாரும் தெரியவில்லை. மீண்டும் காரசாரமான விவாதம் தொடங்குகிறது. ஆனால், தணிந்த குரல்களில். உரத்த குரலில்

தாங்கள் பேசிக்கொள்ளவில்லை என்பதை இயாகோ உறுதிப்படுத்திக்கொள்கிறான். ஜன்னல் வழியாகத் தன்னை யாரும் பார்த்து விடக்கூடாது என்பதற்காக முடிந்த அளவுக்குத் தன்னை மறைத்துக்கொள்கிறான்.

இயாகோ தனது வசனத்தைக் கூறுகிறான்: "நான் அதை நடத்திக்காட்டாவிட்டால் எப்படி வேண்டுமானாலும் என்னை சிறுமைப்படுத்துங்கள்." ஆனால் வழக்கமாக சித்தரிக்கப்படுவது போல் தனது தரம் தாழ்ந்த உணர்வுகளையோ குணாம்சத்தையோ வலுவாகப் பிரதிபலிக்க வேண்டும் என்பதற்காக இப்படிச் சொல்லவில்லை. பயங்கரமான கோபத்தில் கொந்தளித்துக் கொண்டுள்ள அவன், தனது உடனடிக் குறிக்கோளை – ரோட்ரிகோவை நிர்ப்பந்தப்படுத்தி, கூக்குரல் எழுப்ப வைத்து, ஒரு பெரும் குழப்பத்தை உருவாக்குவதை சாதித்துக் கொள்வதற்காக ஒதெல்லோ மீதான தனது வெறுப்பை வெளிப்படுத்த முயன்று வருகிறான்.

"ரோட்ரிகோ ஓரளவுக்கு வழிக்கு வந்துவிடுகிறான். தனது பாதி முகத்தை இயாகோ பக்கம் திருப்புகிறான். ஒரு தீர்மானத்துடன் கரையில் நிற்கும் இயாகோ, தனது கைகளை நீட்டி ரோட்ரிகோ மேலே வருவதற்கு உதவுகிறான். படகிலிருந்து துடுப்பை எடுத்து அவனிடம் கொடுக்கிறான். படகின் பக்கவாட்டின் மீது ஓங்கி அடித்து சத்தம் எழுப்புவதற்காக இப்படிச் செய்கிறான். இயாகோ வேகமாகச் சென்று வீட்டின் முன் பகுதியில் உள்ள வளைவான நுழைவாயில் அருகே மறைந்துகொள்கிறான்.

ரோட்ரிகோ பேசுவது: ஐயோ...! ப்ரோபானிட்டோ ஐயா...! இப்படி நடந்துவிட்டதே! எச்சரிக்கை ஓலம் எழுப்பும் காட்சி தொடங்குகிறது. அவசர கதியில் அல்லாமல் முழுமையாக கையாள வேண்டிய காட்சி இது. இதில், ஒவ்வொரு விஷயமும் நியாயப்படுத்தப்பட வேண்டும், அந்த வீட்டில் தூங்கிக் கொண்டிருந்த அனைவரையும் உண்மையிலேயே எழுப்பியுள்ளதாக அவருக்கே நம்பிக்கை வர வேண்டும். இது அவ்வளவு சுலபமல்ல. இதே வரிகளைப் பல தடவை திருப்பிச் சொல்வதற்கு தயங்கக்கூடாது.

பலமாக எழுப்பப்படும் சத்தங்களுக்கு இடையே -ரோட்ரிகோ, துடுப்பால் படகில் அடிப்பது, படகைக் கட்டுவதற்கான கம்பத்தில் சங்கிலியால் அடித்து ஓசை எழுப்புவது - உரிய இடைவெளி கொடுத்து அந்த வரிகளைச் சொல்ல வேண்டும். சங்கிலியை அடித்து ஓசை எழுப்பும்படி படகோட்டி யிடமும் ரோட்ரிகோ சொல்ல வேண்டும். நுழைவாயில் தூணுக்குப் பின்னால் மறைந்துகொண்டு, அழைப்பு மணிக்கு பதிலாக அன்றைய காலகட்டத்தில் பயன்படுத்தப்படும் ஓசை யெழுப்பும் சாதனத்தால் கதவில் இயாகோ அடிக்கிறான்.

வீட்டில் உள்ளவர்களை சத்தம் போட்டு எழுப்பும் காட்சி: (1) மேடையின் பின்பக்கம் வெகுதூரத்தில் ஒலிக்கும் குரல்கள் கேட்கின்றன. இரண்டாவது மாடியில் உள்ள ஒரு ஜன்னல் திறக்கப்பட்டுள்ளது. (2) ஒரு ஜன்னல் கண்ணாடியில் முகத்தை அழுத்தியவாறு பார்க்கும் ஒரு வேலைக்காரன் தெரிகிறான்; வெளியே என்ன நடக்கிறது என்பதைக் கவனித்துப் பார்க்க அவன் முயற்சி செய்கிறான். இன்னொரு கண்ணாடி வழியாக ஒரு பெண்ணின் முகம் (டெஸ்டமோனாவின் செவிலித்தாய்) தெரிகிறது. அவள் தூக்கக் கலக்கத்தில் இருக்கிறாள். இரவு உடை அணிந்திருக்கிறாள். மூன்றாவது ஜன்னல், ப்ரோபானிட்டோவால் திறக்கப்படுகிறது. ஜன்னல் வழியாக அவர்கள் ஒவ்வொருவரும் தோன்றும் நேரத்திற்கிடையே விழித்துக்கொண்ட வீட்டிற்குள் சத்தம் அதிகரித்தவண்ணம் உள்ளது.''

''இந்தக் காட்சி விரிந்துகொண்டிருக்கும்போது, அனைத்து ஜன்னல்களின் அருகே மெல்ல மெல்ல மக்கள் நிரம்பியுள்ளனர். அவர்கள் அனைவரும் தூக்கக் கலக்கத்துடன் உள்ளனர். இரவு உடையில் இருக்கின்றனர். இரவில் எச்சரிக்கை ஒலி எழுப்பிய போது உள்ள காட்சி இதுதான்.

சுற்றும் முற்றும் பார்த்து இந்த சத்தத்திற்கான காரணத்தைப் புரிந்துகொள்வதற்காக தீவிரமாக முயற்சி செய்ததுதான் இந்தக் கூட்டத்தின் உடல்சார்ந்த குறிக்கோள்.

முடிந்த அளவுக்கு கூச்சல் எழுப்பி அனைவரையும் பீதியடைய வைத்து அவர்களின் கவனத்தை ஈர்ப்பதுதான் ரோட்ரிகோ, இயாகோ, படகோட்டி, ஆகியோரின் உடல்சார்ந்த குறிக்கோளாகும்.

எனவே, மக்கள் கூட்டம் இடம் பெறும் முதல் காட்சி, ப்ரோபானிட்டோ தோன்றுவதற்கு முன்னரே வருகிறது. இரண்டாவது காட்சி பின்வரும் வார்த்தைகளை அடுத்து வருகிறது:

ப்ரோபானிட்டோ: என்ன செய்து கொண்டிருக்கிறாய்?

ரோட்ரிகோ : என் பெயர் ரோட்ரிகோ.

இடைவெளி. மக்கள் கூட்டம் இடம் பெறும் காட்சி; பொதுவான சீற்றம். டெஸ்டமோனா சென்ற இடங்களுக்கு எல்லாம் ரோட்ரிகோ பின்தொடர்ந்து சென்றது பற்றி ஏற்கெனவே சொல்லப்பட்டுள்ள விஷயங்களின் அடிப்படையிலும், ரோட்ரி கோவின் மீது மக்கள் ஆரஞ்சுத் தோல்களையும் குப்பையையும் வீசி எறிந்து துரத்தி அடித்ததையும் நாம் தெரிந்து கொண்டதன் அடிப்படையிலும் பார்த்தால், இந்தப் பொதுவான சீற்றம், புரிந்துகொள்ளக்கூடியதுதான். மேலும், உதவாக்கரையான இந்தக் குடிகார ஜந்து நடு ராத்திரியில் வீட்டில் உள்ள அனை வரையும் எழுப்பிவிட்டுள்ளது எவ்வளவு திமிர் பிடித்த செயல்? அவர்கள் அனைவரும் ஒருவருக்கொருவர் இப்படிப் பேசிக் கொண்டனர். எப்படிப்பட்ட ஆணவம் பிடித்தவன் இவன்? இவனை நாம் என்ன செய்வது?

ப்ரோபானிட்டோ, ரோட்ரிகோவை வசைமாறிப் பொழிகிறான். ஏதோ ஓர் அற்பக் காரணத்திற்காகத்தான் இவன் இப்படித் தொல்லைப்படுத்தியிருக்கிறான் என்று மற்ற அனைவரும் நம்புகின்றனர். பலர், ஜன்னலைவிட்டு அகன்று செல்கின்றனர். கூட்டம் குறைகிறது. சில ஜன்னல்கள் மூடப்படுகின்றன. இந்த நிலவரம் ரோட்ரிகோவையும் இயாகோவையும் மேலும் அதிகமாக ஆவேசம் கொள்ள வைக்கிறது.

ஜன்னல் அருகே இன்னமும் எஞ்சியுள்ள வேலைக்காரர்கள் ரோட்ரிகோவைத் திட்டுகின்றனர். அவர்கள் அனைவரும் ஒரே

நேரத்தில் பேசுகின்றனர். அடுத்த கணத்தில் அனைத்து ஜன்னல்களும் மூடப்படவுள்ளன.

ப்ரோபானிட்டோ ஏற்கெனவே ஜன்னலைப் பாதி மூடியவாறு திரும்பிச்செல்லத் தயாராகிவிட்டதால், ரோட்ரிகோ நிலை கொள்ளாமல் தவிக்கிறான். ஆனால், அந்த ஜன்னலை முழுமையாக மூடுவதற்கு முன்பு ப்ரோபானிட்டோ பின் வரும் வரிகளைப் பேச ஆரம்பிக்கிறான்.

என்னுடைய அந்தஸ்தும் இந்த இடத்தின் பெருமையும் எப்படிப்பட்டது என்பதை நீ கண்டிப்பாகத் தெரிந்துகொண்டிருக்க வேண்டும்...

திரும்பிப் போகாமல் ப்ரோபானிட்டோவை அதே இடத்தில் இருக்கவைப்பதற்காக ரோடெரிக்கோவும் இயாகோவும் தங்கள் சக்திக்கு உட்பட்ட அனைத்தையும் மேற்கொள்ள வேண்டுமே என்பதற்காக எப்படிப்பட்ட பதைபதைப்புக்கும் பரபரப்புக்கும் ஆளாகியிருப்பார்கள் என்பதை உங்களால் கற்பனை செய்ய முடியும்.

இயாகோவின் வசனம் தொடங்குகிறது: அதிர்ச்சிக் குரலில், ''ஸார்...'' என ஆரம்பிக்கிறான். ஆனால், தவறான புரிதலுக்கு முற்றுப்புள்ளி வைப்பதற்காக வழக்கத்திற்கு மாறான ஏதாவது வழிமுறைகளை அவன் கண்டுபிடித்தாக வேண்டும். தன்னை யாரும் அடையாளம் கண்டுகொள்ளாமல் இருப்பதற்காக மிக கவனமாக தன் தொப்பியை அகற்றுகிறான். இன்னமும் ஜன்னல்கள் வழியாக உற்றுப் பார்த்துக்கொண்டிருப்போரும் ஜன்னல்களுக்குத் திரும்பி வந்துள்ள பலரும் தங்கள் கழுத்தை வெளியே நீட்டி, தூணுக்குப் பின்னால் நின்றுகொண்டிருக்கும் முன்பின் தெரியாத இந்த நபர் யார் என்று பார்த்தார்கள்.

பின்வரும் வார்த்தைகளுக்குப் பிறகு... 'நீங்கள் ஒரு செனட்டர்!'' ஒரு சிறிய இடைவெளியை அடுத்து மக்கள் கூட்டம் இடம் பெறும் காட்சி. இயாகோ பேச ஆரம்பித்தவுடன் ஏற்கெனவே கோபம் கொண்டிருந்தவர்கள் மேலும் ஆத்திரமடைந்தனர்.

ப்ரோபானிட்டோவின் பாதுகாப்புக்காக அவரை நோக்கி விரைந்தனர். ஆனால், அவர்கள் அனைவரையும் அவர் தடுத்து நிறுத்திவிட்டார்.

ரோட்ரிகோ சொல்லும் வார்த்தைகள்: "ஸார், நான் எல்லாவற்றுக்கும் பதில் சொல்வேன்..." மிகவும் நடுக்கத்துடன் இரவில் நிகழ்ந்த சம்பவங்களைத் துல்லியமாக தொடர்புபடுத்தி சொல்லத் தொடங்குகிறான். இந்தச் சதியை ரசிகர்களுக்கு புரியவைக்க வேண்டும் என்பதற்காக அவன் இந்த முயற்சியில் இறங்கவில்லை. ஒரு பயங்கரமான, மானக்கேடான கடத்தல் சதியை ப்ரோபானிட்டோவுக்கு முடிந்த அளவுக்கு தெளிவாகப் புரியவைத்து, மிகவும் தீவிரமான நடவடிக்கைகளில் அவரை இறங்கவைப்பதுதான் அவனது திட்டம். பலவந்தமாகக் கடத்திச் செல்லப்பட்டு, இந்தத் திருமணம் நடைபெற்றதாக அவரை நம்பவைத்து, தனது குறிக்கோளை நிறைவேற்றிக்கொள்வதற்கு தன்னால் முடிந்த அளவுக்கு அனைத்து முயற்சிகளையும் மேற்கொள் கிறான். டெஸ்டமோனாவையும் மூரையும் பிரிப்பதற்காக, காலம் கடந்துவிடுவதற்கு முன்பாக ஒட்டுமொத்த நகரத்தையும் விழித்தெழ வைக்க வேண்டும் என்பதுதான் அவனது திட்டம்.

பின்வரும் வார்த்தைகளுக்குப் பிறகு: 'சட்டப்படி என் மீது எந்த நடவடிக்கையை வேண்டுமானாலும் எடுங்கள்...' அதிர்ச்சி கலந்த திகைப்பு காரணமாக ஓர் இடைவெளி. இந்த இடைவெளி உளவியல் அடிப்படையில் அத்தியாவசியமான ஒன்று. அங்கிருந்த அனைவரின் மனதிற்குள் அதிரடியான ஒரு தலைகீழ் மாற்றம் நிகழ்கிறது. ப்ரோபானிட்டோ, செவிலித்தாய் மற்றும் அந்த மாளிகையில் இருந்த அனைவரையும் பொறுத்தவரை டெஸ்டமோனா, இன்னமும் ஒரு குழந்தையாகத்தான் தெரிகிறாள். ஒரு சிறுமி, இளம் மங்கையாக மாறுவதை ஒரு வீட்டில் உள்ளவர்கள் எப்போதுமே உணர்வதில்லை என்பது பொதுவான உண்மை.

டெஸ்டமோனாவை ஒரு மங்கையாகப் பார்ப்பது, வெனிஸ் நகரின் மிகவும் செல்வாக்கான ஒரு கனவானின் மனைவியாக

அல்லாமல் விகாரமான, கருப்பர் இனத்தைச் சேர்ந்த மூரின் மனைவியாகப் பார்ப்பது எவ்வளவு பயங்கரமான இழப்பு என்பதைப் புரிந்துகொள்வது, வீட்டில் ஏற்பட்டுள்ள வெற்றிடத்தை உணர்வது, வீட்டின் விலைமதிக்க முடியாத பொக்கிஷம் தந்தையிடமிருந்தும் செவிலித்தாயிடமிருந்தும் கவர்ந்துசெல்லப்பட்டதை ஜீரணித்துக்கொள்வது என்ற இந்தப் பயங்கரமான புதிய விஷயங்களை எல்லாம் சாதாரணமாக எடுத்துக்கொள்ளும் அளவுக்குத் தங்களைப் பக்குவப்படுத்திக்கொண்டு, ஒரு புதிய சரமரச வழியைக் கண்டுபிடிப்பது என்ற இத்தனை விஷயங்களுக்கும் அவகாசம் தேவைப்படுகிறது. ப்ரோபானிட்டோ, செவிலித்தாய் மற்றும் அந்தரங்கப் பணியாளர்கள் கதாபாத்திரங்களை ஏற்றுள்ளவர்கள், இந்த விஷயங்களை எல்லாம் பொருட்படுத்தாமல், அவசர கதியில் நடித்துவிட்டார்கள் என்றால், அது பெரும் பாதிப்பை ஏற்படுத்திவிடும்.

இவற்றையெல்லாம் அறிவுபூர்வமாகவும் அடுத்தடுத்து தொடரும் நிகழ்வுகளாகவும் நடிகர்கள் உணர்ந்தால் அதாவது, ஒரு கருப்பு சாத்தானை, டெஸ்டமோனா கட்டித் தழுவிக் கொண்டிருப்பதையும், இந்த இளம் பெண் இருந்த அறை தற்போது காலியாக இருப்பதையும், இந்தக் கீழ்த்தரமான செயலால் அவள் குடும்பத்திற்கு ஏற்பட்டுள்ள களங்கம், அதன் காரணமாக ஒட்டு மொத்த நகரை பாதிக்கும் பின் விளைவுகளையும் கற்பனை செய்து பார்த்தால், இந்த இடைவெளி என்பது, நடிக்க வேண்டிய காட்சிக்கு நடிகர்களை சிறப்பாக வழிநடத்தக்கூடிய நிலை மாற்றமாக அமையும்.

. தலைமை நீதிபதி மற்றும் செனட் சபையின் அனைத்து உறுப்பினர்களின் பார்வையில் ப்ரோபோனிட்டோ சமரசத்திற்கு தயாராகிவிட்டதாகத் தெரிந்தால்... ஒரு மனிதனாகவும் தந்தையாகவும் அவரை நிலைகுலைய வைத்த அனைத்து விஷயங்களையும் அவர்களால் உணர முடிந்தால்... செவிலித் தாயைப் பொறுத்தவரை அவள் அந்த வீட்டிலிருந்து தூக்கி எறியப்படலாம் அல்லது நீதிமன்றத்தில் நிறுத்தப்படலாம்.

இந்த விஷயங்கள் அனைத்தையும் நினைவுபடுத்திக்கொண்டு, புரிந்துகொண்டு, இப்படிப்பட்ட தருணத்தில் தாங்கள் என்ன செய்ய வேண்டும் என்பதைத் தீர்மானிப்பதுதான் நடிகர்களின் குறிக்கோள். அப்படி முடிவு செய்தால்தான், நாடகத்தில் குறிப்பிடப்பட்டுள்ள விஷயங்களை அவர்கள் ஜீவனுடன் வெளிப்படுத்த முடியும். அதாவது, ஒரு நாடகத்தின் கதாபாத்திரங் களாக அல்லாமல், நிஜ மனிதர்களாக வாழ்ந்து காட்ட முடியும். இந்தக் குறிக்கோள் பின்வரும் விஷயங்களின் அடிப்படையில் அமைந்திருக்க வேண்டும்:

எப்படிப்பட்ட உடல் சார்ந்த நடவடிக்கையை மேற்கொள்வது? (உணர்வது அல்ல. இந்தக் கட்டத்தில் உணர்வது என்ற பேச்சுக்கே இடமில்லை.) நாடக ஆசிரியர், நாடக இயக்குனர், காட்சி அமைப்பாளர் ஆகியோர் உருவாக்கியுள்ள சூழ்நிலைகளின் அடிப்படையிலும், தனது சுய கற்பனை மூலம் நடிகர் அமைத்துக்கொண்டுள்ள சூழ்நிலைகள் மற்றும் ஒளி-அமைப்பு தொழில்நுட்பப் பணியாளர்கள் ஆகியோர் முடிவு செய்துள்ள சூழ்நிலைகளின் அடிப்படையிலும், தான் எப்படி நடிப்பது என்ற கேள்விகளுக்கு ஒவ்வொரு நடிகரும் நேர்மையுடன் பதிலளிக்க வேண்டும்.

உடல் சார்ந்த இந்த நடவடிக்கைகள் தெளிவாக வரையறுக் கப்பட்ட பிறகு, நடிகர் செய்ய வேண்டியது எல்லாம் அவற்றை அப்படியே நிறைவேற்றுவது மட்டுமே. உடல் சார்ந்த நடவடிக் கைகளை நிறைவேற்றுவது என்றுதான் நான் சொல்கிறேன் என்பதை கவனத்தில் கொள்ள வேண்டும். அவற்றை உணர வேண்டும் என்று நான் சொல்லவில்லை. இந்த நடவடிக்கைகள் முறையாக மேற்கொள்ளப்பட்டால், வெகு இயல்பாக, உணர்வுகள் வெளிப்படும். ஆனால், நீங்கள் இதற்கு மாறாக முதலில் உங்கள் உணர்வுகள் குறித்து யோசித்து, பிறகு அவற்றை வெளிப்படுத்த முயன்றால், மோசமான விளைவுகள் ஏற்படும். செயற்கையான நடிப்பைத்தான் வெளிப்படுத்த முடியும்.

பின்வரும் வார்த்தைகளுக்குப் பிறகு வரும் முக்கியமான இடைவெளி குறித்து, மேலும் கொஞ்சம் சொல்கிறேன். ''சட்டப்படி என் மீது எந்த நடவடிக்கையை வேண்டுமானாலும் எடுங்கள்...''

இப்படிப்பட்ட ஒரு தருணத்தில் ப்ரோபானிட்டோ போன்ற ஒருவர் என்ன செய்வார் என்பது குறித்து ஒரு சிறு குறிப்பை உங்களுக்குத் தருகிறேன். (1) நடந்த விஷயத்தை, தான் நம்பித்தான் ஆகவேண்டும் என்பதை தன்னிடம் கூறப்பட்ட பயங்கரமான தகவலிலிருந்து புரிந்துகொள்ள முயல்கிறார். (2) அடுத்த கணத்தில் இன்னும் அதிக பயங்கரமான தகவலை தன்னிடம் அந்த நபர் சொல்ல முனையும்போது, தான் எதிர்கொண்டுள்ள ஒரு தாக்குதலை, கேடயம் ஏந்தித் தடுப்பது போல, அந்த இடி போன்ற செய்தியை சொல்லவிடாமல் தடுக்க விரைகிறார். (3) மற்றவர் களிடமிருந்து உதவியை நாடி சுற்றும் முற்றும் பார்க்கிறார். இந்தத் தகவலை அவர்கள் எப்படி எடுத்துக்கொண்டுள்ளனர்? – அவர்கள் அதை ஏற்றுக்கொண்டுள்ளார்களா? அல்லது அதற்கு முக்கியத்துவம் கொடுத்துள்ளார்களா என்பதைத் தெரிந்துகொள்ள, அவரது கண்கள் அவர்கள் இதயங்களின் ஆழத்துக்குள் தேடிப் பார்க் கின்றன. அல்லது இப்படிப்பட்ட பாதகச் செயல், இழிவானது, அநியாயமானது என்று சொல்லுமாறு கெஞ்சிக் கேட்பது போன்று தனது பார்வை மூலம் அவர்களிடம் கோரிக்கை வைக்கிறார். (4) பிறகு டெஸ்டமோனாவின் அறையை நோக்கிப் பார்த்த அவர், அது காலியாக இருப்பதைக் கற்பனை செய்ய முயல்கிறார்.

அடுத்து, அவரது சிந்தனைகள் அந்த மாளிகை முழுவதும் மின்னல் வேகத்தில் வியாபிக்கின்றன. எதிர்காலம் குறித்து கற்பனை செய்ய முயல்கிறார். வாழ்க்கையில் ஏதாவது ஒரு பிடிமானத்தைத் தேடுகிறார். அவரது சிந்தனைகள் வேறு திசையில் பாய்கின்றன. ஒரு மோசமான அறையில் ஒரு கேடுகெட்ட கொடூர மிருகத்தை அவை காண்கின்றன. அவனை இன்னும் ஒரு மனிதனாக அவரால் கற்பனையில்கூட நினைத்துப் பார்க்க முடிய வில்லை. ஒரு மிருகமாக, ஒரு கொரில்லாவாகத்தான் கற்பனை

செய்கிறார். எல்லாவற்றுக்கும் மேலாக அந்தப் பேரதிர்ச்சியிலிருந்து அவரால் தன்னை மீட்டுக்கொள்ள முடியவில்லை. எனவே, இனி ஒரே ஒரு வழிதான் உள்ளது. முடிந்த அளவுக்கு விரைவாக, எப்பாடு பட்டாவது, என்ன விலை கொடுத்தாவது அவளைக் காப்பாற்ற வேண்டும். அடுத்தடுத்த என்ன செய்ய வேண்டும் என்ற உணர்வு வந்ததும் தன்னை அறியாமலேயே ப்ரோபானிட்டோ பின்வரும் வரிகளை ஆவேசத்துடன் சொல்கிறார்:

தீப்பந்தங்களைக் கொளுத்துங்கள்! என்னிடமும் ஒன்றைக் கொடுங்கள்....! எனது ஆட்களைக் கூப்பிடுங்கள்!

பின்வரும் வார்த்தைகளுக்குப் பிறகு 'விளக்கை ஏற்றுங்கள்! நான் சொல்கிறேன்! விளக்கை ஏற்றுங்கள்!' குழப்பத்திற்கான இடைவெளி...வீட்டுக்குள் குழப்பம் ஏற்படுகிறது என்பதை மறந்துவிடக்கூடாது. எனவே, எந்தச் சத்தமும் ஒலிக்கவில்லை. ஆகையால் இந்தப் பின்னணியில் இயாகோ பேச வேண்டும்.

இயாகோ பேசுகிறான்: "விடை பெறுகிறேன். நான் புறப்பட வேண்டும்." என்று அவசரமாக சொல்கிறான். இப்போது அவன் கண்டுபிடிக்கப்பட்டுவிட்டால், எல்லாமே குட்டிச்சுவராகிவிடும். அவனுடைய சதித் திட்டம் அம்பலமாகிவிடும்.

மிகவும் அவசர கதியில் கடைசியாக உத்தரவுகளைப் பிறப்பிக்கும் ஒருவர் என்ன செய்கிறார்? தெள்ளத் தெளிவாகவும், துல்லியமாகவும், வெளிப்படையாகவும் பேசுகிறார். உள்ளுக்குள் நடுங்கிக்கொண்டும், முடிந்த அளவுக்கு அந்த இடத்திலிருந்து வெகு சீக்கிரமாக புறப்பட வேண்டிய கட்டாயத்தில் இருந்தாலும், குழப்பத்துடனோ அல்லது மிக வேகமாகவோ பேசக்கூடாது என்பது மிகவும் முக்கியம். ஆனால், நடுக்கத்தைக் கட்டுப்படுத்திக் கொண்ட அவன், தான் எந்தப் பதற்றமும் இல்லாமல், தெளிவாக இருப்பதாக காட்டிக்கொள்ள முயல்கிறான். ஏன் அப்படி? ஏனென்றால், எதையும் திருப்பிச் சொல்வதற்கு நேரமே இல்லை என்பது அவனுக்குத் தெரியும்.

இந்த இடத்தில் இயாகோ கதாபாத்திரத்தில் நடிப்பவரிடம் நான், அவருடைய சொந்த விருப்பப்படி, ஒரு மனிதன் என்ற முறையில் இந்தச் சதாரணக் குறிக்கோளை நிறைவேற்ற வேண்டும் என எச்சரித்தேன். அதாவது, அந்த நடவடிக்கை தொடர்பான அனைத்தையும் தெளிவாகச் சொல்ல வேண்டும் என்றும், இனி மேற்கொள்ள வேண்டிய நடவடிக்கைகள் குறித்து, ஒரு முடிவுக்கு வந்துவிட வேண்டும் என்றும் திட்டவட்டமாகக் கூறினேன்.

இப்போது, மக்கள் கூட்டம் இடம் பெறும் காட்சிக்கு இடையே அவர்களை ஒன்று திரட்டுவதற்காக ஓர் இடைவெளி. இயாகோவின் கடைசி வார்த்தைகளில் உண்மையான நிலவரம் தெள்ளத் தெளிவாகவும் விளக்கமாகவும் அங்கிருந்த மக்களுக்குத் தெரிவிக்கப்பட்டதும், ஜன்னலுக்குப் பின்னே இரவு விளக்குகளும், லாந்தர்களும் ஏற்றப்பட்டிருந்த அந்த வீடு முழுவதும், பதற்றமும் பரபரப்பும் பற்றிக்கொண்டது. வீட்டுக்குள் விளக்குகளின் வெளிச்சம் விட்டு விட்டுத் தெரிகிற சூழ்நிலை, மிக நன்றாக ஒத்திகை பார்க்கப்பட்டிருந்தால், பெரிய சிக்கல் ஏற்பட்டுள்ள நிலவரத்தை துல்லியமாகக் காட்ட முடியும். இதனிடையே அந்த மாளிகையின் கீழே, பெரிய இரும்புத் தாழ்ப்பாள் விலக்கப் படுகிறது. கிறீச் சத்தத்துடன் பிரதானக் கதவு திறக்கப்படுகிறது. கதவு வழியாக வாயிற்காப்பாளர் ஒரு லாந்தருடன் வெளியே வருகிறார். மற்ற வேலைக்காரர்களும் கூட்டமாக வெளியே வருகின்றனர். அவர்கள் அனைவரும் அங்குள்ள தூணை நோக்கி விரைகின்றனர். அப்படிச் செல்லும்போது, கையில் கிடைத்த ஏதேதோ உடைகளை அணிந்துகொள்கின்றனர். பிறகு, திரும்பி வந்து தாங்கள் புரிந்துகொள்ளாத விஷயம் குறித்து ஒருவருக் கொருவர் விளக்கம் கேட்டுக்கொள்கின்றனர். பிறகு மறுபடியும் ஓடுகின்றனர்.

உண்மையில் துணை நடிகர்கள் வீட்டுக்குள் திரும்பிச் சென்று சில தலைக் கவசங்கள், உடற் கவசங்களை அணிந்து கொண்டும், ஆயுதங்களை எடுத்துக்கொண்டும் தங்கள் தோற்றத்தை மாற்றி அமைத்துக்கொண்டு, அதே கதவு வழியாக வெளியே

வருகின்றனர். உள்ளே சென்ற நபர்கள், தாங்கள்தான் என்பதை ரசிகர்கள் அடையாளம் கண்டு கொள்ளாமல் இருப்பதற்காக இந்த உருவ மாற்றத்துடன் வெளியேறுகின்றனர். துணை நடிகர்கள் அதிக எண்ணிக்கையில் தேவைப்படுவது, இந்த உத்தி மூலம் தவிர்க்கப்படுகிறது. இதனிடையே உடையணிந்துகொண்டிருந்த மற்றவர்களும் வீட்டிலிருந்து கூட்டமாக வெளியே வருகின்றனர். ஈட்டிகள், வாட்கள் மற்றும் ஆயுதங்களைக் கரையில் கட்டப் பட்டிருந்த படகுகளில் (ரோட்ரிகோவின் படகில் அல்ல) நிரப்புகின்றனர். பிறகு மீண்டும் வீட்டுக்குள் சென்று மேலும் அதிக ஆயுதங்களைக் கொண்டு வருகின்றனர்.

அந்த மாளிகையில் மேல் தளத்தில் மூன்றாவது குழுவினரைப் பார்க்க முடிகிறது. அனைத்து ஜன்னல்களையும் அவர்கள் திறந்து வைத்துள்ளனர். சண்டைக்கான உடைகளைத் தரித்துக் கொள்கின்றனர். இதனிடையே கீழே உள்ளவர்களைக் கூப்பிட்டு, ஏதோ கேள்விகளைக் கேட்கின்றனர். ஒரே சத்தமாக இருப்பதால் யாராலும், எதையும் கேட்க முடியவில்லை. அதே கேள்விகளை மீண்டும் கேட்கின்றனர். கத்துகின்றனர்; கோபமாகப் பேசுகின்றனர்; பதற்றமாக உள்ளனர்; ஒருவரோடு ஒருவர் தகராறு செய்கின்றனர். வயதான அந்த செவிலித்தாய், பீதியோடு காணப்படுகிறாள். கூச்சலிட்டவாறே தூணை நோக்கி ஓடுகிறாள். வேலைக்காரி போல காணப்படும் இன்னொரு பெண்ணும் அதே நிலையில் அவளுடன் ஓடுகிறாள். மேலே உள்ள ஒரு ஜன்னல் அருகே, நடுங்கியவாறு ஒரு பெண், கீழே நடப்பதைக் கவலையுடன் பார்க்கிறாள். ஒருவேளை சண்டைக்குச் செல்லும் ஒருவனின் மனைவியாக அவள் இருக்கலாம். அவள் கணவன், திரும்பி வருவானா என்பது யாருக்குத் தெரியும்?

பின்வரும் வார்த்தைகளுக்குப் பிறகு: 'ஐயோ! துரதிர்ஷ்டம் பிடித்த பெண்ணே! மூருடனா? உனக்கு இந்த கதியா?' ஒரு வாளை ஏந்தியவாறு ப்ரோபானிட்டோ முன்னே வருகிறார். அவருக்காக தனது படகைக் கொண்டு வந்து நிறுத்திக்கொண்டு, உத்தரவுகளைப் பிறப்பித்துக் கொண்டிருக்கும் ரோட்ரிகோவை,

முன்பின் தெரியாத ஒருவரிடம் கறாராகப் பேசுவது போல, குறுக்கு விசாரணை செய்கிறார்.

பின்வரும் வார்த்தைகளுக்குப் பிறகு: 'சிலர், இந்தப் பக்கம் செல்லுங்கள். சிலர் அந்தப் பக்கம் செல்லுங்கள்...' ஒரு இடைவெளி. ப்ரோபானிட்டோ உத்தரவுகளைப் பிறப்பித்துக் கொண்டிருக்கிறார். ரசிகர்களின் இடது பக்கமாக படகு செல்ல வேண்டும் என்பதைக் குறிப்பிடும் வகையில் 'சிலர்' இந்தப் பக்கமாகச் செல்லுங்கள்' எனக் கால்வாயைச் சுட்டிக் காட்டுகிறார். 'சிலர்' அந்தப் பக்கமாக...' எனத் தெருவைச் சுட்டிக்காட்டுகிறார். அந்த வீதி, ப்ரோபானிட்டோ மாளிகைக்கு இடது புறம் பின்பக்கம் உள்ளது.

கட்டப்பட்டிருந்த படகுகள் புறப்படுகின்றன... சங்கிலிகள் சத்தம் எழுப்புகின்றன.

பின்வரும் வார்த்தைகளுக்குப் பிறகு: '... என்னுடன் வருவதற்கு சிறந்த பாதுகாவலனை அனுப்புங்கள்' படகில் இருந்த தனது வேலைக்காரனை நோக்கி வேகமாகச் சென்ற ப்ரோபானிட்டோ, அவனிடம் ஏதோ சொல்கிறார். அந்த வேலைக்காரன் படகிலிருந்து குதித்து, ப்ரோபானிட்டோ மாளிகையின் வலது பக்கம் உள்ள வீதியில் ஓடுகிறான்.

பின்வரும் வார்த்தைகளைச் சொன்னவுடனேயே: 'எனக்கு வழிகாட்டிச் செல்லுங்கள்...' ரோட்ரிகோவின் படகில் ப்ரோபானிட்டோ ஏறிக்கொண்டார்.

பின்வரும் வார்த்தைகளைச் சொல்லிக்கொண்டிருக்கும்போது: 'ஆயுதங்களை எடுத்துக்கொள்ளுங்கள்.' ஈட்டிகளையும் வேல்கம்பு களையும் உயர்த்திக் காட்டினர்.

பின்வரும் வரியைச் சொன்னவுடனேயே: 'இரவு நேர சிறப்பு அதிகாரிகள் சிலரை ஒன்று திரட்டுங்கள்.' செவிலித்தாயுடன் இருந்த வேலைக்காரி வீதியில் ஓடிச்சென்று இருளில் மறைந்தாள்.

காட்சியின் பின்வரும் கடைசி வரியைச் சொன்னவுடனேயே: 'உங்கள் வேதனையை நான் போக்குகிறேன்...' ப்ரோபானிட்டோ

ஏறியுள்ள ரோட்ரிகோவின் படகும் வீரர்கள் ஏறியுள்ள படகும் புறப்பட்டன.

★ ★ ★

தத்ஸோவ் பின்வருமாறு விளக்கமளிக்கிறார்: ''நீங்கள் நடிப்பதற்காக ஒதெல்லோவின் முதல் காட்சிக்காகத் தேவைக்கு அதிகமாகவே சிறப்பாக உங்களைத் தயார்படுத்திக்கொண்டிருக் கிறீர்கள். உடலாலும் உள்ளத்தாலும் உங்கள் கதாபாத்திரத்தின் ஜீவனை உணர்ந்து நாம் இதுவரை ஆராய்ந்துள்ள விஷயங்களின் அடிப்படையில் நடிக்க வேண்டும். நீங்கள் மீண்டும் நடிக்கும் போது, உங்கள் சொந்த வாழ்க்கையிலிருந்து மேலும் மேலும் அதிகமானவற்றைச் சேர்த்துக்கொண்டு, உங்களுக்கே உரித்தான சுபாவத்திலிருந்து மேன்மேலும் அதிகமாக கிரகித்துக் கொண்டும் செயல்பட வேண்டும்.

ஆனால், நடிப்பு என்பதை மட்டுமே நாம் முக்கியமாக எடுத்துக்கொள்ளவில்லை. கதாபாத்திரங்களில் பயன்படுத்து வதற்கான வழிமுறைகளையும் உத்திகளையும் ஆராய்வதற்காகத் தான் ஒதெல்லோ நாடகத்தை எடுத்துக்கொண்டோம். எனவே, முதல் காட்சிக்கான நமது பரீட்சார்த்த நடவடிக்கைகளை நாம் முடித்துக்கொண்டுள்ள நிலையில், எச்சரித்து அனைவரையும் எழுப்புவது மற்றும் தப்பிச் சென்றவர்களைத் தேடிக் கண்டு பிடிப்பது ஆகிய காட்சிகளுக்கு அடிப்படையாக அமைந்துள்ள, வழிமுறையையும் கோட்பாட்டையும் இப்போது புரிந்துகொள்ள முயற்சி செய்வோம். அதாவது, அந்தக் கோட்பாட்டை இப்போது ஆராயத் தொடங்குவோம். அப்போதுதான் அதை அடிப்படை யாகக் கொண்டுள்ள செயல்முறையை நாம் தெரிந்துகொள்ள இயலும்.

உங்களிடமிருந்து நாடகப் பிரதிகளை எல்லாம் நான் வாங்கிக் கொண்டு, அவற்றைச் சற்று நேரம் நீங்கள் பார்க்கக்கூடாது என உறுதிமொழி வாங்கிக்கொண்டதை நினைவுபடுத்திப் பாருங்கள்.

அந்தப் பிரதிகள் இல்லாமல் ஓதெல்லோ நாடகத்தின் உள்ளடக்கங்களை உங்களால் தொடர்புபடுத்திப் பார்க்க முடியாததைக் கண்டு நான் வியப்படைந்தேன். இந்த நாடகத்துடன் உங்களுடைய முதல் தொடர்பு, துரதிர்ஷ்டவசமாக இருந்தாலும், சில விஷயங்கள் நிச்சயமாக உங்களிடம் எஞ்சியிருக்கும். அப்படித்தான் நடந்தது. பாலைவனச் சோலை போல உங்கள் நினைவுகளில் சில விஷயங்கள் தங்கியுள்ளன. ஓதெல்லோ நாடகத்தின் முக்கியமான இடங்களை பல்வேறு பகுதிகளிலிருந்து நீங்கள் நினைவுகூர்ந்தீர்கள். இவற்றை மேலும் வலுவாக உங்களுக்குள் பதியவைக்க நான் முயன்றேன்.

அதன் பிறகு உங்கள் நினைவுகளைப் புதுப்பிப்பதற்காக ஒட்டுமொத்த நாடகமும் உங்களுக்கு வாசித்துக் காட்டப்பட்டது. இந்த வாசிப்பு, புதிய தெளிவு எதையும் உங்களுக்குள் ஏற்படுத்த வில்லை. ஆனாலும் இந்தத் துயர நாடகத்தின் பொதுவான போக்கு குறித்து விளங்க வைத்தது. நீங்கள் அனைவரும் சில குறிப்பிட்ட சம்பவங்களை நினைவுகூர்ந்தீர்கள். பின்னர், அறிவுபூர்வமான மற்றும் அடுத்தடுத்தத் தொடர் நிகழ்வுகளின் அடிப்படையிலான சில குறிப்பிட்ட செயல்களையும் நினைவுகூர்ந்தீர்கள். ஓதெல்லோ உள்ளடக்கங்கள் குறித்து நீங்கள் அளித்த உரிய விளக்கங் களுக்குப் பிறகு அவற்றையெல்லாம் எழுதிக்கொண்டீர்கள். பிறகு, உடல் சார்ந்த செயல்களின் அடிப்படையிலும் உங்களுக்குக் கூறப்பட்ட சம்பவங்களின் அடிப்படையிலும் முதல் காட்சியை நடித்துக் காட்டினீர்கள். ஆனால், உங்கள் நடிப்பில் எந்த உண்மையும் பளிச்சிடவில்லை. உண்மையை உருவாக்குவது என்பது இந்தப் பணியில் மிகவும் சவாலான ஒன்று.

நடப்பது, பார்ப்பது, கவனிப்பது முதலான உடல் சார்ந்த வாழ்க்கையின் பொதுவான எளிய விஷயங்கள்தான் மிகுந்த கவனத்தை ஈர்க்கின்றன. இதற்காக அதிக முனைப்பு தேவைப் படுகிறது. பல தொழில் முறை நடிகர்களைவிட நீங்கள் மேடையில் சிறப்பாக இவற்றை வெளிப்படுத்தினீர்கள். ஆனால், சாதாரண மனிதர்களைப் போன்று உங்களால் இதைச் செய்ய முடிய

வில்லை. நிஜ வாழ்க்கைச் சூழ்நிலையில் உங்களுக்கு மிகவும் பரிச்சயமான விஷயங்களை, ஆழ்ந்து கவனித்துப் பார்ப்பது மிகவும் முக்கியம். எவ்வளவு கஷ்டமான வேலை இது! இறுதியில் நீங்கள் அதை சாதித்துவிட்டீர்கள். உயிர் விடும் காட்சியை தத்ரூபமாக நடித்துக் காட்டினீர்கள்.

ஆரம்பத்தில் சில இடங்கள் உயிரோட்டமாக இருந்தன. போகப் போக அந்தக் காட்சி முழுவதும் வெகு இயற்கையாக அமைந்துவிட்டது. உண்மையின் பெரிய பகுதியை உங்களால் வெளிப்படுத்த இயலாத நிலையில், அதன் சிறு சிறு பகுதிகள் பளிச்சிட்டு ஒன்றுடன் ஒன்று இணைந்து, பெரிய பகுதியாக மாறுகின்றன. உண்மையுடன், அதன் பிரிக்க முடியாத இன்னொரு அம்சமான நம்பிக்கையும் - அதாவது, உடல் சார்ந்த செயல்களின் யதார்த்தத்தின் மீதான நம்பிக்கை, உங்கள் கதாபாத்திரங்களின் உடல் சார்ந்த இருப்பின் மீதான நம்பிக்கை – சேர்ந்தே வருகிறது. இந்த வகையில் நாடகத்தின் ஒவ்வொரு கதாபாத்திரத்திலும் இரண்டறக் கலந்துள்ள இரண்டு இயல்புகளை நாம் உருவாக்கினோம்.

இந்த உடல் சார்ந்த இருப்பை திரும்பத் திரும்ப வெளிப்படுத்தியதன் பலனாக அது மேலும் வலுவடைந்தது. கஷ்டமான ஒன்று, பழக்கமான ஒன்றாக மாறியது. பழக்கமானது சுலபமாக மாறியது. இறுதியில், உங்கள் கதாபாத்திரத்தின் உடல் சார்ந்த பகுதியை, உங்களால் வசப்படுத்திக்கொள்ள முடிந்தது. நாடக ஆசிரியரும் இயக்குனரும் உங்களுக்குச் சுட்டிக்காட்டிய உடல் சார்ந்த செயல்கள் உங்களுடைய சொந்த செயல்களாக மாற்றமடைந்தன. எனவேதான், அவற்றை நீங்கள் மீண்டும் மீண்டும் ரசித்து, அனுபவித்து, மேற்கொண்டீர்கள். நீங்கள் பயன்படுத்து வதற்கான வார்த்தைகள் உடனடியாக தேவைப் பட்டதை உணர்ந்ததில் எந்த ஆச்சரியமும் இல்லை.

ஏனென்றால், நாடக ஆசிரியரின் கதை-வசனப் பிரதி உங்கள் கைவசம் இல்லாததால், உங்களுடைய சொந்த வார்த்தைகளை நாடினீர்கள். புறக் குறிக்கோள்களை நிறைவேற்றுவதற்காக

மட்டுமே அவற்றின் உதவியை நீங்கள் நாடவில்லை. உங்களுடைய சிந்தனைகளை வெளிப்படுத்தவும் உங்களுக்குள் முகிழ்ந்த அனுபவங்களை வெளிப்படுத்தவும், அவை உங்களுக்குத் தேவைப் பட்டன. இந்தத் தேவை நாடகத்திலிருந்து சிந்தனைகளின் சில பகுதிகளை உருவாக்கிக்கொள்வதற்காக அதற்குள் மீண்டும் உங்களை நுழைய வைத்தது. உங்களுக்குள் முழுமையாகப் புலப்படாமல் இருந்த உணர்வுகளுக்குள்ளும், உங்களை ஊடுருவிச் செல்ல வைத்தது.

ஒத்திகை பார்க்கப்பட்டதற்கு ஏற்ப, முதல் காட்சியை முழுமையாக நீங்கள் கிரகித்துக்கொள்ளும் வரையில், உங்களை அறியாமல், இந்த உத்திகளை, ஆலோசனைகள், திரும்பத் திரும்ப செயல்பட வைத்தல் ஆகிய வழிமுறைகள் மூலம் அறிவுபூர்வ மாகவும், ஓர் ஒழுங்கு முறையுடனும் உங்களுக்குள் பதிய வைத்தேன். இப்போது நாடக ஆசிரியர் வகுத்திருந்த, உங்களுக்கு அந்நியமான செயல்களும் உங்கள் கதாபாத்திரங்களின் ஆன்மீக வாழ்க்கையும், உங்களுடைய சொந்த இருப்பில் கிளை விரித்துள்ளன. அவற்றை நீங்கள் மகிழ்ச்சியுடன் உங்களுக்குள் இரண்டறக் கலக்க வைத்திருக்கிறீர்கள்.

ஒரே சமயத்தில், உங்கள் கதாபாத்திரங்களின் உடல் சார்ந்த இருப்பையும், ஆன்மீக இருப்பையும் வலுவடையச் செய்யாமல், இந்தப் பலனை நாம் பெற்றிருக்க முடியுமா?

தவிர்க்க முடியாத இந்தக் கேள்வி எழுகிறது: இரண்டாவது இல்லாமல் முதலாவது இருக்க முடியுமா? அல்லது முதலாவது இல்லாமல் இரண்டாவது இருக்க முடியுமா?''

இன்னொரு முக்கியமான விஷயமும் உள்ளது. வாழ்க்கையின் இரண்டு அம்சங்களும் ஒரே ஆதாரத்திலிருந்து, அதாவது ஓதெல்லோ நாடகத்திலிருந்து வந்துள்ளவை. எனவே அவை ஒன்றுக்கொன்று அன்னியமானவை அல்ல. அவை, ஒன்றுடன் ஒன்று இரண்டறக் கலந்தவை. ஒத்திசைந்தவை என்பது மாற்ற முடியாத விதி. இந்த விதிக்கு நான் மிகுந்த முக்கியத்துவம் கொடுக்

கிறேன். காரணம், நமது மனம் சார்ந்த நுட்பத்திற்கு இதுதான் அடித்தளம்."

"நம்மைப் பொறுத்தவரை இந்த விதி, நடைமுறை அடிப்படையில் மிகவும் முக்கியத்துவம் வாய்ந்தது. ஒரு கதாபாத்திரம், உள் உந்துதல் மூலம் தானாகவே உயிரோட்டமாக வடிவம் பெறாத சந்தர்ப்பங்களில், மனம் சார்ந்த நுட்பங்கள் உதவியுடன் உயிர் கொடுக்க வேண்டிய அவசியம் உள்ளது. மனம் சார்ந்த இந்த நுட்பம், நமக்குக் கிடைக்கக் கூடியதாகவும் நடைமுறை சாத்தியமாகவும் இருப்பது அதிர்ஷ்டம் என்றே சொல்ல வேண்டும். தேவை ஏற்படும்போது, ஒரு கதா பாத்திரத்தின் உடல் சார்ந்த வாழ்க்கை மூலம், வெகு இயல்பாக அதன் ஆன்மீக வாழ்க்கையையும்கூட நம்மால் எட்ட முடியும். படைப்பாற்றல் மிளிரும் நடிப்புக்கு, இது மதிப்பு வாய்ந்த ஓர் ஆதார வளமாகும்.

ஆனால், ஒரு கதாபாத்திரத்தின் போக்கு, சிந்தனைகள், வார்த்தைகள் ஆகியவற்றோடு தொடர்புடையதாக நமது வழிமுறை அமைந்திருப்பதில்தான், மிகப் பெரிய அனுகூலம் உள்ளது.

உங்கள் கதாபாத்திரங்களில் இடம்பெற்றுள்ள சிந்தனைகள் ஜீவனற்றுப் போகும்போது, உங்களுடைய சொந்த வார்த்தை களைப் பயன்படுத்தும்படி நான் வலியுறுத்தியதை நினைவுபடுத்திப் பாருங்கள். அடுத்ததாக, எப்படிப்பட்ட சிந்தனை வருகிறது என்பதை நான் அடிக்கடி உங்களுக்கு நினைவுபடுத்தினேன் அல்லது ஆலோசனை கூறினேன். நாடகத்தில் ஷேக்ஸ்பியர் விதைத்துள்ள சிந்தனைகளின் தர்க்க நியாயம், உங்களுக்கு மேலும் மேலும் நெருக்கமாகிவிட்டதால், எனது ஆலோசனைகளை நீங்கள் அதிக ஆர்வத்துடன் கிரகித்துக்கொண்டீர்கள்.

உங்கள் கதாபாத்திரங்களின் வார்த்தைகளைப் பொறுத்த வரையிலும் இதுவேதான் நிகழ்ந்தது. ஆரம்பத்தில் நிஜ வாழ்க்கையில் நீங்கள் செய்வதைப் போலவே, உங்களுடைய மனதிலும்

நாவிலும் தோன்றும் வார்த்தைகளைத் தேர்ந்தெடுத்தீர்கள். உங்களுக்கான குறிக்கோளை வெற்றிகரமாக நிறைவேற்றுவதற்கு உதவும் வார்த்தைகளைப் பயன்படுத்தினீர்கள். இந்த விதத்தில், உங்களுடைய பேச்சும் கதாபாத்திரமும் சாதாரண நிலையில் மேம்பட்டு, திறன் வாய்ந்ததாக அமைந்தது. உங்களுடைய கதா பாத்திரங்களின் ஒட்டுமொத்த குணாம்சங்களும் நிலைநிறுத்தப் பட்டு, குறிக்கோள்களின் சரியான திசை, செயல்கள் மற்றும் சிந்தனைகள், வெகு நேர்த்தியாக செதுக்கப்படும் வரையில் இப்படிப்பட்ட சூழ்நிலையில் உங்களை நீண்ட நேரம் இருக்க வைத்தேன்.

இந்த முன் தயாரிப்புக்குப் பிறகுதான் நாடகத்தின் அச்சுப் பிரதிக்கு நாம் திரும்பினோம். ஷேக்ஸ்பியரின் சொந்த வார்த்தைகளை நீங்கள் பயன்படுத்த வேண்டிய சந்தர்பங்கள் வந்தபோது, முன்கூட்டியே நான் அந்த வார்த்தைகளை உங்களுக்கு ஆலோசனைகளாகத் தெரிவித்திருந்ததால், நாடகப் பிரதியைப் பார்த்து நீங்கள் பயிற்சி செய்ய வேண்டிய அவசியம் ஏற்பட வில்லை. உங்களுடைய சொந்த வார்த்தைகளைவிட நாடக ஆசிரியரின் வசன வரிகள், ஒரு சிந்தனையை அல்லது ஒரு செயலை வெகு சிறப்பாக வெளிப்படுத்தியதால், நீங்கள் அவற்றை அடங்காத ஆர்வத்தோடு பற்றிக்கொண்டீர்கள். ஷேக்ஸ்பியரின் வார்த்தைகள் மீது உங்களுக்கு மோகம் ஏற்பட்டதாலும் அவை உங்களுக்கு மிகவும் இன்றியமையாதவையாக அமைந்து விட்டதாலும் அவற்றை நினைவில் வைத்துக்கொண்டீர்கள்.

இதன் பலனாக என்ன நிகழ்ந்தது? இன்னொருவரின் வார்த்தைகள் உங்களுக்கு சொந்தமானவையாக மாறிவிட்டன. எந்த நிர்ப்பந்தமும் இல்லாமல், மிகவும் இயல்பான வழிமுறைகள் மூலம் அவை உங்களுக்குள் பதியவைக்கப்பட்டன. இதனால்தான், அந்த வார்த்தைகளின் முக்கிய அம்சமான உயிரோட்டத்தை அவை தக்கவைத்துக்கொண்டன. உங்கள் கதாபாத்திரத்தின் வார்த்தை களை அவசர கதியில் சொல்ல வேண்டியதில்லை. நாடகத்தின் ஒரு அடிப்படைக் குறைக்கோளை நிறைவேற்றுவதற்குத் தேவையான

வார்த்தைகளை மட்டுமே அளந்து பேச வேண்டும். அதற்காகத்தான் இந்த நாடகம் நம்மிடம் கொடுக்கப்பட்டுள்ளது.

தயவுசெய்து, பின்வரும் விஷயம் குறித்து, நீங்கள் ஆழமாக யோசித்துப் பார்த்து எனக்கு பதில் சொல்லுங்கள். உலகில் உள்ள பெரும்பாலான நாடகக் குழுக்களில் பயிற்சி செய்யப்படுவதைப் போன்று, நாடக வசன வரிகளில் உங்களை வருத்திக்கொண்டு, கற்றுக்கொள்வதிலிருந்து உங்கள் பணியை நீங்கள் தொடங்கியிருந் தால், நமது வழிமுறை மூலம் இப்போது நாம் சாதித்திருப்பதை உங்களால் நிறைவேற்றியிருக்க முடியுமா?

முடியாது... என்று முன்கூட்டியே என்னால் சொல்ல முடியும். நாடக வசனங்களை இயந்திர கதியில் மனப்பாடம் செய்வதற்கான உங்களை நீங்களே கட்டாயப்படுத்திக்கொள்கிறீர்கள். வார்த்தைகள் மற்றும் வரிகளின் உச்சரிப்புக்காக முக உறுப்புகளுக்கும் தசைகளுக்கும் பயிற்சி கொடுத்திருப்பீர்கள். இந்த நடைமுறையில் உங்கள் கதாபாத்திரத்தில் அடங்கியுள்ள சிந்தனை காணாமல் போய்விடும். நாடக வசனங்களுக்கும் குறிக்கோள்கள் மற்றும் செயல்களுக்கும் எந்தத் தொடர்பும் இல்லாமல் போய்விடும்.

இப்போது, நமது வழிமுறையை, சாதாரண ரக நாடகக் குழுவின் வழிமுறையோடு ஒப்பிட்டுப் பார்ப்போம். அவர்கள் நாடகத்தை வாசிக்கின்றனர். ஒவ்வொருவரின் கதாபாத்திரத்திற் கான வசனங்களைக் கொடுக்கும்போதே, மூன்றாவது அல்லது பத்தாவது ஒத்திகையில், அந்தக் கதாபாத்திரத்தை சம்பந்தப் பட்டவர்கள் மனப்பாடம் செய்து முடித்திருக்க வேண்டும் என்று சொல்லப்படுகிறது. அவர்கள் வாசிக்கத் தொடங்குகின்றனர். வசனப் பிரதியை கையில் பிடித்தபடி அனைவரும் மேடைக்குச் சென்று நடிக்கின்றனர். அவர்கள் என்ன செய்ய வேண்டும் என்பதை இயக்குனர் சொல்லிக்கொடுக்கிறார். நடிகர்களும் அதை ஞாபகத்தில் வைத்துக்கொள்கின்றனர்.

நடிப்பு நிலவரத்தை கணிக்கும் ஒத்திகையில் நாடகப் பிரதிகள் நடிகர்களிடமிருந்து திரும்பப் பெறப்படுகின்றன. விடுபடும்

வசனங்களை சொல்லிக் கொடுக்கும் உதவியாளர் துணையுடன், தங்கள் வசன வரிகளை நடிகர்கள் பேசுகின்றனர். புத்தகத்தில் இருப்பதைப் போன்றே இம்மியளவுகூட பிசகாமல் வசனங்கள் பேசப்படும் வரையில் ஒத்திகை தொடர்கிறது. அனைத்தும் சரிவர வந்ததும், வேகமாகப் புறப்பட்டுச் செல்கின்றனர். சோர்வடை வதற்கோ அல்லது தங்கள் கதாபாத்திரங்கள் குறித்து பேசிக் கொள்வதற்கோ அவர்கள் விரும்புவதில்லை. ஆடை, அலங் காரத்துடன் கூடிய முதல் ஒத்திகைக்கு நாள் குறிக்கின்றனர். விளம்பரப்படுத்துகின்றனர். கடைசியில், நாடகம் நடை பெறுகிறது; விமர்சகர்கள் பாராட்டுகின்றனர்; நாடகம் வெற்றி பெறுகிறது. அதற்குப் பிறகு அந்த நாடகத்தில் அவர்கள் ஆர்வம் குறைந்து விடுகிறது. பின்னர் வழக்கமான பாணியில் அதே நாடகத்தில் மீண்டும் நடிக்கின்றனர்.

"இறுதியாக, தொகுத்துச் சொல்கிறேன்: உடல் சார்ந்த நடவடிக்கைகளின் முக்கியத்துவம், அதே நடவடிக்கைகளில் அல்லாமல் அவை வெளிப்படுத்தும் நிலவரங்கள், திட்டமிடப் பட்டுள்ள சூழ்நிலைகள், உணர்வுகள் ஆகியவற்றில் அடங்கி யுள்ளது. ஒரு நாடகத்தின் கதாநாயகன் தற்கொலை செய்து கொள்ளும் செயல் என்பது, அதற்கான உள்ளார்ந்த காரணத்தைவிட முக்கியமானதல்ல என்பதே உண்மை. இந்தக் காரணம் முக்கியமாகத் தோன்றாவிட்டாலோ அல்லது அதன் முக்கியத்துவம் குறைந்திருந்தாலோ, அவன் மரணம் எந்தத் தாக்கத்தையும் ஏற்படுத்தாமல் சாதாரண நிகழ்வாகப் போய்விடும். மேடையில் நிகழும் செயலுக்கும், அதற்கு உந்துதலாக இருந்த விஷயத்திற்கும் இடையே துண்டிக்கப்பட முடியாத ஒரு தொடர்பு உள்ளது. அதாவது, ஒரு கதாபாத்திரத்தின் உடல் சார்ந்த இருப்புக்கும் ஆன்மீக இருப்புக்கும் இடையே முழுமையான ஒத்திசைவு உள்ளது. இதைத்தான் நமது மனம் சார்ந்த நுட்பத்தில் நாம் பயன்படுத்திக்கொள்கிறோம். இதையேதான் நாம் இப்போது மேற்கொண்டு வருகிறோம்.

நமது ஆழ்மனம், உள்ளுணர்வு, பழக்கங்கள் முதலானவை அடங்கிய நமது சுபாவத்தின் உதவியுடன், பரஸ்பரம் ஒன்றுடன் ஒன்று தொடர்புடைய, அடுத்தடுத்த உடல் சார்ந்த செயல்களை நாம் வெளிப்படுத்துகிறோம். அவற்றின் மூலம் அவற்றுக்கான உள்ளார்ந்த காரணங்கள், அனுபவ அடிப்படையிலான உணர்ச்சிகளின் தனிப்பட்ட தருணங்கள், நாடகத்தில் குறிப்பிடப் பட்டுள்ள சூழ்நிலைகளில் இடம் பெறும் அறிவார்ந்த, நீடித்திருக்கும் உணர்வுகள் ஆகியவற்றை நாம் புரிந்துகொள்ள முயல்கிறோம். இவற்றை நாம் கண்டுணர்ந்ததும், நமது உடல் சார்ந்த செயல்களுக்கான உள்ளார்ந்த அர்த்தத்தைப் புரிந்து கொள்கிறோம். இந்தப் புரிதல், அறிவு சார்ந்தது அல்ல. இதன் தொடக்கம் உணர்ச்சியை அடிப்படையாகக்கொண்டது. ஏனென்றால், நமது உணர்வுகளின் உதவியுடன் நமது கதாபாத்திரத்தின் உளவியலை ஓரளவு புரிந்துகொள்கிறோம். எனவே, உடல் சார்ந்த செயல்களுக்கான மிகவும் சுலபமான, உறுதியான வழிமுறைகளை நாம் பின்பற்ற வேண்டும். இந்த வழிமுறை, உணர்வுகளின் உள்ளார்ந்த நுட்பத்துடன் பின்னிப் பிணைந்துள்ளதால், அவற்றின் மூலம் உணர்ச்சிகளை நம்மால் எட்ட முடிகிறது. ஒரு கதாபாத்திரத்தின் குணாம்சத்தில் இந்த வழிமுறை இரண்டறக் கலந்துள்ளது.

இந்த சங்கமத்தின் தாக்கத்தை இப்போது நீங்கள் அனுபவபூர்வமாக அறிந்திருக்கிறீர்கள். வெளியிலிருந்து ஆரம்பித்து உள்முகமாக மேற்கொள்ளப்படும் அணுகுமுறை இது. இந்த வலுவான தொடர்பை உறுதியாக அமைத்துக்கொள்ளுங்கள். உங்கள் கதாபாத்திரத்தின் உடல் சார்ந்த இருப்பின் வழிமுறையை மீண்டும் மீண்டும் பல முறை தொடருங்கள். இது, உடல் சார்ந்த செயல்களை உறுதிப்படுத்தும். ஆனால், அதே சமயத்தில், அந்த செயல்களுக்கான உணர்ச்சி சார்ந்த பதில் விளைவையும் ஏற்படுத்தும். இவற்றில் சில, ஒரு கட்டத்தில் கதாபாத்திரத்தின் விழிப்புணர்வாக மாறிவிடக்கூடும். உடல் சார்ந்த செயல்களை நினைவுபடுத்திக்கொள்வதற்கு இவற்றை நீங்கள் பயன்படுத்திக் கொள்ளலாம். ஆனால், உங்களின் முழுக் கட்டுப்பாட்டில்

வைத்திருக்க முடியாத பல உள்ளார்ந்த தூண்டு சக்திகளும் உள்ளன. இது குறித்து கவலையடையத் தேவையில்லை. அவற்றின் பயன்பாட்டை உணர்வுநிலை சீரழித்துவிடக்கூடும்.

ஆனாலும், ஒரு கேள்வி எழும்: உள்ளார்ந்த தூண்டுதல்களில் எந்த ஒன்றை தக்கவைத்துக் கொள்வது? எதை அடியோடு புறக்கணிப்பது?

இந்தக் கேள்வியை நீங்கள் எழுப்ப வேண்டிய தேவையே இல்லை. இதை இயற்கையிடம் விட்டுவிடுவோம். நமது செயல் முறைகளில், நமது உணர்வு நிலையால் எட்ட முடியாதது எது என்பதை இயற்கையால் மட்டுமே முடிவு செய்ய முடியும்.''

நான் விவரித்துள்ள வழிமுறை மூலம் கிடைக்கும் உதவியை நாட வேண்டியதுதான் உங்களுடைய வேலை. ஆக்கத் திறன் தருணத்தை நீங்கள் எட்டியதும், உள்முகத் தூண்டுதலுக்கான பாதையை நாடாதீர்கள் – என்ன செய்ய வேண்டும் என்பது உங்களைவிட உங்கள் உணர்வுகளுக்கு சிறப்பாக தெரியும். அவற்றுக்கு நீங்கள் சொல்ல வேண்டியதில்லை – உங்களுடைய கதாபாத்திரத்தின் உடல் சார்ந்த இருப்போடு, உங்களை முற்றிலுமாக இணைத்துக்கொள்ளுங்கள்.''

பகுதி மூன்று

கோகல் படைத்த தி இன்ஸ்பெக்டர் ஜெனரல்

இந்த நூலில் இடம் பெற்றுள்ள மூன்று ஆய்வுகளில் இந்த இறுதிப் பகுதி 1934 வாக்கில் எழுதப்பட்டது. இந்த நூலில் இடம்பெற்றுள்ள பகுதிகள் **ஒரு நடிகர் உருவாகிறார்** நூலை மேற்கோள் காட்டி எழுதப்பட்டுள்ளதால், இந்தப் படைப்பு ஏற்கெனவே எழுதி முடிக்கப்பட்டுள்ளதை உறுதிப்படுத்திக் கொள்ள முடிகிறது. **ஒரு நடிகர் உருவாகிறார்** நூலை அமெரிக்காவில் நடத்துவதற்கு ஸ்தனிஸ்லாவ்ஸ்கி திட்டமிட்டிருந்தார். **ஒரு கதாபாத்திரம் உயிர்பெறுகிறது** நூலின் இந்த இறுதிப் பகுதி, அவரது ஆழமான ஆய்வுகளை முழுமையாகவும் தெள்ளத் தெளிவாகவும் படம் பிடித்துக் காட்டுகிறது. மேலும் அவரது முந்தைய இரண்டு படைப்புகளோடு நம்மை இணைக்கும் ஒரு பாலமாகவும் அமைந்துள்ளது.

அத்தியாயம் 8

ஜீவனுள்ள வடிவமாக மாறும் உடல் சார்ந்த நடவடிக்கைகள்

“ஒரு புதிய கதாபாத்திற்கான எனது அணுகுமுறைகளை இதோ இப்போது உங்களுக்கு வழங்குகிறேன். எதையும் வாசிக்காமல், நாடகம் குறித்த எந்த ஆலோசனை அமர்வுகளும் இல்லாமல் இந்த ஒத்திகையில் பங்கேற்குமாறு நடிகர்களைக் கேட்டுக்கொள்கிறேன்” என்று தத்ஸோவ் அழைப்பு விடுத்தார்.

“இது எப்படி முடியும்?” மாணவர்கள் அனைவரும் திகைப்புடன் கேட்டனர்.

“அது மட்டுமல்ல... இதுவரை எழுதப்படாத ஒரு நாடகத்தை நடிக்கப்போகிறீர்கள்!”

என்ன சொல்வதென்று தெரியாமல் வாயடைத்துப்போனோம்.

“என்னை நம்ப மாட்டீர்களா? இதோ சோதனை செய்து பார்ப்போம். எனது மனதில் ஒரு நாடகம் உள்ளது. அந்தக் கதையை அத்தியாயம் வாரியாக நான் உங்களுக்குச் சொல்வேன். நீங்கள் நடிக்க வேண்டும். நீங்கள் நடிப்பதைப் பார்த்து அதை எப்படி மெருகேற்றிக்கொள்வது என்பதையும் சொல்வேன்.

சிறப்பாக அமையும் விஷயங்களை நான் எழுதிக்கொள்வேன். எனவே, நமது கூட்டு முயற்சியில், இல்லாத ஒரு நாடகத்தை நாம் அனைவரும் உடனடியாக எழுதி, நடிக்கப் போகிறோம். அதில் வரும் லாபத்தை நாம் அனைவரும் பகிர்ந்துகொள்வோம்."

மாணவர்கள் மேலும் அதிர்ச்சியடைந்தனர். அவர் என்ன சொல்கிறார் என்பது யாருக்குமே புரியவில்லை.

"நாம் 'உள்ளார்ந்த படைப்புத் திறன் சார்ந்த நிலை' என்று சொல்லும் நிலையை, மேடையில் ஒரு நடிகர் எப்படி உணர்கிறார் என்பதை உங்கள் சொந்த அனுபவம் வாயிலாக நீங்கள் அனைவரும் தெளிவாக அறிந்திருக்கிறீர்கள். படைப்பாற்றல் சார்ந்த வேலையை நோக்கி நடிகரை வழிநடத்திச் சென்று, துடிதுடிப்புடன் செயல்பட வைக்கும் அனைத்துக் கூறுகளையும் முழுமையான ஒரே விஷயமாக அவர் ஒன்றுதிரட்டிக் கொள்கிறார்.

ஒரு புதிய நாடகம் மற்றும் அதன் கதாபாத்திரத்தை அணுகுவதற்கும் அவற்றை விரிவாக ஆராய்ந்து பார்ப்பதற்கும் நடிகரை வழிநடத்த, இந்த நிலையே போதுமானது என்று தோன்றுகிறது. ஆனால், இதுமட்டுமே போதுமானதல்ல. நாடக ஆசிரியரின் படைப்பில் இடம்பெற்றுள்ள மிக முக்கியமான விஷயங்களை அறிந்துகொள்வதற்கும், ஆய்வு செய்வதற்கும், அது குறித்த எண்ணங்களை உருவாக்கிக்கொள்வதற்கும் இன்னும் ஏதோ ஒன்று தேவைப்படுகிறது. தன்னை செயல்பட வைக்கும் தனது உள்ளார்ந்த சக்திகளைத் திரட்டிக்கொள்வதற்கும், அவற்றை மேலும் தூண்டிவிடுவதற்கும், நடிகருக்குக் கூடுதலான ஒரு விஷயம் தேவைப்படுகிறது. இது இல்லாமல், நாடகம் மற்றும் கதாபாத்திரம் குறித்து அவர் மேற்கொள்ளும் பகுப்பாய்வு, அறிவுத் திறன் மட்டுமே சார்ந்ததாக அமைந்துவிடும்."

எந்த நேரத்தில் வேண்டுமானாலும் நமது மனதை செயல்பட வைக்க முடியும். ஆனால், அது போதாது. நமது உணர்ச்சிகள், ஆசை, நமது உள்ளார்ந்த ஆக்கத் திறன் சார்ந்த நிலையில்

இடம்பெற்றுள்ள மற்ற அனைத்துக் கூறுகள் ஆகியவற்றின் தீவிரமான, நேரடியான ஒத்துழைப்பு நமக்குத் தேவை. இவை அனைத்தின் உதவியுடன், நமக்குள்ளே நமது கதாபாத்திரத்தின் நிஜ வாழ்க்கையை நாம் உருவாக்கிக்கொள்ள வேண்டும். அதையடுத்து, அறிவுத் திறன் தளத்திலிருந்து மட்டு மல்லாமல், நடிகரின் ஒட்டுமொத்த இருப்பிலிருந்தும் நாடகத்தின் பகுப்பாய்வைத் தொடங்க வேண்டும்.''

தத்ஸோவ் இப்படி விளக்கமளித்தபோது குறுக்கிட்ட, விவாதப் புலியான க்ரிஷா, ''தயவுசெய்து மன்னியுங்கள்... இது எப்படி முடியும்? ஒரு கதாபாத்திரத்தின் வாழ்க்கையை உணர வேண்டும் என்றால், நாடகக் கதை உங்களுக்குத் தெரிந்திருக்க வேண்டும். நீங்கள் அதைப் படித்திருக்க வேண்டும் அல்லவா? ஆனால் நீங்களோ அதைப் படிக்க வேண்டியதே இல்லை... படிக்காமலேயே அதை உணருங்கள் என்று சொல்கிறீர்களே?'' எனக் கேள்வி எழுப்பினார்.

''ஆமாம், நீங்கள் கதையைத் தெரிந்துகொள்ளத்தான் வேண்டும். ஆனால் எந்த சூழ்நிலையிலும், அதன் தாக்கத்திற்கோ பாதிப்புக்கோ நீங்கள் ஆளாகிவிடக்கூடாது. ஆன்மீகம் சார்ந்ததாக மட்டுமல்லாமல், உடல் சார்ந்த நுண் உணர்வுகள் அடிப்படையிலும் நீங்கள் உருவாக்கி வைத்துக்கொண்டுள்ள உள்ளார்ந்த படைப்பாக்க நிலையுடன், உங்கள் கதாபாத்திர வாழ்க்கையின் நிஜ உணர்வுகளை முன்கூட்டியே இரண்டறக் கலக்கச் செய்ய வேண்டும்.

ஏதாவது ஒன்றை நொதிக்க வைப்பதற்கு 'ஈஸ்ட் உதவுவது போல, ஆக்கத் திறன் அனுபவத்தை ஒரு நடிகர் வசப்படுத்து வதற்கான' துடிதுடிப்பு ஆற்றலையும் ஒருவிதமான உள்ளார்ந்த சௌகரியத்தையும், கதாபாத்திர வாழ்க்கையை உணர்ந்தறிவதன் மூலம் பெற முடிகிறது.''

தத்ஸோவ் இப்படிச் சொன்னதால் வியப்படைந்த பல மாணவர்கள், ''ஒரு கதாபாத்திர வாழ்க்கையின் ஆன்மீகம் மற்றும்

உடல் சார்ந்த நிஜ உணர்வுகளை எப்படி ஐக்கியப்படுத்திக் கொள்வது ?'' என்று கேட்டனர்.

''இன்றைய பாடம் முழுவதிலும் இந்தக் கேள்வி குறித்தே ஆராய்ந்து பார்ப்போம். கோஸ்திய...! கோகல் படைத்த 'இன்ஸ்பெக்டர் ஜெனரல்' நாடகம் நினைவிருக்கிறதா?'' என திடீரென என்னைப் பார்த்துக்கேட்டார்.

''ஞாபகம் இருக்கிறது, ஆனால், ஓரளவு மேலோட்டமாகத் தெரியும்.''

''அது போதும்... மேடைக்குச் சென்று, அந்த நாடகத்தின் இரண்டாவது பகுதியில் கெலிஸ்தாகோவ் 'என்ட்ரி' ஆவதை நடித்துக் காட்டுங்கள்.''

''நான் என்ன செய்ய வேண்டும் என்பதே எனக்குத் தெரியாதபோது, நான் எப்படி நடிக்க முடியும்?'' வியப்புடனும் மறுப்புத் தெரிவிக்கும் தொனியிலும் பதிலளித்தேன்.

''உங்களுக்கு எல்லாமே தெரிந்திருக்க வேண்டும் என்று அவசியம் இல்லை. ஆனால், கொஞ்சம் தெரிந்திருக்கிறது. எனவே, தெரிந்த அளவுக்குக் கொஞ்சம் நடித்துக் காட்டுங்கள். அதாவது, இந்தக் கதாபாத்திர வாழ்க்கையிலிருந்து உங்களால் முடிந்த அளவுக்கு நேர்மையுடனும் உண்மையுடனும், நீங்கள் நீங்களாகவே இருக்கும் நிலையில், உடல் சார்ந்த குறிக்கோள்களை நிறை வேற்றிக் காட்டுங்கள்.''

''எனக்கு எதுவுமே தெரியாததால், என்னால் ஒன்றுமே செய்ய முடியாது.''

''என்ன சொல்கிறீர்கள்?'' ஆட்சேபக் குரலில் வினவினார். 'கெலிஸ்தாகோவின் என்ட்ரி' என நாடகத்தில் குறிப்பிடப் பட்டுள்ளது. ஒரு சத்திரத்தில் உள்ள அறைக்குள் எப்படி செல்வது என்பது உங்களுக்குத் தெரியாதா?''

''அது எனக்குத் தெரியும்.''

"பிறகென்ன? உள்ளே செல்லுங்கள்... அதையடுத்து, படுக்கையில் அஸிப், புரண்டு கொண்டிருப்பதால் அவனை கெலிஸ்தாகோவ் திட்டுகிறார். எப்படித் திட்டுவது என்பது உங்களுக்குத் தெரியாதா?"

"தெரியும்."

"பிறகு அஸிபை வெளியே அனுப்பி ஏதாவது உணவு வாங்கி வரச் சொல்ல வேண்டும் என கெலிஸ்தாகோவ் நினைக்கிறார். இப்படிப்பட்ட ஒரு சிரமமான விஷயத்திற்காக இன்னொருவரை எப்படி அணுக வேண்டும் என்பது உங்களுக்குத் தெரியாதா?"

"அதுவும் தெரியும்."

"அவ்வளவுதான்... உங்களிடம் இருக்கும், நம்ப முடிந்த விஷயங்களை, அவற்றில் உள்ள உண்மையை உணர்ந்து நடித்துக் காட்டுங்கள்."

"ஒரு புதிய கதாபாத்திரத்தில் முதலில், எங்களுக்கு என்ன விஷயங்கள் இருக்கும்? விளக்கம் தேவைப்பட்டதால் இந்தக் கேள்வியை எழுப்பினேன்."

"சொற்பம்தான். கதையின் வெளி அம்சங்களை, அவற்றின் உடல் சார்ந்த எளிய குறிக்கோள்களுடன் நீங்கள் வெளிப்படுத் தலாம். உண்மையில் இதைத்தான் முதலில் உங்களால் செய்ய முடியும். இதைவிட அதிகமாக நீங்கள் ஏதாவது முயற்சி செய்தால், உங்களுடைய குறிக்கோள்கள் உங்களுடைய சக்திக்கு அப்பாற்பட்டவையாக கைநழுவிப் போய்விடும். உங்களுடைய இயல்புக்கு எதிராக, நீங்கள் மிகைப்படுத்தி நடிக்க வேண்டிய கட்டாயம் ஏற்படும்.

ஆரம்பத்தில், சிக்கலான குறிக்கோள்கள் குறித்து நீங்கள் எச்சரிக்கையுடன் இருக்க வேண்டும். ஏனென்றால், உங்கள் கதா பாத்திரத்தின் ஆன்மாவுக்குள் ஆழமாக ஊடுருவிச் செல்வதற்கு, நீங்கள் இன்னும் தயாராகவில்லை. உடல் சார்ந்த செயல்களின் குறுகிய எல்லைக்குள் உங்களைக் கட்டுப்படுத்தி வைத்துக்

கொண்டு, அவற்றின் தர்க்க நியாயத்தையும் தொடர் நடவடிக்கைகளையும் தேடிப் பாருங்கள். மேலும், 'நான்' என்ற நிலையைக் கண்டறியவும் முயற்சி செய்யுங்கள்.''

"கதை மற்றும் உடல் சார்ந்த எளிய குறிக்கோள்களை வெளிப்படுத்துங்கள் என்று நீங்கள் சொல்கிறீர்கள். ஆனால், நாடகக் காட்சிகள் அடுத்தடுத்துத் தொடரும்போது, அதன் கதை, தானாகவே வெளிப்படுகிறது. இந்தக் கதையைப் படைத்தவர் அதன் ஆசிரியர்'' என்று நான் வாதம் செய்தேன்.

"நீங்கள் சொல்வது சரிதான். கதை எழுதியவர் ஆசிரியர்தான், நீங்கள் அல்லர். அவருடைய கதை அப்படியே இருக்கட்டும். அது குறித்த உங்களுடைய கண்ணோட்டம் என்ன என்பதுதான் முக்கியமான விஷயம். இப்போது மேடைக்குச் சென்று கெலிஸ்தாகோவ் 'என்ட்ரி' ஆவதிலிருந்து தொடங்குங்கள். நமக்காக, அஸிப் கதாபாத்திரத்தில் லியோ நடிப்பார். சத்திரத்தின் 'வெயிட்டராக' வன்யா நடிப்பார்.''

"சந்தோஷமாக நடிக்கிறோம்.'' அவர்கள் இருவரும் ஒரே குரலில் சொன்னார்கள்.

"ஆனால், எனக்கு எந்த வார்த்தைகளும் தெரியாது. நான் எதைப் பேசுவது?'' பிடிவாதத்தை தளர்த்திக்கொள்ளாமல் கூறினேன்.

"உங்களுக்கு வார்த்தைகள் தெரிய வேண்டியதில்லை. ஆனால், இந்த உரையாடலின் பொதுவாக போக்கு உங்களுக்குத் தெரியுமில்லையா?''

"கொஞ்சம் கொஞ்சம் தெரியும்...''

"பிறகென்ன? உங்கள் சொந்த வார்த்தைகளில் வசனத்தைச் சொல்லுங்கள். இந்த உரையாடலில், அடுத்தடுத்த சிந்தனைகள் எப்படி இருக்க வேண்டும் என்பதை நான் உங்களுக்கு எடுத்துக் கொடுக்கிறேன். அவற்றின் தர்க்க நியாயமும் தொடர்ச்சியும் சீக்கிரமாகவே உங்களுக்குப் பிடிபட்டுவிடும்.''

"ஆனால், என்னுடைய தோற்றத்தை நான் எப்படி வெளிப்படுத்திக் காட்டுவது என்பது எனக்குத் தெரியாதே!"

"இந்த இடத்தில் ஒரு முக்கியமான விதி உங்களுக்குத் தெரிந்திருக்க வேண்டும். ஒரு நடிகர், எந்தக் கதாபாத்திரத்தில் நடித்தாலும், எப்போதுமே அவருடைய சொந்த முடிவிலும் அவருடைய சொந்தப் பொறுப்பிலும் நடிக்க வேண்டும். தனது கதாபாத்திரத்தில் தன்னை அவரால் பார்க்க முடியவில்லை என்றால், அந்தக் கற்பனை கதாபாத்திரத்தை அவரே கொன்று விடுவார். உயிரோட்டமான உணர்வுகளைப் பறிகொடுத்து விடுவார். தான் உருவாக்கிக்கொண்ட கதாபாத்திரத்திற்கு ஜீவன் கொடுக்கும் அந்த உயிரோட்டமான உணர்வுகளை நடிகரால் மட்டுமே அளிக்க முடியும்.

எனவே, நாடக ஆசிரியர் அமைத்துள்ள சூழ்நிலைகளில், ஒவ்வொரு கதாபாத்திரத்தையும் உங்களுடைய சொந்த முடிவின்படி நடிக்க வேண்டும். இவற்றை நிறைவேற்றிவிட்டால், ஒட்டுமொத்தக் கதாபாத்திரத்தையும் உங்களுக்குள் சுலபமாக வியாபிக்கச் செய்ய முடியும். உங்களுடைய குறிக்கோளில் வெற்றி பெறுவதற்கு உயிரோட்டமான, உண்மையான மனித உணர்வுகள், வலுவான அடித்தளமாக அமைகின்றன."

சத்திரத்தில் உள்ள ஓர் அறையை மேடையில் எப்படிக் கற்பனை செய்துகொள்வது என்பதை தத்ஸோவ் சொல்லித் தந்தார். ஒரு நீண்ட இருக்கையில் லியோ படுத்திருந்தார். பிரபுக்களுக்கு அடுத்த நிலையில் உள்ள குடும்பத்தைச் சேர்ந்த, அரைப் பட்டினியில் பரிதவிக்கும் ஓர் இளைஞனைப் போன்று தோற்றமளிப்பதற்காக என்னைத் தயார்படுத்திக்கொள்வதற்கு, மேடையை ஒட்டியுள்ள மறைவுப் பகுதிக்குச் சென்றேன். மெதுவாக மேடைக்கு வந்தேன். கையிலிருந்த பிரம்பையும் தலையில் அணிந்திருந்த தொப்பியையும் செய்கை மூலம் லியோவிடம் கொடுத்தேன். அதாவது, இந்தக் கதாபாத்திரத்திற்கான செயல்களை, வழக்கமான பாணியில் எந்தக் குறையும் இல்லாமல் மேற்கொண்டேன்.

நாங்கள் இப்படி நடித்து முடிந்ததும், "எனக்கு ஏதும் புரிய வில்லை. நீங்கள் யார்?" தத்ஸோவ் கேள்வி எழுப்பினார்.

"நான்தான். அது நான்... நானேதான்...!"

"உங்களைப் போலத் தெரியவில்லையே...? மேடையில் இப்போது இருந்ததைவிட, நிஜ வாழ்க்கையில் நீங்கள் முற்றிலும் வேறுபட்டவராக இருக்கிறீர்கள். எனவேதான், நீங்கள், நீங்களாக அந்த அறைக்குள் செல்லவில்லை."

"நான் எப்படி அதைச் செய்வது?"

"நீங்கள் வெறுமையாக காணப்பட்டது போல் அல்லாமல், உங்கள் மனதிற்குள் ஒரு குறிக்கோளை, ஆர்வத்தை நிரப்பிக்கொள்ள வேண்டும். இயல்பான தகவல் தொடர்புக்கான அனைத்து நிலைகள், பல்வேறு கட்டங்கள் உள்ளிட்ட விஷயங்கள் நிஜ வாழ்க்கையில் உங்களுக்கு முழுமையாகத் தெரியும். நீங்கள் மேடையில் 'என்ட்ரி' கொடுக்கும்போது, ஒரு நடிகராக நடந்துகொண்டீர்கள். ஆனால், ஓர் அறைக்குள் சாதாரண மனிதராக நீங்கள் நுழைய வேண்டும் என்று நான் விரும்புகிறேன். மேடைக்கு வெளியே ஒவ்வொரு செயலுக்குமான வேறு தூண்டு சக்திகள் உள்ளன. அவற்றை மேடையில் கண்டுபிடியுங்கள். மேடையில் ஒரு குறிக்கோளுடனோ அல்லது கெலிஸ்தாகோவ் போன்று - குறிக்கோள் இல்லாமலோ நீங்கள் நுழைந்தால், நீங்கள் செய்வதற்கு எதுவுமே இல்லாத நிலையில், அதற்கு ஏற்ற அக நிலையை அப்படிப்பட்ட செயல்கள் சிறப்பாகத் தூண்டிவிடும்.

நீங்கள் 'என்ட்ரி' ஆனபோது, அதை நாடக பாணியில் அதாவது, 'பொதுவான முறையில்' செய்தீர்கள். உங்களுடைய உடல் அசைவுகளில், தர்க்க நியாயமும் இல்லை; தொடர்ச்சியும் இல்லை. மிகவும் அவசியமான பல அம்சங்களை நழுவவிட்டிருந்தீர்கள். உதாரணமாக, நிஜ வாழ்க்கையில் நீங்கள் எங்கு சென்றாலும் முதலில் உங்களை அதற்காகத் தயார்ப்படுத்திக் கொள்வீர்கள். அங்கு என்ன நடந்துகொண்டிருக்கிறது என்பதைக் கண்டறி வீர்கள். அதற்கு ஏற்ப எப்படி நடந்துகொள்வது என்பதையும் முடிவு

செய்வீர்கள். ஆனால், அஸிபிடம் 'எனது படுக்கையில் மறுபடியும் நீ புரண்டுகொண்டிருக்கிறாய்' என்று சொல்வதற்கு முன்பு அஸிபையோ அல்லது அந்தப் படுக்கையையோ நீங்கள் கவனிக்கக்கூட இல்லை.

கான்வாஸ் துணியால் 'செட்கள்' அமைக்கப்பட்டுள்ள நாடக மேடையில் பொதுவாகச் செய்யப்படுவதைப் போலவே, நீங்கள் கதவை அறைந்து சாத்தினீர்கள். கதவின் எடையை நீங்கள் நினைவுபடுத்திக்கொள்ளவும் இல்லை. அதை, அந்த உணர்வை நீங்கள் வெளிப்படுத்தவும் இல்லை. கதவின் கைப்பிடியை ஒரு பொம்மையைப் போன்று கையாண்டீர்கள். இந்தச் சிறிய சிறிய உடல் சார்ந்த நடவடிக்கைகளில் அதற்கான நேரத்தையும், அவற்றில் செலுத்த வேண்டிய கவனத்தையும் அலட்சியப்படுத்திவிடக் கூடாது. நீங்கள் அனைத்து செயல்களையும் கற்பனையில் உருவகப்படுத்திக் கொண்ட பொருட்களுடன் மேற்கொள்கிறீர்கள். "ஒரு நடிகர் உருவாகிறார் நூலில் இடம்பெற்றுள்ளதை மேற் கோள் காட்டி, இவ்வாறு குறிப்பிட்டார். "இப்படிப்பட்ட தவறுகளுக்கு இடமளித்ததற்காக நீங்கள் வெட்கப்படவேண்டும்."

"நான் எங்கிருந்து வருகிறேன் என்பது எனக்குத் தெரியாததுதான், இந்தத் தவறுகளுக்குக் காரணம்" என்று எனது தவறுகளை நியாயப்படுத்த முயன்றேன்.

"அப்படிச் சொல்லாதீர்கள். எங்கிருந்து வருகிறீர்கள்? எங்கு வந்து சேர்ந்திருக்கிறீர்கள் என்பதை எப்படி நீங்கள் மேடையில் தெரிந்துகொள்ளாமல் இருக்க முடியும்? உங்களுக்குக் கண்டிப்பாகத் தெரிந்திருக்க வேண்டிய விஷயம் இது. வேற்று கிரகத்திலிருந்தா 'என்ட்ரி' கொடுத்திருக்கிறீர்கள்?"

"அப்படியானால் நான் எங்கிருந்து வந்தேன்?"

"அருமையான கேள்வி. எனக்கு எப்படித் தெரியும்? அது உங்களுடைய விவகாரம். மேலும், தான் சென்றிருந்த இடத்தையும் கெலிஸ்தாகோவே சொல்கிறார். ஆனால், உங்களுக்கு அது நினைவில்லாமல் போனதும் மிகவும் நல்லதுதான்."

"எப்படி அது நல்லது?"

"ஏனென்றால், இது, இந்தக் கதாபாத்திரமாக அல்லாமல், உங்களையே நீங்கள் அணுக வழி வகுக்கிறது. அதுவும் நாடக ஆசிரியரின் கோணங்களில் இருந்தும், வழக்கமான, 'ரப்பர் ஸ்டாம்ப்' பாணியிலிருந்தும் அல்லாமல், வாழ்க்கையிலிருந்து உங்களை நீங்களே அணுகுகிறீர்கள். மேடையில் வெளிப்படுத்தப் பட வேண்டிய தோற்றம் குறித்த உங்களது சுதந்திரமான சிந்தனை களுக்கு, இந்த அணுகுமுறை இடமளிக்கிறது. அச்சடிக்கப்பட்டுள்ள விஷயங்களை மட்டும் நீங்கள் பின்பற்றினால், நான் உங்களுக்கு வழங்கியுள்ள குறிக்கோளை நீங்கள் நிறைவேற்ற மாட்டீர்கள். காரணம், நாடக ஆசிரியர் கூறியுள்ள விஷயங்களை நீங்கள் கண்மூடித்தனமாகப் பின்பற்றி, அவரையே முற்றிலுமாக சார்ந்திருக்கிறீர்கள். நாடக ஆசிரியர் ஒருவரின் படைப்புக்குப் பொருத்தமான விதத்தில், உங்களை நீங்களே மேம்படுத்திக் கொள்வதை விடுத்து, கிளிப்பிள்ளைப் போல அவரது வார்த்தை களைத் திரும்ப சொல்வீர்கள். உங்களுக்குப் பொருந்தாத அவருடைய செயல்களைப் பின்பற்றுவீர்கள்.

நாடகத்தில் கொடுக்கப்பட்டுள்ள சூழ்நிலைகளுக்கு உங்களை உட்படுத்திக்கொண்டு, இந்தக் கேள்விக்கு உண்மையான பதிலை சொல்லுங்கள். 'நம்பிக்கையற்ற ஒரு சூழ்நிலையிலிருந்து உங்களை விடுவித்துக்கொள்ள வேண்டியிருந்தால், நீங்கள், அதாவது உங்களுடைய தனிப்பட்ட நிலையில் (உங்களுக்கு அறிமுக மில்லாத கெலிஸ்தாகோவாக அல்லாமல்) என்ன செய்வீர்கள்?'

"நானா..." எனப் பெருமூச்சு விட்டேன். ஒரு சூழ்நிலையி லிருந்து ஒருவர் தானாக விடுபட வேண்டும் என்றால், கண்மூடித் தனமாக நாடக ஆசிரியரைப் பின்பற்றக்கூடாது. யோசித்துப் பார்த்து செயல்பட வேண்டிய விஷயம் இது.

"இப்போதுதான் சரியாகச் சொல்லியிருக்கிறீர்கள்." என்று தத்ஸோவ் குறிப்பிட்டார்.

"கோகல், தனது கதாபாத்திரங்களுக்காக உருவாக்கியுள்ள சந்தர்ப்ப சூழ்நிலைகளுக்குள் நான் ஈர்க்கப்பட்டு, முதல் முறையாக என்னை மாற்றி அமைத்துக்கொண்டுள்ளேன். ரசிகர்களைப் பொறுத்தவரை இந்தச் சூழ்நிலை தமாஷாகத் தோன்றும். ஆனால், கெலிஸ்தாகோவ், அஸிப் ஆகியோரைப் பொறுத்தவரை இது, நிராதரவான ஒரு சூழ்நிலை. தி இன்ஸ்பெக்டர் ஜெனரல் நாடகத்தை நான் பல முறை வாசித்திருந்தாலும், பல முறை மேடையில் பார்த்திருந்தாலும், முதல் முறையாக இன்றுதான் உணர்ந்தேன்.''

"உங்களுடைய சரியான அணுகுமுறை காரணமாகத்தான் இது சாத்தியமானது. உங்களுடைய சொந்த இயல்புக்குள் இந்த கதாபாத்திரங்களுக்காக, கோகல் உருவாக்கியுள்ள சந்தர்ப்ப சூழ்நிலைகளை உங்களுடைய சொந்த விருப்பப்படி அமைத்துக் கொண்டீர்கள். இது மிகவும் முக்கியமானது; அற்புதமானது. ஒரு கதாபாத்திரத்திற்குள் உங்களை நீங்களே திணித்துக்கொள்ளவே கூடாது. ஒரு கட்டாயத்தின் பேரில் அதை ஆராய்ந்து பார்க்கத் தொடங்காதீர்கள். நீங்கள் அணுகுவதற்கு சுலபமாக இருப்பதி லிருந்து ஆரம்பித்து, கதாபாத்திரத்தின் சிறு சிறு பகுதிகளைக்கூட நீங்களேதான் தேர்ந்தெடுக்க வேண்டும்; செயல்படுத்த வேண்டும். இப்போதே செய்யுங்கள். ஒரு சிறிய அளவில் இந்தக் கதாபாத் திரத்தில் உங்களை உணர்வீர்கள்.

இப்போது சொல்லுங்கள் பார்க்கலாம். உங்களுடைய நிஜ வாழ்க்கையில், இங்கே, இன்று, இப்போது, கோகல் உங்களை இப்படிப்பட்ட சூழ்நிலையில், சிக்கவைத்திருந்தால் நீங்கள் என்ன செய்வீர்கள்?''

எனக்கு ஏதும் புரியாமல் குழப்பமாக இருந்ததால், நான் மௌனமாக இருந்தேன்.

"யோசித்துப் பார்க்க முயற்சி செய்யுங்கள். உங்களுடைய தினத்தை எப்படிக் கழிப்பீர்கள்?''

நான் நிதானமாக எழுந்தேன். "முதல் வேலையாக அஸிபை சத்திர உரிமையாளரிடம் அனுப்பிக் கொஞ்சம் டீ கொண்டு வர ஏற்பாடு செய்யும்படி சொல்வேன். பிறகு எனது காலைக்கடன், குளியல், துணி துவைப்பது, உடையணிந்து கொண்டு நான் தயாராவது, டீ குடிப்பது ஆகியவற்றை முடிக்க நீண்ட நேரம் ஆகிவிடும். பிறகு, வீதிகளில் சாவகாசமாக சுற்றித் திரிவேன். காற்று இல்லாத அறையில் நான் உட்கார்ந்திருக்க மாட்டேன். எனது நகரவாசித் தோற்றம் அந்தப் பகுதி மனிதர்களின் கவனத்தை ஈர்த்ததாக உணர்கிறேன்."

"குறிப்பாக அந்தப் பகுதி பெண்கள்" என்று தத்ஸோவ் வேடிக்கைக் குரலில் சொன்னார்.

"மிகவும் நல்லதுதான். யாருடனாவது நைச்சியமாக பேசி, அறிமுகம் ஏற்படுத்திக்கொண்டு, இரவு உணவுக்காக அவர்களே எனக்கு அழைப்பு விடுப்பதற்காக முயற்சி செய்வேன். பிறகு, கடைகளையும் மார்க்கெட்டையும் சுற்றிப் பார்ப்பேன்."

நான் இப்படி சொன்னபோது, திடீரென, கெலிஸ்தாகோவ் போல லேசாக உணர்ந்தேன்.

"கடைகள் அல்லது மார்க்கெட்டில் அடுக்கி வைக்கப்பட்டிருந்த உணவுப் பொருட்களைக் கண்டபோது, அவற்றை ருசி பார்க்க வேண்டும் என்ற ஆசையை கட்டுப்படுத்த முடியவில்லை. இது எனது பசியைத் தணிக்காமல் மேலும் தூண்டிவிட்டது. பிறகு, தபால் ஆபிஸுக்குச் சென்று எனக்கு ஏதாவது மணி ஆர்டர் வந்திருக்கிறதா என்று கேட்டேன்."

"அது வரவில்லை" என்று தூபம் போட்டு, நான் மேலும் தொடர்ந்து சொல்வதற்கு, தத்ஸோவ் ஊக்கமளித்தார்.

"இப்போது நான், அடியோடு சோர்ந்து போயிருக்கிறேன். வயிறு காலியாக உள்ளது. மீண்டும் சத்திரத்திற்குத் திரும்பி சென்று அஸிபை கீழே அனுப்பி, எப்படியாவது இரவு உணவுக்கு ஏற்பாடு செய்யச் சொல்வதைத் தவிர எனக்கு வேறு வழியில்லை."

"இரண்டாவது கட்டமாக, நீங்கள் 'என்ட்ரி' ஆகும்போது, இந்த விஷயங்களை எல்லாம் கவனத்தில் வைத்துக்கொள்ள வேண்டும். மேடையில் நுழையும்போது ஒரு நடிகரைப் போல இல்லாமல், ஒரு மனிதனாக இருக்க வேண்டும் என்றால், நீங்கள் யார் என்பது உங்களுக்குத் தெரிந்திருக்க வேண்டும். உங்களுக்கு என்ன நிகழ்ந்துள்ளது? எப்படிப்பட்ட சூழ்நிலையில் நீங்கள் இங்கு வசிக்கிறீர்கள் உங்களுடைய தினத்தை எப்படிக் கழிக்கிறீர்கள்? எங்கிருந்து வந்திருக்கிறீர்கள் என்பதெல்லாம் உங்களுக்குத் தெரிந்திருக்க வேண்டும். அதுமட்டுமல்லாமல், நீங்கள் இதுவரை கண்டறியாத, ஆனால், உங்களது செயல்களில் தாக்கத்தை ஏற்படுத்தக்கூடிய அனைத்து சூழ்நிலைகளையும் தெரிந்து வைத்திருக்க வேண்டும். அதாவது, மேடையில் நடந்துசெல்லும்போது, நாடகத்தின் ஜீவனையும் அதனோடு உங்களுக்குள்ள உறவையும் நீங்கள் உணர்ந்திருக்க வேண்டியது அவசியமான ஒன்று" என தத்ஸோவ் விளக்கமளித்தார்.

கெலிஸ்தாகோவ் கதாபாத்திரத்தில் என்னைப் பட்டை தீட்டும் பணியை தத்ஸோவ் தொடர்ந்து மேற்கொண்டார்.

"என்ட்ரி ஆவதற்கு முன்னர், என்னென்ன விஷயங்கள் உங்கள் வசம் இருக்க வேண்டும் என்பது இப்போது உங்களுக்குத் தெரியும். நீங்கள் வெளிப்படுத்த வேண்டியவற்றை மிகவும் இயல்பாகவும், முறையாகவும், மேற்கொள்வதில் உறுதியாக இருக்க வேண்டும். அப்போதுதான் ரசிகர்களை மகிழ்விக்க வேண்டும் என்பதற்காக உங்கள் செயல்களை மேற்கொள்ளாமல், உங்கள் இலக்கை எட்ட வேண்டும் என்பதற்காக உங்களால் செயல்பட முடியும். அதையடுத்து உடல் சார்ந்த குறிக்கோள்களை நிறைவேற்றுவதிலும் வெற்றிபெற முடியும்.

'நகர வீதியில் வெட்டித்தனமாக சுற்றிவிட்டு உங்களுடைய ஹோட்டல் அறைக்கு நீங்கள் திரும்பிச் செல்வது என்றால் என்ன?' என்று உங்களையே கேட்டுக்கொள்ளுங்கள். பிறகு இன்னொரு

கேள்வியையும் எழுப்புங்கள். நீங்கள் திரும்பி வந்த பிறகு, கெலிஸ்தாகோவ் நிலையில் நீங்கள் என்ன செய்வீர்கள்? படுக்கையில் மீண்டும் அஸிப் படுத்திருப்பதைக் கண்டதும், அவனிடம் எப்படி நடந்துகொள்வீர்கள்? சத்திர உரிமையாளரிடம் சென்று எப்படியாவது இரவு உணவுக்கு ஏற்பாடு செய்யும்படி அஸிபை எப்படி வழிக்குக் கொண்டு வருவீர்கள்? இந்த முயற்சியின் முடிவுக்காக நீங்கள் எப்படிக் காத்திருப்பீர்கள்? இந்த இடைப்பட்ட நேரத்தில் என்ன செய்வீர்கள்? கொண்டு வரப்படும் உணவை எப்படிப் பெற்றுக்கொள்வீர்கள்? இப்படி மேன்மேலும் உங்களுக்குள்ளே கேள்வி எழுப்புங்கள்."

சுருக்கமாக, இந்த நிகழ்வு தொடர்பான ஒவ்வொன்றையும் மனதில் அசைபோடுங்கள். ஒவ்வொரு விஷயத்திலும் என்னென்ன செயல்கள் அடங்கியுள்ளன என்பதை உணர்ந்துகொள்ளுங்கள். பிறகு, அந்தச் செயல்களை அறிவுபூர்வமாகவும் தொடர்ச்சி அறுபடாமலும் மேற்கொள்ளுங்கள்."

இந்தத் தடவை, காட்சியை மீண்டும் நான் நடித்துக் காட்டிய போது, மிகவும் சின்னச் சின்ன விஷயங்களைக்கூட அலட்சியப் படுத்தவில்லை. திட்டமிடப்பட்டிருந்த, உடல்ரீதியான ஒவ்வொரு செயலின் தன்மையையும் நான் புரிந்துகொண்டிருந்தேன் என்பதை எனது இந்த அணுகுமுறை மூலம் நிரூபித்துக்காட்டினேன். நேற்று வெற்றியை நழுவவிட்ட நான், இந்த வழிமுறையைப் பின்பற்றி, இன்று என்னை மேம்படுத்திக்கொள்வதில் வெற்றி அடைந்து விட்டேன்.

நாடகக் காட்சிக்கான எந்தப் பொருட்களும் இல்லாத வெற்று மேடையில், நடத்தப்பட்ட எங்களது முதல் ஒத்திகையை தத்ஸோவ் நினைவுகூர்ந்தார். அது எனக்கு மறக்க முடியாத ஒரு பாடமாக அமைந்தது, காட்சிக்கான எதுவுமே இல்லா விட்டாலும் நடிக்க முடியும் என்பதை அப்போதுதான் முதல் முறையாக கற்றுக்கொண்டேன்.

"இந்த வேலைக்காக எவ்வளவு நேரம் ஆனது? எவ்வளவு சீக்கிரமாக நீங்கள் இதில் வெற்றியடைந்துவிட்டீர்கள்...!" எனக் குறிப்பிட்ட தத்ஸோவ், மேலும் எங்களுக்கு ஊக்கமளித்தார்.

"உடல் சார்ந்த நடவடிக்கைகளின் தர்க்க நியாயத்தையும் அதன் தொடர்ச்சியையும் நீங்கள் கிரகித்துக்கொண்டிருக்கிறீர்கள். மேலும், அவற்றின் உண்மையையும் உணர்ந்துகொண்டு, மேடையில் நீங்கள் மேற்கொண்ட செயல்களில், உங்களுடைய நம்பிக்கையையும் உறுதிப்படுத்தியிருக்கிறீர்கள். நாடகத்தில் இடம் பெறும் மாறுபட்ட சூழ்நிலைகளிலும் நீங்கள் இதே வரிசைப்படி மீண்டும் செயல்படுவதில், உங்களுக்கு எந்த சிரமமும் இருக்காது. இந்த சூழ்நிலைகளை உங்களுடைய சொந்தக் கற்பனை மூலம், விரிவுபடுத்திக்கொள்வதும், வலுப்படுத்திக்கொள்வதும் உங்களுக்கு சுலபமாகிவிடும்.

இப்போது, இன்று, இங்கு கற்பனையில் அமைக்கப்பட்டுள்ள இந்த ஹோட்டல் அறைக்கு, நகர வீதிகளில் வெட்டித்தனமாக சுற்றித் திரிந்த பிறகு, திரும்பி வந்ததும் நீங்கள் என்ன செய்யப்போகிறீர்கள்? நடித்துக் காட்ட வேண்டாம். நீங்கள் என்ன செய்வீர்கள் என்பதை நேர்மையுடன் முடிவுசெய்து, அதைச் சொல்லுங்கள்... அவ்வளவுதான்."

"ஏன் நடிக்க வேண்டாம் என்று சொல்கிறீர்கள்? அதுதான் எனக்கு சுலபமாக இருக்கும்."

"நீங்கள் சொல்வது சரிதான், உண்மையான விஷயங்களை வெளிப்படுத்துவதைவிட, வழக்கமான 'ரப்பர் ஸ்டாம்ப்' பாணியில் நடித்துக்காட்டுவது எப்போதுமே சுலபமானதுதான்."

"ஆனால், நான் அதே பழைய பல்லவியைப் பாடுவது போன்ற நடிப்பைப் பற்றிக் குறிப்பிட்டவில்லை."

"இப்போதைக்கு உங்களால் இப்படித்தான் பேச முடியும். அவையெல்லாம் 'ரெடிமேடான' விஷயங்கள். ஆனால், உண்மையான நடிப்பு, உபயோகமான குறிக்கோளுடன்கூடிய

நடிப்பு, உள்ளார்ந்த உந்துதல்களில் முகிழ்ந்த நடிப்பு என்பதுதான் முதன்மையானது; உயிரோட்டமானது. இதை எட்டுவதற்காகத் தான் நீங்கள் முயன்று வருகிறீர்கள்.''

லியோ படுக்கையில் படுத்திருக்கிறார். 'ஹோட்டல் வெயிட்டராக' உள்ளே நுழைவதற்கு வன்யா, தயாரானார்.

என்னை மேடையில் நிறுத்திய தத்ஸோவ், நான் என்ன செய்யப்போகிறேன் என்பதை உரத்த குரலில் சொல்லச் சொன்னார்.

''எனது கதாபாத்திரத்தில் இடம் பெற்றுள்ள சூழ்நிலைகளை, அவற்றின் கடந்த காலத்தை, நிகழ்காலத்தை நான் நினைத்துப் பார்க்கிறேன். எதிர்காலத்தைப் பொறுத்தவரை அது என்னோடு தொடர்புடையது; எனது கதாபாத்திரத்தோடு அல்ல. கெலிஸ்தாகோவுக்கு எதிர்காலம் தெரியாது. ஆனால், அதை தெரிந்துகொள்ள வேண்டிய கட்டாயம் எனக்குள்ளது. ஒரு நடிகன் என்ற முறையில், நான் நடிக்கும் முதல் காட்சியிலிருந்து அந்த எதிர்காலத்தை உருவாக்கிக்கொள்ள வேண்டியது எனது கடமை.

நாடகத்தில், அடுத்தடுத்துத் தொடரும் காட்சிகளுக்கு ஏற்ப, அந்தப் பகுதி முழுவதையும், நான் நினைவுபடுத்திப் பார்க்க வேண்டும்.

பிறகு, அனைத்து காட்சிகளையும் அலசிப் பார்த்து, உடனடியாக அவற்றின் அடிப்படையில், அதற்கான சூழ்நிலைகளை நான் உருவாக்கிக்கொண்டேன். இந்த வேலையை முடித்ததும் அதன் மீது என் முழு கவனத்தையும் ஒருமுகப் படுத்தினேன். பிறகு, மேடையை ஒட்டியுள்ள மறைவுப் பகுதிக்கு நான் சென்றபோது, பின்வருமாறு எனக்கு நானே சொல்லிக் கொண்டேன்:

'ஹோட்டல் அறைக்கு நான் திரும்பி வந்தபோது, எனக்குப் பின்னால் அதன் உரிமையாளர் குரல் கேட்டால் நான் என்ன செய்வேன்?'

'குரல் கேட்டால்...' என நான் சொல்லி முடிப்பதற்குள் பின்னாலிருந்து நான் தாக்கப்படுவது போல உணர்ந்தேன். நான்

ஓட ஆரம்பித்தேன். நான் என்ன செய்து கொண்டிருக்கிறேன் என்பது பிடிபடுவதற்குள் என்னுடைய கற்பனை ஹோட்டல் அறைக்கு வந்து விட்டதை சடாரென்று உணர்ந்தேன்.''

"அதுதான் அசலான ஒன்று" என்று சிரித்த தத்ஸோவ், "இதே செயலை புதிய சூழ்நிலைகளில் இப்போது மீண்டும் நடித்துக் காட்டுங்கள்" என உத்தரவிட்டார்.

மெதுவாக, மேடையை ஒட்டியுள்ள மறைவுப் பகுதிக்குச் சென்று என்னைத் தயார்ப்படுத்திக் கொண்டேன். பின்னர், கதவைத் திறந்தேன்; முடிவெடுக்க முடியாத வேதனையுடன் நின்றேன். என்ன செய்வது என்று தெரியவில்லை. உள்ளே வருவதா? அல்லது கீழ்ப் பகுதியில் உள்ள உணவுக் கூடத்திற்குச் செல்வதா? ஆனால், உள்ளே நுழைந்தேன். என்னுடைய அறையில் அல்லது கதவு விரிசல் வழியாக, என் கண்கள் எதையோ தேடிக் கொண்டிருந்தன. நான் எதைத் தேடினேன் என்பதை உணர்ந்த பிறகு, அந்த சூழ்நிலையைப் புரிந்துகொண்டு, மேடையிலிருந்து சென்றேன்.

சற்று நேரத்திற்குப் பிறகு, சலன புத்தியுடன் குழப்பமான மனநிலையுடன், உதவாக்கரை ஐந்து போல மீண்டும் வந்தேன். கொஞ்ச நேரம் நடுக்கத்துடன் சுற்றும் முற்றும் பார்த்தேன். பிறகு, சூழ்நிலைக்கு ஏற்ப என்னை மாற்றிக்கொண்டு மீண்டும் மேடையிலிருந்து சென்றேன்.

பின்வருமாறு சொல்லிக்கொள்ளும் அளவுக்கு எனக்கு நம்பிக்கை வரும்வரை நான் 'என்ட்ரி' ஆகும் காட்சியை அடுத்தடுத்து, பல தடவை, ஒத்திகை பார்த்தேன்.

நான் கெலிஸ்தாகோவாக இருந்தால், நான் உள்ளே வரும் போது, எந்தெந்த விஷயங்களை கவனத்தில் கொள்ள வேண்டும் என்பது இப்போது எனக்குத் தெரிந்துள்ளது போலத் தோன்று கிறது.

"நீங்கள் இதுவரை செய்துகொண்டிருப்பதை என்னவென்று சொல்வீர்கள்?" தத்ஸோவ் கேள்வி எழுப்பினார்.

"நான் பகுப்பாய்வு செய்துகொண்டிருந்தேன், திட்டமிடப் பட்டிருந்த சூழ்நிலைகளில் கெலிஸ்தாகோவ் நிலையில் என்னை, அதாவது கோஸ்தியவை இடம் பெற வைத்து ஆராய்ந்து பார்த்துக்கொண்டிருந்தேன்."

"உங்களுடைய நிலையில், ஒரு கதாபாத்திரத்தை அணுகி, அது குறித்து முடிவு செய்வதற்கும் மற்றொருவர் நிலையில் இதை மேற்கொள்வதற்கும், இடையேயான வேறுபாட்டையும், நாடக ஆசிரியர், இயக்குனர் அல்லது நாடக விமர்சகரின் கண்களால் ஒரு கதாபாத்திரத்தைப் பார்ப்பதற்கும், உங்களுடைய கண்களால் அதே கதாபாத்திரத்தைப் பார்ப்பதற்கும் இடையேயான வேறுபாட்டையும், இப்போது நீங்கள் புரிந்துகொண்டிருப்பீர்கள் என நம்புகிறேன்.

நீங்கள் நீங்களாகவே இருக்கும்போது உங்களுடைய கதாபாத்திரத்தில் உயிர் வாழ்கிறீர்கள். வேறு யாரோ ஒருவராக இருக்கும்போது, வெறும் நடிகராக செயல்படுகிறீர்கள். நாடகத்தில் நடிக்கிறீர்கள்... அவ்வளவுதான். நீங்கள் நீங்களாகவே இருக்கும் போது உங்களுடைய கதாபாத்திரத்தை உங்களுடைய மனதாலும், உங்களுடைய உணர்வுகள், உங்களுடைய ஆசைகள், உங்களுடைய உள்ளார்ந்த இருப்பின் அனைத்துக் கூறுகள் மூலமும் கிரகித்துக் கொள்கிறீர்கள். வேறு யாராவது ஒருவராக இருக்கும்போது, பெரும்பாலான சந்தர்ப்பங்களில் உங்கள் மனதை மட்டுமே பயன்படுத்துகிறீர்கள். ஒரு கதாபாத்திரம் குறித்த அறிவுப் பூர்வமான பகுப்பாய்வும் புரிதலும் நமக்குத் தேவையில்லை.

ஆன்மீகம் சார்ந்த மற்றும் உடல் சார்ந்த நமது ஒட்டுமொத்த மான இருப்பு முழுவதையும் கற்பனையில் வடிவம் கொண்ட கதாபாத்திரம் நம்மை ஆட்கொள்ளும்படி செய்ய வேண்டும். நான் ஏற்றுக்கொள்ளத் தயாராக உள்ள ஒரே அணுகுமுறை இது மட்டுமே."

★ ★ ★

இன்று வகுப்புக்கு வரும்போது, ஆழ்ந்த சிந்தனையுடன் தனக்குத் தானே பேசிக்கொள்வது போன்று, 'இதற்கு நான் என்ன செய்ய முடியும்?' என்று கேட்டவாறு தத்ஸோவ் உள்ளே நுழைந்தார்.

"வாய் வார்த்தையாக விளக்கமளிப்பதால், அலுப்புத் தட்டுகிறது. அந்தத் தகவல்கள் ஜீவனற்றவையாகவும், நடைமுறைக்கு சரிப்பட்டு வராதவையாகவும் அமைந்துவிடுகின்றன. எனவே, நீங்களாகவே உணர்ந்துகொள்வதற்கும் பிறகு நீங்கள் எனக்கு விளக்கமளிப்பதற்கும் உகந்த வழிகளை, நான் பின்பற்றுவது நன்றாக இருக்கும் என நினைக்கிறேன். ஆனால் துரதிர்ஷ்ட வசமாக, நான் அவசியம் என்று நினைக்கிற, உங்களால் செய்ய முடிகிற கற்பனையான விஷயங்களைக் கையாள்வதில் நீங்கள் இன்னமும் பின்தங்கியுள்ளீர்கள். நான் இப்போது, மேடைக்குச் சென்று சாதாரணக் குறிக்கோள்கள் மற்றும் செயல்களிலிருந்து ஆரம்பித்து, ஒரு கதாபாத்திரத்தின் உடல் சார்ந்த வாழ்க்கையை எப்படி உருவாக்குவது என்பதையும், அதிலிருந்து அந்தக் கதாபாத்திரத்தின் ஆன்மீக வாழ்க்கையை எப்படி உருவாக்குவது என்பதையும் செயல் விளக்கமாக உங்களுக்குக் காட்ட உள்ளேன். இந்த இரண்டு பகுதிகளும் ஒருவருக்குள் எப்படி ஒன்றிணைந்து, ஒரு நாடகம் மற்றும் கதாபாத்திர வாழ்க்கையின் உண்மையான உணர்வாக மாற்றம் பெற்று, அவருக்கு பரிச்சயமான, உள்ளார்ந்த, ஆக்கத் திறன் சார்ந்த நிலையாக மறுவடிவம் பெறுகிறது என்பதையும் உங்களுக்குக் காட்டப் போகிறேன்."

தத்ஸோவ் மேடைக்குச் சென்றார். அதை ஒட்டியுள்ள மறைவுப் பகுதிக்குள் மறைந்துவிட்டார். நீண்ட இடைவெளி நீடித்த சமயத்தில் லியோவின் கரகரப்பான குரல் கேட்டது. 'வாழ்க்கை நடத்துவதற்கு சிறந்த இடம் செயின்ட் பீட்டர்ஸ்பர்க் நகரமா அல்லது கிராமப் பகுதியா?' என அவர் விவாதித்துக் கொண்டிருந்தார்.

திடீரென தத்ஸோவ் மேடைக்கு ஓடி வந்தார். கெலிஸ்தாகோவ் கதாபாத்திரத்திரம் இவ்வளவு வேகமாக திடீரென 'என்ட்ரி

ஆனதை நான் எதிர்பார்க்கவில்லை. உண்மையிலேயே நடுங்கிப் போய்விட்டேன். தத்ஸோவ் கதவை ஓங்கி அறைந்து சாத்தினார். கதவு இடுக்கு வழியாக தாழ்வாரத்தைப் பார்த்தார். ஹோட்டல் உரிமையாளரிடமிருந்து தப்பி ஓடி வந்ததாக அவர் கற்பனை செய்திருந்தது, தெளிவாகத் தெரிந்தது.

இந்தப் புதிய கண்ணோட்டம், எனக்கு மிகவும் மகிழ்ச்சியளித்தது என்று என்னால் சொல்ல முடியாது. ஆனால், அவருடைய நுழைவு உண்மையாக இருந்தது என்பதில் சந்தேகம் இல்லை. பிறகு, இப்போது, தான் என்ன செய்தார் என்பதை அவரே உரக்கச் சொன்னார்.

"நான் இதை அதீதமாகச் செய்துவிட்டேன்" என அவரே ஒப்புக்கொண்டார். "மிகவும் சாதாரணமாக, இதைச் செய்திருக்க வேண்டும். மேலும், கெலிஸ்தாகோவைப் பொறுத்தவரை இது சரியாக இருக்குமா? அவர் செயின்ட் பீட்டர்ஸ்பர்க் நகரைச் சேர்ந்தவர். அந்தப் பகுதியில் உள்ள வேறு யாரையும்விடத் தான், மேன்மையான மனிதர் என நினைத்துக்கொண்டிருப்பவர்.

இப்படி நான் 'என்ட்ரி' ஆனது எனக்கு எதை உணர்த்தியது? எந்த நினைவுகளை? என்னால் யோசித்துப் பார்க்க முடியவில்லை. ஒருவேளை தற்புகழ்ச்சி மற்றும் கோழைத்தனத்தின் கலவையான அனுபவம் அற்ற இளைஞன், கெலிஸ்தாகோவுக்குள் பொதிந்துள்ள குணாம்சத்தின் பிரதிபலிப்பா இது? நான் அனுபவித்த இந்த நுண்ணுணர்வுகள் எனக்கு எங்கிருந்து வந்தன?"

ஒரு கணம் இது குறித்து சிந்தித்த தத்ஸோவ், பிறகு எங்களிடம் சொன்னார்.

"நான் இப்போது என்ன செய்தேன்? நான் திடீரென எதை உணர்ந்தேன்? அந்த உணர்வுகளின் விளைவாக திடீரென நான் என்ன செய்தேன் என்பதை ஆய்வு செய்தேன். அந்தக் கதாபாத்திரத்திற்கான சூழ்நிலைகளையும் எனது உடல் சார்ந்த நடவடிக்கைகளையும் பகுப்பாய்வு செய்தேன். ஆனால் இந்தப் பகுப்பாய்வை எனது மனதை மட்டுமே பயன்படுத்தி நான்

மேற்கொள்ளவில்லை. எனக்குள் இருக்கும் அத்தனை அம்சங்களும் இதற்குத் துணை நின்றன. எனது உடலாலும் ஆன்மாவாலும் இந்தப் பகுப்பாய்வை மேற்கொண்டேன்.

எனது பகுப்பாய்வுப் பணியை இப்போது, செம்மைப்படுத்தி, எது எனக்கு உந்துதலாக இருந்தது என்பதை உங்களுக்கு சொல்லப் போகிறேன். அறிவுபூர்வமான அணுகுமுறை பின்வருமாறு இருக்கும்: கெலிஸ்தாகோவ் தற்புகழ்ச்சி கொண்ட நபராகவும் கோழையாகவும் இருந்தால், முதலாளியை சந்திப்பதற்கு அவர் மனதில் பயம் வந்திருக்கும். ஆனால், வெளித் தோற்றத்தில் துணிச்சலான நபராகவும் அமைதியானவராகவும் காட்டிக் கொள்ள அவர் விரும்புகிறார். தனது எதிரி தனக்குப் பின்னால் இருப்பதை உணர்ந்ததால் முதுகுத்தண்டு ஜில்லிட்டுப் போகும் அளவுக்கு பீதியடைந்தாலும்கூட, அளவு கடந்த அமைதியுடன் இருப்பதாகக் காட்டிக்கொள்கிறார்.

தத்ஸோவ் மேடையின் மறைவுப் பகுதிக்குச் சென்றார். தன்னைத் தயார்ப்படுத்திக்கொண்டார். சற்று முன்பு அவர் வரையறுத்த இலக்கணப்படி மிகவும் துல்லியமாகவும் நேர்த்தி யாகவும் நடித்துக் காட்டினார். அவர் எப்படி இதைச் சாதித்தார்? அவரது உடல் சார்ந்த செயல்களின் உண்மைத் தன்மையை உணர்ந்துகொண்டு, அதையடுத்து வெகு இயல்பாக உணர்ச்சிகள் வெளிப்பட இடமளித்தது மட்டும்தான் இதற்குக் காரணமா? இதுதான் காரணம் என்றால், அவரது வழிமுறை அதிசயமானது...! அற்புதமானது என்பதில் சந்தேகமே இல்லை.

நீண்ட நேரமாக அங்கேயே நின்றுகொண்டிருந்த தத்ஸோவ் பின்னர் பேச ஆரம்பித்தார். ‘‘முழுக்க முழுக்க அறிவுபூர்வமான பகுப்பாய்வு மூலம் நான் இப்படிச் செயல்படவில்லை என்பதை நீங்கள் பார்த்தீர்கள். ஆனால், உடல் சார்ந்த நடவடிக்கைக்கான இயல்பான உந்துதலுக்கு வழிவகுத்த, உள்ளார்ந்த மனித அம்சங்கள் அனைத்தின் நேரடிப் பங்கேற்புடன், கதாபாத்திரத்தில் பொதிந்துள்ள நிலவரங்களில், என்னை நானே ஆராய்ந்து பார்த்தேன். வழக்கமான பாணியில் சிக்கிக்கொண்டு விடுவேனோ

என்ற பயம் காரணமாக எனது நடிப்பை அதன் இறுதிக் கட்டம் வரையில் நான் தொடரவில்லை. இதில் மிக முக்கியமான விஷயம் என்பது, நடிப்போடு தொடர்புகொண்டதல்ல. நடிப்பதற்கான உந்துதலை வெகு இயல்பாக வெளிப்பட வைக்கும் விஷயம்தான் மிகுந்த முக்கியத்துவம் வாய்ந்தது.

மக்களோடு தொடர்புடைய அன்றாட அனுபவங்கள் மற்றும் வாழ்க்கையிலிருந்து உடல் சார்ந்த குறிக்கோள்களையும் செயல் களையும், நான் திரட்டிக்கொள்கிறேன். நாடகம் வரையறுத்துள்ள சூழ்நிலைகளுக்குப் பொருத்தமாகவும், அவற்றுக்கான நியாயமான காரணத்தின் அடிப்படையிலும், அந்த குறிக்கோள்களுக்கும் செயல்களுக்கும், உள்ளார்ந்த ஓர் அடித்தளத்தை அமைத்துக் கொள்ள வேண்டியுள்ளது. இந்தக் காரணத்தை நான் கண்டறிந்து, உணர்ந்துகொண்டதும் எனது அக இருப்பு, ஒரு குறிப்பிட்ட அளவுக்கு எனது கதாபாத்திரத்துடன் இரண்டறக் கலந்துவிடுகிறது.''

இந்தக் காட்சி தொடர்பான ஒவ்வொரு செயலையும் - தனக்கு இரவு உணவுக்கு ஏற்பாடு செய்ய அஸிபை அனுப்புவது, அஸிப் அங்கிருந்து சென்றவுடன் தனக்குத் தானே பேசிகொள்வது - 'வெயிட்டர்' இடம் பெறும் காட்சி மற்றும் இரவு உணவுக் காட்சி தொடர்பான செயல்களையும், முன் போலவே வெகு துல்லிய மாகவும் நேர்த்தியாகவும் மேற்கொண்டார்.

இவை அனைத்தையும் வெற்றிகரமாக நிறைவேற்றி முடித்த பிறகு, தத்ஸோவ் தனது இயல்பு நிலைக்குத் திரும்பினார். மனதிற்குள் தனது செயல்பாடு பற்றி அவர் ஆய்வு செய்து கொண்டிருந்ததாகத் தோன்றியது. இறுதியாக, பின்வருமாறு கூறினார்.

''வாழ்க்கைச் சூழல்கள், கதாபாத்திரத்திற்காக வரையறுக்கப் பட்டுள்ள நிலவரங்கள் ஆகியவை தொடர்பான உடல் சார்ந்த நடவடிக்கைக்கான தூண்டுதல்கள் குறித்து, ஓரளவுக்கு கோடிட்டுக் காட்டியிருப்பதாக நான் உணர்கிறேன். இப்போது, இவற்றையெல்லாம் எழுத்தில் பதிவு செய்ய வேண்டும்.''

நடிப்பதற்கான உந்துதல்களை தனக்குள் அவர் உருவாக்கிக் கொண்ட கலையை, விளக்கத் தொடங்கினார். நான் அந்த விவரங்களை எழுதி வந்தேன். இந்த சமயத்தில், ஒரு குறிப்பிட்ட செயல் குறித்து க்ரிஷா ஆட்சேபணை தெரிவித்தார். அதற்கான காரணத்தையும் அவர் கண்டுபிடித்திருந்தார். "தயவு செய்து என்னை மன்னியுங்கள், இது முற்றிலுமாக மனம் சார்ந்த செயல்; உடல் சார்ந்த செயலே இல்லை."

"வார்த்தைகள் குறித்து விவாதிக்கக் கூடாது என நாம் ஒப்புக்கொண்டுள்ளோம் என நினைக்கிறேன். அது மட்டுமல்லாமல், உள்ளம் சார்ந்த ஒவ்வொரு செயலிலும் பெருமளவுக்கு உடல் சார்ந்த செயலும் இடம் பெற்றுள்ளது என்றும் அதைப் போலவே உடல் சார்ந்ததில் பெருமளவுக்கு உள்ளம் சார்ந்த செயலும் இடம் பெற்றுள்ளது என்றும் நாம் முடிவு செய்திருந்தது உங்களுக்குத் தெரியும் அல்லவா? இப்போது, உடல் நடவடிக்கைகளின் அடிப்படையில்தான் இந்தக் கதாபாத்திரத்தை நாம் அணுகிக்கொண்டிருக்கிறோம். எனவேதான், நான் அவற்றை மட்டும் பட்டியலிடுகிறேன். இதில் நமக்குப் பலன் கிடைக்கிறது என்பதை விரைவில் பார்ப்போம்."

க்ரிஷாவின் கருத்துக்கு பதிலளித்து முடித்த தத்ஸோவ், பின்வருமாறு தொடர்ந்து விளக்கமளித்ததை மீண்டும் நான் பதிவு செய்தேன்:

"நாடகக் கதையிலிருந்து எடுக்கப்பட்ட உடல் சார்ந்த குறிக்கோள்களையும் ஒருவர் பட்டியலிடலாம். இந்த இரண்டு பட்டியல்களையும் நாம் ஒப்பிட்டுப் பார்த்தால், எந்தெந்த இடங்களில் இவை இரண்டும் (நடிகரும் கதாபாத்திரமும் வெகு இயல்பாக இரண்டறக் கலக்கும் இடங்கள்) ஒரே மாதிரியாக உள்ளன என்பதையும் எந்தெந்த இடங்களில் (தவறு இடம் பெற்றுள்ள இடங்கள் அல்லது நடிகர் தனது கதாபாத்திரத்திலிருந்து விலகிச் செல்வதன் மூலம் தனது தனித்தன்மையை துண்டித்துக் கொள்ளும் இடங்கள்) வேறுபட்டு உள்ளன என்பதையும் நம்மால் தெரிந்துகொள்ள முடியும்.

மேற்கொண்டு செய்ய வேண்டிய வேலை, நடிகரையும் இயக்குனரையும் பொறுத்தது. நடிகர், கதாபாத்திரத்துடன் ஒன்றிணையும் தருணங்களை மேம்படுத்துவது, எந்த இடங்களில் நடிகர் கதாபாத்திரத்திலிருந்து விலகிச் செல்கிறாரோ அந்த இடங்களுக்கு நடிகரை மீண்டும் கொண்டு வருவது ஆகியவற்றை இவர்கள் இருவரும் இணைந்து மேற்கொள்ள வேண்டும். இது குறித்து நாம் பின்னர் விரிவாக ஆராய்வோம். கதாபாத்திரத்துடன் நடிகர் இரண்டறக் கலக்கும் கட்டங்கள் மட்டுமே இப்போது முக்கியமான விஷயமாகும். இப்படிப்பட்ட உயிரோட்டமான தொடர்புகள், நாடகத்திற்குள் ஒரு நடிகரை ஈர்க்கின்றன. இதனால், அதன் வாழ்க்கையில், தான், ஒரு வெளி நபர் என்று நடிகர் உணரவே மாட்டார். கதாபாத்திரத்தின் சில இடங்கள், அவரது உணர்வுகளுக்கு மிகவும் நெருக்கமாகிவிடுகின்றன.

இந்தப் பட்டியலைப் பார்த்து அதில் உள்ள விஷயங்களை, பொதுவான அளவுகோலைக் கொண்டு எனது குறிக்கோள்களை சோதித்துப் பார்ப்பேன். நான் ஏன் இப்படி செய்தேன்... அல்லது அப்படி செய்தேன் என்று எனக்குள் கேள்வி எழுப்பிக்கொண்டு இந்த வேலையில் ஈடுபடுவேன்.

நான் இப்படி ஆராய்ந்து பார்த்து, நான் என்ன செய்தேன் என்பதை சுருக்கமாகத் தொகுத்துக்கொண்டதும், பின்வருமாறு எனது அடிப்படைக் குறிக்கோளும் செயலும் அமைந்திருந்தன என்ற முடிவுக்கு வந்தேன்:

எனது பசியைத் தணிப்பதற்காக ஏதாவது உணவு வேண்டும் என விரும்பினேன். அதற்காகத்தான் நான் இங்கு வந்தேன். அதற்காகத் தான் அஸிபிடமும் வெயிட்டரிடமும் மிகவும் நல்லபடியாக நடந்து கொண்டேன். அந்த வெயிட்டரிடம் பின்னர் தகராறு செய்தேன். இந்தக் காட்சிகளில் இனி இடம் பெறும் எனது அனைத்து நடவடிக்கைகளும், சாப்பிடுவதற்கு எதையாவது பெறுவது என்ற ஒரே குறிக்கோளை மையமாகக் கொண்டிருக்கும்.

இந்தப் பட்டியலில் உறுதிப்படுத்தியுள்ள அனைத்து விஷயங் களையும் இப்போது நான் திருப்பிச் சொல்லப்போகிறேன். வழக்க

மான பழக்கங்களுக்குள் சிக்கிக்கொள்ளாமல் இருப்பதற்காக (கதையின் உள்ளடக்கம், நோக்கம், அதன் உண்மைத்தன்மை ஆகியவற்றின் அடிப்படையில் நான் இன்னும் எனது செயல்களை உருவாக்கிக்கொள்ளவில்லை) முறையான ஒரு குறிக்கோள் மற்றும் செயலிலிருந்து அடுத்த குறிக்கோளுக்குச் செல்லப் போகிறேன். உடல் சார்ந்த செயல்கள் மூலம் அல்லாமல் இதில் ஈடுபடப் போகிறேன். தற்போது, செயலுக்கான உள்ளார்ந்த உந்துதல்களை கிளப்பிவிடுவதோடு நிறுத்திக்கொள்வேன். அவற்றைத் திரும்பத் திரும்ப உணர்வதன் மூலம் எனக்குள்ளே நிலைநிறுத்திக்கொள்வேன்.

செயல்களைப் பொறுத்தவரை, அவை தானாகவே கிளைவிரித்துக்கொள்ளும். அதிசயங்களை நிகழ்த்தும், நமது இயல்பு, அதைப் பார்த்துக்கொள்ளும்.''

பிறகு தத்ஸோவ் தனது உடல் சார்ந்த நடவடிக்கைகளை வரிசைக் கிரமமாக மீண்டும் மீண்டும் சரிபார்த்தார். அதாவது, இப்படிப்பட்ட செயலுக்குத் தேவையான, தனது உள்ளார்ந்த உந்துதல்களை வெளிப்பட வைப்பதில் ஈடுபட்டார். எந்த உடல் அசைவையும் மேற்கொள்ளக்கூடாது என்பதில் அவர் கவனமாக இருந்தார். ஆனால், தனக்குள் என்ன நிகழ்ந்துகொண்டிருந்தது என்பதைத் தனது கண்கள், முகபாவம், விரல் அசைவு ஆகியவற்றின் மூலம் வெளிப்படுத்தினார். செயல்கள், தானாகவே உருவாகும் என்றும் செயலுக்கான உள் உந்துதல்களை நிலை நிறுத்திக் கொண்டுவிட்டால், அவை தடையின்றித் தொடரும் என்றும் மீண்டும் மீண்டும் வலியுறுத்தினார்.

நாங்கள் தயாரித்த பட்டியலோடு ஒப்பிட்டுப்பார்த்து வந்த நான், ஏதாவது விடுபட்டிருந்தால் அது குறித்து, அந்த விஷயத்தை தத்ஸோவின் கவனத்திற்குக் கொண்டு வந்தேன்.

தனது வேலையைத் தொடர்ந்துகொண்டே, பின்வருமாறு தத்ஸோவ் கூறினான்:

"தனிப்பட்ட, தனித் தனியான செயல்கள் மேற்கொள்ளப்படும் போது, அவை முழுமை அடைவதற்கு அதிக நேரமாகிறது. இந்த

நேர இடைவெளியிலிருந்து அறிவுபூர்வமான மற்றும் தொடர்ச்சியான செயல்கள் தோன்றுகின்றன என நான் உணர்கிறேன். இவை உந்து சக்தியாக செயல்பட்டு, உடல் அசைவை வெளிப்படுத்துகின்றன. இந்த உடல் அசைவில், உண்மையான அக வாழ்க்கை உயிர்பெறுகிறது. இந்த வாழ்க்கையை உணரும் போது, அதன் உண்மையையும் உணர்கிறேன். இந்த உண்மை, நம்பிக்கையை மலர வைக்கிறது. நான் ஒரு காட்சியை திரும்பத் திரும்ப விளக்கும் போது, அதன் வாழ்க்கை, அதன் உண்மைத் தன்மை, அந்த உண்மைத் தன்மை மீதான எனது நம்பிக்கை ஆகிய அனைத்தும் மேன்மேலும் வலுவடைகின்றன. அறுபடாத இந்த உடல் சார்ந்த நடவடிக்கைகளைத்தான் 'உடல் சார்ந்த இருப்பு' என்று நான் கூறுவதை நினைவுகூருங்கள்.

இது சிறிய விஷயமில்லை. ஆனால், இது, ஒரு கதாபாத்திரத்தின் பாதி வாழ்க்கை மட்டுமே. அதுவும், இது, மிகவும் முக்கியமான பாதியல்ல.

நீண்ட இடைவெளிக்குப் பிறகு தத்ஸோவ் மீண்டும் தொடர்ந்தார்: "இப்போது நாம் ஒரு கதாபாத்திரத்தின் உடல் சார்ந்த இருப்பை உருவாக்கி இருக்கிறோம். மிகவும் முக்கியமான குறிக்கோள் குறித்து அதாவது, ஒரு கதாபாத்திரத்தின் ஆன்மீக இருப்பு குறித்து நாம் சிந்தித்துப் பார்க்க வேண்டும்.

எனது விருப்பம் மற்றும் உணர்வுக்கு அப்பாற்பட்டு, அது ஏற்கெனவே எனக்குள் குடிகொள்ளத் தொடங்கிவிட்டதாகத் தோன்றுகிறது. இதற்கான ஆதாரத்தை நான் இப்போது மேற்கொண்ட உடல் சார்ந்த செயல்கள் மூலம் நீங்களே பார்த்து உறுதி செய்தீர்கள். இந்தச் செயல்களை எல்லாம் ஏனோதானோ என்றோ, ஜீவனற்ற முறையிலோ நான் மேற்கொள்ளாமல், ஜீவனுடனும் அதற்கான உள்ளார்ந்த காரணத்தின் அடிப்படையில் நான் மேற்கொண்டதையும் நீங்கள் கண்டீர்கள்.

இது எப்படி நிகழ்ந்தது? மிகவும் இயல்பாக. உடலுக்கும் ஆன்மாவுக்கும் இடையேயான நிகழ்வு பிரிக்க முடியாதது.

ஒன்றின் வாழ்க்கை, இன்னொன்றின் வாழ்க்கைக்கு உயிர் கொடுக்கிறது. செயற்கைத்தனம் அல்லாத உடல் சார்ந்த ஒவ்வொரு செயலிலும், உள்ளார்ந்த செயலும் உணர்வுகளும் மறைந்துள்ளன. இப்படித்தான் ஒரு கதாபாத்திரத்தின், அகம் புறம் என்ற இரண்டு கட்ட வாழ்க்கை உருவாக்கப்படுகிறது. இவை ஒன்றோடு ஒன்று இரண்டறக் கலந்துள்ளவை. பொதுவான ஒரு குறிக்கோள், இவை இரண்டையும் ஒன்றுக்கொன்று மிக நெருக்கமாக கொண்டு வந்து, மேலும் வலுவூட்டி, அவற்றுக்கிடையே அறுபடாத உறவை ஏற்படுத்துகிறது.

"உதாரணமாக, பைத்தியக்கார நபரை மையமாகக் கொண்டுள்ள காட்சியை (ஒரு நடிகர் உருவாகிறார் நூலில் இடம்பெற்றுள்ளதை மேற்கோள் காட்டி குறிப்பிடுகிறார்) நீங்கள் மேம்படுத்தும் முனைப்பில் ஈடுபட்டபோது, உங்களையும் உங்களுடைய உண்மையான செயலையும் பாதுகாத்துக்கொள்ள, நீங்கள் மேற்கொண்ட அனைத்து முயற்சிகளும் பிரிக்க முடியாதவை; ஒன்றுக்கொன்று இணையாகச், சென்றவை. ஆனால், இந்த இரண்டு நிலைகளும் மாறுபட்டிருக்கும் சூழ்நிலையைக் கற்பனை செய்து பார்த்தால் எப்படி இருக்கும்?

சுய பாதுகாப்புக்கான ஒரு முயற்சி, ஒரு நிலையில் மேற்கொள்ளப்படுகிறது, அதே சமயத்தில் இன்னொரு நிலையில் ஆபத்து அதிகப்படுத்தப்படுகிறது. அதாவது, ஒரு பைத்தியக்கார மனிதன் அந்த அறைக்குள் அத்துமீறி நுழைய இடமளிக்கப் படுகிறது. அக மற்றும் புறச் செயலின் பரஸ்பரம் ஆபத்தான இந்த இரண்டு நிலைகளையும் ஒன்று சேர்க்க வாய்ப்புள்ளதா? உடலுக்கும் ஆன்மாவுக்கும் இடையேயான உறவு, பிரிக்க முடியாதது என்பதால், இது சாத்தியம் இல்லை என்பதை நான் உங்களுக்கு நிரூபித்துக் காட்ட வேண்டியது அவசியமா?

தி இன்ஸ்பெக்டர் ஜெனரல் நாடகக் காட்சியை இயந்திரத் தனமாக அல்லாமல், அந்தக் கதாபாத்திரத்தின் உடல் சார்ந்த இருப்பை, முழுமையாக நியாயப்படுத்தும் வகையில் நான் நடித்துக் காட்டி இதை நிரூபிக்கப் போகிறேன்."

தத்ஸோவ் நடிக்கத் தொடங்கினார். நடிக்கும்போதே தனது உணர்வுகளையும் விளக்கினார். "நான் நடித்துக்கொண்டிருக்கும் போது என்னை நானே கவனிக்கத் தொடங்கி, உடல் சார்ந்த செயல்களோடு இணைந்து வரும் எனது கதாபாத்திரத்தின் ஆன்மீக வாழ்க்கையை உணர்கிறேன். இந்த ஆன்மீக வாழ்க்கை, உடல் சார்ந்த மற்றும் அதனுடன் இணைந்து வரும் விஷயங்கள் மூலம் உருவாக்கப்படுகிறது. ஆனால், இந்த உணர்வுகள் இன்னும் வெளிப்படையாக உள்ளன. ஆனால், வலுவான தூண்டு சக்தியாக இல்லை. அவற்றுக்கு விளக்கமளிப்பது அல்லது அவற்றின் மீது ஆர்வம் கொண்டிருப்பது இன்னும் சிரமமாக உள்ளது. ஆனால், இது ஒரு துரதிர்ஷ்டம் அல்ல. எனது கதாபாத்திரத்தின் ஆன்மீக வாழ்க்கையின் தொடக்கத்தை எனக்குள் நான் உணர்வதால், திருப்தி அடைந்துள்ளேன். உடல் சார்ந்த வாழ்க்கையை அடிக்கடி நான் மீண்டும் வாழும்போது, ஆன்மீக வாழ்க்கையின் போக்கு, மிகவும் உறுதி வாய்ந்ததாக மாறுகிறது.

இந்த இரண்டு நிலைகளும் ஒன்றிணைவதை நான் அடிக்கடி உணரும்போது, இந்த நிலையின் மனம் மற்றும் உடல் சார்ந்த உண்மை மீதான என் நம்பிக்கை, எனக்குள் மேலும் அதிகமாக வலுவடையும். எனது கதாபாத்திரத்தின் இந்த இரண்டு நிலைகளையும், நான் மேலும் உறுதியுடனும் வலுவாகவும் உணர்வேன். ஆன்மீக இருப்பின் வித்து, முளைவிட்டு வளர்வதற்கான ஒரு சிறந்த நிலமாக, ஒரு கதாபாத்திரத்தின் உடல் சார்ந்த இருப்பு அமைந்துள்ளது. இப்படிப்பட்ட விதைகளை அதிகமாகத் தூவுங்கள்."

"தூவுங்கள் என்று எந்த அர்த்தத்தில் சொல்கிறீர்கள்?"

"உத்தேசமான சூழ்நிலைகள், கற்பனை ரீதியிலான யோசனைகள் என்ற 'மாய சக்தி படைத்த அப்படியானால்களை' அதிகளவில் உருவாக்குங்கள். இவை உடனடியாக உயிர்பெற்று, உங்கள் கதாபாத்திரத்தின் உடல் சார்ந்த இருப்புடன் இரண்டறக் கலந்துவிடும். இவை, அதிக அளவிலான உடல் சார்ந்த நடவடிக்கைகளை கிளை விரிக்கவைக்கும். அவற்றுக்கான ஒரு அடித்தளத்தையும் அமைத்துக் கொடுக்கும்."

நாங்கள் பட்டியலிட்டிருந்த உடல் சார்ந்த செயல்களை பல தடவை திரும்பத் திரும்ப நிகழ்த்திக் காட்டினார். அடுத்தடுத்து எந்தெந்தச் செயல்கள் இடம்பெற வேண்டும் என்பது அவருக்கு ஏற்கெனவே தெரிந்திருந்ததால், அவரைச் சரிசெய்வதற்கோ அல்லது விடுபட்ட விஷயங்களை எடுத்துக்கொடுப்பதற்கோ எனக்கு எந்த அவசியமும் ஏற்படவில்லை.

தத்ஸோவ், இந்த வேலையில் ஈடுபட்டிருந்தபோது, தனது முக பாவம், கண்கள், உடல், குரலின் ஏற்ற இறக்கங்கள், அபாரமான விரல் அசைவுகள் ஆகியவற்றின் மூலம் எந்த அளவுக்கு உண்மையான, குறிக்கோள் சார்ந்த, அர்த்தம் நிறைந்த, உடல் சார்ந்த செயல்களுக்கு மட்டும் அல்லாமல் உள்ளம் சார்ந்த செயல்களுக்கும் புற வடிவம் கொடுத்தார் என்பதை அவர் உணர்ந்ததாகத் தெரியவில்லை. ஒவ்வொரு தடவை அவர் திரும்பிச் செய்யும்போதும், அவர் மேற்கொண்டிருந்தவை அனைத்தும் மேம்பட்டன. இதனால், அவற்றின் மீதான அவரது நம்பிக்கையும் வலுவடைந்தது. இதன் விளைவாக, அவரது நடிப்பு மேலும் மேலும் சிறப்பாக அமைந்திருந்தது.

அவரது கண்கள் என்னை வியப்பில் மூழ்கடித்தன…! அதே கண்கள்தான்… ஆனால், அதே கண்களாக இல்லை! அவற்றில் முட்டாள்தனம் பளிச்சிட்டன; அலைபாய்ந்து கொண்டிருந்தன, அப்பாவித்தனமாக இருந்தன; கிட்டப் பார்வை காரணமாக தேவைக்கு அதிகமாக மூடித் திறந்தன. தனது மூக்கு நுனியைத் தாண்டி அவரால் பார்க்க முடியாது.

அவர் உடலில் எந்த அசைவும் இல்லை, அவர் விரல்கள் மட்டும் தானாகவே விளையாடின. பல விஷயங்களை பேசாமல் பேசின. அவரோ ஒரு வார்த்தைகூடப் பேசவில்லை. ஆனால், அவ்வப்போது வேடிக்கையான சில ஒலிகள் வெளிப்பட்டன. அவையும் அர்த்தபூர்வமாக இருந்தன.

உடல் சார்ந்த செயல்களை, மிகச் சரியாகச் சொன்னால் செயல்படுவதற்கான அகத் தூண்டுதல்களை அடிக்கடி அவர்

மீண்டும் மீண்டும் வெளிப்படுத்த வெளிப்படுத்த, அவரது தன்னிச்சையான அசைவுகள் மேன்மேலும் அதிகரித்தன. அவர் நடக்கத் தொடங்கினார். உட்காரத் தொடங்கினார். கழுத்துப் பட்டையை இறுக்கிக்கொண்டார். தனது 'பூட்ஸ்'களையும் கைகளையும் மெச்சிக்கொள்ளும் வகையில் பார்க்கத் தொடங்கினார். தனது நகங்களை சுத்தம் செய்யத் தொடங்கினார்.

இப்படிப்பட்ட செயல்களில் ஏதாவது ஒன்று, எல்லோரும் பின்பற்றும் வழக்கமான பாணியில் இருப்பது போன்று அவருக்குத் தெரியவந்த உடனேயே, அதைத் தவிர்த்துவிடுகிறார்.

பத்தாவது ஒத்திகையில் அவரது நடிப்பு முற்றிலுமாக உணரப் பட்ட, முழுமையான நிலையை எட்டியது. அவரது அசைவுகள் எள்ளளவுகூட வரம்பு மீறாமல் இருந்ததால்தான் இது சாத்திய மானது. உண்மையான, அர்த்தம் நிறைந்த, குறிக்கோளுடன் கூடிய செயல்களுடன் ஒரு வாழ்க்கையை அவர் உருவாக்கியிருந்தார். இதைக் கண்டதும் அதிசயித்துப் போனேன்... என்னை மறந்தேன்...! என்னை அறியாமல் கரவொலி எழுப்பியதும், மற்றவர்களும் என்னுடன் சேர்ந்து உற்சாகத்துடன் கை தட்டினர்.

கரவொலியைக் கேட்டு உண்மையிலேயே திகைத்துப்போன தத்ஸோவ், நடிப்பதை நிறுத்திக் கொண்டார். ''என்ன விஷயம்? என்ன நடந்தது? '' என்று கேட்டார்.

''நீங்கள் கெலிஸ்தாகோவாக நடிக்கவே இல்லை...அந்த கதாபாத்திரத்தை ஒத்திகை பார்க்கவே இல்லை...ஆனால் மேடையில் அந்தக் கதாபாத்திரத்தை நடித்தீர்கள். அந்தக் கதாபாத்திரமாகவே வாழ்ந்தீர்கள்...'' என்று விளக்கினேன்.

''நீங்கள் தவறாகப் புரிந்துகொண்டிருக்கிறீர்கள். நான் அப்படி எதையும் உணரவில்லை. ஒரு கதாபாத்திரம் என்பது எனது சக்திகளுக்கு அப்பாற்பட்டதாக இருப்பதால், நான் நடிக்க வில்லை. கெலிஸ்தாகோவாக நடிக்கப்போவதே இல்லை. ஆனாலும், செயல்படத் தூண்டிவிடும் உள்ளார்ந்த உந்து சக்தியை என்னால் சரியாகப் பயன்படுத்திக்கொள்ள முடிந்தது. நாடக

ஆசிரியர் திட்டமிருந்த சூழ்நிலைகளில், உண்மையான, அர்த்தம் நிறைந்த, குறிக்கோள் சார்ந்த செயல்களைக் கண்டுபிடிக்க முடிந்தது. இவ்வளவு சிறிய முயற்சிகூட, நிஜ வாழ்க்கையை மேடையில் உங்களை உணர வைத்துள்ளது.

ஒட்டுமொத்த நாடகக் குழுவும் தயாராக இருந்தால், இரண்டாவது அல்லது மூன்றாவது ஒத்திகையின்போது, கதா பாத்திரங்களை ஆராய்ந்து பார்த்து, உண்மையான பகுப்பாய்வை மேற்கொள்ள முடியும். இந்தப் பகுப்பாய்வு வார்த்தை வார்த்தையாக, அசைவு அசைவாக, மண்டையை உடைத்துக் கொண்டு, அறிவுபூர்வமாக மேற்கொள்ளப்படுவது அல்ல. இப்படிப்பட்ட ஜீவனற்ற பகுப்பாய்வு, ஒரு கதாபாத்திரத்தின் உயிரோட்டத்தை உருக்குலைத்துவிடும். உங்களுடைய உடலாலும் ஆன்மாவாலும் நீங்கள் உணரக்கூடிய கதாபாத்திர வாழ்க்கையை, உண்மையிலேயே மேன்மேலும் தெளிவாகவும் ஆழமாகவும் புரிய வைக்கக்கூடிய பகுப்பாய்வைத்தான் நான் குறிப்பிடு கிறேன்.''

''ஆனால், நீங்கள் இதை எப்படி செய்து முடிப்பீர்கள்?'' என்று கேள்வி எழுப்பிய அனைத்து மாணவர்களும், பதிலைத் தெரிந்து கொள்ள ஆர்வத்துடன் காத்திருந்தனர்.

''விடுபட்ட விஷயங்களை எடுத்துச் செல்லும் உதவியாளர் இல்லாமல், அனைத்து செயல்களுக்குமான இடைவிடாத, முறையான, சாலப் பொருத்தமான பயிற்சிகள் மூலம் இதில் வெற்றிபெற முடியும்.

உதாரணமாக என்னை எடுத்துக்கொள்ளுங்கள். மேடை நாடகத்தில் நான் நீண்ட காலமாகப் பங்கேற்று வருகிறேன். ஆனாலும், நாள்தோறும் இன்றைய தினம் உட்பட, பத்து அல்லது இருபது நிமிடங்கள் இப்படிப்பட்ட பயிற்சியில் ஈடுபடுகிறேன். என்னால் கற்பனை செய்ய முடிந்த, மிகவும் வேறுபட்ட சூழ்நிலைகளில், நான் ஒரு நபர் என்ற தனிபட்ட முறையிலும் எனது சொந்தப் பொறுப்பிலும், எப்போதுமே இந்தப் பயிற்சிகளை மேற்கொண்டு வருகிறேன். இந்தப் பயிற்சிகளை நான் மேற்

கொள்ளாமல் இருந்திருந்தால், கெலிஸ்தாகோவ் இடம் பெறும் காட்சி தொடர்பான, உடல் சார்ந்த நடவடிக்கைகளில் இடம் பெற்றுள்ள பல்வேறு அம்சங்களையும் அவற்றின் தன்மையையும் நான் புரிந்துகொள்வதற்கு, எனக்கு எவ்வளவு நேரம் ஆகியிருக்கும் என நினைக்கிறீர்கள்?

ஒரு நடிகர், இப்படிப்பட்டப் பயிற்சியை இடைவிடாமல் மேற்கொண்டு வந்தால், அனைத்துவிதமான மனித செயல்பாடு களை, அவற்றில் அடங்கியுள்ள பல்வேறு அம்சங்களின் அடிப் படையிலும், அவற்றின் தொடர்ச்சி, தர்க்க நியாயம் ஆகிய வற்றையும் அவரால் புரிந்துகொள்ள முடியும். ஒரு பாடகர் குரல் வளத்தைப் பாதுகாத்துக்கொள்வதற்காக சாதகம் செய்வது போலவும், ஒரு நாட்டியக் கலைஞர் தினமும் நடனம் ஆடிப் பயிற்சி செய்வதைப் போன்றும், ஒரு நடிகர் இந்தப் பயிற்சியை நாள்தோறும் தொடர்ந்து மேற்கொள்ள வேண்டும்.

இன்று நான் நடித்துக் காட்டியதிலிருந்து இந்தப் பயிற்சி எவ்வளவு முக்கியமானது என்பதை நீங்கள் உணர்ந்துகொள்ள வேண்டும். இந்தப் பயிற்சிகளில் நீங்கள் விசேஷ கவனம் செலுத்த வேண்டும் என்று காரணம் இல்லாமல் நான் உங்களை வற்புறுத்த வில்லை. நீண்ட, நெடிய பயிற்சி வாயிலாக எனக்குள் நான் பட்டை தீட்டிக்கொண்டுள்ள நுட்பத்தில், நீங்கள் வல்லமை பெற்று விட்டால், நான் செய்ததை உங்களாலும் சாதிக்க முடியும். நீங்கள் இதில் வெற்றிபெறும்போது, உங்களுடைய உணர்வு நிலைக்கு அப்பாற்பட்ட, ஆக்கத் திறன் சார்ந்த இதே அக வாழ்க்கை, தானாகவே உங்களுக்குள் ஊற்றெடுக்கும். உங்களுடைய ஆழ்மனம், உங்களுடைய உள்ளுணர்வு, வாழ்க்கையிலிருந்து நீங்கள் திரட்டியுள்ள அனுபவங்கள், மேடையில் மனித குணாம்சங்களை வெளிப்படுத்தும் உங்களுடைய பழக்கம் ஆகிய அனைத்தும், உடல் அளவிலும் மனதளவிலும் உங்களுக்குத் துணை நிற்கும்; உங்களுக்குத் தேவையானவற்றை உருவாக்கித்தரும்.

பின்னர் உங்களுடைய நடிப்பில், எப்போதுமே புத்தம் புதிய பொலிவு மிளிரும். அரைத்த மாவையே அரைக்கும் வழக்கமான

பாணி மிகவும் குறைந்துவிடும். உண்மைத் தன்மை அதிக அளவில் பளிச்சிடும்.

இதே முறையில் ஒட்டுமொத்த நாடகத்தையும் நீங்கள் அணுக வேண்டும். ஆரம்பத்தில் உங்களுக்குக் கிடைக்கக்கூடிய சூழ்நிலைகள், கொடுக்கப்பட்டுள்ள காட்சிகள், அவற்றின் உட்பிரிவுகள், குறிக்கோள்கள் ஆகியவற்றுடன் இந்தப் பயிற்சியை நீங்கள் தொடங்க வேண்டும். பொருத்தமான செயல்களை உங்களுக்குள் நீங்கள் கண்டறிந்ததாக வைத்துக்கொள்வோம். அதையடுத்து, நாடகத்தின் ஆரம்பத்திலிருந்து இறுதி வரை அவற்றை உங்கள் கதாபாத்திரத்தின் தர்க்க நியாயம் மற்றும் தொடர் நிகழ்வுகளுக்கு ஏற்ப வெளிப்படுத்துவதை, நீங்கள் பழக்கப்படுத்திக்கொள்ள வேண்டும். அப்போதுதான் உங்கள் கதாபாத்திரத்தின் உடல் சார்ந்த புற இருப்பை, நீங்கள் உருவாக்கிக்கொண்டிருப்பீர்கள்.

இந்தச் செயல்கள் யாருக்குச் சொந்தம்? உங்களுக்கா? அல்லது உங்கள் கதாபாத்திரத்திற்கா?"

"எனக்கு!"

"உடல் சார்ந்த இருப்பு, உங்களுக்கு சொந்தம். அசைவுகளும்கூட உங்களுடையதுதான் ஆனால், குறிக்கோள்கள், கொடுக்கப் பட்டுள்ள சூழ்நிலைகள் என்பவை எல்லாம் உங்களுக்கும் கதாபாத்திரத்திற்கும் சொந்தம். நீங்கள் எங்கே முடிவடைகிறீர்கள்? உங்களுடைய கதாபாத்திரம் எங்கே ஆரம்பமாகிறது?"

"இதைச் சொல்வதற்கு எந்த வழியும் இல்லை" எனக் குழப்பத்தின் உச்சத்தில் இருந்த வன்யா திகைப்புடன் கூறினார்.

ஆனால், நீங்கள் கண்டறிந்துள்ள இந்தச் செயல்கள் வெறும் புறச் செயல்கள் அல்ல என்பதை மறந்துவிடாதீர்கள். உங்களுடைய உணர்வுகள் மூலம், உள்முகமாக இவை நியாயப்படுத்தப் பட்டுள்ளன. அவற்றின் மீதான உங்களுடைய நம்பிக்கை மூலம் வலுவூட்டப்பட்டுள்ளன. உங்களுடைய 'நான்' என்ற நிலை வாயிலாக; அவை உயிர்பெற்றுள்ளன. மேலும், உங்களுக்குள் இயங்கிக்கொண்டுள்ள உங்களுடைய உடல் சார்ந்த செயல்களுக்கு

இணையாக, உணர்ச்சி பூர்வமான தருணங்களின் தொடர்ச்சியும் வெகு இயல்பாக, உருவாக்கப்பட்டுள்ளன. இந்தத் தருணங்கள் உங்களுடைய ஆழ்மனதின் அடி ஆழத்தை எட்டுகின்றன.

இந்த இரண்டு தொடர் நிகழ்வுகளுக்கு இடையே முழுமையான ஒத்திசைவு உள்ளது. உங்களுக்குள் முற்றிலுமாக மாறுபட்ட ஒன்றை உணர்ந்துகொண்டு, உண்மையாகவும் உங்களுக்கான இலக்கை எட்டும் வகையிலும் உங்களால் நடிக்க முடியாது என்பது உங்களுக்குத் தெரிந்த விஷயம்தான்.

இந்த உணர்வுகள் யாருக்கு சொந்தம்? உங்களுக்கா உங்கள் கதாபாத்திரத்திற்கா?"

விரக்தியடைந்த வன்யா, இதற்கு என்ன பதில் சொல்வது என்று தெரியவில்லையே... என்பது போலக் கைகளை விரித்துக் காட்டினார்.

"நீங்கள் ஒரேயடியாக குழம்பிப்போயிருக்கிறீர்கள். இது நல்ல விஷயம்தான். ஏனென்றால், உங்களுடைய கதாபாத்திரத்தில் பெரும் அளவிலான விஷயங்களும் உங்களுக்குள்ளே பொதிந்துள்ள பெரும் அளவிலான விஷயங்களும் இரண்டறக் கலந்து, நடிகர் எங்கு தொடங்குகிறார் அல்லது எங்கு அவரது கதாபாத்திரம் முடிவடைகிறது என்பதை சுலபமாக வேறுபடுத்திப் பார்க்க முடியாத அளவுக்கு ஒன்றிணைந்துவிடுவதை, இந்தக் குழப்பம் தான் உங்களுக்குத் தெளிவுபடுத்துகிறது. இப்படிப்பட்ட நிலையில் நீங்கள் இருக்கும்போது, உங்களுடைய கதாபாத்திரத்துடன் நெருக்கமாகிவிடுகிறீர்கள்.

கதாபாத்திரத்தை, உங்களுக்குள் உணர்கிறீர்கள்; கதாபாத்திரத் திற்குள் உங்களையும் உணர்கிறீர்கள்.

உங்களுடைய ஒட்டுமொத்தக் கதாபாத்திரத்தை இந்த வழிமுறை மூலம் நீங்கள், மேம்படுத்திக் கொள்ள முயன்றால், அதன் வாழ்க்கை குறித்த ஒரு தடயம், உங்களுக்குக்கிடைக்கும். முழுக்க முழுக்க அறிவு சார்ந்த அல்லது வழக்கமான முறையில் அல்லாமல், யதார்த்தமான, உடல் மற்றும் உள்ளம் சார்ந்த

வழிமுறை மூலம்தான் அதைப் பெற முடியும். ஏனென்றால், ஒன்று இல்லாமல் மற்றொன்று இருக்காது.

ஆரம்பத்தில், கதாபாத்திரத்தின் வாழ்க்கை மேலோட்டமாக, வெறுமையாக, நிறைவற்றதாக இருந்தாலும், அதில் ரத்தமும் சதையும் கலந்துள்ளன. ஓரளவுக்கு ஜீவன் உள்ளது. ஆன்மாவும் அதில் உறைந்துள்ளது. மனித ஜீவனின் – நடிகரின் - கதாபாத்திரத்தின் - ஆன்மா, அது.

இந்தக் கண்ணோட்டத்துடன் உங்கள் கதாபாத்திரத்தை நீங்கள் அணுகினால், அதன் வாழ்க்கையை யாரோ ஒரு மூன்றாவது நபராக அல்லாமல், முதன்மையானவராக உங்களால் வெளிப்படுத்த முடியும். உங்கள் கதாபாத்திரம் குறித்து மேலும் தொடர வேண்டிய முறையான, விரிவான பணியில் இது மிகுந்த முக்கியத்துவம் பெற்றுள்ளது. நீங்கள் திரட்டி வைத்துள்ள அனைத்து விஷயங்களும் இதைத் தொடர்ந்து, அவற்றுக்கான சரியான இடங்களை உடனடியாகத் தேடிக்கொள்ளும். வெறும் வார்த்தைகளை விழுங்கும் நடிகர்களுக்கு நிகழ்வது போன்று, இந்த விஷயங்கள் திக்குத் தெரியாமல், உங்களுக்குள் அலைபாய்ந்து கொண்டிருக்காது.

அதாவது, உங்களை நீங்களே கையாள வேண்டும், அப்போது தான் யாரோ ஒரு மூன்றாவது நபரைப் போன்று அல்லாமல், உங்களுடைய சுயத்திடம் நீங்களே பேசுவது போன்று, உங்களுடைய கதாபாத்திரத்தை ஆக்கபூர்வமாக உங்களால் அணுக முடியும். உங்களுடைய கதாபாத்திரத்திற்குள் நீங்கள் இருப்பதை, உங்களுக்குள் கதாபாத்திரம் இடம் பெற்றிருப்பதை நீங்கள் உணர்வதில் வெற்றி அடைந்ததும், ஆழ்மனதை ஒட்டியுள்ள உங்களுடைய ஆக்கத் திறன் வாய்ந்த, உள்ளார்ந்த நிலையுடன் உங்கள் கதாபாத்திரம் இரண்டறக் கலந்ததும் நம்பிக்கையுடன் முன்னேறிச் செல்லுங்கள்.

உங்களுடைய கற்பனை கதாபாத்திரத்தின் நிலையில் உங்களை நீங்கள் கண்டுபிடித்துவிட்டால், நீங்கள் மேற்கொள்ள வுள்ள உடல் சார்ந்த செயல்களைப் பட்டியலிடுங்கள். நாடக

கதாபாத்திரத்தின் நிலையிலும் இதே போன்று பட்டியலிடுங்கள். அதாவது, நாடகக் கதைக்கு ஏற்ப உங்களுடைய கதாபாத்திரம் மேற்கொள்ளும் நடவடிக்கைகளைப் பட்டியலிட வேண்டும். பின்னர், இந்த இரண்டு பட்டியல்களையும் ஒப்பிட்டுப் பாருங்கள். ஒரு வடிவத்தின் மீது கண்ணாடிக் காகிதத்தை வைத்துப் பார்ப்பது போன்று, ஒப்பிட்டுப் பார்த்தால், எந்தெந்த இடங்கள் ஒரே மாதிரியாக இருக்கின்றன என்பதைக் காண முடியும்.

நாடக ஆசிரியர், தனது படைப்புப் பணியை வெகு திறமையுடன் மேற்கொண்டிருந்தால், மனித சுபாவம் மற்றும் மனித அனுபவங்கள், உணர்வுகள் ஆகியவற்றின் ஜீவனுள்ள ஆதாரங்களிலிருந்து தனது நாடகத்தை அவர் உருவாக்கியிருந்தால், செயல்கள் இடம்பெற்றுள்ள உங்களுடைய பட்டியல், ஜீவனுள்ள உங்களுடைய சொந்த இயல்பின் உந்துதல் மூலமாகவும் உருவாக்கப்பட்டிருந்தால், இந்த இரண்டு பட்டியல்களும் பல்வேறு விஷயங்களில் ஒரே மாதிரியாகத்தான் இருக்கும். அதிலும் குறிப்பாக, அடிப்படையான, மிக முக்கியமான அனைத்து இடங்களும் ஒரே மாதிரியாகத்தான் இருக்கும்.

உங்களுடைய கதாபாத்திரத்துடன் நீங்கள் ஒத்திசைந்து போகும் தருணங்களும் உணர்வுகள் மூலம் ஒன்றிணைக்கப்படும் தருணங்களும் உருவாகும். உங்களுடைய கதாபாத்திரத்தில் உங்களையும், உங்களுக்குள் உங்களுடைய கதாபாத்திரத்தையும் ஓரளவுக்கு உணர்ந்துவிட்டாலே போதும்... அதுவே மிகப் பெரிய வெற்றி! உங்கள் கதாபாத்திரத்துடன் நீங்கள் இரண்டறக் கலப்பதில், உங்களுடைய கதாபாத்திரமாக நீங்கள் வாழ்வதில் இதுதான் முதற்படி. ஒரு நடிகர் தனது கதாபாத்திரத்தில் இன்னமும் தன்னை உணராத மற்ற இடங்களில்கூட, மனித இயல்பின் சில வெளிப்பாடுகளைக் காண முடியும்.

ஒரு கதாபாத்திரம், வெகு சிறப்பாக உருவாக்கப்பட்டிருந்தால், அது நம்மைப் போன்ற மனித ஜீவனாகத்தான் இருக்கும். ஒரு மனித ஜீவனால் மற்றொன்றை உணர முடியுமே!"

★ ★ ★

உடல் சார்ந்த இருப்பின் மூலம் ஒரு கதாபாத்திரத்தின் ஆன்மீக வாழ்க்கையை உருவாக்குவதற்கான உள்ளம் சார்ந்த தனது உத்தி மீது, தத்ஸோவ் மீண்டும் இன்று விளக்கம் அளித்தார். வழக்கப் படியே அழகான ஓர் உதாரணம் மூலம் தனது சிந்தனைகளை அவர் பின்வருமாறு முன்வைத்தார்:

"நீங்கள் எப்போதாவது பயணம் செய்திருக்கிறீர்களா? நீங்கள் பயணம் மேற்கொண்டிருந்தால், செல்லும் வழியெங்கும் பயணிக்குள்ளும் அவருக்கு வெளியேயும் ஏற்படும் மாற்றங்கள் குறித்து நீங்கள் அறிந்திருப்பீர்கள். பல்வேறு இடங்கள் வழியாக செல்லும் ரயிலில், அந்தந்தப் பகுதிகளைப் பொறுத்து, உள்ளுக் குள்ளும் வெளியேயும் மாற்றம் ஏற்படுவதை நீங்கள் எப்போ தாவது கவனித்தது உண்டா?

ரயில் நிலையத்திலிருந்து அது புறப்பட்டதும், உறைய வைக்கும் குளிர் காற்றில் அனைத்துமே பொலிவுடனும் ஜொலிப்புடனும் காணப்படுகின்றன. புதிய மேஜை விரிப்பு போன்ற வெண் பனிப் படலத்தால் ரயிலின் மேற்கூரை மூடப்பட்டுள்ளது. உறைபனியால் மூடப்பட்டுள்ள ஜன்னல்கள் வழியாக வெளிச்சம் ஊடுருவ முடியாததால், ரயில் பெட்டிக்குள் இருட்டாக உள்ளது. உங்களை வழியனுப்பி வைத்தவர்களின் நினைவு உங்களுடைய உணர்வுகளை பாதிக்கிறது. உங்கள் மனம் முழுவதையும், கவலையான சிந்தனைகள் ஆக்கிரமித்துள்ளன. நீங்கள் பிரிந்து வந்துள்ள சொந்தங்களை நினைத்துப் பார்க்கிறீர்கள்.

ரயிலின் அசைவும் அதன் சக்கரங்களின் தட தட ஒலியும் தாலாட்டுப் பாடுவது போன்று இருப்பதால், தூக்கம் உங்கள் கண்களைத் தழுவுகிறது.

ஒரு பகலும் ஒரு இரவும் கழிந்தன. தெற்கு நோக்கி நீங்கள் பயணம் செய்துகொண்டிருக்கிறீர்கள். வெளியே அனைத்துமே மாற்றமடைந்துள்ளன. பனி ஏற்கெனவே உருகிவிட்டது. மற்ற இயற்கை காட்சிகள் பளிச்சிடுகின்றன. ஆனால், ரயில் பெட்டிக்குள் வெப்பமூட்டும் சாதனம் இன்னும் இயங்கிக் கொண்டிருப்பதால், ஜன்னல்கள் திறக்கப்படவில்லை. பயணிகள்

அனைவருமே வித்தியாசமானவர்கள். அவர்கள் பேச்சு வழக்கு மாறுபட்டுள்ளது. அணிந்துள்ள உடைகளும் மாறுபட்டுள்ளன. ரயில் தடங்கள் மட்டுமே மாறாமல் உள்ளன. முடிவில்லாமல் நீண்டு கொண்டே போகின்றன.

ஒரு பயணி என்ற முறையில், ரயிலுக்குள்ளும் அல்லது வெளியேயும் உங்களைச் சுற்றிலும் உள்ள விஷயங்களில்தான் நீங்கள் ஆர்வம் கொண்டிருப்பீர்கள். தண்டவாளங்களின் மீதல்ல. ரயிலில் பயணிக்கும்போது, இதுவரை பார்த்திராத புதிய இடங்களைக் காண்கிறீர்கள். மேன்மேலும் அதிகமாக புதிய பதிவுகளைப் பெறுகிறீர்கள், அவற்றை அனுபவிக்கிறீர்கள். அவை உங்களுக்குள் ஆர்வத்தை ஏற்படுத்துகின்றன அல்லது உங்களைத் துயரத்தில் ஆழ்த்துகின்றன. ஒவ்வொரு கணமும், பயணியின் மனநிலையை அவை மாற்றுகின்றன, பயணியையும் மாற்றுகின்றன.

இதே போன்றுதான் மேடையிலும் நிகழ்கிறது. தண்டவாளங் களின் இடத்தில் உள்ளது எது? நாடகத்தின் ஒரு முனையிலிருந்து இன்னொரு முனைக்கு அதன் மீது நாம் எப்படிச் செல்வது?

"இதற்காக நாம் பயன்படுத்த வேண்டிய விஷயங்கள் உண்மையாகவும் ஜீவனுள்ள உணர்வுகளை உள்ளடக்கியவை யாகவும் இருக்க வேண்டும் என ஆரம்பத்தில் தோன்றும். அவை, நம்மை வழி நடத்தட்டும். ஆனால், மனம் சார்ந்த விஷயங்கள் நீர்க்குமிழி போன்றவை. அவற்றை உறுதியாக நிலைத்திருக்க வைப்பது சிரமமான வேலை. அவற்றிலிருந்து வலுவான 'தண்ட வாளங்களை' நம்மால் உருவாக்க முடியாது. நமக்கு மேலும் வலுவான 'பொருள்' தேவைப்படுகிறது. உடல் சார்ந்த குறிக் கோள்கள்தான், இந்த நோக்கத்தை நிறைவேற்று வதற்கு மிகவும் பொருத்தமானவை. அவை, உடலால் மேற் கொள்ளப்படுவதால், இது சாத்தியமாகிறது. நமது உணர்வுகளை விட ஒப்பிட முடியாத அளவுக்கு உடல் மிகவும் உறுதியானது.

உங்களுடைய உடல் சார்ந்த நடவடிக்கைகள் மூலம் உருவாக்கப்பட்ட தண்டவாளங்களை நீங்கள் அமைத்துக்

கொண்ட பிறகு, புதிய திசையில் அதாவது, நாடகத்தின் வாழ்க்கையைத் தேடி உங்கள் பயணத்தைத் தொடருங்கள். ஓரிடத்தில் நின்றுவிடாமல், அதாவது உங்களது அறிவுசார்ந்த விஷயங்கள் குறித்து சிந்தனை செய்யாமல், பயணத்தைத் தொடர்வீர்கள்; செயல்படுவீர்கள்.

"போல்ட், நட்டுகளைப் போன்ற வலுவான குறிக்கோள்களால் உறுதியாகப் பொருத்தப்படும், உடல் சார்ந்த செயல்களின் அறுபடாத தொடர்ச்சி, பயணத்திற்கு தண்டவாளங்கள் போல நமக்கு முக்கியமானது. ரயில் பயணியைப் போலவே நடிகரும் நாடகம் தந்துள்ள மாறுபட்ட சூழ்நிலைகள் என்ற பல்வேறு இடங்கள் வழியாகவும், 'மாய சக்தி வாய்ந்த அப்படியானால்களும்' மற்றும் அவரது கற்பனையில் சிருஷ்டிக்கப்பட்ட வேறு கண்டு பிடிப்புகள் வாயிலாகவும் பயணிக்கிறார். அந்தப் பயணியைப் போலவே நாம் மாறுபட்ட நிலவரங்களை எதிர்கொள்கிறோம். அவை நமக்குள் பல்வேறு மாறுபட்ட மனோபாவங்களை வெளிப்படுத்துகின்றன. நாடகத்தின் வாழ்க்கையில் நடிகர், புதிய மனிதர்களை – அவருடன் நடிக்கும் மற்ற கதாபாத்திரங்களை – சந்திக்கிறார். அவர்களுடன் சேர்ந்து ஒரு பொதுவான வாழ்க்கைக்குள் பிரவேசிக்கிறார். இந்தப் பிரவேசமும், அவரது உணர்வுகளைக் கிளை விரிக்க வைக்கின்றன.

பயணிக்கோ தண்டவாளங்களின் மீது எந்த ஆர்வமும் இருப்பதில்லை. ஆனால் ரயில் கடந்து செல்லும் புதிய தேசங்கள், புதிய இடங்கள் மீதுதான் அவர் ஆர்வம் கொண்டிருப்பார். அதுபோலவே, உடல் சார்ந்த செயல்களால், நடிகரின் ஆக்கத் திறன் முனைப்பு ஈர்க்கப்படுவதில்லை. மாறாக, அவரது கதாபாத்திரத்தின் புற வாழ்க்கையை நியாயப்படுத்துவதற்கான உள்ளார்ந்த நிலவரங்கள் மற்றும் சூழ்நிலைகளால்தான் இந்த முனைப்பு ஈர்க்கப்படுகிறது. நாம் நடித்துக்கொண்டிருக்கும் கதாபாத்திரங் களுக்கு உயிர்கொடுக்கும், நமது கற்பனையின் அருமையான சிருஷ்டிகள், அதாவது ஆக்கத் திறன் படைத்த நடிகரின் இதயத்தில் ஊற்றெடுக்கும் உணர்வுகள் நமக்குத் தேவைப்படுகின்றன. ஒரு

நாடகம் முழுவதிலும் நம்மை வழிநடத்தும் கவர்ச்சிகரமான குறிக்கோள்கள் நமக்குத் தேவை.''

இந்த இடத்தில் தத்ஸோவ் நிறுத்திக்கொண்டார். ஒரு இடைவெளி ஏற்பட்டது. மௌனம் சூழ்ந்த அந்த சூழ்நிலையில், க்ரிஷாவின் நடுக்கமான குரல் ஒலித்தது.

''அருமையாகச் சொன்னீர்கள். கலையில், போக்குவரத்துப் பிரச்சினைகள் குறித்த அத்தனையையும் நாம் இப்போது தெரிந்து கொண்டோம்'' என்று மிகவும் சன்னமான குரலில் கூறினார்.

''என்ன சொல்கிறீர்கள்?'' என்று தத்ஸோவ் கேட்டார்.

''அதாவது நான் என்ன சொல்ல வருகிறேன் என்றால்... நிஜமான கலைஞர்கள் தரையில் செல்லும் ரயிலில் பயணிப்பதில்லை. மேகங்களுக்கு மேலே விமானங்களில் அவர்கள் பறக்கின்றனர்.'' என்று பக்குவமான தொனியில் அறிவித்தார்.

''உங்களுடைய ஒப்பீடு எனக்குப் பிடித்துள்ளது'' என மெல்லிய புன்னகையுடன் சொன்ன தத்ஸோவ், இது குறித்து நமது அடுத்த வகுப்பில் பார்ப்போம் எனக் கூறியவாறு விடைபெற்றார்.

★ ★ ★

''நமது சோகக் கலைஞருக்கு மேகங்களுக்கு மேலே பறந்து செல்ல ஆகாய விமானம் தேவைப்படுகிறது. தரையில் செல்லும் ரயிலில் அவர் செல்ல மாட்டார்'' என்று க்ரிஷாவிடம் சொல்லிய வாறே வகுப்பறைக்குள் நுழைந்தார், தத்ஸோவ்.

''ஆம், ஆகாய விமானம்தான் வேண்டும்.'' சோகக் கலைஞர் மீண்டும் தனது தேவையைச் சொன்னார்.

''ஆனாலும் துரதிர்ஷ்டவசமாக ஓர் ஆகாயவிமானத்திற்கும் தரை தேவைப்படுகிறது. ஓடுதளத்தில் ஒரு குறிப்பிட்ட தூரம் வரை சென்ற பிறகுதான் விமானம், 'டேக் ஆஃப்' ஆகி ஆகாயத்தில் பறக்கிறது. எனவே, தரையில்லாமல் உங்களால் உயரே செல்ல முடியாது.

விமான ஓட்டிகளுக்கு எந்த அளவுக்கு முக்கியமாகத் தரை தேவைப்படுகிறதோ, அந்த அளவுக்கு உடல் சார்ந்த நடவடிக்கை களின் தொடர்ச்சி, உயர்ந்த பகுதிகளை எட்டுவதற்கு முன்னர், நடிகர்களாகிய நமக்குத் தேவைப்படுகிறது.

ஒருவேளை, ஓடுதளத்தைப் பயன்படுத்தாமல், செங்குத்தாக கிளம்பி மேகங்களுக்குள் உங்களால் பறக்க முடியுமா? அப்படியும் பறக்குமளவுக்கு இயந்திரத் தொழில்நுட்பங்கள் உருவாக்கப்பட்டு விட்டன என்று அவர்கள் சொல்வார்கள். ஆனால், ஆழ்மனப் பகுதிக்குள் நேரடியாக ஊடுருவிச் செல்வதற்கான எந்த வழிமுறைகளும் நடிகரின் தொழில்நுட்பங்களைப் பொறுத்த வரை இன்னும் கண்டுபிடிக்கப்படவில்லை. அப்படி நேரடியாக ஊடுருவிச் செல்கிறீர்கள் என்றால், ஓர் உத்வேக சுழற்சிக்குள் நீங்கள் சிக்கிக்கொள்வீர்கள். அந்த உத்வேகம், உங்களுடைய 'ஆக்கத் திறன் சார்ந்த ஆகாய விமானத்தை' ஓடு தளத்தைக் கடக்க வைக்காமல், செங்குத்தாக QÍhd¤ மேகங்களுக்கு மேலே கொண்டு செல்லும். ஆனால், துரதிர்ஷ்டவசமாக இப்படிப்பட்ட உத்வேக விமானப் பயணங்கள் நம்மை நம்பி இருக்கவில்லை. எனவே, அவற்றுக்கான விதிமுறைகளை நாம் வகுக்க முடியாது. தளத்தைத் தயார்படுத்துவது, தண்டவாளங் களைப் பதிப்பது, அதாவது உண்மையாலும் நம்பிக்கையாலும் வலுவூட்டப்பட்ட நமது உடல் சார்ந்த நடவடிக்கைகளை உருவாக்குவது மட்டுமே நமது சக்திக்கு உட்பட்ட விஷயம்.

ஓடுதளத்திலிருந்து விமானம் டேக் ஆஃப் ஆனதும் அதன் பயணம் தொடங்குவது போல, யதார்த்தமான அல்லது யதார்த்ததிற்கு அப்பாற்பட்ட நிலை முடிவடையும்போது, நடிகர்களாகிய நமது முன்னேற்றப் பயணம் தொடங்குகிறது.''

''இதை இன்னும் விளக்கமாகச் சொல்கிறீர்களா?'' அவர் சொல்வதை நான் எழுதிக்கொள்வதற்கு அவகாசம் கிடைக்கும் என்பதால் இந்தக் கேள்வியை எழுப்பினேன்.

அதாவது, யதார்த்ததிற்கு அப்பாற்பட்ட என்ற வார்த்தையை நமது ஆன்மீக மற்றும் உடல் சார்ந்த இயல்புகளின் நிலையை

விளக்குவதற்காக பயன்படுத்துகிறேன். இந்த இரண்டு நிலைகளையும் நாம் இயற்கையானவை என்றும் சாதாரண மானவை என்றும் நினைத்துக் கொண்டிருக்கிறோம். மேலும் அதன் மீது நாம் உண்மையான நம்பிக்கை வைத்துள்ளோம். இந்த நிலையில் நாம் இருக்கும்போது மட்டுமே, நமது ஆன்மீக ஊற்றுக் கண் திறந்து, பெருக்கெடுக்கிறது. அதிலிருந்து சுலபமாக மாறக்கூடிய, உண்மையான, இயற்கையான, ஆக்கத் திறன் சார்ந்த உணர்வுகளின் நறுமணம், தடயம், ஒளிக் கீற்றுகள் ஆகிய புரிந்துகொள்ள முடியாத வெளிப்பாடுகள் தோன்றுகின்றன.''

''ஒரு நடிகர், தனது உடல் மற்றும் ஆன்மீக இயல்பு சார்ந்த நடவடிக்கைகளின் சகஜ நிலை மீது உண்மையான நம்பிக்கை வைக்கும்போது மட்டுமே, இந்த உணர்வுகள் உருவாக்கப்படும் என்று சொல்ல வருகிறீர்களா?'' என்று நான் கேள்வி எழுப்பினேன்.

''அப்படித்தான். ஒரு நடிகரின் அக மற்றும் புற உணர்வுகள் அவற்றுக்காக நிர்ணயிக்கப்பட்டுள்ள விதிகளுக்கு ஏற்ப தடையின்றி வெளிப்படும்போது மட்டுமே, நமது ஆழமான ஆன்மீக ஊற்றுக்கண் திறந்து பெருக்கெடுக்கும். எந்தவிதமான நிர்ப்பந்தமும் இல்லாமல், விதிகளிலிருந்து சற்றும் விலகாமல், அரைத்ததையே அரைக்கும் வழக்கமான பாணியைப் பின்பற்றாமல், நடிக்கும்போதுதான், இந்த ஆன்மீக ஊற்றுக்கண் திறக்கப்படுகிறது. அதாவது, அனைத்துமே உண்மையாகவும் யதார்த்த நிலை வரையறைக்கு உட்பட்டும் இருக்க வேண்டும்.

ஆனால், உங்களுடைய இயல்பின் சாதாரண வாழ்க்கைக்கான வரம்பை நீங்கள் மீறிவிட்டால், அவ்வளவுதான்! ஆழ்மன அனுபவத்தின் புலப்படாத அனைத்து நுணுக்கங்களையும், இந்த வரம்பு மீறல் ஒன்றே வேரறுத்துவிடும். எனவேதான், உள்ளம் சார்ந்த நுட்பத்தில் கைதேர்ந்துள்ள, அனுபவம் வாய்ந்த நடிகர்கள் கூட மேடையில் நடித்துக்கொண்டிருக்கும்போது, போலியான உணர்வுக்குள்ளும் அல்லது உடல் சார்ந்த நடவடிக்கைகளின் போலித்தன்மைக்குள்ளும் எப்படியோ நழுவிச் சென்று சிக்கிக் கொண்டுவிடுவோமோ என்று அஞ்சுகின்றனர்.

இந்த நடிகர்கள் தங்கள் உணர்வுகளை அச்சத்தில் சிக்கவைத்து விடக் கூடாது என்பதற்காக, தங்கள் மனதை தங்களின் உள்ளார்ந்த உணர்ச்சிகளின் மீது செலுத்தாமல், கவனம் முழுவதையும் உடல் சார்ந்த இருப்பின்மீது ஒருமுகப்படுத்திக்கொள்கின்றனர்.''

நான் இதுவரை சொல்லியவற்றிலிருந்து பின்வரும் விஷயம் தெள்ளத் தெளிவாகியுள்ளது'' எனக் கூறிய தத்ஸோவ், முத்தாய்ப்பாக பின்வரும் விளக்கத்தை எடுத்துரைத்தார்:

''யதார்த்தம் மற்றும் இயற்கையான விஷயம் என்பதற்கு முக்கியத்துவம் கொடுப்பதற்காக, நமது உடல் சார்ந்த செயல்களின் உண்மைத் தன்மையும் அவற்றின் மீதான நம்பிக்கையும் நமக்குத் தேவைப்படவில்லை. ஆனால், நமது கதாபாத்திரங்களில், நமது அக உணர்வுகளின் தாக்கம் பிரதிபலிப்பதற்காகவும், நமது உணர்ச்சிகளை அச்சுறுத்தி, ஒடுக்குவதை அல்லது வலுக் கட்டாய மாக அவற்றை வெளிப்பட வைப்பதைத் தவிர்த்து, அவற்றின் ஆதாரத் தன்மையைப் பாதுகாப்பதற்காகவும், நாம் ஏற்றுள்ள கதாபாத்திரத்தின் ஜீவனுள்ள, ஆன்மீகத் தன்மையின் சாரத்தை மேடையில் வெளிப்படுத்துவதற்காகவும், இந்த இரண்டும் தேவைப்படுகின்றன.

எனவேதான், வானத்தில் பறப்பதற்கு முன்பு, பூமியைப் புறக்கணித்து விடாதீர்கள் என்றும் உங்கள் ஆழ்மனதிற்குள் பயணம் செய்யும்போது, உடல்சார்ந்த செயல்களை கைவிட்டு விடாதீர்கள் என்றும் நான் உங்களுக்கு அறிவுறுத்துகிறேன்'' என க்ரிஷாவிடம் சொல்லிய தத்ஸோவ், அவர்களுக்கு இடையேயான விவாதத்திற்கு முற்றுப்புள்ளி வைத்தார்.

''உயரத்தை எட்டிவிட்டால் மட்டுமே போதாது. அங்கு நீங்கள் இருப்பதற்கு உங்களை நீங்களே பழக்கப்படுத்திக்கொள்ளவும் வேண்டும்.'' என்று குறிப்பிட்ட தத்ஸோவ், மேலும் கூறினார்:

''ஆழ்மனதின் வெளிகளில் எந்த நெடுஞ்சாலைகளும் இல்லை, எந்தத் தண்டவாளங்களும் இல்லை, எந்த 'சிக்னலும் இல்லை. எனவே, உங்கள் பாதையை நீங்கள் சுலபமாகத் தவறவிட்டு

விடுவீர்கள்... அல்லது திசைமாறிப் போய்விடுவீர்கள். நீங்கள் அறிந்திராத இந்த வெளியில் உங்களை எப்படி பழக்கப்படுத்திக் கொள்ள முடியும்? உங்களுடைய நினைவு மனம் அந்த வெளிக்குள் ஊடுருவிச் செல்ல முடியாததால், உங்களுடைய உணர்வுகளை எப்படி உங்களால் அதற்குள் செலுத்த முடியும்?

வான் போக்குவரத்துக் களத்தில், நாம் செல்ல முடியாத பகுதிகளுக்கு ஆளில்லா விமானங்களை அனுப்பும்போது, பூமியிலிருந்து அனுப்பப்படும் ரேடியோ அலைகள் மூலம் அந்த விமானங்கள் திட்டமிட்ட திசையில் செலுத்தப்படுகின்றன. நமது நாடகக் கலையிலும் இதைப் போன்றே நாம் செயல்படுகிறோம். நமது நினைவு மனதால் எட்ட முடியாத ஒரு பகுதியில், நமது உணர்வுகளை செலுத்தும்போது தூண்டு சக்தி, ஈர்ப்பு சக்தி ஆகியவற்றின் உதவியுடன் நமது உணர்ச்சிகளை மறைமுகமாகப் பயன்படுத்திக்கொள்கிறோம். நமது உள்ளுணர்வில் ஒரு தாக்கத்தை ஏற்படுத்தி, நமது உணர்வுகளில் அதைப் பிரதிபலிக்க வைக்கும், ரேடியோ அலைகளைப் போன்ற தன்மை கொண்டுள்ள ஒரு சக்தி, அந்த உணர்ச்சிகளில் அடங்கியுள்ளது.''

★ ★ ★

கொலிஸ்தாகோவ் கதாபாத்திரத்தை மையமாக வைத்து, தத்ஸோவ் மேற்கொண்ட பரிசோதனை குறித்த விவாதத்திற்காக, இன்றைய பாடம் முழுவதும் ஒதுக்கப்பட்டது.

தத்ஸோவ் அளித்த விளக்கம் வருமாறு:

''உடல் சார்ந்த, எளிய, யதார்த்தமான செயல்களுக்கு, ஒரு கதாபாத்திரத்தில் பொதிந்துள்ள மனித வாழ்க்கையை, மிகவும் மேம்பட்ட மனித வாழ்க்கையை உருவாக்கக்கூடிய திறன் உள்ளது என, ஒரு கதாபாத்திரத்தின் உடல் சார்ந்த இருப்பின் தொடர்ச்சியைப் புரிந்துகொள்ளாதவர் களிடம் நான் சொன்னால் அவர்கள் சிரிப்பார்கள். இந்த வழிமுறையின் இயற்கையான அம்சம் அவர்களுக்கு ஏமாற்றம் அளிக்கிறது. ஆனால், இந்தப் பதம் இயற்கை என்ற வார்த்தையில் இருந்து வந்துள்ளது என்பதை

அவர்கள் உணர்ந்துகொண்டால், இதில் கவலைப்படுவதற்கு எதுவும் இல்லை.

அதுமட்டுமல்லாமல், நான் ஏற்கெனவே உங்களுக்கு சொல்லி இருப்பது போன்று இதன் முக்கியத்துவம், இத்தகைய சிறிய, யதார்த்தமான செயல்களில் இடம் பெற்றிருக்கவில்லை. ஆனால், இந்த உடல் சார்ந்த செயல்களின் உந்துதலின் பலனாக, உருவான ஆக்கத் திறன் சார்ந்த அடுத்தடுத்த வெளிப்பாடுகள் முழுவதிலும் தொடர்ச்சியாக இடம்பெற்றுள்ளது. அடுத்தடுத்துத் தொடரும் நிகழ்வுகள் என்றால் என்ன? இது குறித்து இன்று நான் கலந்துரையாட விரும்புகிறேன்.''

''கற்பனையில் உருவாக்கிக்கொண்ட, ஒட்டுமொத்தமான அடுத்தடுத்த சூழ்நிலைகளில் அதாவது, 'மாய சக்தி படைத்த அப்படியானால்களில்' உடல் சார்ந்த சாதாரணச் செயலை முன்கூட்டியே நியாயப்படுத்திக்கொள்வதற்கான ஒரு காரணத்தை, நாங்கள் கண்டுபிடிக்கும் வரை நானோ அல்லது கோஸ்தியவோ மனித ஜீவன்களாக, அல்லது நடிகர்களாக மேடைக்கு வராததை நீங்கள் பார்த்தீர்கள். இந்த சாதாரண செயல்களை காட்சிவாரியாக சிறிய பிரிவுகளாகவும், குறிக்கோள் களாகவும், பிரிக்க வேண்டிய தேவை இருந்ததையும் நீங்கள் பார்த்தீர்கள். எங்களுடைய செயல்களிலும் உணர்வுகளிலும் ஒரு தர்க்க நியாயத்தை, நிலைத்தன்மையை நாங்கள் உருவாக்க வேண்டியிருந்ததையும், அவற்றில் இடம் பெற்றுள்ள உண்மையைத் தேடிக் கண்டுபிடித்து, அவற்றின் மீதான எங்கள் நம்பிக்கையை, அதாவது 'நான்' என்ற எங்கள் உணர்வை நாங்கள் உறுதிப்படுத்த வேண்டி இருந்ததையும் நீங்கள் கண்டீர்கள்.

ஒரு மேஜையின் முன்பு உட்கார்ந்துகொண்டோ, ஒரு புத்தகத் திற்குள் எங்கள் தலைகளைத் திணித்துக்கொண்டோ நாடகத்தின் கதையை பென்சிலும் கையுமாக, பகுதி பகுதியாக பிரித்துக் கொண்டோ இந்த முனைப்பில் நாங்கள் வெற்றிபெறவில்லை. மாறாக, மேடையில் நாங்கள் நடித்தோம். எங்கள் குறிக்கோளில் குறியாக இருப்பதற்குத் தேவையான அனைத்தையும் எங்களுடைய

சொந்த இயல்பான வாழ்க்கையில், எங்களுடைய செயலில் நாங்கள் தேடினோம்.

அதாவது, அறிவுபூர்வமாகவோ, ஒரு கோட்பாட்டின்படியோ செயற்கையாக எங்கள் செயல்களை நாங்கள் ஆய்வு செய்யவில்லை. ஆனால், வாழ்க்கை, மனித அனுபவம், நமது சொந்தப் பழக்க வழக்கங்கள், கலை சார்ந்த அல்லது வேறு உணர்வுகள், நமது உள்ளுணர்வு, நமது ஆழ்மனம் ஆகியவற்றை அடிப்படையாகக் கொண்ட கண்ணோட்டம் மூலம், நடைமுறை ரீதியில் அவற்றை அணுகினோம். எங்களது செயல்களை நிறைவேற்றுவதற்கு உதவக்கூடிய அனைத்து வழிமுறைகளையும் எங்களுக்குள்ளே நாங்கள் தேடினோம். எங்களுடைய சொந்த இயல்பு கைகொடுத்து உதவியது; எங்களை வழிநடத்தியது. இது குறித்து நீங்கள் சிந்தித்துப் பார்த்தால், நமது கதாபாத்திர வாழ்க்கைச் சூழ்நிலைகளில் மனித ஜீவன்களாக நம்மைக் குறித்து நாம் அகத்திலும் புறத்திலும் மேற்கொள்ளும் பகுப்பாய்வுதான் இந்தத் தொடர் கட்ட செயல்முறை என்பதை உணர்வீர்கள்."

நான் சொல்லிவரும் இந்தத் தொடர் கட்ட செயல்முறையை, அறிவு சார்ந்த, உணர்ச்சி சார்ந்த, ஆன்மீக மற்றும் உடல் சார்ந்த நமது இயல்பின் அனைத்து சக்திகளையும் பயன்படுத்தி, ஒரே சமயத்தில் மேற்கொள்ள வேண்டும். இந்தச் செயல்முறை, கோட்பாடு சார்ந்ததல்ல. உடல் சார்ந்த நடவடிக்கை மூலம் நாம் எட்ட வேண்டிய உண்மையான குறிக்கோளுக்காக மேற்கொள்ளப்படும், நடைமுறை ரீதியிலான ஓர் ஆய்வு, இது.

உடனடியான உடல் சார்ந்த செயல்களுக்குள் மூழ்கிவிடுவதால், நமக்குள்ளே வெகு இயல்பாகவும் நம்மை அறியாமலும் தொடர்ந்துகொண்டுள்ள சிக்கலான, உள்ளார்ந்த பகுப்பாய்வின் தொடர் கட்டங்கள் குறித்து நாம் நினைத்துப் பார்ப்பதும் இல்லை; அவற்றை அறிந்துகொள்வதும் இல்லை.

இந்த அடிப்படையில்தான் ஒரு கதாபாத்திரத்தின் உள்ளார்ந்த இருப்பை உருவாக்குவதற்கான எனது வழிமுறையில், ஒரு புதிய ரகசியத்தை, புதிய அம்சத்தை இடம்பெறச் செய்துள்ளேன்.

அதாவது, ஒரு நடிகர், உடல் சார்ந்த சாதாரண செயலை மேடையில் மேற்கொள்ளும்போதே தனது சுய உந்துதல்களுக்கு ஏற்ப, அனைத்துவிதமான கற்பனை சிருஷ்டிகளையும் உத்தேசிக் கப்பட்டுள்ள சூழ்நிலைகளையும் 'அப்படியானால்களையும்' கண்டிப்பாக உருவாக்கிக்கொள்ள வேண்டும்.

உடல் சார்ந்த சாதாரணச் செயலை நிறைவேற்றுவதற்கே கற்பனையைப் பயன்படுத்தி இந்தளவுக்குக் கடுமையான முயற்சிகளை மேற்கொள்ள வேண்டியுள்ளது என்றால், ஒட்டு மொத்த கதாபாத்திரத்தின் உடல் சார்ந்த இருப்பின் தொடர்ச்சியை உருவாக்குவதற்கு எவ்வளவு உழைப்பு தேவைப்படுகிறது? ஒட்டுமொத்த நாடகத்திற்காகத் திட்டமிடப்பட்ட சூழ்நிலைகள் மற்றும் கற்பனை சிருஷ்டிகளின் அறுபடாத, நீண்ட தொடர் அம்சங்கள் இதற்குத் தேவைப்படுகின்றன. ஆக்கபூர்வமான இயல்பின் உள்முக சக்திகள் அனைத்தையும் பயன்படுத்தி, மேற்கொள்ளப்படும் விரிவான பகுப்பாய்வின் உதவியுடன் மட்டுமே இந்தத் தேவையைப் பூர்த்தி செய்ய முடியும்.

இயற்கையான வழிமுறைகளை அடிப்படையாகக் கொண்ட இந்தப் பகுப்பாய்வை மேற்கொள்வதற்கு, எனது செயல் திட்டம் பொருத்தமாக அமைந்துள்ளது.''

கெலிஸ்தாகோவ் கதாபாத்திரத்தை அடிப்படையாகக் கொண்ட ஆய்வை முடிப்பதற்கு தத்ஸோவுக்கு நேரம் இல்லாததால் அடுத்த வகுப்பில் அதை முடித்துவிடுவதாக அவர் உறுதியளித்தார்.

★ ★ ★

இன்று வகுப்புக்கு வந்ததும் தத்ஸோவ் இவ்வாறு அறிவித்தார்:

"ஒரு கதாபாத்திரத்தை உருவாக்குவதற்கான எனது வழிமுறை குறித்து ஆய்வு செய்வதை இன்று தொடர உள்ளேன். எனக்கு நானே கேள்வியையும் எழுப்பிக்கொண்டு பதிலையும் அளிக்கிறேன்.

கெலிஸ்தாகோவின் நிலையில் நான் இருந்தால், என்ன செய்வேன்?

ஒரு நடிகரின் உடல் சார்ந்த இயல்பு மற்றும் உள்ளார்ந்த இயல்பின் உதவியை நான் கோர வேண்டும். உடனடியாக, ஒட்டுமொத்த நாடகத்தை இல்லாவிட்டாலும், அதன் பொதுவான போக்கையும் அதன் சூழ்நிலையையும் புரிந்துகொள்வதற்கு மட்டுமல்லாமல், உணர்வதற்கும் இந்த உதவி துணை நிற்கிறது.

முழுமையான சுதந்திரத்துடன் செயல்படும் வகையில் நமது ஆக்கபூர்வ இயல்பைத் தூண்டிவிடும் வழிமுறைகள் யாவை?

இந்த இடத்தில் எனது வழிமுறை கைகொடுக்கும். உடல் சார்ந்த செயல்களால் நீங்கள் ஈர்க்கப்படும்போது, உங்களுடைய ஆழ்மனதின் வாழ்க்கையிலிருந்து விலகிச்செல்கிறீர்கள். இந்த முறையில், அதை சுதந்தரமாக செயல்பட வைப்பதுடன் ஆக்க பூர்வமாக அது செயல்படுவதற்கும் தூண்டிவிடுகிறீர்கள். ஆழ்மனதின் செயலும் இயல்பும், மிகவும் நுட்பமானது; ஆழமானது. அது செயல்படுவதற்குத் தூண்டிவிடும் நபரால், அதன் நுட்பத்தையும் ஆழத்தையும் அறிய முடிவதில்லை.''

கெலிஸ்தாகோவை அடிப்படையாக வைத்து எனது பரிசோதனையை நான் மேற்கொண்டபோது, எனது கதாபாத்திரத்தின் உடல் சார்ந்த இருப்பை உருவாக்கும் விதத்தில், உடல் சார்ந்த செயல்களுடன் இந்த வேலையைத் தொடங்கினேன். எனக்குள் என்ன நடந்துகொண்டிருந்தது என்பதை நான் அறியவில்லை. இந்த உடல் சார்ந்த செயல்களை நான்தான் உருவாக்கிக் கொண்டிருந்தேன் என்பதையும் எனது கட்டுப்பாட்டுக்குள் அவை இருந்தன என்பதையும் கற்பனை செய்து பார்க்க முடியாத அளவுக்கு நான் அப்பாவியாக இருந்தேன். ஆனால் உண்மை யிலேயே, எனது நினைவு மனதிற்கு அப்பாற்பட்டு, எனது இயல்பின் ஆழ்மன சக்திகளால் எனக்குள்ளே ஈர்க்கப்பட்ட, ஆக்கபூர்வமான வேலையின் புற வெளிப்பாடுகள்தான் இந்த உடல் சார்ந்த செயல்கள் என்பது பின்னர் தெரிய வந்தது.

இந்தப் புதிரான வேலை, மனித நினைவு மனதின் வரம்புக்கு உட்பட்டதல்ல. எனவே, நமது சக்திகளுக்கு அப்பாற்பட்ட ஒன்றை நமது நிலையிலிருந்து இயற்கையே செய்து முடிக்கிறது. இந்த வேலையை மேற்கொள்ளும்படி இயற்கையைத் தூண்டி விடுவது எது? ஒரு கதாபாத்திரத்தின் உடல் சார்ந்த இருப்பின் வாழ்க்கையை உருவாக்கும் எனது வழிமுறைதான், அது. கணிப்புக்கு அப்பாற்பட்ட இயற்கையின் நுட்பமான, ஆக்கபூர்வ மான சக்திகளை அடிப்படையாகக் கொண்டுள்ள சாதாரண மற்றும் இயல்பான வழிமுறைகள், எனது செயல்முறைக்கு நிஜ வடிவம் கொடுக்கின்றன. இது எனது வழிமுறையின் ஒரு புதிய அம்சமாகும். இதை நான் வலியுறுத்த விரும்புகிறேன்.''

நான் உட்பட மாணவர்கள் அனைவரும் தத்ஸோவின் விளக்கத்தைப் புரிந்துகொண்டோம். ஆனாலும் அவற்றை எப்படிப் பயன்படுத்துவது என எங்களுக்குத் தெரியவில்லை. எனவே, மேலும் வலுவான, தெளிவான விளக்கத்தை அளிக்குமாறு வேண்டிக்கொண்டோம்.

இதனை ஏற்று தத்ஸோவ் பின்வருமாறு விளக்கமளித்தார்:

மேடையில் நீங்கள் குறிப்பிட்ட உடல் சார்ந்த செயல்களை மேற்கொள்ளும்போது, நாடகத்திற்கான இலக்கணங்களை மீறாமல், நீங்கள் கவனம் செலுத்தும் குறிக்கோளுக்கு ஏற்ப உங்களை மாற்றி அமைத்துக்கொள்ள வேண்டும். மிகவும் தெளி வாகவும், உண்மையுடனும் அழகிய வடிவத்திலும் நீங்கள் வெளிப் படுத்த உள்ள விஷயங்களில், உங்கள் மனதை முழுமையாகச் செலுத்த வேண்டும். உங்களுடன் நடிக்கும் நபரையும், நீங்கள் நினைக்கும், உணரும், செயல்படும் அதே நிலைக்கு கொண்டு வரும் முனைப்பை நீங்கள் கைவிடவே கூடாது. நீங்கள் பேசிக் கொண்டிருக்கும் விஷயங்கள் தொடர்பானவற்றை உங்கள் கண்களால் பார்க்க வேண்டும். உங்கள் காதுகளால் கேட்க வேண்டும்.

இதில் நீங்கள் வெற்றி பெறுகிறீர்களா இல்லையா என்பது வேறு விஷயம். உங்களுக்கு உண்மையிலேயே அதில் ஆசை இருக்க

வேண்டும்; உங்களுடைய அந்தக் குறிக்கோளில் நீங்கள் வெற்றியடைய வாய்ப்பு உள்ளது என்பதில் நீங்கள் நம்பிக்கை வைக்க வேண்டும் என்பதுதான் இதில் முக்கியமான விஷயம். இந்த ஆசையும் நம்பிக்கையும் உங்களுக்கு இருந்தால், நீங்கள் உருவாக்கியுள்ள உடல் சார்ந்த செயல்கள் மீதுதான் உங்களுடைய கவனம் முழுமையாக மையம் கொண்டிருக்கும். இதனிடையே, உள்ளம் சார்ந்த எந்த நுட்பத்தாலும் சாதிக்க முடியாத விஷயங்களை, மேற்பார்வைத் தளையிலிருந்து விடுபட்டுள்ள, சுதந்திரமான உங்களுடைய சொந்த இயல்பு, உங்களுக்காக சாதித்துக் காட்டும்.

உடல்சார்ந்த செயல்களை வலுவாகப் பற்றிக்கொள்ளுங்கள். ஆக்கத் திறன் வாய்ந்த இயல்பு என்ற அற்புதமான கலைஞனின் சுதந்தரத்திற்கான வாசல்கள், அவை. அனைத்துக் களங்களிலும் ஊற்றெடுக்கும் உங்களுடைய உணர்வுகளை, அவை பாதுகாக்கும்.

சற்று சிந்தித்துப் பாருங்கள், உங்கள் கதாபாத்திரத்தின் உடல் சார்ந்த இருப்பை அணுகுவதற்கான, தர்க்க நியாய அடிப் படையில், நிலைத்தன்மை கொண்ட ஓர் எளிய வழிமுறையை உருவாக்குகிறீர்கள். இதன் விளைவாக, திடீரென உங்களுக்குள் மனித ஜீவனின் வாழ்க்கையை உணர்கிறீர்கள். நாடக ஆசிரியர் உங்களுடைய கதாபாத்திரத்தை எழுதும்போது, வாழ்க்கையி லிருந்தும் மற்றவர்களின் சுபாவத்திலிருந்தும் எடுத்துக் கொண்ட அதே மாதிரியான மனித அம்சத்தை உங்களுக்குள் நீங்கள் காண்பது, ஓர் அற்புதமான மாய வித்தை இல்லையா!''

இப்படிப்பட்ட பலன் மிகவும் முக்கியத்துவம் வாய்ந்தது. ஏனென்றால், இங்கு நாம் மேற்கொள்ளும் ஆக்கபூர்வமான பணியில், வழக்கமான நாடக பாணியிலான விஷயத்திற்காக நாம் காத்திருக்கவில்லை. அசலான, மனித அம்சத்திற்காகத்தான் காத்திருக்கிறோம். இந்த அம்சத்தை, ஆக்கத் திறன் வாய்ந்த நடிகரின் ஆன்மாவுக்குள் மட்டுமே காண முடியும்.

கெலிஸ்தாகோவ் கதாபாத்திரத்தில் நடிப்பதற்கான அக உந்துதல்களை நான் உணரத் தொடங்கியபோது, யாரும் என் மீது

வெளியிலிருந்தோ அல்லது உள்முகமாகவோ எதையும் திணிக்கவில்லை. எனக்கு யாரும் எந்தக் கட்டளைகளையும் பிறப்பிக்கவில்லை. ஒரு தலைசிறந்த கதாபாத்திரம் தொடர்பான நடிப்பைச் சூழ்ந்துள்ள, பழம் பஞ்சாங்க, பத்தாம்பசலித்தனத்தில் சிக்கிக் கொள்ளாமல் இருப்பதற்காக நான் முனைப்புடன் பாடுபட்டேன்.

மேலும், தற்போதைக்கு நாடக ஆசிரியரின் தாக்கத்திலிருந்து என்னைப் பாதுகாத்துக்கொள்வதற்காகவும் முயன்றுகொண்டிருந்தேன். இந்த காரணத்திற்காகவே நாடகக் கதையை நான் படிக்கவில்லை. எந்தத் தடையும் இல்லாமல், நான் சுதந்திரமாக செயல்பட்டு, எனது சொந்த அனுபவத்தைப் பின்பற்ற வேண்டும் என்பதற்காகத்தான், இவை அனைத்தையும் நான் மேற்கொண்டேன்.

நேரம் செல்லச் செல்ல எனது கதாபாத்திரத்தின் ஆழத்திற்குள் செல்லும்போது, இந்த நாடகம் தொடர்பான மிகவும் மாறுபட்ட ஏராளமான தகவல்களைத் திரட்டிக்கொள்வேன். அனைத்து ஆலோசனைகள், தகவல்கள், நடைமுறை ரீதியில் பயன்படுத்தக் கூடிய விஷயங்கள் அல்லது திட்டமிட்டுள்ள செயலை நிறைவேற்றுவதற்கான விஷயங்கள் ஆகிய அனைத்தும் எனது உணர்வுகளுக்கு எதிரானதாக இல்லாமல் இருக்கும் பட்சத்தில், உடனடியாகப் பயன்படுத்துவதற்காக அவற்றை நன்றியுடன் ஏற்றுக்கொள்வேன். ஆனால், எனது முதல் அணுகுமுறையின் போது, நான் உறுதிப்பாட்டுடன் செயல்படக்கூடிய ஒரு வலுவான தளத்தை உருவாக்கிக்கொள்ளும் வரையில், எனது பணியில் ஏதாவது ஒரு விஷயம் தேவையில்லாமல் குழப்பத்தை ஏற்படுத்தி, என்னைக் குழப்பிவிடுமோ என அஞ்சுகிறேன்.

ஆரம்பத்தில், நடிகர், தனது தேவைகள், அத்தியாவசியங்கள், உந்துதல் காரணமாக, தானே மற்றவர்களின் வழிகாட்டுதலையும் உதவியையும் நாடுகிறார். ஆனால் இந்த உதவி அவர் மீது திணிக்கப்பட்டதல்ல என்ற உண்மையை நினைவில் கொள்வது மிகவும் முக்கியம். முதற் கட்டத்தில், தனது சுதந்திரத்தை அவர் தக்கவைத்துக்கொள்கிறார். இரண்டாவது கட்டத்தில், அதை

இழந்துவிடுகிறார். ஒருவரின் சொந்த அனுபவத்திலிருந்து அல்லாமல் மற்றொரு நபரிடமிருந்து எடுக்கப்படும் ஆக்கத் திறன் சார்ந்த எந்தப் பொருளும், செயற்கையானது; அறிவுபூர்வமானது; ஜீவனற்றது. இதற்கு மாறாக ஒருவரின் தனிப்பட்ட சொந்தப் பொருள், உடனடியாக அதற்கு உரிய இடத்தை எட்டிச் செயல்படத் தொடங்குகிறது.

ஒரு நடிகர், தனது சொந்த வாழ்க்கை அனுபவத்திலிருந்து எடுத்துக்கொள்ளும் எந்த விஷயமும் அவருக்கு எப்போதுமே அந்நியமாக இருக்காது. அந்த விஷயத்திற்கு உள்முகமாக அவர், எதிர்வினையாற்றுகிறார். இதை செயற்கையாக உருவாக்க வேண்டியதில்லை. ஏற்கெனவே இது அங்குள்ளது. இது தானாகவே தீவிரமடைந்து உடல் சார்ந்த செயல்களாக வெளிப்படுவதற்கான தருணத்திற்காக ஏக்கத்துடன் காத்திருக்கின்றன. ஒரு நடிகரின் இத்தகைய 'சொந்த' உணர்வுகள் அனைத்தும் அவரது கதா பாத்திரத்தில் இரண்டறக் கலந்துள்ள உணர்வுகளோடு ஒத்திசைந்த தாக இருக்க வேண்டும் என்பதை நான் மீண்டும் வலியுறுத்தத் தேவையில்லை.

நான் பரிந்துரைக்கும் இந்த வழிமுறையை சிறப்பாக மதிப்பீடு செய்ய வேண்டும் என்றால், உலகம் முழுவதும் உள்ள பெரும்பாலான நாடகக் குழுக்களில், ஒரு புதிய கதாபாத்திரத்தை அணுகுவதற்குப் பின்பற்றப்படும் வழிமுறையோடு ஒப்பிட்டுப் பாருங்கள்.

நாடக இயக்குனர், தனது அலுவலகத்திலேயே நாடகத்தைப் ஆய்வுசெய்துவிட்டு, ஒரு 'ரெடிமேட்' திட்டத்துடன் முதல் ஒத்திகைக்கு வருவதுண்டு. சொல்லப்போனால், பல இயக்குனர்கள் இந்த ஆய்வு குறித்து பெரிதும் அலட்டிக்கொள்ளாமல், தங்கள் சொந்த அனுபவத்தை நம்பி வந்துவிடுகிறார்கள். ஒரு கை அசைவிலேயே, தங்களுக்குள்ளே வேரூன்றிவிட்ட பழக்கத்தைக் கொண்டே இந்த 'அனுபவம் வாய்ந்த' இயக்குனர்கள், நாடகத்தில் பின்பற்ற வேண்டிய செயல் திட்டங்களை வகுத்துவிடுகின்றனர்.

இலக்கிய ரசனைகொண்ட மற்ற இயக்குனர்களும் உள்ளனர். இவர்கள் தங்கள் பணியில் மிகவும் தீவிர ஆர்வம் கொண்டவர்கள். அலுவலகத்தில் அமர்ந்து விரிவாக நாடகத்தை ஆய்வு செய்து, அறிவுபூர்வமான ஒரு செயல்திட்டத்தை வகுத்துக்கொள்வார்கள். இது ஒரு நல்ல திட்டமாகத்தான் இருக்கும். ஆனால், இதற்கு எந்த ஈர்ப்புத் தன்மையும் இல்லாததால், ஆக்கத் திறன் வாய்ந்த ஒரு நடிகருக்கு இதனால் எந்தப் பலனும் கிடைக்காது.''

இறுதியாக, அபூர்வமான திறமை வாய்ந்த இயக்குனர், நடிகர்கள் தங்கள் கதாபாத்திரத்தை எப்படி வெளிப்படுத்த வேண்டும் என்பதை நடித்துக் காட்டுகிறார். இந்த அற்புதமான செயல் விளக்கங்கள் மெருகேற மெருகேற, வெகு ஆழமான பதிவுகளை ஏற்படுத்துகிறார். இந்தப் பதிவுகள் வாயிலாக இயக்குனரின் வழிமுறைகளுக்கு நடிகர், மேன்மேலும் அடிமையாகி விடுகிறார். தனது கதாபாத்திரம் மிகவும் அற்புதமாக கையாளப் படுவதைக் கண்ட நடிகர், அந்த செயல் விளக்கத்தை அட்சரம் பிசகாமல் அப்படியே பின்பற்றி தானும் நடிக்க வேண்டும் என ஆசைப்படுவார். தனக்கு கிடைத்துள்ள பதிவுகளிலிருந்து அவர் எப்போதுமே விலகிச்செல்ல மாட்டார்.''

துரதிர்ஷ்டவசமாக, அந்த மாதிரி செயல் விளக்கத்தை அப்படியே நகல் எடுத்து நடிக்க வேண்டிய கட்டாயத்துக்கு ஆளாக்கப்படுவார். ஆனால், இயக்குனரின் குறிக்கோள் நடிகரின் சொந்த சக்திகளுக்கு அப்பாற்பட்டதாக இருப்பதால், அந்தச் செயல் விளக்கத்தை அவரால் அப்படியே நடித்துக் காட்ட முடியாமல் போய்விடும். இப்படிப்பட்ட ஒரு செயல் விளக்கத் திற்குப் பிறகு நடிகர், தனது சுதந்திரத்தையும் தனது கதாபாத்திரம் குறித்த சொந்த அபிப்பிராயத்தையும் பறிகொடுத்துவிடுகிறார்.''

ஒவ்வொரு நடிகரும், தன்னால் எது முடியுமோ அதைத்தான் வெளிப்படுத்த வேண்டும். அவரது ஆக்கத் திறன் சக்திக்கு அப்பாற்பட்டதைத் துரத்திக்கொண்டு செல்லக்கூடாது. ஒரு சிறந்த மாதிரியின் மோசமான நகல், சராசரித்தனமான அசலானதைவிட மோசமானது.

இயக்குனர்களைப் பொறுத்தவரை, எதையுமே நடிகர்கள் மீது அவர்கள் திணிக்கக்கூடாது. நடிகர்களின் திறன்களுக்கு அப்பாற்பட்ட எதையும் மேற்கொள்ளும்படி தூண்டிவிடக்கூடாது. ஆனால், அவர்களின் ஆர்வத்தைத் தூண்டிவிட வேண்டும். உடல் சார்ந்த சாதாரண செயல்களை மேற்கொள்வதற்குத் தேவையான தகவலைத் தாங்களாகவே தேடிக்கொள்ளும்படி, நடிகர்களை ஊக்கப்படுத்த வேண்டும். கதாபாத்திரத்துக்கான தேடலை, நடிகருக்குள் எப்படித் தூண்டிவிடுவது என்பதை ஒரு இயக்குனர் தெரிந்து வைத்திருக்க வேண்டும்.

பெரும்பாலான நாடகக் குழுக்களில் பின்பற்றப்படும் வழிமுறைகளையும், ஆக்கத் திறன் படைத்த நடிகரின் சுதந்திரத்தைப் பாதுகாக்கும் எனது வழிமுறையின் ரகசியத்தையும் இப்போது உங்களிடம் எடுத்துரைத்துள்ளேன். ஒப்பிட்டுப் பாருங்கள்; தெரிவு செய்யுங்கள்."

ஒப்பனை அறையில் சுவாரஸ்யமான ஓர் உரையாடல் நிகழ்ந்தது. தத்ஸோவின் புதிய வழிமுறை குறித்து, அனுபவம் வாய்ந்த சில நடிகர்கள் விவாதித்துக்கொண்டிருந்தனர். எங்கள் குழுவில் இடம் பெற்றிருந்த பலர், கலை குறித்த இந்தக் கண்ணோட்டத்தை ஏற்றுக்கொள்ளவில்லை என்பதுபோலத் தோன்றியது.

"அனுபவம் வாய்ந்த நடிகர்களாகிய உங்களிடம் நாடகத்தின் இறுதிப் பகுதியிலிருந்து தொடங்கி, பின்னோக்கி மேற்கொள்ளும் அணுகுமுறை குறித்துப் பேசுவது எனக்குச் சுலபமாக உள்ளது." என்று கூறிய தத்ஸோவ், பின்வருமாறு தொடர்ந்து விளக்க மளித்தார்:

"ஒரு கதாபாத்திரத்திற்கு இறுதி வடிவம் கொடுத்துள்ள ஆக்கத் திறன் வாய்ந்த ஒரு நடிகரின் உணர்வுகள், உங்களுக்கு மிகவும் பரிச்சயமானவை. இந்த நுண் உணர்வுகளை ஆரம்ப நிலையில் உள்ள நடிகர்கள் அறிந்திருக்க மாட்டார்கள். இப்போது உங்களுக்

குள்ளே, உங்கள் சிந்தனைகளுக்குள்ளே, உங்கள் உணர்வுகளுக் குள்ளே நீங்கள் ஆழமாக ஆராய்ந்து பார்த்து, பல தடவை நீங்கள் நடித்துள்ள உங்களுடைய கதாபாத்திரங்களில் ஏதாவது ஒன்றை, உங்கள் மனதில் உறுதியாக நிலைநிறுத்திக் கொள்ளுங்கள். பின்வரும் வரும் கேள்விகளுக்கு பதில் சொல்லுங்கள்:

உங்களுக்கு மிகவும் பழக்கமான கதாபாத்திரத்தில் நடிப்பதற்காக, ஒப்பனை அறையிலிருந்து மேடைக்குச் செல்லும் போது, என்னென்ன விஷயங்கள் முன்கூட்டியே உங்களுக்குள் குடிபுகுந்துள்ளன? உங்களை எதற்காக நீங்கள் தயார்ப்படுத்திக் கொண்டுள்ளீர்கள்? நீங்கள் எதை எதிர்பார்க்கிறீர்கள்? எந்தக் குறிக்கோள்கள், எந்த செயல் உங்களை ஈர்க்கிறது?

சாதாரண முறையில் விசேஷமான திருப்பங்கள் அடிப்படையில், தங்களுடைய கதாபாத்திரத்தின் குணாம்சங்களை உருவாக்கிக் கொள்ளும் நடிகர்களைப் பற்றி நான் இப்போது பேசவில்லை. ஆக்கத் திறன் படைத்த, தீவிர ஆர்வம் உள்ள நடிகர்களைப் பற்றித்தான் இப்போது பேசிக் கொண்டிருக்கிறேன்.''

தத்ஸோவின் கேள்விகளுக்கு ஒரு நடிகர், பின்வரும் பதில்களை அளித்தார்:

''நான் மேடைக்குச் செல்லும்போது, எனது முதலாவது குறிக்கோளை நினைத்துக்கொள்வேன். இந்த முதல் குறிக்கோளில் நான் வெற்றியடைந்ததும், இரண்டாவது குறிக்கோள் தானாகவே உருவாகும். இந்த இரண்டாவது குறிக்கோளை நிறைவேற்றியதும் மூன்றாவது, நான்காவது என அடுத்தடுத்த குறிக்கோள்களில் வெற்றி பெறுவேன்.

''அடுத்தடுத்த செயல்கள் என்ற தொடர்ச்சி மூலம் எனது வேலையைத் தொடங்குவேன். முடிவற்ற நெடுஞ்சாலை போன்று அது என் முன்னே விரிந்துகொண்டே போகும். இறுதியில் அடிநாதமான பிரதானக் குறிக்கோள், கோபுரக் கலசம் போன்று ஜொலிப்பதை நான் காண்பேன்'' என வயது முதிர்ந்த மற்றொரு நடிகர் கூறினார்.

"உங்களுடைய இறுதி இலக்கை எட்டுவதற்கு அல்லது அதை அணுகுவதற்கு நீங்கள் எப்படி முயற்சி செய்கிறீர்கள்?" தத்ஸோவ் கேள்வி எழுப்பினார்.

"அறிவுபூர்வமாக ஒரு குறிக்கோளை எட்டியதை அடுத்து, அடுத்த குறிக்கோள் என முயற்சி செய்வேன்."

"நீங்கள் நடிக்கிறீர்கள்... உங்களுடைய நடிப்பு மூலம் உங்களுடைய இறுதி இலக்கை நோக்கி மேன்மேலும் நெருங்கிச் செல்கிறீர்கள்... இல்லையா?" அந்த நடிகரை கூடுதல் விளக்கம் அளிக்கும்படி தத்ஸோவ் தூண்டிவிட்டார்.

"அப்படித்தான்... கதாபாத்திரத்திற்கான குணாம்சத்தை உருவாக்கிக்கொண்டிருக்கும் வேறு எந்த நடிகரைப் போலவே நானும் முயற்சி செய்வேன்."

"ஒரு பரிச்சயமான கதாபாத்திரத்தில் இப்படிப்பட்ட செயல்கள் குறித்து என்ன நினைக்கிறீர்கள்? அவை சிக்கலானவையா? குழப்பமானவையா? புலப்படாதவையா?" தத்ஸோவ் கேள்வி எழுப்பினார்.

"அவை அப்படிப்பட்டவைதான். ஆனால், இறுதியில் அவை மிகவும் தெளிவான, யதார்த்தமான, புரிந்துகொள்ளக்கூடிய, சாத்தியமான சுமார் பத்து செயல்களாகப் பிரிந்துவிடுகின்றன. அதைத்தான் நீங்கள் நாடகத்தை மற்றும் கதாபாத்திரத்தை அணுகுவதற்கான வழிமுறை என்று குறிப்பிடுவீர்கள்."

"அவை என்ன? – மனம் சார்ந்த, வெகு நுட்பமான செயல்களா?"

"சரியாகச் சொன்னீர்கள். அவற்றின் இயல்பு அப்படிப்பட்டது தான். அந்தச் செயல்களைத் திரும்பத் திரும்ப மேற்கொள்வதன் பலனாக, அவற்றுக்கும் கதாபாத்திரத்தின் வாழ்க்கைக்கும் இடையே பிரிக்க முடியாத உறவு ஏற்படுகிறது. இந்தச் செயல் பாடுகள் குறித்த மனோ பாவம் பெரும் அளவில் வலுவடைகிறது. இதன் மூலம் உணர்வுகளின் அக ஆதாரத்தை ஒருவரால் எட்ட முடிகிறது."

''ஏன் அப்படி? எனக்குச் சொல்லுங்கள்...''

''அது இயல்பானது என்பதால் அப்படி என்று நினைக்கிறேன். வலுவடைந்த விஷயம் புலப்படுகிறது. அதை அணுக முடிகிறது. ஒருவர் செய்ய வேண்டியதெல்லாம் தர்க்க ரீதியாவும் விடாப் பிடியுடனும் செயல்படுவது மட்டுமே. உணர்வு தானாகவே வந்துவிடும்.''

இந்தக் கூற்றை உள்வாங்கிக்கொண்ட தத்ஸோவ், ''அப்புறம்,'' என்றவாறே தனது கருத்தை முன்வைத்தார்.

''உடல் சார்ந்த சாதாரண செயலோடு நீங்கள் முடிக்கும் இடத்திலிருந்துதான் நாங்கள் தொடங்குகிறோம். புறச் செயல், அதாவது உடல் சார்ந்த இருப்பு என்பது சுலபமாக அணுகக்கூடியது என நீங்கள் சொல்கிறீர்கள். அப்படியானால், ஒரு கதாபாத்திரம் தொடர்பான உங்களுடைய படைப்பாற்றல் பணியை சுலபமாக அணுகக்கூடிய, அதாவது உடல் சார்ந்த செயல்களிலிருந்து தொடங்குவது சிறப்பாக இருக்காதா? செயல் முடிவடைந்ததும் அதாவது, கதாபாத்திரத்திற்காக முழுமையாகத் தயாராகிவிட்டதும் அதைத் தொடர்ந்து உணர்வு வருகிறது என நீங்கள் சொல்கிறீர்கள்.

ஆனால், ஆரம்பத்திலேயே அதாவது, கதாபாத்திரத்திற்கு உயிர் கொடுக்கப்படுவதற்கு முன்னரே, தர்க்க ரீதியான அடுத்தடுத்த செயல்களைத் தொடர்ந்து உணர்வு வருகிறது. எனவே, நீங்கள் உங்களுடைய முதல் அடியை எடுத்து வைக்கும்போதே, அந்த ஆரம்பத் தருணத்திலிருந்தே அதை ஏன் வழிக்குக் கொண்டு வர முடியாது? எதற்காக மாதக்கணக்கில் ஒரு மேஜை முன்பு உட்கார்ந்துகொண்டு உங்களுடைய உள்ளார்ந்த உணர்வுகளை வலுக்கட்டாயமாக வெளிக்கொணர முயற்சி செய்ய வேண்டும்? செயல்களிலிருந்து துண்டிக்கப்பட்டுள்ள வாழ்க்கையோடு அந்த உணர்வுகளை வலுக்கட்டாயமாக இணைக்க ஏன் முயற்சி செய்ய வேண்டும்?

நீங்கள் மேடைக்குச் சென்று நடிக்கத் தொடங்கியதுமே, அதாவது அந்த நேரத்தில் உங்கள் சக்திக்கு உட்பட்ட செயலை

நீங்கள் மேற்கொள்ளும்போது, இதைவிடச் சிறப்பாக செயல்பட முடியும். அந்தச் செயலைத் தொடர்ந்து உங்களுடைய உணர்வுகள் மூலம் அணுகக்கூடிய அனைத்தும் வெகு இயல்பாகவும், உங்களுடைய உடலோடு ஒத்திசைந்த முறையிலும் அந்த சமயத்தில் வெளிப்படும்.

இப்படிப்பட்ட ஓர் எளிய, சாதாரண, இயல்பான உண்மையை அனுபவம் வாய்ந்த நடிகர்கள் புரிந்துகொள்வதற்கு சிரமப்படுவது போலத் தோன்றியது எனக்கு வியப்பளித்தது.''

"இதற்கு என்ன காரணம்?''

"வேலையின் விறுவிறுப்பு, நாடகத்தை அரங்கேற்றம் செய்வது, ஒத்திகைகள், நடிப்பு, கதாபாத்திரங்களை ஆய்வு செய்வது, மாற்றி அமைப்பது, வசனங்களை மனப்பாடம் செய்ய கூடுதல் நேரம் ஒதுக்குவது, பாதி அளவு பூர்த்தியடைந்த பணிகள்... என்ற இவை அனைத்தும் ஒரு நடிகரின் வாழ்க்கையில் பாதிப்பை ஏற்படுத்து கின்றன. கலையில் மேற்கொள்ளப்படும் விஷயங்களை, புகை மூட்டத்தினூடே எந்த அளவுக்குக் காண முடியுமோ அந்த அளவுக்குள் மட்டுமே பார்க்க முடியும். ஆனால், அதிர்ஷ்டசாலி களான நீங்களோ அதற்குள்ளேயே மூழ்கியிருக்கிறீர்கள்.''

பல்வேறு நாடகங்களில் இடைவிடாமல் நடிப்பதில், தீவிர ஆர்வம் கொண்டுள்ள ஆனால், அவநம்பிக்கை மனோபாவம் கொண்ட ஓர் இளம் நடிகர், இவ்வாறு என்னிடம் சொன்னார்.

★ ★ ★

தத்ஸோவ் தனது வழிமுறை மூலம் மேற்கொள்ளப்பட்டுள்ள ஆய்வு குறித்து பின்வரும் விளக்கத்தை அளித்து, எங்கள் வகுப்பை நிறைவு செய்தார்:

"நாம் மேற்கொண்ட ஆய்வின் பலனை, நடிகர் தனது கதாபாத்திரத்தின் உடல் சார்ந்த மற்றும் ஆன்மீக இருப்பை உருவாக்கிக்கொண்டதும், அவருக்குள் உருவாகும் ஆக்கத் திறன் சார்ந்த நிலையில்தான் காண முடியும். உங்களில் பலர், மேடையில்

இருக்கும்போது, எதிர்பாராமலோ அல்லது மனம் சார்ந்த வழிமுறையின் உதவியுடனோ ஏற்கெனவே உண்மையான, உள்முகமான ஆக்கத் திறன் நிலையை உருவாக்கிக் கொள்வதில் வெற்றியடைந்துவிட்டீர்கள். நான் ஏற்கெனவே குறிப்பிட்டுள்ளது போன்று இந்த வெற்றி மட்டுமே போதாது. நாடகத்தில் திட்ட மிடப்பட்டுள்ள சூழ்நிலைகளுக்கு ஏற்ப, உங்களுடைய கதா பாத்திர வாழ்க்கையில் உண்மையான உணர்வுக்குள், உள்முகமான ஆக்கத் திறன் நிலையை நிரப்பிக்கொள்ளும் திறனுடையவராக நீங்கள் இருக்க வேண்டும். இந்தத் திறன் ஒரு நடிகரின் உணர்வு களில் ஓர் அதிசய மாற்றத்தை உருவாக்குகிறது. அவருடைய உணர்வுகள் முழுமையாகப் புது வடிவம் பெற்றுவிடுகின்றன.''

இப்போது இந்த விஷயத்தை கவனியுங்கள். நான் இளைஞனாக இருந்தபோது, பண்டைக் கால வாழ்க்கையைத் தெரிந்துகொள்வதில் மோகம் கொண்டிருந்தேன். அது குறித்து நிறைய வாசித்தேன்; நிபுணர்களிடம் பேசினேன்; புத்தகங்களை சேகரித்தேன்; பதிக்கப் பட்டுள்ள, பொறிக்கப்பட்டுள்ள விஷயங்கள், ஓவியங்கள், புகைப்படங்கள், பட அட்டைகள் ஆகியவற்றையும் திரட்டினேன். அந்தப் புராதன யுகம் எனக்குப் பரிச்சயமாக இருந்ததோடு மட்டும் அல்லாமல், ஏற்கெனவே நான் அதை உண்மையிலேயே உணர்ந்திருந்ததாகவும் தோன்றியது.

பிறகு... பம்பி சென்றேன். பழங்காலத்து மனிதர்கள் நடந்துசென்ற அதே வீதிகளில் நானும் நடந்தேன். அந்த நகரின் சிறு சிறு குறுகிய சந்துகளை நேரடியாகக் கண்டேன். இன்னும் சிதிலமடையாமல் இருக்கும் வீடுகளுக்குள் சென்றேன். பழங்காலத்து ஹீரோக்கள் ஓய்வெடுத்த பளிங்குப் பலகைகள்மீது உட்கார்ந்தேன். அவர்கள் முன்னொரு காலத்தில் பயன்படுத்திய பொருட்களை, என் கைகளால் தொட்டுப் பார்த்தேன். ஒரு வாரம் முழுவதும் இந்தக் கடந்த கால வாழ்க்கையை, ஆன்மீக அடிப் படையிலும் உடல் ரீதியிலும் நான் ஆழமாக உணர்ந்திருந்தேன்.

நான் திரட்டியிருந்த மாறுபட்ட புத்தகங்களும் தகவல்களும் அர்த்தம் நிறைந்தவையாக மாறி, வித்தியாசமான முறையில்

உயிர்பெற்று, ஒருங்கிணைந்து உலவியதால் இந்த உணர்வுக்கு ஆளானேன்.

பிறகு, இயற்கைக்கும் பட அட்டைகளுக்கும் எவ்வளவு பெரிய வேறுபாடு உள்ளது என்பதையும், வாழ்க்கையை உணர்ச்சி பூர்வமாக உணர்வதற்கும் புத்தகங்களுக்குள் புகுந்து அறிவுபூர்வ மாகப் புரிந்துகொள்வதற்கும் இடையே, சிந்தனையில் உதயமான தோற்றத்திற்கும் நேரடியான தொடர்புக்கும் இடையே, எத்தனை எத்தனை வித்தியாசங்கள் உள்ளன என்பதையும் நான் உண்மை யிலேயே உணர்ந்தேன்.

ஒரு கதாபாத்திரத்தை நாம் முதல் முறையாக அணுகும் போதும், இப்படித்தான் நிகழ்கிறது. உணர்ச்சிபூர்வமான கண்ணோட்டம் சார்ந்த, தெளிவற்ற ஒரு முடிவையும் ஒரு சகாப்தத்தின் மறை முகமான கருத்தையும் மட்டுமே, மேலெழுந்த வாரியான ஓர் அறிமுகம் வழங்குகிறது. ஒரு புத்தகத்தில் உள்ள விஷயங்களைத் தாண்டி வேறு எதையும் இது வழங்குவதில்லை.

நாடகத்துடன் நமக்கு ஏற்பட்ட முதல் அறிமுகத்துக்குப் பிறகு நமக்குள்ளே நாடகம் குறித்த பதிவுகள் உயிர் பெற்று, துண்டு துண்டாகவும் தனித்தனி தருணங்களாகவும் நீடிக்கின்றன. பெரும்பாலும் இவை தெளிவானவையாகவும், மறக்க முடியா தவையாகவும், நாடகம் தொடர்பான அடுத்தடுத்த அனைத்துப் பணிகளுக்கும் வண்ணம் சேர்ப்பவையாகவும் அமைந்து விடுகின்றன. ஆனாலும் இந்தத் துண்டு துண்டான முக்கியத்துவம் வாய்ந்த அம்சங்கள், என்றென்றும் நீடித்து நிலைபெற்றிருக்கும் நாடகம் நீங்கலாக, ஒன்றுக்கொன்று தொடர்பில்லாமலே இருக்கின்றன. உள்ளார்ந்த ஒத்திசைவு இல்லாத இவை, ஒட்டு மொத்த நாடகத்தையும் நம்மை உணர வைப்பதில்லை.

நாடகத்தின் அறிவுபூர்வமான கருத்தாக்கத்திற்கு அப்பாற்பட்ட நிலையை நீங்கள் எட்டும்போது மட்டுமே, நாடக ஆசிரியர் வகுத்துத் தந்துள்ள சூழ்நிலைகளுக்கு ஏற்ப, உங்கள் கதாபாத்திரத் திற்குப் பொருத்தமான உடல் சார்ந்த செயல்களை நீங்கள்

நிறைவேற்றும்போது மட்டுமே, உங்கள் கதாபாத்திரத்தின் ஜீவ நாடியைப் புரிந்துகொண்டும், உணர்ந்துகொண்டும் உங்கள் ஒட்டுமொத்த இருப்பின் உதவியுடன் அந்தக் கதாபாத்திரமாகவே மாறுவீர்கள். உடல் சார்ந்த இருப்பு மூலம் கதாபாத்திரத்தை நீங்கள் மேற்கொண்டு, அதன் பலனாக அதன் ஜீவ நாடியை உணர்ந்து கொண்டால், துண்டு துண்டான, முக்கியத்துவம் வாய்ந்த அனைத்து அம்சங்களும் நுண்உணர்வுகளும், பொருள் பொதிந்தவையாக மாற்றம் அடைந்து, உண்மையான, புதிய அர்த்தத்தைப் பெற்றுவிடும்.

இந்த நிலை, படைப்புப் பணிக்கான வலுவான ஓர் அடித்தளத்தை அமைத்துத் தருகிறது.

''இந்த அடித்தளத்தை நீங்கள் அமைத்துக்கொண்டதும், வெளியிலிருந்து, அதாவது உங்கள் இயக்குனர் அல்லது வேறு யாரிடமிருந்தும், எந்த இடங்களிலிருந்தும் உங்களுக்குக் கிடைக்கும் எந்தத் தகவலையும், ஏற்கெனவே நிரம்பி வழிகிற சரக்கு கிடங்குக்குள் மேலும் பொருட்களை கொண்டு செல்வது போல, உங்கள் தலைக்குள்ளோ அல்லது இதயத்துக்குள்ளோ திணிக்க முடியாது. இந்தப் புறத் தகவல், ஒன்று அதற்காக நிர்ணயிக்கப் பட்டுள்ள இடத்தை சென்றடையும். அல்லது நிராகரிக்கப்பட்டு விடும்.

இந்தப் பணியை அறிவுத் திறனால் மட்டுமே நிறைவேற்ற முடியாது. நாடகத்தில் இடம்பெற்றுள்ள வாழ்க்கை தொடர்பான உங்களுடைய உண்மையான உணர்வுடன் கலந்துள்ள, உங்களுடைய ஆக்கத் திறன் சார்ந்த அனைத்து சக்திகள், உங்களுடைய உள்ளார்ந்த ஆக்கத் திறன் சார்ந்த அனைத்து அம்சங்கள் ஆகியவற்றின் மூலம்தான் இதைச் சாதிக்க முடியும்.

நாடகத்தில் இடம்பெற்றுள்ள வாழ்க்கையில் உடல் சார்ந்த உணர்வையும் ஆன்மீக உணர்வையும், உங்களுக்குள் உருவாக்கிக் கொள்ளும் நுட்பத்தை நான் கற்றுக் கொடுத்திருக்கிறேன். வசப்படுத்திக்கொள்ளப்பட்ட இந்த உணர்வு உங்களுக்குள்

ஏற்கெனவே இருக்கிற, உங்களுடைய உள்ளார்ந்த ஆக்கத் திறன் நிலையுடன் இரண்டறக் கலக்கிறது. இந்த சங்கமம், ஓரளவுக்கு செயல்படும் ஆக்கத் திறன் நிலையை உருவாக்குகிறது. நீங்கள் இந்த நிலையை எட்டுகிறபோது மட்டுமே, வெறும் அறிவு சார்ந்த சக்திகளால் அல்லாமல், ஆன்மீக அடிப்படையிலான மற்றும் உடல் சார்ந்த அனைத்துப் படைப்பாற்றல் சக்திகளின் பங்களிப்புடன், உங்கள் கதாபாத்திரத்தை ஆராய்ந்து பார்ப்பதும், பகுப்பாய்வு செய்வதும் உங்களுக்கு சாத்தியமாகும்.

பின்வரும் விஷயத்திற்கு நான் மிகுந்த முக்கியத்துவம் கொடுக்கிறேன்: ஒரு நடிகராகவும் மனிதராகவும் உள்ள உங்களுடைய ஆழ்மனமும் உள்ளுணர்வும் எந்தத் தளைகளிலும் சிக்கிக்கொள்ளாமல், இன்னும் புத்தம்புது பொலிவுடன் மிளிரும் நிலையில், ஒரு புதிய நாடகத்தை அணுகுவதற்காக நீங்கள் மேற்கொள்ளும் முதல் கட்ட நடவடிக்கைகளை, எந்த அளவுக்கு உங்கள் மனதின் மூலம் மேற்கொள்ளக்கூடாதோ, அதே அளவுக்கு உங்களுடைய உணர்வுகள் வாயிலாகவும் மேற்கொள்ளக்கூடாது. ஆக்கத் திறன் வாய்ந்த இந்த வேலையில் நீங்கள் வெற்றிபெற்று விட்டால், உங்களுடைய சொந்த ஆன்மா, உங்களுடைய ஆசைகள், ஏக்கங்கள், கற்பனை வளம் ஆகியவற்றின் சிறு சிறு பகுதிகளிலிருந்து, உங்களுடைய கதாபாத்திரத்தின் ஆன்மா வடிவம் பெறும். பின்னர், உங்களுடைய ஒவ்வொரு கதா பாத்திரமும் மேடையில் உயிர்பெற்று அததற்கே உரிய தனித்தனியான வண்ணங்களை வசப்படுத்திக்கொள்ளும்.

கெலிஸ்தாகோவ் கதாபாத்திரத்தை நான் நடித்துக் காட்டிய போது, கெலிஸ்தாகோவின் ஆன்மாவுக்குள் இருந்ததை சில சமயங்களில் நான் உணர்ந்தேன். இந்தக் கதாபாத்திர ஆன்மாவின் ஒரு பகுதியை எனக்குள் நான் கண்டபோது, இந்த உணர்வு வேறொரு உணர்வு மூலம் மாற்றப்பட்டது. வீதியில் ஒரு வியாபாரி அடுக்கி வைத்திருந்த உணவுப் பொருள் தட்டுகளைக் கண்ட போது, அதிலிருந்து கொஞ்சம் உணவுப் பண்டத்தை எப்படியாவது பிடிங்கிக்கொள்ள வேண்டும் என கோஸ்திய உணர்ந்தபோதும்,

இதே உணர்வுக்குத்தான் அவர் ஆளானார். அந்தத் தருணத்தில் தனது கதாபாத்திரத்துடன் அவர் முழுமையாக இரண்டறக் கலந்து, தனக்குள் கெலிஸ்தாகோவின் சில உள்ளுணர்வுகளைக் கண்டார்.

நான் மேலும் ஆழமாக ஆராய்ந்தபோது, எனது கதாபாத் திரத்தோடு பொருந்தி வரும், அக மற்றும் புற வாழ்க்கை நிலவரங்களோடு தொடர்புடைய புத்தம் புது அம்சங்களையும் நான் கண்டேன். இந்த ஒத்திசைவுத் தருணங்கள், உடல் மற்றும் ஆன்மீகம் சார்ந்த இருப்பின் முழுமையான, அறுபடாத தொடர்ச்சியாக மாறும்வரையில், மேன்மேலும் அதிகமாகி அடிக்கடி நிகழும். கெலிஸ்தாகோவின் நிலையில் என்னை நான் பார்க்க வேண்டும் என்றால், இந்த தொடக்க நிலைப் படைப்புத் திறன் காலகட்டத்தை, நான் கடந்துள்ளதை உறுதிப்படுத்த வேண்டும், அவருக்காக நான் உருவாக்கியுள்ள உடல் சார்ந்த இருப்பில், அவர் எப்படி நடந்துகொள்வாரோ அதைப்போலவே நிஜ வாழ்க்கையில் நான் நடந்துகொள்ள வேண்டும்.

இந்த விதத்தில் நான் உணரும்போது, 'நான்' என்ற நிலையை மிகவும் நெருங்கி வந்துவிடுகிறேன். எதுவுமே என்னை பயமுறுத்து வதில்லை. இப்படிப்பட்ட வலுவான தளத்தை அமைத்துக் கொண்டுள்ளதால், நான் குழப்பமடைந்துவிடுவேனோ, எனது ஆதாரத்தை இழந்துவிடுவேனோ என்ற பயமில்லாமல், எனது உடல் மற்றும் ஆன்மீகம் சார்ந்த இயல்பை என்னால் சாமர்த்தியமாகப் பயன்படுத்திக்கொள்ள முடியும். நான், என்னை அறியாமல் தவறான திசையில் சென்றுவிட்டாலும்கூட, சுலபமாக மீண்டும் திரும்பி வந்து, சரியான திசையில் என்னை நானே வழிநடத்திச் செல்ல முடியும். நான் மேடையில் நடிக்கும்போது, இதே அடிப்படையில், என்னுடைய கதாபாத்திரப் படைப்பின் வெளித் தோற்றத்தை, பயிற்சி அடிப்படையிலான என்னுடைய பழக்கங்களின் உதவியுடன் என்னால் உள்வாங்கிக்கொள்ள முடியும். எனது விருப்பப்படி, உள்முகமான எந்தப் பாத்திரப் படைப்பை வேண்டுமானாலும் உருவாக்கிக்கொள்ளும் நுட்பம், எனக்குக் கைவந்த கலையாகியுள்ளது. புற மற்றும் உள்முகமான

பாத்திரப் படைப்பு என்ற இந்த இரண்டும், உண்மையின் அடிப்படையில் உருவாக்கப்பட்டிருந்தால், அவை நிச்சயமாக இரண்டறக் கலந்து, ஜீவனுள்ள ஒரு வடிவத்தை உருவாக்கும்.

உடல் சார்ந்த இருப்பை உருவாக்கும் எனது இந்த வழிமுறை ஒரு நாடகத்தை தானாகவே பகுப்பாய்வு செய்கிறது. உடல் சார்ந்த நமது செயலுக்குத் தூண்டுகோலான, இயற்கையான சுபாவத்தின் முக்கியத்துவம் வாய்ந்த, உள்ளார்ந்த ஆக்கத் திறன் சக்திகளை இது தானாகவே ஊற்றெடுக்க வைக்கிறது.

நமது நடிப்புக்குத் துணை நிற்கும், நமக்குள்ளே பொதிந்துள்ள ஜீவனுள்ள விஷயங்களைத் தானாகவே இந்த வழிமுறை வெளிப் படுத்துகிறது.

ஒரு புதிய நாடகத்தை அணுகுவதற்கான முதல் கட்ட நடவடிக்கைகளை நாம் மேற்கொள்ளும்போது, அந்த நாடகத்தின் பொதுவான சூழ்நிலையையும் 'மூடை'யும் நாம் உணர்ந்து கொள்ள எனது இந்த வழிமுறை கைகொடுக்கிறது.

இவை அனைத்தும், எனது வழிமுறை தரும் முக்கியத்துவம் வாய்ந்த, புத்தம் புதிய சாத்தியக்கூறுகள்!